முதல் உலகப் போர்

முதல் உலகப் போர்

மருதன்

கிழக்கு

முதல் உலகப் போர்
Muthal Ulaga Por
by Marudhan ©

First Edition: November 2010
328 Pages
Printed in India.

ISBN: 978-81-8493-587-5
Title No: Kizhakku 573

Kizhakku Pathippagam
177/103, First Floor,
Ambal's Building, Lloyds Road
Royapettah, Chennai 600 014.
Ph: +91-44-4200-9603

Email : support@nhm.in
Website : www.nhm.in

Author's Email : marudhan@gmail.com

Cover & Inside : Wikimedia

Kizhakku Pathippagam is an imprint of New Horizon Media Private Limited

The New York Times.

JUNE 29, 1914.—EIGHTEEN PAGES. ONE CENT

HEIR TO AUSTRIA'S THRONE IS SLAIN WITH HIS WIFE BY A BOSNIAN YOUTH TO AVENGE SEIZURE OF HIS COUNTRY

Francis Ferdinand Shot During State Visit to Sarajevo.

TWO ATTACKS IN A DAY

Archduke Saves His Life First Time by Knocking Aside a Bomb Hurled at Auto.

SLAIN IN SECOND ATTEMPT

Lad Dashes at Car as the Royal Couple Return from Town Hall and Kills Both of Them.

LAID TO A SERVIAN PLOT

Heir Warned Not to Go to Bosnia, Where Populace Met Him with Servian Flags.

AGED EMPEROR IS STRICKEN

Shock of Tragedy Prostrates Francis Joseph—Young Assassin Proud of His Crime.

Archduke Francis Ferdinand and his Consort the Duchess of Hohenberg

Slain by Assassin's Bullets.

could only certify they were both dead.

The authors of both attacks upon the Archduke are born Bosnians. Gabrinovics is a compositor, and worked for a few weeks in the Government printing-works at Belgrade. He returned to Sarajevo a Servian chauvinist, and made no concealment of his sympathies with the King of Servia. Both he and the actual murderer

by splinters from the bomb. Several persons on the pavement were very seriously hurt by the explosion of the bomb, which was thrown by a young man named Tabrinovitch, (Gabrinovics) who is a typist from Trebenje, in Herzegovina, and is of Servian nationality. He was arrested some twenty minutes later.

The Archduke and his wife left the Town Hall, intending to visit those who had been injured by the bomb, when a schoolboy 19 years old, named

it is feared that it will lead to serious complications with that unruly kingdom, and may have far-reaching results. The future of the empire is a subject of general discussion. It is felt that the Servians have been treated too leniently, and some hard words are being said about the present foreign policy.

All the public buildings are draped in long black streamers and the flags are all at half-mast.

போர் சமயங்களில், தேசபக்தி என்பதன் பொருள்,
உண்மையை மறைப்பது.

Siegfried Sassoon,
Memoirs of an Infantry Officer

பொருளடக்கம்

அறிமுகம்

'...கண்களுக்கு மத்தியில் அல்லது தொண்டை யில் அல்லது மார்பில் குறுவாள் பொருத்தப் பட்ட துப்பாக்கியைச் செலுத்து... ஒருவேளை எதிரி ஓட ஆரம்பித்தால், ஒரே ஒரு வழிதான் இருக்கிறது. அவனது சிறுநீரகத்தில் கத்தியைப் பாய்ச்சு. வெண்ணைக்குள் செல்வது போல் அழகாக வழுக்கிக்கொண்டு செல்லும். கோப மும் பலமும் வெறியும் துல்லியமும் அவசி யம். நல்ல வாளை வீணாக்காதே. ஒரு மனித னின் தொண்டைக்குள் செலுத்த எதற்கு ஓரடி எஃகு வீணாக்கப்படவேண்டும்? மூன்று அங்கு லம் இறக்கினால் போதும். அவன் இருமினால், இன்னொரு வாள் கொண்டுவா. '

குறுவாள் பொருத்தப்பட்ட வாளை எப்படிப் பயன்படுத்துவது?

Siegried Sassoon,
Royal Welsh Fusiliers

1

ஜூலை 25, 2009 அன்று ஹாரி பாட்ச் (Harry Patch) இறந்துபோனார். அப்போது அவர் வயது 111. 'கடைசி டாமி' என்னும் செல்லப்பெயரால் அழைக்கப்பட்டு வந்த ஹாரி பாட்ச், முதல் உலகப் போரில் பங்குபெற்ற பிரிட்டிஷ் வீரர்களுள் இறுதியாக எஞ்சியிருந்தவர். சாமர்ஸெட்டில் உள்ள வெல்ஸ் பகுதியில் இருந்தது அவர் வீடு. உறங்கும்போது, இறந்துபோனார். ஹாரிக்குப் பல நண்பர்கள், அபிமானிகள். இருந்தும், தன் நூறாவது வயதைத் தொடும்வரை ஹாரி பாட்ச், தான் பங்கேற்ற போர் குறித்து மனம் திறந்து மட்டுமல்ல, வாய் திறந்தும் பேசியதில்லை.

பின்னர், ஒரு முடிவெடுத்து பேச ஆரம்பித்தார். தன்னை நாடி வருபவர்களிடம் மட்டுமல்ல, தானே வலியச் சென்றும் உரையாடினார். பத்திரிகைகளுக்குப் பேட்டி அளித்தார். 'வாழ்க்கைக்குப் போர் தேவையற்றது. நண்பர்களே, அந்த நான்கு ஆண்டுகளில் இறந்துபோன 9.7 மில்லியன் இளைஞர்களை என்றும் மறக்காதீர்கள்.' 1917ல் ஹாரி பங்கேற்ற யுத்தத்தில் (Passschendaele) 70,000 பேர் இறந்துபோனார்கள். அவர்கள் நினைவாக ஒவ்வொரு ஆண்டும் தனி அறையில் தன்னை அடைத்துக்கொண்டு வாய் திறக்காமல் அமைதியாக இருந்து வந்திருக்கிறார் ஹாரி. இறக்கும் வரை தொடர்ந்த வழக்கம் இது.

ஹாரி இறப்பதற்கு ஒரு வாரத்துக்கு முன்பு, மற்றொரு மூத்த வீரரான, ஹென்றி அலிங்ஹ்ம் (Henry Allingham) தன் 113வது

வயதில் இறந்துபோனார். நீண்ட, வலி மிகுந்த சரித்திரத்தைச் சமகாலத்தோடு இணைத்த இரு முக்கிய நூல் இழைகளாக அவர்கள் கருதப்பட்டனர். அடுத்தடுத்து நிகழ்ந்த இந்த இரு மரணங்கள், பிரிட்டன் வரலாற்றில் ஒரு சகாப்தத்தை முடிவுக்குக் கொண்டுவந்தன. ஹாரியை நேரில் சென்று சந்தித்தது தன் வாழ்வின் மிக முக்கியத் தருணம் என்று நினைவுகூர்ந்தார் அப் போதைய பிரிட்டிஷ் பிரதமர் கார்டன் பிரவுன். 'காலம் விட்டுச் சென்ற இரு பெரும் உன்னதமான உயிர்கள் அவர்கள். அவர்களை நாங்கள் என்றும் மறக்கமாட்டோம்.'

ஆனால், ஹாரி ஃபார் (Harry Farr) போன்றவர்களை மறக்க விரும்புகிறது பிரிட்டன். லண்டனில் உள்ள கென்ஸிங்டன் பகுதியைச் சேர்ந்தவர். வெஸ்ட் யோர்க்ஷயர் ரெஜிமெண்டில் முதல் பட்டாலியனில் இணைந்து பணியாற்ற ஆரம்பித்தவர். துடிப்பான இருபத்தைந்து வயது கனவுகளுடன் சீருடை அணிந்து சென்றவர். 1914ம் ஆண்டு போர்க்களத்துக்கு அனுப்பப்பட்டார். பாய்ந்து வந்த குண்டுகள் ஹாரியின் கனவுகளை நொறுக்கித் தள்ளின. தொடர்ந்து ஷெல் தாக்குதல்களில் மாட்டிக்கொண்டார்.

மே 1915ம் ஆண்டு, ஹாரி சுருண்டு விழுந்துவிட்டார். உடல் நடுங்க ஆரம்பித்துவிட்டது. நேரம் செல்லச்செல்ல அதிர ஆரம்பித்து விட்டது. எத்தனை கட்டுப்படுத்தியும் அடக்க முடியவில்லை. மருத்துவமனைக்கு அழைத்துச் சென்றிருக்கிறார்கள். காயமடைந் தால் கட்டுப்போடலாம். குண்டு துளைத்தால், சிகிச்சை அளிக்க லாம். வெறுமனே உடல் துடித்துக்கொண்டிருந்தால் என்ன செய்வது? அதை நடுக்கம் என்றும் பயம் என்றும் அர்த்தப்படுத்திக் கொண்டார்கள். சில தினங்களில் அனுப்பிவிட்டார்கள்.

கிழிந்து தொங்கும் சதையுடன் நண்பர்கள் துப்பாக்கியுடன் ஓடும் போது நாம் ஏன் பயப்படவேண்டும் என்று மீண்டும் போர்க்களம் போனார் ஹாரி ஃபார். முடியவில்லை. தன் இயலாமையை, வேதனையை வெளிப்படுத்தி கடிதம் ஒன்று அனுப்பினார். வாங்கிப் பார்த்த அதிகாரிகளுக்குக் கடும்கோபம். பொய் காரணங் கள் காட்டி, போரிட மறுக்கும் ஒரு சிப்பாயை சும்மா விடலாமா?

ஹாரி ஃபாருக்கு hypoacusis வந்திருக்கலாம் என்று இன்று சொல் கிறார்கள். ஓயாத ஷெல் ஓசையால் காது பறை கடும் சேதத்துக்கு உள்ளாகியிருக்க வேண்டும் என்றும் காது நரம்புகள் பலவீன மடைந்து, பெரும் சத்தங்களை உள்வாங்குவதில் சிரமம்

ஏற்பட்டிருக்கவேண்டும் என்றும் சொல்கிறார்கள். அதன் காரண மாகவே, உடல் நடுங்கியிருக்கிறது. ஆனால், அன்று இதனை யாரும் புரிந்துகொள்ளவில்லை. கட்டாயப்படுத்தி, எச்சரிக்கை செய்து மீண்டும் அவர் கையில் துப்பாக்கியைத் திணித்து விட்டார்கள். ஹாரி ஃபார் பதுங்கு குழிகளில் ஒண்டிக்கொண் டார். துப்பாக்கியைப் பிடிக்கமுடியவில்லை. சிறு சப்தங்களும் பெரிதாக உலுக்கியெடுத்தன. துப்பாக்கியைக் கீழே போட்டு விட்டு, வெளியேறிவிட்டார்.

சர்ஜெண்ட் மேஜர், ஹாரி ஃபாரை கூப்பிட்டு அனுப்பினார். போர் முனைக்கு நீ போக மறுத்தால், உன் மூளையைச் சிதறடித்து விடுவேன் என்றார். ஹாரி திட்டவட்டமாக மறுத்துவிட்டார். 'மன்னிக்கவும், என்னால் இயலவில்லை. அங்கே போனால், நான் இறந்துவிடுவேன்.'

விசாரணை ஆரம்பமானது. இருபது நிமிடங்களில் தீர்ப்பு தயார். ஹாரி முடிந்தவரை தன் தரப்பு நியாயத்தை எடுத்துரைத்தார். அவருக்கு வலுவூட்டும் வகையில் யாரும் பேசவில்லை. முதன் முதலில் அவரைப் பரிசோதித்த மருத்துவருக்குக் குண்டடி பட்டிருந்ததால், அவரால் விசாரணைக்கு வர இயலவில்லை. ஒருவேளை அவர் இருந்திருந்தால், ஹாரியின் மருத்துவப் பிரச்னையை ஏற்றுக்கொள்ளத்தக்க வகையில் விவரித்திருக்கக் கூடும். அக்டோபர் 16, 1916 அன்று ஹாரி ஃபாருக்கு மரண தண்டனை நிறைவேற்றப்பட்டது. என் கண்களைக் கட்ட வேண்டாம் அப்படியே சுடலாம் என்றார் ஹாரி. கோரிக்கை ஏற்றுக்கொள்ளப்பட்டது.

ஹாரியின் மனைவி ஜெர்ட்ரூட் 1916ம் ஆண்டு அரசாங்க நிவாரண அலுவலகத்தை அணுகியிருக்கிறார். போர்க்களத்தில் உயிர் இழந்த வீரர்களின் மனைவிகளுக்கு அங்கே இழப்பீடு வழங்கிக் கொண்டிருந்தார்கள். தன் கணவரின் பெயரை உச்சரித்தவுடன், சிடுசிடுப்புடன் அதிகாரிகள் அவரை விரட்டியிருக்கிறார்கள். 'ஒரு கோழையின் மனைவிக்கு எங்களால் உதவ முடியாது.'

ஹாரியின் மகளுக்கு (அவர் பெயரும் ஜெர்ட்ரூட்) அப்போது மூன்று வயது. தன் தந்தைக்கு அளிக்கப்பட்ட தண்டனையை அவரால் மறக்க முடியவில்லை. 90 வயது ஆகும் வரை ஜெர்ட் ரூட் போராடவேண்டியிருந்தது. தன் தந்தை கோழை அல்ல

என்றும், அவருக்கு ஏற்பட்டிருந்தது ஷெல் ஷாக் என்றும் அவர் புரியவைத்தார். தன் தந்தையைப் போலவே பலரும் அப்போது இந்த அதிர்ச்சியால் தாக்கப்பட்டிருந்ததை அவர் சுட்டிக்காட்டினார். அவர்களை அவமானப்படுத்துவதும் கொல்வதும் தீர்வல்ல என்று வாதிட்டார். ஆகஸ்ட் 2006ல், ஹாரி ஃபார் மன்னிக்கப்பட்டார். ஆவணங்களில் அவர் பற்றிய குறிப்புகளில் மாற்றம் கொண்டுவரப்பட்டன. ஆனால், பிரிட்டனின் போர் கோழைகள் என்னும் பட்டியலில் மொத்தம் 306 பேர் இன்னமும் இருக்கிறார்கள்.

2

இரண்டாம் உலகப் போரைவிட முதல் உலகப் போர் புரிந்து கொள்வதற்குக் கடினமானது, சிக்கலானது. இரண்டாம் உலகப் போரில் இடம்பெற்றதைப் போன்ற, அனைவருக்கும் தெரிந்த 'கதாநாயகர்களும்' 'வில்லன்களும்' முதல் உலகப் போரில் இல்லை. முதல் உலகப் போரின்போது, அடால்ஃப் ஹிட்லர் ஒரு சிப்பாய் மட்டுமே. முசோலினி இன்னமும் பாசிசத்தை வளர்த்தெடுக்கவில்லை. முதல் உலகப் போரை இயக்கிய அரசியல் மற்றும் ராணுவத் தலைவர்கள் பரிச்சயமாகாதவர்கள் என்பது மற்றொரு பெரிய தடை. ஹிட்லர் அளவுக்கு கெய்ஸர் இரண்டாம் வில்லியமும், ரூஸ்வெல்ட் அளவுக்கு உட்ரோ வில்சனும், வின்ஸ்டன் சர்ச்சில் அளவுக்கு டேவிட் லாயிட் ஜார்ஜும் பிரபலமானவர்கள் அல்லர்.

1914ம் ஆண்டு தொடங்கிய முதல் உலகப் போரை (மகா யுத்தம் என்று அப்போது அழைத்தார்கள்) அணுகுவதற்கு இருபதாம் நூற்றாண்டின் தொடக்கத்தில் இருந்து வாசிக்க ஆரம்பிப்பது கூட போதுமானதாக இருக்காது. ஜெர்மனியை அணுகும் போது, பிஸ்மார்க் வந்தாகவேண்டும். பிஸ்மார்க் வந்தால், பிராங்கோ ஜெர்மானிய யுத்தம் வந்தாகவேண்டும். நெப்போலியனின் தாக்கத்தை உணர்த்தாமல் இத்தாலியையும் பிரான்ஸையும் அறிமுகப்படுத்தமுடியாது. பிரிட்டனைச் சொல்லும்போது, தொழில்புரட்சியை விட்டுவிடமுடியாது. ரஷ்யப் புரட்சியின் பங்களிப்பைக் குறிப்பிடாவிட்டால் போர் வரலாறு முற்றுப்பெறாது. சிறிய நாடுகள் என்று போலந்தையும் பெல்ஜியத்தையும் கிரீஸையும் பாலஸ்தீனையும் விட்டுவிடமுடியாது.

அதே சமயம், அனைத்தையும் இரு அட்டைகளுக்கு இடையில் கொண்டு வந்துவிடுவது சாத்தியமும் இல்லை. போரில் கலந்து கொண்ட ஒவ்வொரு நாட்டின் அரசியல், சமூக, வரலாறு குறித்தும் எண்ணற்ற நூல்கள் எழுதப்பட்டுவிட்டன. இன்னமும் எழுதப்பட்டு வருகின்றன. ராணுவ வரலாறு என்பது தனிப் பெரும் பிரிவு. உதாரணத்துக்கு இந்த வரிகளை எடுத்துக் கொள்வோம். 'மார்ச் 1915ல் பிரான்ஸ் முதல் சாம்பேன் தாக்குதலை (First Battle of Champagne) ஆரம்பித்தது.' 'ஏப்ரல் 4ம் தேதி, ஃபோக், ஜெர்மானியப் படைகளைத் தடுத்து நிறுத்தினார். ஆனால், அதற்குள் 40 மைல் நிலப்பரப்பை ஜெர்மனியிடம் நேச நாடுகள் இழந்திருந்தன.' 'செப்டெம்பர் 12ம் தேதி, 2 லட்சம் அமெரிக்கர்களும் 48,000 பிரெஞ்சு வீரர்களும் தாக்குதலை ஆரம்பித்தார்கள்.'

எளிமையான வரிகள். ஆனால், இவை உணர்த்தும் செய்திகள் என்ன? தாக்குதலை ஆரம்பிப்பது என்றால் என்ன? போர்த் திட்டம் எப்படி வகுக்கப்படுகிறது? போர் அறிவிக்கப்பட்ட செய்யப்பட்ட பிறகு யார் முதலில் தாக்குதலைத் தொடுப்பது என்பதை யார் முடிவு செய்கிறார்கள்? எப்படி? தாக்குதல் என்றால் பீரங்கிகளை வரிசையாக நிற்க வைத்து எதிரிகள் இருக்கும் திசை நோக்கி திருப்பி சராமரியாகத் தாக்குவதா? ஜெர்மானியப் படைகளைத் தடுத்து நிறுத்துவது என்பதன் பொருள் என்ன? நிலப்பரப்பை இழப்பதும் பெறுவதும் எப்படிச் சாத்தியமாகிறது? இரண்டு லட்சம் அமெரிக்கர்களும் 48,000 பிரெஞ்சு வீரர்களும் தாக்குதலை ஆரம்பிக்கவேண்டுமானால் அவர்கள் எவ்வாறு போர்க்களத்தில் தொகுக்கப்பட்டிருப்பார்கள்? எத்தனை அணிகளாகப் பிரிக்கப்பட்டிருப்பார்கள்? எத்தனை வரிசைகள், படைப் பிரிவுகள்? ஒவ்வொரு படைப் பிரிவுக்கும் தலைமைச் செயலகம் இருக்குமா? பொதுவில் ஒரு ஜெனரல் இவர்களை வழிநடத்துவாரா அல்லது பிரிவுக்கொரு கமாண்டரா? கட்டளைகள் எப்படிப் பிறப்பிக்கப்படுகின்றன? கடைசி சிப்பாய் வரைக்கும் எப்படி விநியோகிக்கப்படுகின்றன? முதல் சிப்பாய் என்பவர் யார்? கடைசி சிப்பாய் என்பவர் யார்? ஒரு போரில் வெற்றி பெறுவது என்றால் என்ன?

போர்க்களத்தை எழுத்தில் விவரிப்பது கடினமானது. ராணுவத்தின் செயல்பாடுகளை விவரிப்பதைக் காட்டிலும் புரிந்து கொள்வது கடினமானது. முதல் உலகப் போர் நடைபெற்ற சில

போர்க்களங்களில் வெற்றி பெற்றவர் யார் என்பது பற்றிய சர்ச்சைகள் இன்னமும் நிலவுகின்றன.

பிரிட்டன் தலைமையிலான நேச நாடுகள் அணி, ஜெர்மனி தலைமையிலான மைய நாடுகள் அணியை நவம்பர் 11, 1918 அன்று வீழ்த்தியது என்னும் ஒற்றை வரியை விளங்கிக்கொள்ள கிட்டத்தட்ட இரு நூற்றாண்டு கால உலக சரித்திரத்தை நாம் கற்றாகவேண்டும். காரணம், வரலாறு போர்களை மேலோட்ட மாக வெளிப்படும் வெற்றி, தோல்விகளால் மதிப்பீடு செய்வ தில்லை.

முதல் உலகப் போரில் ஜெர்மனி வீழ்த்தப்பட்டது உண்மை யானால், இருபதே ஆண்டுகளில் ஹிட்லர் எப்படி இன்னொரு உலக யுத்தத்துக்கு ஜெர்மனியைத் தயார் செய்தார்? நேச நாடுகள் வெற்றி பெற்றது உண்மை என்றால், அவர்களது நோக்கங்கள் என்ன? அவை நிறைவேறியதா? எனில், இரண்டாம் உலகப் போர் எதற்காக மூளவேண்டும்?

3

முதல் உலகப் போரால் பாதிக்கப்பட்டவர்களின் எண்ணிக்கை ஒரு கோடியைத் தாண்டுகிறது. பல கோடி பேரை மன ரீதியிலும் உடல் ரீதியிலும் இந்தப் போர் காயப்படுத்தியது. இதைத் தேவையற்ற போர் என்கிறார்கள் சிலர். ஐரோப்பிய நாடுக ளிடையே உருவான போட்டி மனப்பான்மையின் விளைவு என்கிறார்கள் வேறு சிலர். தவறான அணுகுமுறையால் ஏற்பட்ட விபத்து என்றும் சிலர் அழைக்கிறார்கள். முதல் உலகப் போர் ஏன் மூண்டது என்னும் கேள்விக்கு ஒவ்வொரு நாடும் ஒவ்வொரு விதமான காரணங்களை அடுக்குகிறது.

வரலாறு என்பது நடந்து முடிந்துவிட்ட விஷயம் அல்ல. முதல் உலகப் போர் நடைபெற்ற போர்க்களங்கள் இன்றும்கூட மக்களைக் கொன்றுகொண்டிருக்கின்றன. மேற்கு முனைக்கு அருகிலுள்ள பகுதிகளில் வரிசையாகக் கல்லறைகள் பூத்துக்கிடக் கின்றன. மாண்டவர்களின் ஆவி அகலாமல் சுற்றிவந்து பழி வாங்கிக்கொண்டிருப்பதாக சிலர் அச்சத்துடன் சொல்கிறார்கள். பிரான்ஸ், பெல்ஜியம் இரண்டும் ஆயுதங்களைக் கண்டறியும் பிரிவுகளை இன்னமும் பணியில் வைத்திருக்கின்றன. எல்லைப்

பகுதிகளில் கண்டறியப்படும் துருப்பிடித்த, வெடிக்காத குண்டுகளை அகற்றுவதற்கு இவர்கள் உள்ளூர் மக்களுக்கு உதவி செய்கிறார்கள். வெர்டுன், சொம்மா ஆகிய நன்றாகப் பராமரிக்கப்பட்டு வரும் போர்க்களங்களிலும்கூட எச்சரிக்கை வாசகங்கள் வைக்கப்பட்டுள்ளன. 'இங்கே கால் பதிக்கவேண்டாம்!' பல இடங்களில் தாவரங்கள் மீண்டும் முளைக்கவேயில்லை. பெல்ஜியத்துக்குக் கீழே எங்கோ ஓரிடத்தில் 1917ம் ஆண்டு வெடிக்கத் தவறிய வெடிகுண்டு குவியல் ஒன்று இன்று வரை மறைந்துகிடக்கிறது.

போரின் முடிவில், பிரிட்டனும் பிரான்ஸூம் 'வெற்றியாளர்களாக' வெளிவந்தன. ஜெர்மனி தன் தோல்வியில் இருந்து மீண்டு வருவதற்கு எத்தனை சிரமப்பட்டதோ, அத்தனை சிரமங்களை வெற்றியாளர்களும் அனுபவிக்க நேர்ந்தது. இதுதான் வெற்றி என்றால் இந்தப் போரில் கலந்துகொண்டிருக்கவே மாட்டோம் என்று இந்நாடுகளில் சிலர் பின்னர் வருத்தத்துடன் முணுமுணுத்தனர்.

ஜெர்மனி நொறுங்கிப்போனது. ஆஸ்திரியா-ஹங்கேரி சாம்ராஜ்ஜியமும், ஒட்டமான் சாம்ராஜ்ஜியமும் சிதறின. அமெரிக்காவும் ஜப்பானும் உலக அரங்கில் புதிய சக்திகளாக வெளிவந்தன. இந்தியாவும் கனடாவும் ஆஸ்திரேலியாவும் பிரிட்டிஷ் சாம்ராஜ்ஜியத்திடம் இருந்து விடுபடும் உணர்வுகளைப் பெற்றன. இருபத்து நான்கு மணி நேரமும் சூரிய வெளிச்சம் படர்ந்துகொண்டிருந்த பிரிட்டிஷ் பேரரசில் முதல் முறையாக இருள் படர்ந்தது. கிட்டத்தட்ட நூறு ஆண்டுகள் கழியப்போகிறது. பிரிட்டன் மீளவில்லை. இருளுக்குப் பழகிக்கொண்டுவிட்டது.

'அனைத்துப் போர்களையும் முடிவுக்குக் கொண்டு வரப்போகும் போர் இது!' அமெரிக்க அதிபர் உட்ரோ வில்சன் போரில் இணைந்துகொள்ள மக்களுக்கு அழைப்பு விடுத்தபோது பயன்படுத்திய புகழ்பெற்ற வாசகம் இது. சாம்ராஜ்ஜியத்துக்காகவும் நிலப்பிரதேசங்களுக்காகவும், காலனிகளுக்காகவும் அமெரிக்கா என்றென்றும் போரிடாது என்றும், ஜனநாயகத்தின் பெயரில் மட்டுமே போரிடும் என்றும் அவர் அன்று பெருமிதத்துடன் அறிவித்தார். போருக்குப் பிறகு எப்படிப்பட்ட அமைதியும் ஜனநாயகமும் தழைத்தது என்பதை உலகம் கண்டுகொண்டது.

அமெரிக்கா ஏன் இந்தப் போரில் கலந்துகொண்டது என்று இன்றும் அமெரிக்கர்கள் கேட்டுக்கொண்டிருக்கிறார்கள். பிரிட்டனிலும் பிரான்ஸிலும் ஜெர்மனியிலும் ஆஸ்திரியா-ஹங்கேரியிலும் ரஷ்யாவிலும் கிரீஸிலும் இதே கேள்வியைத் தான் கேட்டுக்கொண்டிருக்கிறார்கள். எதற்காக இந்தப் போர் நடத்தப்பட்டது? எதற்காக என் நாடு இதில் பங்கற்றது? பிரிட்டன் சிக்கலில் இருக்கும்போது நாம் உதவி செய்யவேண்டும், அது நம் கடமை என்றார் காந்தி. பிரிட்டனின் காலனியாக இந்தியாவும் இந்தப் போரில் கலந்துகொண்டது. தன் பங்குக்குப் பல ஆயிரம் வீரர்களை இழந்தது.

4

உலகப் போர் ஐரோப்பாவில் மையம் கொண்டது ஏன் என்னும் கேள்வியோடு இந்தப் புத்தகம் தொடங்குகிறது. போர் மூண்ட தற்கான காரணங்கள் என்னென்ன? எதற்காக ஒவ்வொரு நாடும் இதில் பங்கேற்றன? எத்தகைய சூழலில் போர் முன்னெடுத்துச் செல்லப்பட்டது? ஆகஸ்ட் 1914க்கு முன்னால் உலகம் அமைதி யாக இருந்ததா? திடீரென்று மூண்ட போரா இது? ஆஸ்திரிய இளவரசரை, செர்பியாவின் பிரஜை ஒருவன் சுட்டுக்கொன்றான் என்பதற்காக முழு ஐரோப்பாவும் போரில் குதிக்குமா?

புத்தகத்தின் வடிவமைப்பு பற்றி சில வரிகள்.

பாகம் ஒன்று, இருபதாம் நூற்றாண்டு ஐரோப்பாவை அறிமுகப் படுத்துகிறது. குறிப்பாக, ஐரோப்பாவில் ஆதிக்கம் செலுத்தி வந்த பிரிட்டனின் வளர்ச்சியையும் அதைச் சாத்தியமாக்கிய இயந்திர மயமாக்கலையும் அலசுகிறது. மேலும், உலகப் போரில் பங்கேற்ற முக்கிய நாடுகளான, பிரிட்டன், ஜெர்மனி, பிரான்ஸ், ஆஸ்திரியா-ஹங்கேரி, ஒட்டமான் சாம்ராஜ்ஜியம், இத்தாலி, ரஷ்யா ஆகிய நாடு களின் பின்னணி சுருக்கமாக விவரிக்கப்பட்டுள்ளது.

பாகம் இரண்டு, முதல் உலகப் போர் ஏற்பட்டதன் காரணங்கள், போர் தயாரிப்புகள், போருக்கு முன்னால் ஐரோப்பிய நாடுகள் செய்துகொண்ட ஒப்பந்தங்கள், போர் தயாரிப்புகள் பற்றிய பகுதி. முதல் உலகப் போரைத் தொடங்கி வைத்தவராக கருதப் படும் ஆஸ்திரிய இளவரசர் பிரான்ஸ் ஃபெர்டினாண்ட் பற்றிய பின்னணி தனி அத்தியாயத்தில் கொடுக்கப்பட்டுள்ளது.

பாகம் மூன்று, போர்க்களம் பற்றியது. மேற்கு முனை, கிழக்கு முனை, இத்தாலி, ஆப்பிரிக்கா, ஒட்டமான் சாம்ராஜ்ஜியம் உள்ளிட்ட போர்முனைகள் பற்றிய குறிப்புகள் அடங்கிய பகுதி. ரஷ்யப் புரட்சி குறித்துத் தனியொரு அத்தியாயம் இடம் பெறுகிறது. கடல் யுத்தங்களுக்கு ஒரு அத்தியாயம்.

பாகம் நான்கு, முதல் உலகப் போரில் இந்தியாவின் பங்கையும், அமெரிக்காவின் பங்கையும் விவரிக்கிறது. போர் முடிவுக்கு வந்த விதம், ராணுவத்தின் பங்கு, பாதிக்கப்பட்ட மக்களின் நிலை, பயன்படுத்தப்பட்ட ஆயுதங்கள், அமைதி பேச்சுவார்த்தைகள், போர் குறித்த மாறுபட்ட பார்வைகள், அலசல்கள், போருக்காகக் கொடுக்கப்பட்ட விலை ஆகியவற்றை இந்தப் பாகம் பதிவு செய்கிறது.

இந்தப் புத்தகத்தின் நோக்கம் முதல் உலகப் போர் பற்றிய எளிமையான, அடிப்படை அறிமுகத்தை முன்வைப்பது. விரிவாகப் படிக்கவேண்டிய புத்தகங்களின் பட்டியல் பின்னிணைப்பில் இடம்பெற்றுள்ளது.

மருதன்

அக்டோபர் 30, 2010

பாகம் ஒன்று

பின்னணி

மனித குலத்தின் பெயராலும், நாகரிகத்தின் பெயராலும், என் மக்களுக்கு எதிராக நான் இந்தப் பிரகடனத்தைச் செய்கிறேன். ஜெர் மனியை அழிக்கும் பணியில் நாம் ஈடுபட்டிருப் பதை நான் கண்டிக்கிறேன்.

ஒரு மாதம் முன்பு வரை, ஐரோப்பா அமைதியா கவே இருந்தது. பிரிட்டனைச் சேர்ந்த ஒருவன் ஜெர்மானியனைக் கொன்றுவிட்டால், அவன் தூக்கிலிடப்படுவான். இப்போது, பிரிட்டனைச் சேர்ந்த ஒருவன் ஜெர்மானியனைக் கொன்றுவிட் டால், ஜெர்மானியன் ஒருவன் பிரிட்டனைச் சேர்ந்தவனைக் கொன்றுவிட்டால் அதனை தேச பக்தி என்று அழைக்கிறோம்...

இன்று, கொடூரமான கொலைகள் பற்றிய விவரங் களை ஆர்வத்துடன் செய்தித்தாள்களில் தேடிக் கொண்டிருக்கிறோம். இயந்திரத் துப்பாக்கிக ளால் ஆயிரக்கணக்கான இளைஞர்கள் (ஜெர் மானியர்கள்) கொல்லப்பட்ட செய்தியைக் கேட்டு மகிழ்ச்சியடைகிறோம்...

அமைதியை விரும்பிய, மனிதத்தன்மை கொண்ட மக்களும்கூட, போர் அலையில் அடித்துச்செல்லப் பட்டுவிட்டனர். ரத்த வெறியும் வெறுப்பும் மண் டிக்கிடக்கிறது. போரிடும் நாடுகளில் உள்ள 'தேச பக்தர்கள்' இந்த மிருகத்தனத்தை ஆதரிக்கிறார்கள். சிந்திக்கும் திறனையும் இரக்கத்தையும் அவர்கள மறந்துவிட்டார்கள்.

பெர்ட்ரண்ட் ரஸல்
ஆகஸ்ட் 15, 1914

1 இருபதாம் நூற்றாண்டு ஐரோப்பா

அறிமுகம்

ஐரோப்பாவில் இருபதாம் நூற்றாண்டு நம்பிக்கை யளிக்கும் வகையில் தோன்றியது. அல்லது, அப்படி நினைத்துக்கொண்டார்கள். அதுவரை அடையாத முன்னேற்றத்தையும் வளத்தையும் செழிப்பையும் மேற்கு நாடுகள் சந்தித்தன. முன்னெப்போதும் இல்லாதபடி உலகம் சுருங்கிக்கொண்டிருந்தது. ரயில் பாதைகள் ஐரோப்பாவையும் தூர கிழக்கு நாடுகளையும் இணைத்திருந்தன. இயந்திரங்களின் யுகம் ஆரம்பமாகியிருந்தது. ஐரோப்பாவில் இருந்து அமெரிக்காவுக்கு நீராவிக் கப்பலில் செல்ல ஆறு தினங்கள் போதும். தகவல் தொடர்புக்கு தபால்களை மட்டுமே நம்பியிருந்த உலகம் இப் போது தந்தியையும் தொலைபேசிகளையும் பயன் படுத்த ஆரம்பித்திருந்தது. 'பறக்கும் வாகனங்க ளும்' கண்டுபிடிக்கப்பட்டுவிட்டன.

அறிவியலும் தொழில்நுட்பமும், அரசியலும் பொருளாதாரமும், செல்வமும் பஞ்சமும், முதலா ளித்துவமும் ஏகாதிபத்தியமும், ஜனநாயகமும் சோஷலிசமும், டார்வினும் மார்க்ஸூம், சுதந்தர மும் அடிமைத்தனமும், போரும் அமைதியும், நாகரிகமும் காட்டுமிராண்டித்தனமும் இருபதாம் நூற்றாண்டின் ஒவ்வொரு இழையிலும் பின்னிப்

EUROPE, 1914
Key
Neutral Powers
Central Powers
Allied Powers
Reykjavik
ICELAND
ATLANTIC OCEAN
NORWAY
SWEDEN
FINLAND
Gulf of Bothnia
WHITE SEA
Christiania
Stockholm
St. Petersburg
RUSSIA
SCOTLAND
IRELAND
WALES
NORTH SEA
DENMARK
Copenhagen
BALTIC SEA
London
Amsterdam
The Hague
English Channel
BELGIUM
Berlin
GERMANY
POLAND
UKRAINE
Paris
FRANCE
Bay of Biscay
AUSTRIA
Vienna
HUNGARY
SEA OF AZOV
CASPIAN SEA
ITALY
ADRIATIC SEA
BOSINA
Belgrade
RUMANIA
Bucharest
BLACK SEA
BULGARIA
Sofia
SERBIA
Monte- Negro
Durazzo
ALBANIA
GREECE
Athens
Constantinople
TURKEY
Lisbon
PORTUGAL
Madrid
SPAIN
CORSICA
SARDINIA
Rome
SICILY
GIBRALTAR
Tetuan
Rabat
Algiers
MEDITERRANEAN SEA
ALGER

பிணைந்திருந்தன. இவை ஒன்றோடொன்று உறவாடி, வினை புரிந்தன. மனித குலம் பெருமைப்படக்கூடிய சில செயல்களையும் வெட்கித் தலைகுனியும்படியான பல செயல்களையும் மனிதன் புரிந்தான்.

ஐரோப்பிய ஆதிக்கம்

19ம் நூற்றாண்டு உருப்பெற்று, 20ம் நூற்றாண்டில் வலுப்பெற்று ஆதிக்கம் செலுத்திய ஒரு சக்தி, முதலாளித்துவம். கற்பனைக்கு எட்டாத முன்னேற்றங்களையும் கற்பனைக்கு எட்டாத பேரழிவுகளையும் இது கொண்டு வந்தது. ஒரே சமயத்தில் அபரிமிதமான வளர்ச்சியையும், கடும் பஞ்சத்தையும் முதலாளித்துவம் இரு விதமான மனிதர்களுக்கு அள்ளிக்கொடுத்தது. வியக்கத்தக்க அறிவியல், தொழில்நுட்ப வளர்ச்சியும் மனித குலம் மறக்கவே முடியாத பெரும் போரையும் இது ஒரே சமயத்தில் கொண்டு வந்தது. ஐரோப்பா வளமான, ஆதிக்கம் செலுத்தும் கண்டமாகவும், ஆப்பிரிக்காவும் ஆசியாவும் வளம் குன்றிய, ஆதிக்கத்துக்கு உட்பட்ட கண்டங்களாகவும் மாற்றப்பட்டதை தற்செயல் என்றா அழைக்கமுடியும்? அல்லது, தவிர்க்க இயலாத விளைவுகள் என்றா?

முதல் உலகப் போரைப் புரிந்துகொள்ளவேண்டுமானால் ஐரோப்பாவைப் புரிந்துகொள்ளவேண்டும். ஐரோப்பிய வளத்தின் ஆதாரத்தைப் புரிந்துகொள்ளவேண்டும். குறிப்பாக, பிரிட்டன் எப்படி உலகின் ஆதிக்க சக்தியாகத் திகழ்ந்தது என்பதைப் புரிந்துகொள்ளவேண்டும். ஐரோப்பிய வளர்ச்சிக்கு முதலாளித்துவத்தின் பங்கு இன்றியமையாதது என்பதால் அங்கிருந்து தொடங்குவோம்.

பண்டங்களை உருவாக்குவதற்கான உற்பத்திச் சாதனங்களும் கருவிகளும் தனியார் முதலாளிகளிடம் இருக்கவேண்டும் என்பது முதலாளித்துவத்தின் சாரம். உற்பத்திப் பொருள்களையும் சேவைகளையும் விற்று அதன் மூலம் அளவற்ற லாபத்தை தனி நபர்களும் தனியார் நிறுவனங்களும் அடையும்போது, அந்நாட்டில் சுதந்தரமும் செழிப்பும் பல்கிப் பெருகும் என்பது முதலாளித்துவத்தின் ஆதார நம்பிக்கை.

சுதந்தரச் சந்தை பொருளாதாரம் என்றும் முதலாளித்துவம் இன்று அழைக்கப்படுகிறது. இதன்படி, யார் வேண்டுமானாலும்

எவ்வளவு சொத்து வேண்டுமானாலும் சேர்க்கலாம், அதை எப்படி வேண்டுமானாலும் செலவழிக்கலாம். சொத்து என்று இங்கே குறிப்பிடப்படுவது ஒரு புத்தகத்தையோ அல்லது தொலைக்காட்சிப் பெட்டியையோ மட்டுமல்ல. அந்தப் புத்தகத் தையும் தொலைக்காட்சிப் பெட்டியையும் உருவாக்குவதற்கான உற்பத்திக் கருவிகளையும் சேர்த்தே. சுதந்தரச் சந்தையில் யாரும் எதையும் உருவாக்கி, விற்க, வாங்கமுடியும். ஒரு பொருளுக் கான அல்லது சேவைக்கான கொள்முதல் விலையை அதை உற்பத்தி செய்பவர்கள் நிர்ணயிக்கமுடியும். இவ்வாறு செய்வ தன் மூலம் சந்தையில் ஒரு போட்டி மனப்பான்மை உருவாகும் என்றும், ஒருவரைவிட இன்னொருவர் குறைந்த விலைக்குப் பொருள்களை வழங்க முன்வருவார்கள் என்றும் முதலாளித் துவம் நம்புகிறது.

ஒரு நாட்டுக்குள் மட்டுமல்ல உலகம் தழுவிய அளவிலும் வர்த் தகங்களை நடத்தமுடியும் என்பதை முதலாளித்துவம் நிரூபித் தது. முழு உலகமும் ஒரு திறந்த சந்தையாக மாறிப்போனது. உங் களிடம் விற்பனைக்கு ஒரு பண்டம் இருந்தால் அதை இந்த உலகின் எந்த மூலைக்கும் கொண்டுசெல்லமுடியும். எங்கே முதலாளித்துவம் கால் பதிக்கிறதோ, எங்கே சுதந்தரச் சந்தை நிலவுகிறதோ அங்கே ஏழைமை குடியிருக்காது என்று நம்பப் பட்டது. முதலாளித்துவப் பொருளாதாரத்துக்குப் பலத்த ஆதர வும் வரவேற்பும் கிடைத்தது. ஏழை நாடுகள் முதலாளித்து வத்தை ஒரு மீட்புத் தத்துவமாகக் கண்டன.

20ம் நூற்றாண்டில் ஐரோப்பா உலகின் பொருளாதார மையமாகத் திகழ்ந்தது. 1800களில் 900 மில்லியனாக இருந்த மக்கள்தொகை 19ம் நூற்றாண்டில் 1600 மில்லியனாக உயர்ந்தது. இதில் 400 மில்லியன் பேர் ஐரோப்பாவில் குவிந்திருந்தனர். நான்கு பேரில் ஒருவர் ஐரோப்பியர். முதல் உலகப் போருக்கு முன்னால், 1900 தொடங்கி 1914 வரை, மக்கள் தொகை எண்ணிக்கை ஒவ்வொரு ஆண்டும் 15 மில்லியன் அதிகரித்தது. முதல் உலகப் போர் மூளும் சமயத்தில் உலகின் மக்கள் தொகை எண்ணிக்கை, 1800 மில்லியன். இதில், ஐரோப்பியர்களின் எண்ணிக்கை, 460 மில்லியன். ஆப்பிரிக்கா, ஆசியா, ஆஸ்திரேலியா, அமெரிக்கா என்று ஐரோப்பியர்கள் அதி காரம் செலுத்தாத பகுதியே இல்லை. இந்த அதிகார பலம் ஐரோப் பியர்களைப் பெருமிதம் கொள்ளச் செய்தது. உலகை ஆளும் சக்தி, தங்களிடம் மட்டுமே இருப்பதாக அவர்கள் நம்பினார்கள்.

சாம்ராஜ்ஜியங்களின் காலகட்டம் அது. ஆஸ்திரியா, பெல்ஜியம், பிரிட்டன், டச்சு, பிரான்ஸ், ஜெர்மனி, இத்தாலி, போர்ச்சுகல், ஸ்பெயின், ரஷ்யா ஆகிய ஐரோப்பிய நாடுகளில் முடியாட்சி நிலவிக்கொண்டிருந்தது. உலகின் பாதி நிலப்பரப்பை இந்த சாம்ராஜ்ஜியங்கள் ஆண்டுகொண்டிருந்தன.

1. முக்கிய நாடுகள், நிலப்பரப்பு, மக்கள்தொகை
(1913ம் ஆண்டு கணக்கெடுப்பு)

நாடு	நிலப்பரப்பு (சதுர மைல்)	மக்கள் தொகை
ஆஸ்திரியா	1,15,882	28,571,934
ஹங்கேரி	1,25,395	20,886,487
பிரான்ஸ்	2,07,054	39,601,509
ஜெர்மனி	2,08,780	64,925,993
இத்தாலி	1,10,550	34,671,377
ரஷ்யா (ஐரோப்பா)	18,62,524	120,588,000
ரஷ்யா (ஆசியா)	62,94,119	25,664,500
பிரிட்டன்	1,21,391	45,652,741
அமெரிக்கா	29,73,890	91,972,266

2) ஐரோப்பிய சாம்ராஜ்ஜியங்களின் பலம்
(1913ம் ஆண்டு கணக்கெடுப்பு)

	நிலப்பரப்பு (சதுர மைல்)	மக்கள் தொகை
உலகம்	57,268,900	1,791,000,000
ஐரோப்பிய சாம்ராஜ்ஜியங்கள்	29,607,169	914,000,000
ஐரோப்பிய சாம்ராஜ்ஜியங்கள் (சதவீதம்)	52 சதவீதம்	51 சதவீதம்

தொழில் புரட்சியும் பிரிட்டனின் வளர்ச்சியும்

ஐரோப்பிய ஆதிக்க வரலாற்றில் தொழில் புரட்சி ஒரு முக்கிய மான அத்தியாயம். இதன் பலன்கள் முதலில் தென்பட்டது

பிரிட்டனில். 1780ம் ஆண்டு தொடங்கி பிரிட்டன் தனித்துவமாக மின்னத் தொடங்கியது. இயந்திரங்கள் பெருமளவில் உற்பத்தி செய்யப்பட்டன. பிரிட்டன் வர்த்தகர்கள் இயந்திர உற்பத்தியில் அதிக முதலீடு செய்தனர். வெப்பத்தாலும் நீராலும் இயங்கக் கூடிய பெரும் இயந்திரங்கள் தொழிற்சாலைகளை ஆக்கிரமித்துக் கொண்டன. விவசாயம், உற்பத்தி, சுரங்கம், போக்குவரத்து, தொழில்நுட்பம் என்று அனைத்துத் துறைகளிலும் இயந்திரங்கள் நுழைந்தன. சமூக, அரசியல் வாழ்வில் இயந்திரங்கள் பெரும் தாக்கத்தை ஏற்படுத்தின.

பிரிட்டனின் செழிப்புக்குக் காரணம் அதன் காலனிகளும் தொழில்புரட்சியின் விளைவால் ஏற்பட்ட தொழில் முன்னேற்றங்களும். குறிப்பாக நான்கு தொழில் பிரிவுகளில் பிரிட்டன் வெற்றிகரமாக இருந்தது. பஞ்சு, கரி, இரும்பு மற்றும் கப்பல் கட்டுமானம். (பிரிட்டனில், பஞ்சு உற்பத்தி 1785ம் ஆண்டுக்கும் 1850ம் ஆண்டுக்கும் இடையில் 50 மடங்கு அதிகரித்தது.) இந்த நான்கைச் சுற்றி பெரும் தொழிற்சாலைகளும் வங்கிகளும் நிர்மாணிக்கப்பட்டன. பிற ஐரோப்பிய நாடுகளும்கூட, தொழில் முன்னேற்றத்தில் பிரிட்டனை எட்டிப்பிடிக்க முயன்றன என்றாலும் அவர்களிடம் பிரிட்டனிடம் இருந்ததைப் போன்ற கப்பல் பலம் இல்லாததால், சர்வதேச வர்த்தகத்தில் ஈடுபட முடியவில்லை. பிரிட்டனின் கப்பல்களையே அவர்களும் நம்பி யிருக்கவேண்டியிருந்தது. பிரிட்டனின் கப்பல்கள் உலகம் முழுவதும் மிதந்து சென்றன.

செழிப்பும் பலமும் கூடிக்கொண்டே போனது. பிரிட்டனின் உயர் வர்க்கமும் நடுத்தர வர்க்கமும் பெருகி வளர்ந்தன. பிரிட்டனிலும் ஸ்காட்லாந்திலும் பெரும் தொழிற்சாலைகள் நிர்மாணிக்கப் பட்டன. பணம் படைத்தவர்கள் வெவ்வேறு தொழில்களில் முதலீடு செய்தனர். முழுமையான தொழில் நகரமாக பிரிட்டன் மாறியபிறகு, புதிய தொழில் முயற்சிகளுக்குப் புதிய இடங்களைத் தேடத் தொடங்கினார்கள். பிரிட்டனின் காலனி நாடுகள், ஐரோப்பா, அமெரிக்கா, ஆப்பிரிக்கா என்று அவர்கள் கவனமும் களமும் விரிந்தது. அமெரிக்கா, பிரிட்டிஷ் முதலாளிகளை வரவேற்றது. ரயில் பாதைகளும் தொழிற்சாலைகளும் அமைக்கப் பட்டன. தென் அமெரிக்காவில், குறிப்பாக அர்ஜெண்டினாவில் பெரும் தோட்டங்களை பிரிட்டன் வாங்கியது. கனடாவும் ஆஸ்திரேலியாவும் பிரிட்டனால் வளர்ச்சிபெற்றன. இந்தியா

வில் பிரிட்டன் முழுமையாக ஆதிக்கம் செலுத்திக்கொண்டிருந்தது.

உலகின் வர்த்தக மையமாக லண்டன் திகழ்ந்தது. உலகுக்குக் கடன் கொடுக்கும் நாடாக பிரிட்டன் இருந்தது. உலகம் முழுவதும் ரயில்வே, தொழிற்சாலைகள் போன்ற துறைகளில் பெரும் முதலீடுகளை பிரிட்டன் செய்தது. பிரிட்டனின் தயாரிப்புகள் இங்கே பயன்படுத்தப்பட்டன. உதாரணத்துக்கு, ஒரு நாட்டில் ரயில் பாதை அமைக்கப்பட்டால், அதற்குத் தேவையான இரும்பை பிரிட்டன் அந்நாட்டுக்கு ஏற்றுமதி செய்யும். தொழில் முயற்சியை ஆரம்பித்தது பிரிட்டன். அதற்காக முதலீடு செய்தது பிரிட்டன். அதனால் லாபம் அடைந்ததும் பிரிட்டன்தான். பிரிட்டனை வரவேற்ற நாடுகளுக்கு பிரிட்டனின் ஆதிக்கத்துடன் இணைந்த முன்னேற்றங்கள் கிடைத்தன. தேயிலை தோட்டங்களிலும், தொழிற்சாலைகளிலும் முதலீடு செய்த செல்வந்தர்கள் பெரும் லாபம் ஈட்டினர்.

பிற நாடுகளுக்கு அளித்த கடனுதவிகளை பிரிட்டன் வட்டியுடன் திரும்பப்பெற்றுக்கொண்டது. பணமாக அல்ல, பொருளாக. தம்மிடம் இல்லாத பொருள்களாகப் பார்த்து பிரிட்டன் பெற்றுக் கொண்டது. கோதுமை, தேயிலை, காபி, இறைச்சி, பழங்கள், ஒயின், பருத்தி என்று அந்தப் பட்டியல் நீளும். 19ம் நூற்றாண்டு பிரிட்டனின் செழிப்புக்கும் இந்த இறக்குமதிக்கும் நேரடி தொடர்பு இருக்கிறது. முதலீடுகளைக் காட்டிலும் அதிக லாபத்தை பிரிட்டன் இவ்வாறு சம்பாதித்துக்கொண்டது. மற்றொரு பக்கம், காலனி நாடுகளில் பிரிட்டன் செய்த முதலீடுகள் லாபம் அளிக்க ஆரம்பித்தன. அந்த லாபத்தை மீண்டும் அங்கேயே மறுமுதலீடு செய்தது பிரிட்டன். மீண்டும் லாபம். இந்தியாவில் ரயில்வே போன்ற துறைகளில் பிரிட்டன் செய்த முதலீடுகள் இந்த வகையைச் சேர்ந்தவை.

பிரிட்டனின் வழியை பிற ஐரோப்பிய நாடுகளும் அமெரிக்காவும் பின்பற்றத் தொடங்கின. இயந்திரங்களின் பயனை முதல் உலகப் போர் தொடங்குவதற்கு சற்று முன்னால், 1914ம் ஆண்டு உலகம் கண்டுகொண்டது. 1780களில் இருந்ததைக் காட்டிலும் இப்போது ஐம்பது மடங்கு உற்பத்தி பெருகியிருந்தது.

முதலாளித்துவத்தின் உச்சக்கட்டம்

இயந்திரமயமாக்கல் ஒரு புதிய அரசியல், சமூக மற்றும் வர்த்தகச் சித்தாந்தத்தை உருவாக்கியது. அந்தச் சித்தாந்தத்தை இப்படி

எளிமைப்படுத்தலாம். வர்த்தகம் செய்ய முன்வருபவர்களை அரசாங்கம் ஊக்குவிக்கவேண்டும். எந்தவிதமான கட்டுப்பாடு களையும் அவர்களுக்கு விதிக்கக்கூடாது. எந்தவிதமான குறுக்கீடும் கூடாது. முதலாளிகளைச் சுதந்தரமாக இருக்க விட்டால் அவர்கள் புதிய கண்டுபிடிப்புகளை நிகழ்த்துவார்கள். புதிய தொழிற்சாலைகளை நிர்மாணிப்பார்கள். தொழில் மயமாக்கலைத் துரிதப்படுத்துவார்கள். லாபத்தைப் பெருக்கு வார்கள். நாட்டின் வருவாயை உயர்த்துவார்கள். இந்தப் புதிய சித்தாந்தத்தை பிரிட்டனும் பிரிட்டனைத் தொடர்ந்து பிற நாடுகளும் ஏற்றுக்கொண்டன. வர்த்தகத்தில் ஈடுபட்ட பெரு முதலாளிகள் அரசின் முக்கியப் பொறுப்புகளில் இருந்தனர். அரசில் அங்கம் வகித்தவர்கள் வர்த்தகமும் புரிந்தனர். அரசை யும், அரசின் கொள்கைகளை இயக்கும் முக்கிய ஆதார சக்தியாக வர்த்தகம் திகழ்ந்தது.

பொருளாதார லாபம் கிடைக்கும் என்றால் ஒரு நாடு போர் புரியவும் தயங்காது என்பதை ஓபியம் யுத்தம் புரியவைத்தது. பத்தொன்பதாம் நூற்றாண்டின் தொடக்கத்தில் பிரிட்டன், சீனாவுடன் வர்த்தக உறவு ஏற்படுத்திக்கொள்ள முடிவு செய்தது. ஆனால், சீனாவுக்கு இதில் விருப்பமில்லை. பிரிட்டன் அளிப்ப தாகச் சொன்ன எந்தவொரு பண்டமும் அவர்களுக்குத் தேவைப் படவில்லை. ஆனால், புதிய சந்தைகளைக் கண்டறிந்து தங்கள் வர்த்தகத்தைப் பெருக்கிக்கொள்ளவேண்டிய சூழலில் இருந்தது பிரிட்டன். உதாரணத்துக்கு, இந்தியா போன்ற காலனி நாடுகளில் இருந்து தயாராகி வரும் பருத்தி ஆடைகளை பிற நாடுகளுக்கு விற்று லாபம் சம்பாதிக்க பிரிட்டிஷ் முதலாளிகள் விரும்பி னார்கள். எனவே, சீனா போன்ற மக்கள் வளம் கொண்ட பெரிய சந்தை அவர்களுக்குத் தேவைப்பட்டது. சீனா ஒத்துழைப்பு தர மறுத்தபோது, பிரிட்டன் பின்வாசல் வழியாக ஒரு புதிய பண்டத்தைச் சீனாவுக்கு அறிமுகப்படுத்தியது. அது, ஓபியம்.

மக்கள் போதை மருந்துக்கு அடிமையாவதை விரும்பாத சீன அரசு, ஓபியத்தைத் தடை செய்ய முயன்றது. 1839ம் ஆண்டு, சீனா மீது பிரிட்டன் போர் தொடுத்தது. 1842ம் ஆண்டு வரை நீடித்த இந்தப் போரில், பிரிட்டனின் ராணுவப் பலத்தை எதிர்கொள்ள முடியாமல் சீனா, தோற்று, அடிபணிந்தது. 1856 தொடங்கி 1860 வரை பிரிட்டன், பிரான்ஸுடன் இணைந்து சீனாவை முற்றுகை யிட்டது. சீனா கடைபிடித்துவந்த மூடிய பொருளாதாரக்

கொள்கை ஓபியம் யுத்தங்களால் வலுக்கட்டாயமாகத் தகர்க்கப் பட்டது. பிரிட்டன் உள்ளிட்ட ஐரோப்பிய நாடுகளும், வட அமெரிக்காவும் சீனாவின் சந்தையை முற்றுகையிட ஆரம்பித்தன. ஜப்பானில் ஆட்சியாளர்களான ஷோகன்கள், சீனர்களைப் போலவே பிற நாடுகளுடன் வர்த்தகம் செய்வதைத் தவிர்த்து வந்தபோது, 1853 தொடங்கி பத்து ஆண்டுகள் அமெரிக்கா ஜப்பானை ஆக்கிரமித்து, மிரட்டி வழிக்குக்கொண்டுவந்தது. இருபதாம் நூற்றாண்டின் ஆரம்பத்துக்குள் பெரும்பாலான ஆப்பிரிக்கா, இந்தியா, தென்கிழக்கு ஆசியா ஆகியவை ஐரோப்பாவின் நேரடி ஆட்சியின் கீழ் வந்து சேர்ந்தன.

புதிய சந்தைகளைக் கண்டறியவேண்டிய தேவை அதிகரித்துக் கொண்டே போனது. காலனி நாடுகளை வைத்திருப்பது ஒரு நாட்டின் வளர்ச்சிக்கு இன்றியமையாதது என்னும் ஏகாதி பத்தியக் கொள்கை வளர்த்தெடுக்கப்பட்டது. ஏகாதிபத்தி யத்தைத் தழுவிக்கொண்டதன் மூலம், முதலாளித்துவம் ஒரு முக்கியமான வளர்ச்சிக் கட்டத்தை அடைந்தது.

முதலாளித்துவ, ஏகாதிபத்திய கொள்கைகளின் பலனை ஐரோப்பா ஏகபோகமாக அனுபவித்தது. ஐரோப்பாவுக்கு வெளியே அமெரிக்கா பொருளாதார பலம் மிக்க நாடாக வேகமாக வளர்ந்துகொண்டிருந்தது. ஆசியாவும் ஆப்பிரிக்காவும் ஐரோப்பா வால் சுரண்டப்பட்டதின் காரணமாக, பின்தங்கிப்போயின. முதலாளித்துவ மாதிரி பொருளாதாரத்தைப் பின்பற்றிய நாடுகள் குறிப்பிடத்தகுந்த வகையில் வளர்ச்சி அடைந்ததால், முதலாளித் துவம் வெற்றிகரமான ஓர் அரசியல், பொருளாதாரத் தத்துவமாக உயர்த்திப் பிடிக்கப்பட்டது. சமூகத்தின் ஒரு பிரிவினர் ஒடுக்கப் படுவது வசதியாக மறக்கடிக்கப்பட்டு, சாதனைகள் மட்டும் முன்னிறுத்தப்பட்டன.

இந்த வளர்ச்சியோடு சேர்த்து, தேசியவாதமும் வளர்ந்தது. என் நாடு பிறவற்றைவிட உயர்ந்தது என்னும் சிந்தனை வளர்ந்தது. இந்த எண்ணம் மக்களிடையே பரவுவதுதான் நமக்கு உகந்தது என்பதை ஆட்சியாளர்கள் புரிந்துகொண்டிருந்தனர். மாக்கியா வெல்லியின் அரசியல் சிந்தனைகள் ஆட்சியாளர்களை இயக்கின. தனி மனிதன் வேறு, தேசம் வேறு; தனி மனிதர்கள் கடைபிடிக்கும் ஒழுக்கநெறிகளை ஒரு நாடு கடை பிடிக்கவேண்டிய அவசியமில்லை என்பது பொது விதியாகிப் போனது.

அபரிமிதமான வளர்ச்சியும் அபரிமிதமான ஏழைமையும் உருவாகிக்கொண்டிருந்தன. உற்பத்திக் கருவிகளைச் சொந்த மாக வைத்திருந்த முதலாளிகள் செழிப்படைந்து கொண்டிருந்த அதே சமயம், இந்த ஆலைகளில் பணியாற்றிக்கொண்டிருந்த கடைநிலை ஊழியர்கள் வறுமையில் சிக்கித் தவித்தனர். அவர்கள் வாழ்வில் சிறு வெளிச்சமும் இல்லை. மாறாக, இயந்திரமயமாக்கல் அவர்களைக் கசக்கிப்பிழிந்துகொண் டிருந்தது. தொழிலாளர்கள் அதிக மணி நேரத்துக்குப் பணி யாற்றும்படி நிர்ப்பந்திக்கப்பட்டனர். அவர்கள் வேலை செய்ய வேண்டியிருந்த சூழல், அசுத்தமாகவும் அபாயகரமானதாகவும் இருந்தது. உயிர் வாழ்வதற்கு உணவு சமைக்கத் தேவைப்படும் கூலி மட்டுமே அவர்களுக்கு வழங்கப்பட்டது. தொழில்துறை நகரமாகத் திகழ்ந்த வடக்கு பிரிட்டனில் உள்ள மான்செஸ்டர் என்னும் நகரம், தொழிலாளர்களின் நரகமாகவும் திகழ்ந்தது. பத்தொன்பதாம் நூற்றாண்டின் மத்தியில் இந்தப் பகுதிக்கு வருகை தந்தவர்கள் அதிர்ந்துபோகும் அளவுக்குக் கொடுமை யான ஓரிடமாக இப்பகுதி இருந்தது.

நிலக்கரிச் சுரங்கங்களில் குழந்தைகள் பெரும் எண்ணிக்கையில் பயன்படுத்தப்பட்டனர். கரி நிரப்பப்பட்ட வண்டிகளை இந்தக் குழந்தைத் தொழிலாளர்கள் ஓரிடத்தில் இருந்து இன்னோர் இடத்துக்கு விலங்குகளைப் போல் இழுத்துச் சென்றனர். பணிக்கு இடையில் அவர்கள் காயமுற்றாலோ, இறந்து போனாலோ ஆலை முதலாளிகள் வருந்துவதில்லை. அவர் களை அப்புறப்படுத்திவிட்டு புதிய குழந்தைகளைத் தருவித்துக் கொண்டனர்.

ஒரு குடும்பத்தைச் சேர்ந்த ஆண்கள், பெண்கள், குழந்தைகள், முதியோர் அனைவரும் இயந்திரங்களோடு இயந்திரங்களாக, காலை முதல் இரவு வரை பணியாற்றினால்கூட அவர்களுக்குத் தேவையான குறைந்தபட்ச வருமானம் கிடைக்கவில்லை. இதனால் வெறுப்புற்ற, கோபம்கொண்ட பல தொழிலாளர்கள் இயந்திரமயமாக்கலுக்கு எதிராகப் போராட ஆரம்பித்தனர்.

இயந்திரங்களை எப்படி வெற்றிகொள்வது என்று அவர் களுக்குத் தெரியவில்லை. உடல் உழைப்பு அவர்களுடைய தேவைகளைப் பூர்த்தி செய்யவில்லை. சமூக வாழ்வின் சவால்கள் அவர்களை மிரட்சி கொள்ள வைத்தன. எப்போது வேண்டுமானாலும் பணியில் இருந்து தூக்கியெறியப்படலாம்,

கிடைத்துவரும் கூலியும் நின்றுபோகலாம் என்னும் யதார்த்தம் அவர்களை அச்சுறுத்தியது.

இயந்திரமயமாக்கலில் இருந்து எந்தவொரு நாடும், எந்தவொரு தனிநபரும் தப்பவில்லை. விரும்பினாலும், விரும்பாவிட்டாலும் இதை ஏற்றுக்கொண்டே ஆகவேண்டும் என்னும் நிலையே நீடித்தது.

பொருளாதார ரீதியில் 1914க்கு முந்தைய உலகத்தைப் பொற்காலம் என்று துறை சார்ந்த ஆய்வாளர்கள் மதிப்பிடுகிறார்கள். அதாவது, ஐரோப்பாவின் பொற்காலம். எல்லைகள் கடந்து சுறுசுறுப்பாக நடைபெற்ற வர்த்தகங்களையும், மனித நடமாட்டத்தையும் அவர்கள் ஆச்சரியத்துடன் இன்றைய உலகமயமாக்கல் சூழலோடு ஒப்பிட்டுப் பார்க்கிறார்கள். குறிப்பாக, 1870 தொடங்கி 1913 வரையிலான காலகட்டத்தில், உலகப் பொருளாதாரம் வியக்கத்தக்க வகையில் வளர்ச்சியடைந்திருப்பதை அவர்கள் சுட்டிக்காட்டுகிறார்கள்.

அரசியல் தளத்தில், முடியாட்சி வலுவிழந்து ஜனநாயக சிந்தனைகள் உலகம் முழுவதும் பரவிக்கொண்டிருந்தன. பல நாடுகள் அனைத்துத் தரப்பினருக்கும் வாக்குரிமை அளிக்க ஆரம்பித்திருந்தன. ஆண்களுக்கு மட்டும். எங்களுக்கும் வாக்குரிமை வேண்டும் என்று கோரி பிரிட்டனில் பெண்கள் இயக்கம் போராட்டம் நடத்திக்கொண்டிருந்தது. மொத்தத்தில், 20ம் நூற்றாண்டு அரசியல், சமூகம், வர்த்தகம், பொருளாதாரம் என்று அனைத்துத் துறைகளிலும் மாற்றங்கள் நிகழ்ந்துகொண்டிருந்தன.

தொழில்புரட்சி ஆதிக்கம் செலுத்தியது போல் அறிவுப்புரட்சி அரசியலில் ஆதிக்கம் செலுத்தவில்லை. எல்லா வளங்களையும் வாய்ப்புகளையும் பெற்றிருந்த போதிலும், அனைத்துத் துறைகளிலும் முன்னணியில் இருந்த போதிலும், பிரிட்டன் போட்டியாளர்களுக்கு அஞ்சியது. இதுவரை வகித்து வந்த முதலிடம் பறிபோய்விடக்கூடாது என்று துடித்தது. காலனிகளை இன்னமும் விரிவாக்கவும், பலத்தை மேலும் கூட்டிக்கொள்ளவும், பொருளாதாரத்தை மேலும் பலப்படுத்தவும் பிரிட்டன் முனைந்தது.

பிரிட்டனுக்கே இந்த நிலை என்னும்போது, பிற நாடுகள் பற்றி அதிகம் விவரிக்கத் தேவையில்லை. ஜெர்மனி, பிரான்ஸ்,

ஆஸ்திரியா-ஹங்கேரி, ரஷ்யா, ஒட்டமான் சாம்ராஜ்ஜியம், இத்தாலி என்று ஒவ்வொரு நாடும் தங்களுக்குள் போட்டிப் போட்டுக்கொண்டு பலத்தை அதிகப்படுத்திக்கொண்டன. 1914ல் தொடங்கும் என்று தெரியாவிட்டாலும், போர் தவிர்க்க முடியாதது என்பதை ஐரோப்பா தெரிந்துகொண்டது. 20ம் நூற்றாண்டு நம்பிக்கையூட்டும் விதத்தில் தொடங்கினாலும், அந்த நம்பிக்கை போலியானது என்பது விரைவில் தெரிந்து போனது.

2 பிரிட்டன்

அறிமுகம்

1815 தொடங்கி 1915ம் ஆண்டு வரையிலான நூறு ஆண்டுகளில், 10,000,000 சதுர மைல் பிரதேசங்கள் பிரிட்டிஷ் சாம்ராஜ்ஜியத்துடன் இணைக்கப் பட்டன. சுமார் 400 மில்லியன் மக்கள் பிரிட்டனின் ஆதிக்கத்துக்கு ஆளானார்கள். இந்த நூறு ஆண்டு களை, சில வரலாற்று ஆசிரியர்கள் பிரிட்டனின் ஏகாதிபத்திய நூற்றாண்டு என்று வகைப்படுத்து கின்றனர். பிரிட்டனை ஆக்கிரமிக்கப்போவதாக நெப்போலியன் மிரட்டல் விடுத்தபோது, பிரிட்டனின் மேலாதிக்கம் கேள்விக்கு உள்ளானது உண்மை. 1815ம் ஆண்டு பிரிட்டனும் ஐரோப்பிய ராணுவங்களும் இணைந்து நெப்போலியனை வீழ்த்தியபிறகு, பிரிட்டனின் தலைமையை கேள்விக்கு இடமின்றி ஐரோப்பிய நாடுகள் ஏற்றுக் கொண்டன.

ஆசியாவில் பிரிட்டன் சாம்ராஜ்ஜிய விரிவாக்கத் துக்கு பிரிட்டிஷ் கிழக்கிந்திய கம்பெனியின் பங்களிப்பு முக்கியமானது. இந்தியாவில் அழுத்த மாகக் காலூன்றியிருந்த கிழக்கிந்திய கம்பெனி, ராயல் கப்பல் படையுடன் இணைந்து ஜாவா, சிங்கப்பூர், பர்மா ஆகிய பிரதேசங்களைக் கைப் பற்றியது. சீனாவுடன் ஓபியம் யுத்தம் நடத்தியது. ஹாங்காங்கை ஆக்கிரமித்தது. 1857 சிப்பாய்

புரட்சியால் கிழக்கிந்திய கம்பெனி முடக்கப்பட்டு, இந்தியா உள்ளிட்ட நாடுகள் பிரிட்டிஷ் பேரரசின் நேரடி ஆட்சியின் கீழ் வந்து சேர்ந்தன. பிரிட்டிஷ் சாம்ராஜ்ஜியத்தில் சூரியன் மறைவ தில்லை என்பது புகழ்பெற்ற வாசகம். இந்தியா, ஆஸ்திரேலியா, நியூசிலாந்து, கனடா, ஆப்பிரிக்கா, கரீபியன் நாடுகள் என்று பரந்து விரிந்திருந்தது பிரிட்டனின் காலனி அதிகாரம். பிரிட்ட னின் சாதகமான தொழில் கொள்கைகள் இந்த வளர்ச்சியை சாத்தியமாக்கின.

சவால்கள்

அதே சமயம், பிரிட்டனின் வர்த்தக அணுகுமுறை சில பாதகங் களையும் உள்நாட்டில் ஏற்படுத்தியது. பல பொருள்களை பிரிட்டன் காலனி நாடுகளில் இருந்து இறக்குமதி செய்வது பிரிட்டிஷ் தொழிலாளர்களையும் உற்பத்தியாளர்களையும் கடுமையாகப் பாதித்தன. உணவுப் பொருள்கள் வெளியில் இருந்து இறக்குமதி செய்யப்பட்டதால், பிரிட்டிஷ் விவசாயிகள் வேளாண்மையில் ஈடுபட முடியாத நிலை ஏற்பட்டது. அப்படியே ஈடுபட்டாலும், கொள்முதல் செய்வோர் உள் நாட்டில் யாருமில்லை. முழுமையான தொழில் நகரமாக இருந்த பிரிட்டன், தன் உணவுத் தேவைக்கு அயல் நாடுகளை நம்பி யிருக்கும் நிலை ஏற்பட்டது. போர் மூண்ட காலத்தில், பிரிட்டன் இதனால் அடைந்த இழப்புகளைப் பின்னால் பார்க்கப் போகிறோம்.

பிரிட்டன் சுதந்தர வர்த்தகக் கொள்கை யைக் கடைபிடித்து வந்தது. அதாவது, இறக்குமதி ஆகும் பொருள்களுக்கு பிரிட்டன் வரி விதிக்கவில்லை. துறைமுகங்களிலும் பிற பகுதிகளிலும் வந்து சேர்ந்த பொருள்களை பிரிட்டன் அப்படியே ஏற்றுக் கொண்டது. இவற்றுக்கு வரி விதிப்பது சாத்தியமில்லை என்பதை பிரிட்டன் உணர்ந்திருந்தது. காரணம், கடன் கொடுத்த நாடுகள் அனைத்தும் பிரிட்டனுக்குப் பொருள்களையே வட்டி யாகவும் கடனாகவும் அனுப்பிக்கொண்டிருந்தன. அவற்றுக்கு வரி விதித்தால், பொருள்களின் வரவு குறையக்கூடும். இது பிரிட்டனை பாதிக்கும்.

பிரிட்டன் திறந்த கதவு பொருளாதாரத்தைக் கடைபிடித்த அதே சமயம், அமெரிக்கா, பிரான்ஸ், ஜெர்மனி ஆகிய நாடுகள் பாது காப்பான பொருளாதாரக் கொள்கையைக் கடைபிடிக்க

ஆரம்பித்தன. பிரிட்டன் இதனால் கவலையடையவில்லை. தொழில்முனையில் தனக்கு யாரும் போட்டியாக வந்துவிட முடியாது என்னும் அசையா நம்பிக்கை பிரிட்டனுக்கு இருந்தது. ஆசியாவும் ஆப்பிரிக்காவும் பழங்குடி நாடுகள். பிற்போக்கான வர்கள். ஐரோப்பிய நாடுகள், இன்னமும் வளர்ச்சியடையாத வர்கள். இந்நாடுகளை நல்ல சந்தைகளாக மட்டுமே கருத முடியும். இவர்களால் எந்த பாதிப்பும் ஏற்படாது. விக்டோரியன் காலத்து பிரிட்டனின் திடமான நம்பிக்கை இது.

நாளடைவில், பிரிட்டனின் தொழில்புரட்சி பிற நாடுகளிலும் தாக்கத்தை ஏற்படுத்தியது. குறிப்பாக, ஜெர்மனி, அமெரிக்கா, பிரான்ஸ் ஆகிய நாடுகள் தொழில் வளர்ச்சியில் அக்கறையுடன் ஈடுபட ஆரம்பித்தன. தங்களுக்கான பொருள்களை அவர்கள் தாமே உற்பத்தி செய்ய ஆரம்பித்தார்கள். போட்டியாளர்கள் அதிகமானார்கள். பிரிட்டனின் சாம்ராஜ்ஜியக் கனவுக்கு ஆபத்து நேர்ந்தது.

ரஷ்யாவுடன் மோதல்

தன் சாம்ராஜ்ஜியக் கனவுகளுக்கு ரஷ்யா இடையூறாக இருக்கும் என்று பிரிட்டனுக்குத் தெரியும். பெர்ஷியாவுடனும் *(1826-28)*, துருக்கியுடனும் *(1828-29)* ரஷ்யா மேற்கொண்ட போர்களும் அவற்றில் ரஷ்யா ஈட்டிய வெற்றிகளும் பிரிட்டனைப் பொறாமைப்பட வைத்தன. ரஷ்யா மட்டும் இல்லாவிட்டால், ஒட்டமான் சாம்ராஜ்ஜியம், பெர்ஷியா, சீன கிங் வம்சம் ஆகியவற்றின் வீழ்ச்சியை பிரிட்டன் தனக்குச் சாதகமாகப் பயன்படுத்திக்கொண்டிருக்கும். தன் பலத்தை உடனடியாகப் பெருக்கிக்கொண்டாகவேண்டிய அவசியத்தில் இருந்த பிரிட்டன் *1839*ம் ஆண்டு ஆப்கனிஸ்தான் மீது போர் தொடுத்தது. மோசமாகத் தோல்வியடைந்தது.

பிரிட்டன் இந்த அதிர்ச்சியில் இருந்து மீள்வதற்குள், பால்கன் பிரதேசத்தில் ரஷ்யாவின் ஆதிக்கம் உயர்ந்துகொண்டிருந்தது இதன் பொருள், மத்தியத் தரைக்கடல் பகுதியிலும் மத்தியக் கிழக்குப் பகுதியிலும் ரஷ்யா வெற்றிகரமாக தன் அதிகாரத்தை நிறுவிக்கொண்டிருந்தது. இனியும் காத்திருப்பதில் அர்த்தமில்லை என்று முடிவு செய்த பிரிட்டன் பிரான்ஸுடன் இணைந்து ரஷ்யாவின் கிரீமிய தீபகற்பத்தின் மீது போர் தொடுத்தது. கிரீமியன் போரில் *(1854-56)* ரஷ்யா தோற்கடிக்கப்பட்டது.

பிரிட்டனின் காலனிகள்

போரில் தோற்றாலும் பிரிட்டனுடனான போட்டியை ரஷ்யா நிறுத்தவில்லை. 1876ம் ஆண்டு பிரிட்டன் பலுசிஸ்தானை இணைத்துக்கொண்டபோது, ரஷ்யா, கிர்கிஸ்தான், கஸகஸ் தான், துர்க்மெனிஸ்தான் ஆகிய பகுதிகளை இணைத்துக் கொண்டது. இன்னொரு போரைத் தவிர்ப்பதற்காக, பிரிட்டனும் ரஷ்யாவும் 1878ம் ஆண்டு அமைதி ஒப்பந்தம் போட்டுக் கொண்டன. 1907ம் ஆண்டு, இரு நாடுகள் மற்றொரு ஒப்பந்தத் திலும் நட்பு ரீதியாக தங்களை இணைத்துக்கொண்டன. அதிகாரப் போட்டி இனி நமக்குள் வேண்டாம் என்றும், ஒருவர் உரிமைகளில் இன்னொருவர் தலையிடவேண்டாம் என்றும் இரு நாடுகளும் ஒப்புக்கொண்டன.

இருபதாம் நூற்றாண்டு பிரிட்டன்

19ம் நூற்றாண்டின் இறுதியிலும் இருபதாம் நூற்றாண்டின் தொடக்கத்திலும் பிரிட்டன் தென் ஆப்பிரிக்காவில் போரிட்டுக் கொண்டிருந்தது. ட்ரான்ஸ்வால் பகுதியில் தங்கம் இருப்பது கண்டுபிடிக்கப்பட்டதை அடுத்து, 1899ம் ஆண்டு பிரிட்டன் அங்கிருந்த போயர்களுடன் (Boers) போரிட்டது. போயர்களும் வெள்ளையர்களே. டச்சு, பிரான்ஸ், ஜெர்மனி உள்ளிட்ட ஐரோப் பிய நாடுகளில் இருந்து குடிபெயர்ந்து கேப் டவுன் வந்து உள்ளுக்குள் பரவியவர்கள். தொடர்ச்சியான போர்களுக்குப் பிறகு 1902ம் ஆண்டு போயர்களோடு பிரிட்டன் சமாதானம் பேசி ஒப்பந்தம் போட்டுக்கொண்டது. தென் ஆப்பிரிக்கா போயர் களின் தேசமாக மாறியது. 1910ம் ஆண்டு பிரிட்டன் தென் ஆப் பிரிக்காவுக்கு டொமினியன் தகுதி அளித்தது. தென் ஆப்பிரிக்க ஒன்றியம் உருவானது.

ஜனவரி 1901ல், விக்டோரியா மகாராணி 64 ஆண்டுகால ஆட்சிக்குப் பிறகு இறந்துபோனார். அவர் மகன், ஏழாம் எட்வர்ட் புதிய மன்னராக ஆட்சியில் அமர்ந்தார். ஆட்சி பொறுப்பேற்றபோது அவர் வயது, 60. இந்தக் காலகட்டத்தில். பிரிட்டன் பல சமூக மாற்றங்களைச் சந்தித்தது. பிரிட்டனின் ஆதிக்கத்தில் இருந்த அயர்லாந்தில் கலகங்கள் ஆரம்பித் திருந்தன. பிரிட்டனின் தொழிற்சாலைகள் தடுமாற ஆரம் பித்தன. வேலையில்லாத் திண்டாட்டம் பெருக ஆரம்பித்தது. சுதந்தர வர்த்தகக் கொள்கையே இதற்குக் காரணம் என்பதை பிரிட்டன் உணர்ந்துகொண்டது. உள்நாட்டு உற்பத்தியையும்

உணவுத் தயாரிப்பையும் ஆதரித்து வளர்க்கவேண்டிய அவசியத்தை பிரிட்டன் கண்டுகொண்டது. வேலை நிறுத்தங்களுக்கும் போராட்டங்களுக்கும் பிறகு தொழிலாளர்களைப் பாதுகாக்கும் சட்டங்கள் கொண்டுவரப்பட்டன. தொழிற்சாலைகளிலும் சுரங்கங்களிலும் பணியாற்றும் தொழிலாளர்களின் மோசமான பணிச்சூழல் திருத்தியமைக்கப்பட்டது.

மேலும் பல மாற்றங்களுக்குத் தயாராகவேண்டிய நிலை ஏற்பட்டுள்ளதை பிரிட்டன் புரிந்துகொண்டது. ஐரோப்பா தன்னைப் பின்னுக்குத் தள்ளிவிட்டு வேகமாக முன்னோக்கிப் பாய்ந்து கொண்டிருப்பதை பிரிட்டன் கவனித்தது. குறிப்பாக, ஜெர்மனியின் வியக்கத்தக்க தொழில் வளர்ச்சி பிரிட்டனை அச்சத்துக்குள்ளாக்கியது. தொழில்முனையில் மட்டுமல்லாமல், ராணுவம், கப்பல் படை என்று பல துறைகளில் ஒரே சமயத்தில் ஜெர்மனி துரிதமாக வளர்ந்துகொண்டிருந்ததைக் கண்டதும் பிரிட்டனுக்குப் புரிந்துவிட்டது. ஒரு புதிய அச்சுறுத்தல்.

பிரிட்டன் தன் பொருளாதாரத்துக்காக முழுக்க முழுக்க உலகை நம்பிக்கொண்டிருந்த ஒரு நாடு. 1909ம் ஆண்டில் இருந்து 1911ம் ஆண்டு வரையிலான பிரிட்டனின் மொத்த ஏற்றுமதியில் 65 சதவீதம் ஐரோப்பாவுக்கு வெளியில் அமைந்திருந்தது. 1910ம் ஆண்டில், 55 சதவீத இறக்குமதி ஐரோப்பாவுக்கு வெளியில் இருந்து வந்தது. பிரிட்டனோடு ஒப்பிடும்போது, ஜெர்மனியின் மொத்த இறக்குமதியில் ஐரோப்பாவுக்கு வெளியிலிருந்து வருவது 25 சதவீதம் மட்டுமே.

ஜெர்மனி, ரஷ்யா போன்ற எந்தவொரு ஐரோப்பிய நாட்டோடும் பிரிட்டனை ஒப்பிடமுடியாது. பெரிய நிலப்பரப்பு, இயற்கை, கனிம வளங்கள், விவசாயம் என்று எந்தத் துறையிலும் பிரிட்டன், பிரிட்டனை நம்பி இருந்ததில்லை. தன் சாம்ராஜ்ஜியக் கனவுகளுக்கு ஐரோப்பாவை, ஆசியாவை, உலகை நம்பிக்கொண்டிருந்தது. பிரிட்டனின் அயல்துறை கொள்கைதான் அதன் அடிநாதம். உலகம் முழுவதிலும் வணிகத் தொடர்புகள்தான் ஆதாரபலம். எந்நிலையிலும் இந்தத் தொடர்புகள் அறுந்துவிடாமல் பார்த்துக்கொள்ளவேண்டியது அவசியம். ஜெர்மனி, ரஷ்யா, பிரான்ஸ் என்று எந்தவொரு ஐரோப்பிய நாடு வளர்ச்சி பெற்றாலும், பிரிட்டன் அச்சமடைந்ததற்குக் காரணம் இதுதான். ஒரு சக்தியோ அல்லது பல சக்திகள் இணைந்தோ வளரும்போது, தான் வீழ்த்தப்பட்டுவிடுவோம் என்பது பிரிட்டனுக்குத் தெரியும்.

பிரிட்டன் அமைதியை நாடியது. உலகம் அமைதியாக இருந்தால் தான் தடையின்றி வர்த்தகம் செய்யமுடியும். பிரிட்டனிடம் பெரிய ராணுவம் இல்லை. பெரிய நிலப்பரப்புடன்கூடிய இந்திய ராணுவத்தையே அது பெரிதும் நம்பியிருந்தது. பிறகு, தன் கப்பல் படையை. பிற ஐரோப்பிய நாடுகளுடன் போட்டிப் போட்டுக்கொண்டு தன் ராணுவத்தைப் பலப்படுத்திக்கொள் வதில் பிரிட்டனுக்கு ஈடுபாடு இல்லை. ராணுவச் செலவை ஈடுகட்ட மக்கள் மீது அதிக வரி விதிக்கவேண்டியிருக்கும். அவ்வாறு செய்வது, தேவையற்ற உள்நாட்டு குழப்பத்தையும் கலகத்தையும் ஏற்படுத்தும். உலகப் பொருளாதார மையமாக லண்டன் திகழ்வதில் தடைகள் ஏற்படும். எனவே இருக்கும் ராணுவம் போதும். அதே சமயம், ஜெர்மனியின் சவாலையும் புறக்கணிக்கக்கூடாது. என்ன செய்யலாம்?

3 ஜெர்மனி

அறிமுகம்

ஆயிரம் ஆண்டுகால வரலாற்றில், ஜெர்மனி அதனைச் சுற்றியுள்ள நாடுகளால் தொடர்ந்து ஆக்கிர மிப்புக்கு உள்ளானது. பிற்காலத்தில், நாடு பிடிக்க வேண்டும் என்னும் ஆசை ஜெர்மனிக்கு எழுந்ததற்கு இதுவே ஒரு காரணமாக இருந்திருக்கலாம் என்கிறார் வெ. சாமிநாத சர்மா.

ஜெர்மனியின் எல்லைகள் கிழக்கில் விஸ்டுலா நதியில் இருந்து மேற்கே ரைன் நதி வரை; தெற்கே டான்யூப் நதியிலிருந்து வடக்கே பால்டிக் கடல் வரை பரவி படர்ந்திருந்தது. பெரிய நிலப் பரப்புதான். ஆனாலும், வளம் போதாத காரணத் தால் மக்கள் தெற்கு, மேற்கு என்று குடிபெயர்ந்து அங்கேயே வாழவும் ஆரம்பித்தனர். தெற்கில் குடியேறியவர்கள் ரோமானியர்களுடன் பழகி, அவர்கள் நாகரிகத்தைக் கற்றுக்கொண்டனர். அப்போது ஐரோப்பா முழுவதிலும் ரோம சாம்ராஜ் ஜியம் கொடி கட்டிப் பறந்துகொண்டிருந்தது. ஜெர்மனியும் நாளடைவில் ரோமானியர்களின் ஆட்சிக்கு உட்பட வேண்டியிருந்தது.

பொதுவான மொழிதான் என்றாலும் ஜெர்மானி யர்கள் பல நூற்றாண்டுகளாகத் தனித்தனியே சிதறிக்கிடந்தனர். 17ம் நூற்றாண்டு ஜெர்மனியில்

மட்டும் சுமார் 300 அரசாங்கங்கள் உதிரியாக நடைபெற்று வந்தன. இவற்றுக்கு இடையே தொடர்ந்து விரோதமும் போட்டியும் மூண்டு கொண்டிருந்தன. சிறியதும் பெரியதுமாக சிதறிக்கிடந்த ஜெர்மன் அரசாங்கங்களுள், பிரஷ்யா முன்னணியில் இருந்தது. பிறகு, ஆஸ்திரியா. ஜெர்மனியை யார் ஆள்வது என்பது குறித்து இந்த இரண்டுக்கும் இடையில் அதிகாரப் போட்டி நிலவியது.

ஜெர்மானிய சாம்ராஜ்ஜியம்

பிரஷ்யாவின் அரசரான, மகா பிரெட்ரிக் (1740-1786) பிரஷ்யாவை ஒரு பலம் வாய்ந்த அரசாங்கமாக உருமாற்ற பல முயற்சிகள் மேற்கொண்டார். இவரது முயற்சிகள் வெற்றி பெற்றன. ஐரோப் பாவின் பலம் வாய்ந்த நாடாக பிரஷ்யா மாறிக்கொண்டிருந்தது. இவரது ஆட்சிக்காலத்தில் ஆஸ்திரியா பிரஷ்யாவுடன் போரிட்டு, சிலீஷியா என்னும் பகுதியை பிரஷ்யாவிடம் இழந்தது. (Silesia பின்னாளில் போலந்து, செக்கோஸ்லாவாக்கியா ஆகிய நாடு களுடன் இணைந்துவிட்டது).

பிரஷ்யாவின் பலமும் அதிகாரமும் பிற ஜெர்மானிய அரசாங்கங் களிடையே பொறாமையை ஏற்படுத்தியது. மூன்றாம் பிரெட்ரிக் வில்லியம் என்னும் அரசர், பிற ஜெர்மானிய நாடுகளைத் திரட்டி ஒரு கூட்டமைப்பை உருவாக்கினார். ரைன்லாந்து ஐக்கியம் என்று அது அழைக்கப்பட்டது. பிரஷ்யாவுக்கு மாற்று சக்தியாக இந்த ஐக்கியத்தை வளர்த்தெடுக்கும் முயற்சிகள் மேற்கொள்ளப் பட்டன.

18ம் நூற்றாண்டின் இறுதியில், நெப்போலியன் போனபார்ட் (1769-1821) தலைமையில் பிரான்ஸ் ஒரு வலிமையான ஐரோப் பிய சக்தியாக எழுந்து நின்றபோது, பிரஷ்யா நெப்போலியனை எதிர்க்க ஆரம்பித்தது. பிரிட்டன் உள்ளிட்ட பிற ஐரோப்பிய நாடுகளுக்கும் நெப்போலியனின் எழுச்சி பீதியூட்டிய காரணத் தால் அவை பிரஷ்யாவுக்கு உதவ முன்வந்தன. பிரஷ்யாவோடு சேர்ந்து பிற ஜெர்மானிய அரசாங்கங்களும் ஒன்றிணைந்து நெப்போலியனுக்கு எதிராகப் போரிட்டன. 1815ம் ஆண்டு, வாட்டர்லூ யுத்தத்தில் நெப்போலியன் வீழ்த்தப்பட்டார்.

நெப்போலியன், ஜெர்மனியின் சிந்தனைப் போக்கை வெகுவாகப் பாதித்தார். சுதந்தரம் குறித்து மக்கள் யோசிக்க ஆரம்பித்தார்கள். நாடு, தேசம், தேசபக்தி போன்ற கருத்தாக்கங்கள் உருபெற்றன.

பிளவுபட்டிருந்த சிறிய அரசாங்கங்கள் சில அடிப்படைகளை உணர்ந்துகொண்டன. நமக்குள் சண்டையிட்டுக்கொண்டு பிரிந்து கிடந்தால், நெப்போலியன் போன்ற ஒரு சக்தி கபளீகரம் செய்துவிடும் என்பது புரிந்தது. வேறு எதற்காக இல்லா விட்டாலும், தற்காப்புக்காகவாவது அரசாங்கங்கள் ஒன்றுபட்டுத் திகழவேண்டும் என்பதையும் புரிந்துகொண்டார்கள். 1789ம் ஆண்டு, 300 நாடுகளுடன் பிளவுப்பட்டிருந்த ஜெர்மனி 1815ல், 39 நாடுகளாகச் சுருங்கிப்போனது.

இவற்றையும் ஒன்று சேர்த்து, ஒன்றுபட்ட ஜெர்மனியைக் கட்டமைக்க பல முயற்சிகள் மேற்கொள்ளப்பட்டன என்றாலும் அவை வெற்றிபெறவில்லை. பிரஷ்யாவும் ஆஸ்திரியாவும் வழக்கம் போல் அதிகாரத்தைக் கைப்பற்ற போட்டிப் போட்டுக் கொண்டிருந்தது. மற்ற சிறு நகரங்களால் இந்த இரு பெரும் சக்திகளை மீறி எதுவும் செய்யமுடியவில்லை. 1830 மற்றும் 1848 ஆண்டுகளில் நடைபெற்ற வெவ்வேறு எழுச்சிகள் ஒடுக்கப் பட்டன.

பிஸ்மார்க்கின் ஜெர்மனி

ஜெர்மனியை பிரிட்டனோடு ஒப்பிடலாம். பிரிட்டனைப் போலவே ஜெர்மனியில் வளமான இரும்பு சுரங்கங்கள் இருந் தன. தொழில்முனையும் ஆர்வலர்கள் இருந்தனர். தொழில் நுட்பத் திறன் வாய்க்கப் பெற்றவர்கள் இருந்தனர். பிரிட்டனில் ஏற்பட்ட தொழில்புரட்சியின் பலன்களைக் கண்டுகொண்ட ஜெர்மனி, பிரிட்டனின் மாதிரியைக் கடைப்பிடித்து பொருளா தாரக் கட்டுமானத்தில் கவனம் குவித்தது. தொழிற்சாலைகள் நிர்மாணிக்கப்பட்டன. உழைக்கும் வர்க்கமும் முதலாளிகள் வர்க்கமும் தோற்றம் பெற்றது.

பத்தொன்பதாம் நூற்றாண்டின் தொடக்கத்தில், ஜெர்மனி நம்பிக்கையுடன் வளர்ச்சியை நோக்கி தன் பயணத்தை ஆரம்பித்தது. விஞ்ஞானத்திலும், தொழில் வளர்ச்சியிலும், எல்லை விரிவாக்கத்திலும் ஆர்வம் செலுத்த ஆரம்பித்தது. சுற்றியுள்ள நாடுகளின் ராணுவ பலம் கூடிக்கொண்டே இருக்கும் போது, நாம் மட்டும் பின்தங்கியிருப்பது ஆபத்தானது என்று அது நினைத்திருக்கவேண்டும். விவசாயமும் கைத்தொழிலும் உள் நாட்டு வியாபாரமும் வளர்ச்சி பெற்றன.

பிஸ்மார்க்கும் மூன்றாம் நெப்போலியனும்

*1862*ம் ஆண்டு, ஒட்டோ வான் பிஸ்மார்க் *(1815-1898)*, பிரஷ்யாவின் முதல் அமைச்சராகப் பொறுப்பேற்றுக் கொண்டார். இவர் வரவுக்குப் பிறகு, ஜெர்மனியோடு சேர்ந்து ஐரோப்பாவும் மாற ஆரம்பித்தது. பொறுப்பேற்ற ஒரு வாரத்தில், பிஸ்மார்க் தன் திட்டத்தைத் தெளிவாக ஒரு உரையில் வெளிப்படுத்தினார். 'அரசியல் உரைகளும் பெரும்பாலானோரின் கருத்துகளும் பயன்படாது. வரலாற்றை மாற்றியமைக்க வேண்டுமானால், நமக்குத் தேவை, இரும்பும் ரத்தமும்.'

பிஸ்மார்க் வெறும் அலங்கார முழக்கத்தை முன்வைக்கவில்லை. தன் அரசியல் திட்டத்தை இப்படித்தான் வடிவமைத்துக் கொண்டார் அவர். தீர்க்கதரிசனமும், தீரமும், துணிச்சலும் கொண்டவராக பிஸ்மார்க் இருந்தார். நினைத்ததை எப்படியாவது செய்துமுடிக்கவேண்டும் என்பதில் விடாப்பிடியாக இருந்தார். ஜனநாயக வழிமுறைகள் தனக்குத் தடையாக இருந்ததால், ஜனநாயகத்தை அவர் வெறுத்தார். ஜனநாயகம் இல்லாமல் அதே சமயம், பலம் பொருந்திய ஒரு நாடாக ஜெர்மனியை வளர்த்தெடுக்கமுடியும் என்பது பிஸ்மார்க்கின் நம்பிக்கை.

*19*ம் நூற்றாண்டின் இரண்டாவது பாதியில், நவீன ஜெர்மனியை பிஸ்மார்க் உருவாக்கினார். அறிவியல் விஞ்ஞானிகளும், தத்துவஞானிகளும் பின்னுக்குச் சென்றனர். ரத்தமும் இரும்பும் வாய்க்கப்பெற்ற ஒரு வலிமையான நாடு உருப்பெற்று எழுந்து

நின்றது. அதற்கான விலையை மக்கள் கொடுக்கவேண்டி யிருந்தது என்றாலும், பிஸ்மார்க் அது பற்றி கவலைப் படவில்லை. ஜெர்மனிக்காக அதன் மக்கள் சில தியாகங்களைப் புரியவேண்டியது அவசியம் என்றார். வலிமையான ஜெர்மனி யையும், வலிமையற்ற ஜெர்மானியர்களையும் பிஸ்மார்க் உருவாக்குகிறார் என்று விமரிசனங்கள் எழுந்தபோது, பிஸ்மார்க் அவற்றைப் புறக்கணித்தார். ஜெர்மனி, (அதாவது பிரஷ்யா) ஐரோப்பாவின் தலைமை மையமாக மாறும்வரை ஓய்வதில்லை என்று உறுதிபூண்டார்.

ஒரு சிக்கல் முளைத்தது. ஜெர்மானிய மொழி பேசும் மக்களைக் கொண்ட ஸ்க்லீஸ்விக் மற்றும் ஹோல்ஸ்டீன் (Schleswig and Holstein) பகுதிகளை டென்மார்க் சொந்தம் கொண்டாடியது. 1864ம் ஆண்டு, பிரஷ்யா ஆஸ்திரியாவுடன் இணைந்து டென்மார்க் குடன் போரிட்டு, இந்தப் பகுதிகளை மீட்டெடுத்தது. பிரஷ்யா வுக்கும் ஆஸ்திரியாவுக்கும் பொதுவான பிரதேசங்களாக அவை நிர்வகிக்கப்பட்டுவந்தன. பிறகு, ஆஸ்திரியா இந்தப் பகுதி களைச் சரியாக நிர்வாகம் செய்யவில்லை என்று சாக்கு சொல்லி 1866ம் ஆண்டு ஆஸ்திரியாவை பிரஷ்யா தன் கட்டுப்பாட்டின் கீழ் கொண்டுவந்தது.

இனி, ஜெர்மனியின் தலைமைப்பீடம் பிரஷ்யா மட்டுமே என்பதை பிஸ்மார்க் உறுதிசெய்துகொண்டார். வடக்கு ஜெர்மானியக் கூட்டமைப்பு பிஸ்மார்க்கின் தலைமையில் உருவானது. கொலோன், பெர்லின், டான்சிக் உள்ளிட்ட பகுதிக ள் உள்ளடக்கிய பிரதேசமாக இது இருந்தது. பிஸ்மார்க் அதன் ஃபெடரல் சான்சிலராகப் பொறுப்பேற்றுக்கொண்டார். புதிய வட ஜெர்மானியக் கூட்டமைப்புக்கான அரசியலமைப்புச் சட்டத்தை வெறும் ஐந்து மணி நேரங்களில் பிஸ்மார்க் உரு வாக்கினார். அடுத்த ஐம்பது ஆண்டுகளுக்கு, அதாவது முதல் உலகப் போர் முடிவடையும்வரை இந்த அரசியலமைப்புச் சட்டம் ஜெர்மனியை ஆண்டுகொண்டிருந்தது.

பிஸ்மார்க்கின் அடுத்த திட்டம், பிரான்ஸின் ஐரோப்பிய ஆதிக்க த்தை முறியடிப்பது. யாருக்கும் சந்தேகம் எழாதபடி காய்களை நகர்த்தினர் பிஸ்மார்க். ஜெர்மனியின் படை பலத்தைப் பெருக் கினார். ஆஸ்திரியாவைக் கையகப்படுத்திய பிறகும், (வட ஜெர் மானியக் கூட்டமைப்புக்கு வெளியில் இருந்தது ஆஸ்திரியா)

அப்பகுதியை நல்லபடியாக நிர்வாகம் செய்து வந்தார். ஜெர்மனிக்கு எதிராக யாரும் எந்தக் குற்றச்சாட்டையும் வைக்க முடியாதபடி பார்த்துக்கொள்ள விரும்பினார். பிரான்ஸோடு மோதுவதற்கு இந்த முன்னேற்பாடுகள் அவசியமாக இருந்தன.

பிரிட்டனின் ஆதரவு தனக்குக் கிடைக்கும் என்னும் நம்பிக்கை பிஸ்மார்க்குக்கு இருந்தது. பிரான்ஸின் வளர்ச்சி பிரிட்டனைப் பொறாமைப்பட வைத்ததை அவர் கவனிக்கத் தவறவில்லை. மூன்றாம் நெப்போலியனைக் கண்டு பிரிட்டன் எரிச்சலடைந்ததைக் கண்டு அவர் உள்ளுக்குள் மகிழ்ந்துகொண்டார். எதிரிக்கு எதிரியான பிரிட்டனை நண்பனாக்கிக்கொண்டார். அடுத்து? பிரான்ஸ் மீது படையெடுப்பது மட்டும்தான் பாக்கி. ஆனால், பிஸ்மார்க் அதனைச் செய்யவில்லை. காத்திருந்தார். முதல் அடியை ஜெர்மனி எடுத்து வைப்பது உசிதமல்ல. பிரிட்டனோடு ஏற்படுத்தியிருக்கும் புதிய உறவு, பிரான்ஸை கொதித்தெழச் செய்யவேண்டும். சிறிய நாடான பிரஷ்யாவை நசுக்கியழித்துவிடலாம் என்று ஆத்திரப்படவேண்டும். படை திரட்டித் தாக்க வரவேண்டும்.

அதுதான் நடந்தது. பெர்லினைச் சுற்றி வளைப்போம் என்று பாரீஸில் போர்க் குரல்கள் ஒலித்தன. சுலபமாக வளைத்து, முறியடித்துவிடலாம் என்றுதான் மூன்றாம் நெப்போலியனும் நினைத்தார். ஆனால், நடந்தது வேறு. பிரான்ஸின் வட கிழக்கு எல்லையில், பிஸ்மார்க்கின் பலம் பொருந்திய ஜெர்மானிய ராணுவம் திரண்டு வந்து எதிர்கொண்டது. ஒரு சில வாரங்களில், பிரான்ஸ் முறியடிக்கப்பட்டது. மூன்றாம் நெப்போலியன் செடான் அருகில் சிறைபிடிக்கப்பட்டார்.

நெப்போலிய சாம்ராஜ்ஜியம் பிரான்ஸில் முடிவுக்கு வந்தது. அந்நியப் படையெடுப்புகள் மூலம் கிடைக்கும் புகழே ஒரு நாட்டை நிர்வகிக்கப் போதுமானது என்னும் மூன்றாம் நெப்போலியனின் சித்தாந்தம் முறியடிக்கப்பட்டது. பிரெஞ்சு மக்களிடையே நெப்போலியனுக்கு ஆதரவு இல்லாததே இந்தத் தோல்விக்குக் காரணம் என்று வரலாற்றாசிரியர்கள் சுட்டிக் காட்டுகிறார்கள். அத்தோடு சேர்த்து பிஸ்மார்க்கின் ராஜதந்திர அணுகுமுறையும் பிரான்ஸின் வீழ்ச்சியைத் துரிதப்படுத்தியிருந்தது. பிரான்ஸின் முடியாட்சி 1870ம் ஆண்டு முடிவுக்கு வந்தது.

பிஸ்மார்க்கின் செயல்திட்டம் இன்னமும் முழுமையடைய வில்லை. பிரான்ஸில் புதிதாக ஆட்சியில் அமர்ந்த ஜனநாயக அரசியல் அமைப்பான, தேசியத் தற்காப்பு அரசாங்கம் பிரஷ்யாவைத் தொடர்புகொண்டு, போரை நிறுத்திக்கொள்ளு மாறு கேட்டுக்கொண்டது. பிஸ்மார்க் அசைந்து கொடுக்க வில்லை. அவரது ரத்தமும் இரும்பும் கொள்கை முழுமையாக வெளிப்பட்ட தருணம் அது. பிரான்ஸ் சில ஒப்பந்தங்களில் கையெழுத்திட்டால்தான் போர் நிறுத்தப்படும் என்று அறிவித்தார் பிஸ்மார்க்.

பிரஷ்யாவின் கட்டளைகளை ஏற்றுக்கொள்ள புதிய பிரெஞ்சு அரசாங்கத்துக்கு விருப்பமில்லை என்பதால் இருக்கும் சொற்ப துருப்புகளை வைத்து போரைத் தொடர்ந்து நடத்தி பார்த்தது பிரான்ஸ். முடியவில்லை. ஜெர்மனியின் இரும்புப் படையை பிரான்ஸால் சமாளிக்கமுடியவில்லை. தோல்வியை ஒப்புக் கொண்ட பிரான்ஸ், பிரஷ்யா விதித்த நிபந்தனைகளை ஏற்றுக் கொண்டது. மாபெரும் தொகையை இழப்பீடாக அளிக்க பிரான்ஸ் ஒப்புக்கொண்டது. கூடவே, இருநூறு ஆண்டுகளாக பிரான்ஸுக்குச் சொந்தமாக இருந்த ஆல்சேஸ்-லோரெயின் பகுதிகளை பிரஷ்யாவுக்கு விட்டுக்கொடுத்தது.

ஜனவரி 1871ம் ஆண்டு, வெர்சைல்ஸில் புதிய சாம்ராஜ்ஜியம் ஒன்று உருப்பெற்று எழுந்தது. சிதறிக்கிடந்த சின்ன அரசாங் கங்கள் பிரஷ்யாவுடன் இணைந்து ஒன்றுபட்ட புதிய ஜெர்மனி யாக உருவெடுத்தன. இருபத்தாறு ஃபெடரல் மாநிலங்களின் கூட்டமைப்பாக புதிய ஜெர்மனி இருந்தது. இருப்பதிலேயே பெரியது பிரஷ்யா. 1890 கணக்கெடுக்கின்படி பிரஷ்யாவின் மக்கள்தொகை எண்ணிக்கை, 5.5 மில்லியன்.

1917ம் ஆண்டு வரை பிரஷ்யா, மத்திய 19ம் நூற்றாண்டு தேர்தல் முறையைக் கடைபிடித்து வந்தது. பணம் படைத்த செல்வந்தர் களுக்கும், பிரபு குலத்தோருக்கும் வாக்குரிமை அளிக்கப்பட் டிருந்தது. தபால் தலை வெளியிடும் உரிமை, ரூபாய் நோட்டு அச்சடிக்கும் உரிமை ஆகியவை ஜெர்மானிய சாம்ராஜ் ஜியத்திடம் தங்கியிருந்தது. தனி ராணுவம் வைத்திருக்கும் உரிமை மாநிலங்களுக்கு இருந்தது. சிறிய மாநிலங்களின் படைகளை பிரஷ்யா நிர்வகிக்கும். பெரிய மாநிலங்களான, பவேரியா, சாக்ஸோனி ஆகியவை சாம்ராஜ்ஜியத்தின் நேரடி கட்டுப்பாட்டின் கீழ் நிர்வகிக்கப்படும்.

மேல்சபை, கீழ் சபை இரண்டையும் கொண்ட சட்ட சபைகள் உருவாக்கப்பட்டன. புதிய சட்டத்திருத்தங்களைக் கொண்டு வருவதற்கு மேல் சபையின் அதாவது, பண்டர்ஸ்ட்ராட்டின் ஒப்புதல் பெறவேண்டும். 26 நாடுகளின் (ஃபெடரல் கவுன்சில்) பிரதிநிதிகள் மேல் சபையில் அங்கத்தினராக இருப்பார்கள். உதாரணத்துக்கு, பிரஷ்யாவுக்கு 17 பேர். பவேரியாவுக்கு 6 பேர். சிறிய நாடுகளுக்கு தலா ஒரு பிரதிநிதி.

கீழ் சபைக்கு இம்பீரியல் டையட் என்று பெயர். இதனை ரீச்ஸ்டாக் (Reichstag) என்றும் அழைப்பார்கள். வயது வந்தவர்கள் (ஆண்கள் மட்டும்) வாக்களித்து இதன் அங்கத்தினரைத் தேர்வு செய்யலாம். பெயரளவில் இது ஒரு ஜனநாயக அமைப்பு. உண்மையில், அரசாங்கச் சட்டங்களை நிறைவேற்றவோ, நிராகரிக்கவோ இந்த அமைப்புக்கு அதிகாரம் இல்லை. ஆனால், மேல் சபைக்கு அந்த அதிகாரம் இருந்தது. அதாவது, அரசாங்கத்தின் மசோதாவை கீழ்ச்சபை நிராகரித்தால், பேரரசரும் மேல்சபையும் சேர்ந்து கிழ்ச்சபையைக் கலைத்துவிட்டு புதிய தேர்தல் அறிவிக்கலாம். தனக்குப் பிடிக்காதவர்கள் தேர்ந்தெடுக்கப்பட்டு பதவிக்கு வரும்போது, பிஸ்மார்க் இவ்வாறு செய்வது வழக்கம். சுருக்கமாகச் சொல்வதானால், எழுதப்பட்ட சட்டத்துக்கு உட்பட்டு இந்த அமைப்புகள் இயங்கின என்றாலும், ஜனநாயகத்துக்கு உட்பட்டு அவை இயங்கியதாகச் சொல்ல முடியாது.

பிரஷ்யாவின் மன்னர், முதலாம் வில்லியம் புதிய ஜெர்மனியின் பேரரசராக, அதாவது கெய்ஸராக முடிசூட்டிக்கொண்டார். வெர்ஸைல்ஸில், பதினான்காம் லூயியின் அரண்மனையில், இந்த முடிசூட்டு விழா கோலாகலமாக நடத்தப்பட்டது. ஜெர்மனில் உள்ள அனைத்துப் பிரபுக்களும், அரச குமாரர்களும் இந்த விழாவில் கலந்துகொண்டு, புதிய கெய்ஸருக்கு மரியாதை செலுத்தினர். பிரஷ்யாவின் மன்னரை ஜெர்மானியப் பேரரசராக முடிசூட்டியதன்மூலம், ஜெர்மானிய சாம்ராஜ்ஜியத்தில் பிரஷ்யாவின் முக்கியத்துவத்தை பிஸ்மார்க் நிலைநிறுத்தினார். ஆஸ்திரியாவை கூட்டமைப்புக்கு வெளியில் நிறுத்தி வைத்தார்.

பேரரசருக்குக் கட்டுப்பட்டுதான் ஒரு சான்சிலர் பணியாற்ற முடியும். சான்சிலரை நீக்கவும் நியமிக்கவும் அரசருக்கு அதிகாரம் உண்டு. அரசியலமைப்புச் சட்டத்தின்படி, முழுமுற்றான அதிகாரம் அரசருக்கே உண்டு. ராணுவத்தையும் அவரே

நிர்வகிப்பார். அமைச்சர் நியமனங்களையும் அவரே மேற் பார்வையிடுவார். தொடக்கத்தில் மன்னர் முதலாம் வில்லியம், பிஸ்மார்க்கின் ராஜதந்திர திட்டங்களுக்கு ஆதரவு அளிக்க வில்லை. ஆனால், நாளடைவில் பிஸ்மார்க் அவரைத் தன் பிடிக்குள் கொண்டுவந்தார். ஜெர்மனியை இயக்கும் முக்கிய சக்தியாக பிஸ்மார்க் மாறிப்போனார். பிஸ்மார்க்கின் முடிவு களில் மன்னர் தலையிடாமல் இருந்தார்.

ஜெர்மனியும் பிரான்ஸூம்

வெர்ஸைல்ஸில் கொண்டாட்டங்கள் நடைபெற்றபோது, பாரீஸ் துக்கத்திலும் அவமானத்திலும் மூழ்கிக்கிடந்தது. நிலையான ஓர் அரசாங்கம் இல்லாததால், பிரான்ஸின் எதிர்காலம் இருளில் கிடந்தது. நேஷனல் அசெம்பிளியில் முடியாட்சியை ஆதரிக்கும் பலர் தேர்ந்தெடுக்கப்பட்டிருந்ததால், அவர்கள் மன்னராட்சியை மீண்டும் கொண்டுவரும் முயற்சியில் ஈடுபட்டு வந்தனர். வலிமையான ஒரு பேரரசர் இருந்தால்தான் நாடு பாதுகாப்பாக இருக்கும் என்று அவர்கள் நம்பினர். பிரான்ஸில் நிலவிய குழப்பமான சூழலைப் பயன்படுத்திக்கொண்டு இந்த முடியாட்சி ஆதரவாளர்கள் நேஷனல் கார்ட் என்னும் குடியரசு கட்சியைக் கலைக்கும் முயற்சியில் இறங்கினர்.

பிரெஞ்சு மக்கள் விழித்துக்கொண்டனர். மூன்றாம் நெப்போலி யனின் நாடு பிடிக்கும் ஆசையால்தான் பிரஷ்யாவிடம் பாரீஸ் தோற்றுப்போனது. இப்போது மீண்டும் முடியாட்சி மலர்ந்து விட்டால், அவமானத்தைத் தவிர வேறு எதுவும் மிஞ்சியிருக் காது. எக்காரணம் கொண்டும் அதற்கு நாம் இடம் கொடுத்து விடக்கூடாது என்று முடிவு செய்தனர்.

பாரீஸ், மாபெரும் மக்கள் எழுச்சியைக் கண்டது. இரு முனை எதிர்ப்பாக அது அமைந்தது. பிரஷ்யாவின் அந்நிய ஆக்கிரமிப் புக்கு எதிராக. செயல்படாத உள்ளூர் அரசாங்கத்துக்கும், அதற்கு ஆதரவு தரும் பிரபுக்கள், முதலாளிகள் அடங்கிய குழுவுக்கு எதிராக. மார்ச் 1871ம் ஆண்டு கம்யூன் பிரகடனப்படுத்தப்பட்டது. பாரீஸ் கம்யூன் என்று அது அழைக்கப்பட்டது. பிரெஞ்சுப் புரட்சியின் தாக்கத்தால் இந்தப் புதிய கம்யூன் உருபெற்று எழுந்தது. சுதந்தரம், சமத்துவம், சகோதரத்துவம் வேண்டும் என்னும் கோஷம் காற்றில் எதிரொலித்தது. சோஷலிச மாதிரி சமுதாயம் ஒன்றை வளர்த்தெடுக்கும் முயற்சியும் மேற்

கொள்ளப்பட்டது. ஆனால், பாரீஸ் கம்யூன் நீண்ட காலம் நிலைத்து நிற்கவில்லை. பூர்ஷ்வாக்களும், பிரபுக்களும் மக்களின் இந்தப் புரட்சிகரமான அமைப்பை எதிர்த்தனர். ஜெர்மானியர்கள் சிறை பிடித்துச் சென்ற பிரெஞ்சு வீரர்கள் விடுவிக்கப்பட்டு பாரீஸ் திரும்பியபோது, அவர்களும் கம்யூனுக்கு எதிரான போரில் கலந்துகொண்டனர். மே 1871 இறுதியில், கிட்டத்தட்ட 30,000 ஆண்களும் பெண்களும் வீதிகளில் கொல்லப்பட்டனர். பாரீஸ் கம்யூன் உடைக்கப்பட்டது. ஒடுக்குமுறைக்கு எதிரான மக்களின் போராட்டத்தில் பாரீஸ் கம்யூன் மிக முக்கிய இடத்தைப் பிடித்துக் கொண்டது. அதன் தாக்கம் ஐரோப்பா முழுவதும் பரவியது.

பாரீஸ் கம்யூனின் உடனடி விளைவாக முடியாட்சி அகற்றப் பட்டது. ஜனவரி 1875ம் ஆண்டு, பிரான்ஸ் ஒருவழியாகக் குடியரசைத் தழுவிக்கொண்டது. நடுத்தர வர்க்க, பூர்ஷ்வாக் களின் குடியரசாக இது இருந்தது. புதிய அரசியலமைப்புச் சட்டம் உருவாக்கப்பட்டது. பிரஷ்யாவின் படையெடுப்பு ஏற்படுத்திய பாதிப்புகளில் இருந்து பிரான்ஸால் அவ்வளவு சீக்கிரம் விடுபட முடியவில்லை. பிரஷ்யாவின் ஆக்கிரமிப்பை பிரெஞ்சு மக்களால் மறக்கவோ மன்னிக்கவோ முடியவில்லை. ஆறாத ரணமாக இந்த வலி பொதுப் புத்தியில் நிரந்தரமாக உறைந்துபோனது. ஆல்சேஸ்-லோரெயின் களவாடப்பட்டதாக உணர்ந்தார்கள். பிரஷ்யாவை எப்படியாவது பழிவாங்க வேண்டும் என்று துடித்தார்கள். (le revanche என்னும் பதத்தால் இந்தப் பழிவாங்கும் உணர்வு குறிக்கப்பட்டது).

பிஸ்மார்க், ஆல்சேஸ்-லோரெயின் பிரதேசங்களை ஆஸ்திரியா வைப் போல் நடத்தவில்லை. எதிரிகளாகத்தான் பிரெஞ்சு மக்களை நடத்தினார். பிரான்ஸை முறியடித்துவிட்டோம் என்னும் பெருமிதம், அவரை நிதானமிழக்கச் செய்திருந்தது. ஒரு நிரந்தர எதிரியைச் சம்பாதித்துக்கொண்டதை பிஸ்மார்க் உணரவேயில்லை. உணர்ந்திருந்தாலும், அதைப் பெரிதாக எடுத்துக்கொள்ளும் நிலையில் அவர் இல்லை. கார்ல் மார்க்ஸ் இதனை யூகித்தார். பிரஷ்யாவுக்கும் பிரான்ஸுக்கும் இடையில் இப்போது ஏற்பட்டிருப்பது தாற்காலிக போர் நிறுத்தம் மட்டுமே; அல்சாக்கை இணைத்துக்கொண்டதன் மூலம், பிரஷ்யா பிரான்ஸுடன் நிரந்தரமான பகைமையை ஏற்படுத்திக் கொண்டுவிட்டது என்று மார்க்ஸ் எழுதினார்.

தனது இரும்பும் ரத்தமும் கொள்கை ஜெர்மனியின் அடையாளத்தை மாற்றி அமைத்ததில் புதிய சான்சிலருக்குப் பரம திருப்தி. ஜனநாயகத்தை அவர் இன்னமும் வெறுத்தார். முழுமுற்றான அதிகாரம் ஜெர்மானிய அரசரிடம் மட்டும் குவிந்திருக்கும்படி பார்த்துக்கொண்டார். ஜெர்மானியத் தொழில் துறை முன்னேறி வந்தபோது, தொழிலாளர்களிடையே அதிருப்தியும் மனச்சோர்வும் படர்ந்தது. எதேச்சாதிகாரத்தை எதிர்த்து சோஷலிச சிந்தனைகள் தலைதூக்கின. தொழிலாளர் நலன் சார்ந்த கொள்கைகளை கார்ல் மார்க்ஸ் *(1818-1883)* முன்வைத்து பொதுவுடைமை இயக்கத்துக்கு விதை தூவினார்.

நிரந்தரமாகத் தொழிலாளர்களைக் கைப்பிடிக்குள் வைத்திருக்க வேண்டுமானால், அடக்குமுறை உதவாது, சீர்திருத்தங்களே தேவை என்பதை பிஸ்மார்க் உணர்ந்துகொண்டார். சமூக நலன் சார்ந்த சில திட்டங்கள் அறிமுகப்படுத்தப்பட்டன. முதியோருக்கு ஓய்வூதியம் வழங்கப்பட்டது. தொழிலாளர்களுக்கு காப்பீட்டு வசதிகளும் மருத்துவ வசதிகளும் செய்து தரப்பட்டன. இந்தச் சீர்திருத்தங்களில் இங்கிலாந்துகூட பின்தங்கியே இருந்தது என்பதை நினைவில் கொள்ளவேண்டும்.

இந்த மாற்றங்கள் பெரும் திரளான தொழிலாளர்களை அமைதிப் படுத்தியது உண்மை. அதே சமயம், தொழிலாளர் இயக்கமும் வலிமையாக வளர்ந்துகொண்டுதான் இருந்தது. *1875*ம் ஆண்டு இந்த இயக்கங்கள் ஒன்றிணைந்து, சோஷலிஸ்ட் டெமாக்ரடிக் கட்சியைத் தொடங்கின. இந்தப் புதிய கட்சி, ஒருமுறை அரசரைக் கொல்லும் முயற்சியிலும்கூட ஈடுபட்டதாக செய்தி வெளிவந்தது. பிஸ்மார்க் கொதித்து எழுந்தார். ஆபத்தான ஒரு சோஷலிச அமைப்பு கண்முன்னால் உருவாவதை அனுமதிக்க முடியுமா?

*1878*ம் ஆண்டு சோஷலிஸ்ட் அமைப்புகளுக்கு எதிராகப் பல கடுமையான சட்டங்களை பிஸ்மார்க் கொண்டு வந்தார். கூடி நின்று விவாதிப்பவர்கள் மீது தடியடி நடத்தப்பட்டது. சோஷலிஸ்டுகளுக்கு மட்டும் அவசர நிலை பிரகடனப்படுத்தப் பட்டது. ஆயிரக்கணக்கானவர்கள் விரட்டியடிக்கப்பட்டனர், கைது செய்யப்பட்டனர். அங்கிருந்து தப்பி ஓடிய பலர் அமெரிக்காவுக்குச் சென்று அங்கே சோஷலிசத்தைப் பரப்பும் முயற்சியில் ஈடுபட்டனர்.

இத்தனை ஒடுக்குமுறைக்குப் பிறகும் சோஷலிஸ்ட் டெமாக்ரடிக் கட்சி சிதறாமல் இருந்தது ஆச்சரியம். ஆயிரக்கணக்கான தொழிலாளர்கள் கட்சியில் இணைந்து பொருள் பங்களிப்பு செய்தனர். கட்சி வேகமாகவும் வலிமையாகவும் வளர்ந்தது. கட்சியின் நிதி பெருகிக்கொண்டிருந்த அதே சமயம், புரட்சிகர கண்ணோட்டம் சரிய ஆரம்பித்தது. சோஷலிசக் கருத்துகளை கைவிட்டு, மாபெரும் நிறுவனமாக அக்கட்சி வளர்ந்து நின்றது.

பிஸ்மார்க் தன் வழியை மாற்றிக்கொள்ள ஆரம்பித்தார். பிரான்ஸ் எப்போது வேண்டுமானாலும் தாக்கலாம் என்னும் கவலை அவரை ஆட்கொண்டது. ஆஸ்திரியா, இத்தாலி இரு நாடுகளுடனும் ஒப்பந்தம் போட்டுக்கொண்டார். ஒருவேளை பிரான்ஸ் தாக்கினால், இந்த இரு நாடுகளும் ஜெர்மனிக்கு உதவி செய்யும். பிஸ்மார்க் பயந்ததைப் போலவே பிரான்ஸ் தன் ராணுவ பலத்தை அதிகரித்துக்கொள்ள ஆரம்பித்திருந்தது. போட்டிக்கு, ஜெர்மனியும் தன் பலத்தைப் பெருக்கிக் கொள்வதில் பெரும் முனைப்புடன் ஈடுபட்டது. ராஜதந்திரம், வஞ்சகம், சாமர்த்தியம், பொய், ரகசியம், ஏமாற்று என்று இன்றைய சர்வதேச அரசியல் சூழலை ஆளும் பல முக்கிய அம்சங்களை (ரியல்பொலிடிக்) பிஸ்மார்க் திரை மறைவில் ஜெர்மன் மண்ணில் பரிசோதித்துக்கொண்டிருந்தார்.

1888ம் ஆண்டு, இரண்டாம் கெய்ஸர் ஃபிரெட்ரிக் வில்லியம் ஜெர்மன் சாம்ராஜ்ஜியத்தின் பேரரசராகப் பொறுப்பேற்றுக் கொண்டார். அவருக்கும் பிஸ்மார்க்குக்கும் ஒத்துப்போக வில்லை. மன்னராட்சி மீது அளப்பறிய நம்பிக்கை கொண்டிருந்த பிஸ்மார்க்கை, புதிய கெய்ஸர் பணி நீக்கம் செய்யவேண்டி யிருந்தது. கெய்ஸர் வில்லியமுக்கு பிஸ்மார்க்கின் வழிகாட்டு தல் தேவைப்படவில்லை. ஜெர்மனியை நிர்வகிக்க தன்னால் முடியும் என்று அவர் நம்பினார். தன் வாழ்வின் இறுதி அத்தியாயம் இருளடைந்து போனதில் பிஸ்மார்க்குக்கு நிறைய வருத்தங்கள். 1898ம் ஆண்டு இறந்துபோன பிறகும், ஜெர்மனியில் பிஸ்மார்க்கின் நிழல் அழுத்தமாகப் பல ஆண்டுகளுக்குப் படிந்திருந்தது.

1888ம் ஆண்டு, ஜெர்மன் பாராளுமன்றத்தில் உரையாற்றும்போது பிஸ்மார்க் சொன்ன வார்த்தைகள் இவை. நாம் இந்த உலகில் எவருக்கும் அஞ்சப்போவதில்லை. கடவுளைத் தவிர.

நவீன ஜெர்மனியின் எழுச்சி

மூன்று போர்கள் மூலமாக ஜெர்மானிய சாம்ராஜ்ஜியத்தின் எழுச்சி சாத்தியமானது. 1864ல் நடைபெற்ற டென்மார்க் யுத்தம். 1866ல் ஆஸ்திரியாவுக்கு எதிராக நடைபெற்ற யுத்தம். 1870,71 ஆண்டுகளில் பிரான்ஸுடன் மேற்கொண்ட யுத்தம். பிரான்ஸ் முறியடிக்கப்பட்ட பிறகு, ஐரோப்பாவின் மிகப் பெரும் ராணுவ சக்தியாக ஜெர்மனி மாறிப்போனது.

பத்தொன்பதாம் நூற்றாண்டின் பிற்பகுதியில், ஜெர்மனியின் செழிப்பு அதிசயிக்கத்தக்க வகையில் அதிகரித்தது. வங்கிகள் ஏற்படுத்தப்பட்டன. இந்த வங்கிகள் மூலம், வெளிநாடுகளில் ஜெர்மானியர்கள் தங்கள் வியாபாரத்தைப் பெருக்கிக் கொண்டனர். அந்நிய நாடுகளிடையே ஜெர்மனியின் மதிப்பு உயர்ந்தது. மக்களின் சராசரி வருமானம் இரு மடங்கு கூடியது.

தாமதமாகத்தான் தொழில்முனையில் வளர ஆரம்பித்தது என்றாலும் துரிதமான வளர்ச்சியை ஜெர்மனி கண்டது. 1855ம் ஆண்டுக்கும் 1913ம் ஆண்டுக்கும் இடையில் உள்நாட்டு உற்பத்தி ஆறு மடங்கு அதிகரித்தது. 1870ம் ஆண்டு நாட்டின் மொத்த உற்பத்தி மதிப்பில் விவசாயத்தின் பங்கு 40 சதவீதம். நாட்டின் 45 சதவீத மக்கள்தொகை விவசாயத்தில் ஈடுபடுத்தப்பட்டது. 1910ல் விவசாயத்தின் பங்களிப்பு 25 சதவீதம். 1890ம் ஆண்டிலேயே விவசாயத்தில் ஈடுபடுவோரின் எண்ணிக்கை குறைந்துவிட்டது. மொத்த மக்கள் தொகையில் 36 சதவீதம் பேர் மட்டுமே விவசாயத்தில் ஈடுபட்டனர். மக்கள் தொகையும் பெருகியது. 1871ல் 400 லட்சமாக இருந்த மக்கள்தொகை, 1913ம் வருடம் 660 லட்சமாக உயர்ந்தது.

பிஸ்மார்க்குக்குப் பிறகு அவர் அளவுக்கு ஆதிக்கம் செலுத்திய இன்னொரு தலைவர் உருவாகவேயில்லை. இடது, வலது மற்றும் மையவாத கண்ணோட்டம் கொண்ட பல கட்சிகள் உருவாயின என்றாலும் அவற்றால் சான்சிலருடனும் ரீச்ஸ்டாகுடனும் ஒன்றமுடியவில்லை. பிற மாநிலங்களைக் காட்டிலும் பிரஷ்யாவுக்கு மட்டும் கூடுதல் அதிகாரமும் சலுகையும் அளிக்கப்பட்டதாக இடது சாரி கட்சிகள் குற்றம் சுமத்தின. ஃபெடரல் மாநிலங்களை ஆதரித்து, அரவணைத்துக்கொள்ளும் பக்குவம் எந்தவொரு சான்சிலருக்கும் இல்லாமல் போனது. இதனால், அரசாங்கத்துக்கும் ஃபெடரல் மாநிலங்களுக்கும்

இடையிலான தொடர்பு ஆரோக்கியமற்றதாக மாறிப்போனது. சோஷியல் டெமாக்ரடிக் கட்சி ஜெர்மனியின் மிகப் பெரிய பெரும்பான்மை கட்சியாக மாறியிருந்தது. *(1912ல் நடைபெற்ற தேர்தலில், மொத்தமுள்ள 391 இடங்களில் 110 இடங்களை இக்கட்சி கைப்பற்றிக்கொண்டது).*

ஜெர்மானிய சாம்ராஜ்ஜியத்தின் அதிகார மையமாக பிரஷ்யா நீடித்தது. தொழில்முனையில் ஜெர்மனி அடைந்த உச்சத்துக்குக் காரணமாகவும் பிரஷ்யா திகழ்ந்தது. அமெரிக்கா, பிரிட்டனுக்கு அடுத்தபடியாக, உலகின் சக்திவாய்ந்த தொழில்துறை நாடாக ஜெர்மனி மாறிப்போனது. விரைவில், ஐரோப்பாவின் முன்னணி தலைவராக நீடித்த பிரிட்டனுக்குச் சவால்விடும் நிலைக்கு ஜெர்மனி உயர்ந்தது. நிலக்கரி, இரும்பு, எஃகு உற்பத்தியில் ஜெர்மனி உச்சத்தைத் தொட்டது.

ஜெர்மனியிலும் பிரிட்டனிலும் இரும்பு, கரி, எஃகு உற்பத்தி *(வருடாந்திர சராசரி)*

உற்பத்திப் பொருள்கள்	1875-79		1910-13	
	ஜெர்மனி	பிரிட்டன்	ஜெர்மனி	பிரிட்டன்
கரி, லிக்னைட் (மில்லியன் மெட்ரிக் டன்)	*49.9*	*135.7*	*251.5*	*292.0*
பிக் இரும்பு (ஆயிரம் மெட்ரிக் டன்)	*1,791.0*	*6,483.0*	*14,829.0*	*9,792.0*
எஃகு (மில்லியன் மெட்ரிக் டன்)	*0.97* *(1880-4)*	*1.82*	*15.34*	*6.94*

ஆதாரம் : The Collins History of the World, J.A.S. Grenville, Page 16

1871, 1914 இடைப்பட்ட காலத்தில் ஜெர்மனியின் விவசாய உற்பத்தி இரட்டிப்பானது. தொழில் உற்பத்தி மூன்று மடங்கு அதிகரித்தது. அயல்நாட்டு வர்த்தகம், பன்மடங்கு அதிகரித்தது. ஜெர்மனியின் தீவிரமான, துரிதமான வளர்ச்சி ஐரோப்பாவில் பொறாமையைத் தூண்டிவிட்டது. குறிப்பாக, பிரிட்டன் ஜெர்மனியின் மாறிவரும் நிலை கண்டு பயந்துபோனது. இத்தனைக்கும், பிரிட்டனும் ஜெர்மனியும் தொழில்முறை நட்பு நாடுகள்.

பிரிட்டனோடு ஒப்பிடும்போது, ஜெர்மனியின் வளர்ச்சி அபார மானது. பிற்படுத்தப்பட்ட, கிராமப்புறங்களைக் கொண்டிருந்த பிளவுண்ட ஜெர்மனி, சில பத்தாண்டுகளில், தொழில்துறை பெருநகரமாக மாறியது. உற்பத்தியிலும் தொழில்துறையிலும் ஜெர்மானியர்கள் செலுத்திய கடின உழைப்பு இதைச் சாத்தியமாக்கியது. உற்பத்தியாளர்களின் எண்ணிக்கை நான்கு மடங்கு அதிகரித்தது. ரசாயன ஏற்றுமதியின் எண்ணிக்கை மூன்று மடங்கு அதிகரித்தது. இயந்திரங்களின் ஏற்றுமதி ஐந்து மடங்கு அதிகரித்தது. ஜெர்மானியத் தொழில் வளர்ச்சிக்கு க்ரூப் ஓர் உதாரணம். எஸென் என்னும் பகுதியில் 1902ல் தொடங்கப்பட்ட க்ரூப் (krupp) என்னும் நிறுவனம் தனியொரு நகரமாகத் திகழ்ந்தது. வீதிகள், காவல் படை, தீயணைப்பு நிலையம் ஆகியவற்றை இந்த நிறுவனம் உருவாக்கிக்கொண்டது. 150 கி.மீ ரயில் பாதையும், 60 தொழிற்சாலைகளும் அமைக்கப்பட்டன.

1913ம் ஆண்டு, கெய்ஸர் பட்டத்துக்கு வந்து 25 ஆண்டுகள் பூர்த்தியானதைக் கொண்டாடும் வகையில் அரசாங்கப் பிரசுரம் ஒன்று (இரண்டாவது வில்லியமின் கீழ் ஜெர்மனி) வெளியிடப் பட்டது. இதில் ஜெர்மனியின் முன்னேற்றம் புள்ளிவிவரங் களுடன் அச்சிடப்பட்டது. ஜெர்மனியின் ராணுவ பலம். ஜெர்மனியின் தொழில்துறை வளர்ச்சி. ஜெர்மனியின் கப்பல் படை. ஜெர்மனியின் விஸ்தரிப்பு. ஜெர்மனியின் கல்வியறிவு. ஜெர்மனியின் புகழ். பிரிட்டன் ஜெர்மனியைத் தன் போட்டி யாளராகக் கண்டுகொண்டதில் வியப்பேதுமில்லை.

பிரிட்டனுக்கும் இருக்கும் அதே கனவுகள், அதே லட்சியங்கள் ஜெர்மனியிடமும் இருந்தன. ஆனால், ஜெர்மனி பிரிட்டனிடம் இருந்து எந்தவித அச்சுறுத்தலையும் எதிர்பார்க்கவில்லை. அதன் பயம், பிரான்ஸ் மற்றும் ரஷ்யா. போர் ஒன்று மூளும்பட்சத்தில், நிச்சயம் இந்த இரு நாடுகளையும் எதிர்கொள்ளவேண்டிவரும் என்பதை ஜெர்மனி உணர்ந்திருந்தது. அப்போது, இத்தாலியும் ஆஸ்திரியா-ஹங்கேரியும் தன்னுடன் அணிசேரும் என்றும் ஜெர்மனி நம்பியது.

4 ரஷ்யா

அறிமுகம்

உலகின் மிகப் பெரிய நிலப்பரப்பு கொண்ட நாடாக இருந்தது ரஷ்யா. கிழக்கு ஐரோப்பாவின் இதயப் பகுதியில் தொடங்கி பசிபிக் கரை வரை; ஆர்டிக் கடல் தொடங்கி மத்திய ஆசியாவின் பாலை வனங்கள், சீன எல்லை வரை பரந்து விரிந்த பிரதேசம். உலகின் மொத்த நிலப்பரப்பில், ஆறில் ஒரு சதவீதம், ரஷ்யா. மூன்றில் இரண்டு பங்கு நிலப்பரப்பு உரால் மலைகளுக்குக் கிழக்கே, பனி உறையும் சைபீரியாவில் படர்ந்திருந்தது. ஆனால், பெரும்பாலான ரஷ்யர்கள், ஐரோப்பிய ரஷ்ய மாகா ணங்களான உக்ரேன், பைலோரஷ்யா, போலந்து (அப்போது ரஷ்யாவின் ஒரு பகுதியாக இருந்தது) மற்றும் காகஸஸ் பகுதிகளில் வசித்து வந்தனர்.

ஜார் ஆட்சி

பிற்போக்குத்தனமான, கட்டுப்பெட்டித்தனமான நாடாக ரஷ்யா திகழ்ந்ததில் வியப்பில்லை. கிட்டத் தட்ட 18ம் நூற்றாண்டின் நடுப்பகுதி வரை ரஷ்யா வில் பண்ணையடிமை முறை நீடித்தது. விவசாயி கள், அவர்களுடைய குடும்பத்தினர், உற்றார், உறவினர் அனைவரும் நிலப்பிரபுவின் உடைமை களாகக் கருதப்பட்டனர். சட்டமும் இதனை அனு மதித்தது. ஒரு நிலப்பிரபு அளிக்கும் வேலையைச்

செய்யாமல் இருக்கும் அடிமைகளைச் சட்டப்படி தண்டிக்க முடியும். சட்டத்தின் உதவி தேவையில்லை என்று நிலப்பிரபு கருதினால், தன் விருப்பப்படி அவரே அடிமைகளைத் தண்டிக் கலாம். கொல்லவும் செய்யலாம். கொடுமை தாங்க முடியாத பல அடிமைகள் தங்கள் எஜமானர்களுக்கு எதிராகக் கிளர்ச்சியில் ஈடுபட்டனர். 1667-71 ஆண்டுகளிலும் 1707-08 ஆண்டுகளிலும் நடைபெற்ற விவசாய எழுச்சி ரத்த வெள்ளத்தில் மூழ்கடிக்கப் பட்டது.

1698ம் ஆண்டு ரஷ்ய மன்னர் முதலாம் பீட்டர் (அவர் தன்னைப் பேரரசர் என்றே அழைத்துக்கொண்டார்) ரஷ்யாவை நவீனமாக்க முடிவு செய்தார். மேற்கத்திய பாணியில் ரஷ்யாவை மாற்றும் இத்திட்டத்தின் விளைவுகள் என்னவாக இருந்தாலும் அது பற்றி நான் கவலைப்படப்போவதில்லை என்றார் முதலாம் பீட்டர். ரஷ்யாவை முழுக்க முழுக்க ஒரு ஐரோப்பிய நாடாக மாற்றி யமைக்க விரும்பினார் இவர். மேற்கத்திய கலாசாரத்தை, மேற்கத்திய பழக்க வழக்கங்களை, மேற்கத்திய கல்விமுறையை ரஷ்யாவில் அறிமுகப்படுத்த ஆர்வம் காட்டினார்.

இவரது ஆட்சிக் காலத்தில் (1682-1725) இரும்பு மற்றும் தாமிரத் தொழில்கள் நிறுவப்பட்டன. முறையான ராணுவமும், கப்பல் படையும் அமைக்கப்பட்டன. முதலாவது ரஷ்ய பத்திரிகை வெளியிடப்பட்டது. தொழில் நுட்பப் பள்ளிகளும் விஞ்ஞானப் பேரவைகளும் உருவாக்கப்பட்டன. எழுத்து முறை மற்றும் காலண்டரில் சீர்திருத்தங்கள் செய்யப்பட்டன. செயின்ட் பீட்டர்ஸ்பர்க் நகரம் உருவாக்கப்பட்டது. நிர்வாகத்தின் உயர் அமைப்பாக செனட் உருவாக்கப்பட்டது. நாடு பெரிய மாநிலங் களாகப் பிரிக்கப்பட்டு ஆளுநர்கள் நியமிக்கப்பட்டனர். இருநூறு தொழிற்சாலைகள் புதிதாக உருவாக்கப்பட்டன.

பீட்டரின் முயற்சிகள் ரஷ்ய சமூகத்தில் பிளவை ஏற்படுத்தியது. வெவ்வேறான இரு சமூகங்களை உருவாக்கியது. ஒரு பக்கம், மேற்கத்திய கலாசாரத்தை கடைபிடித்த படித்த சமூகம் ஆரவாரத் துடன் உருவானது. இன்னொரு பக்கம், முன்னேற்றத்தின் நிழல்கூட தீண்டாத அடித்தட்டு மக்கள். மொத்தத்தில், பீட்டரின் சீர்திருத்தங்கள் ரஷ்யாவின் மேல் கட்டுமானத்தை மட்டுமே நவீனமாக்கின. அடிமைகளின், விவசாயிகளின், ஏழைகளின் வாழ்க்கை நிலைமையில் எந்த முன்னேற்றமும் இல்லை. மேலும், பீட்டர் தன் ஆட்சிக்காலத்தில் கிட்டத்தட்ட 800

கிளர்ச்சியாளர்களைக் கொன்றொழித்தார். 1721ம் ஆண்டு, கனரகத் தொழில்கள் தொடங்கப்பட்டபோது, போதுமான தொழிலாளர்கள் கிடைக்கவில்லை. எனவே, நிலப்பிரபுக்களிடம் இருந்து விவசாயிகளை விலைக்கு வாங்கி, வேலை செய்ய வைத்தார்கள்.

முதலாம் பீட்டருக்குப் பிறகு, அவர் மனைவி, முதல் காதரைன் முடிசூடிக்கொண்டார். 1725 தொடங்கி 1796 வரையிலான கால கட்டத்தில், நான்கு சக்கரவர்த்தினிகள் ரஷ்யாவை ஆட்சி செய்தனர். முதலாம் காதரைனுக்குப் பிறகு, அன்னா. அவருக்குப் பிறகு, எலிஸபெத். பிறகு, இரண்டாம் காதரைன். பீட்டரைப் போலவே இவரும் 'தி கிரேட்' என்னும் அடைமொழியுடன் போற்றப்பட்டார். ஆட்சிக்கு வருவதற்கு முன்பு, காதரைன் வெளியிட்ட சில கருத்துகள், நம்பிக்கையூட்டும்படி இருந்தன. உதாரணத்துக்கு, 1767ம் ஆண்டு இவர் வெளியிட்ட செயல்திட்டம், பண்ணையடிமைகளை விடுவிக்கவேண்டும் என்னும் கோரிக்கையை முன்வைத்தது.

ஆட்சியில் அமர்ந்த பிறகு, இவர் சில சீர்த்திருத்தங்களைத் தொடங்கினார். ரஷ்யப் பெண்களுக்கு கல்வி வழங்கும் திட்டம், கலாசாரத்தை வளர்க்கும் திட்டம் ஆகியவை கவனிக்கப்பட வேண்டியவை. ஆனால், பண்ணையடிமைகள் விஷயத்தில் இவரால் எதுவும் செய்யமுடியவில்லை. பிரபுக்களின் ஆதரவு கிடைக்காததால், காதரைன் தன் திட்டத்தைக் கைவிட்டார். அதன் விளைவாக, இவர் ஆட்சிக்காலத்தில், பண்ணையடிமை முறை உச்சத்தைத் தொட்டது. நிலப்பிரபுக்கள் ஒன்பது லட்சத்துக்கும் அதிகமான விவசாயிகளை அரசாங்கத்திடம் இருந்து மானியமாகப் பெற்றுக்கொண்டனர். தொழில்துறை வளர்ச்சி மட்டுமே காதரைனுக்கு முக்கியமாகப்பட்டது. அதற்காகத் தொழிலாளர்களை விலை கொடுக்க அவர் தயாராக இருந்தார். நிலப்பிரபுக்களுக்கு காதரைன் அளித்த சுதந்தரத்தின் விளைவாக, ரஷ்யாவில் உள்ள கிட்டத்தட்ட ஒவ்வொரு விவசாயியும் அடிமை வாழ்க்கை நடத்தவேண்டியிருந்தது. உக்ரேன் வரை பண்ணையடிமை முறை விரிவுப்படுத்தப்பட்டது. விவசாயிகளின் போராட்டங்கள் நசுக்கியழிக்கப்பட்டன.

முதலாம் பீட்டரின் சீர்திருத்தங்களும், காதரைனின் சீர்திருத்தங்களும் புதிய செல்வந்தர்களை வளர்த்தெடுப்பதில் முடிந்தது. மேற்கத்திய நாடுகளின் தாக்கம் இவர்களிடம் இருந்ததால்,

புத்திசாலித்தனமான முறையில் எப்படி பொருள் ஈட்டுவது என்பது இவர்களுக்குத் தெரிந்திருந்தது. கல்வியறிவு இல்லாத பெரும்பான்மையான ரஷ்யர்களை அடிமைப்படுத்தி, வேலை வாங்கும் சாதுரியம் இவர்களிடம் இருந்தது. நிலம் இவர் களிடமே குவிந்திருந்தது. உற்பத்தி கருவிகளும் இவர்களிடமே இருந்தன. எனவே, நவீன நிலப்பிரபுக்களாக இவர்கள் உருப் பெற்றனர்.

புதிய சிந்தனைகள்

அதே சமயம், முதல் முறையாக, அறிவுஜீவிகள் விவசாயிகளுக்கு ஆதரவாகக் குரல் கொடுத்தனர். அவர்களில் குறிப்பிடத்தக்க சிலர், யாகோவ் கோஸெல்ஸ்கி, செமியோன் தெஸ்னித்ஸ்கி மற்றும் நிக்கொலாய் நோவிகோவ். எழுத்தாளரும் தத்துவ அறிஞருமான அலெக்ஸாண்டர் ராடிஷ்செவ் (Alexander Radishchev) என்பவரின் பங்களிப்பு முக்கியமானது.

ஜார் மனம் திருந்தி, பண்ணையடிமை உள்ளிட்ட மக்கள் விரோத கொடுமைகளை முறியடிப்பார் என்று எதிர்பார்ப்பது வீண் என்றார் ராடிஷ்செவ். 1790-ம் ஆண்டு அவர் எழுதிய ரஷ்ய மொழி நூல் (ஆங்கிலத்தில், Journey from St. Petersburg to Moscow) ஒரு முக்கியமான தீர்வை மக்கள் முன்வைத்தது. பீட்டர்ஸ்பர்கில் இருந்து மாஸ்கோ வரை ராடிஷ்செவ் மேற்கொண்ட பயணம், ரஷ்ய அடித்தள மக்கள் பற்றிய ஒரு சித்திரத்தை அவருக்கு வழங்கியிருந்தது. பூர்ஷ்வா வர்க்கத்தின் ஆடம்பரம், ஆணவம்; தொழிற்சங்க முதலாளிகளின் லாப வெறி, தொழிலாளர் விரோத மனோபாவம்; இவர்களிடம் சிக்கி, அல்லல்படும் விவசாயிகள். இந்தப் பயணத்தின் மூலம் ராடிஷ்செவ் கற்றுக்கொண்ட விஷயம் ஒன்றுதான். மிதவாத சீர்திருத்தங்கள் பயனற்றவை. தேவை புரட்சிகரமான ஒரு மாற்றம்.

அரசு விரோதக் கொள்கைக்காக ராடிஷ்செவுக்கு மரண தண்டனை விதிக்கப்பட்டது. பின்னர், தண்டனை குறைக்கப் பட்டு சைபீரியாவுக்கு நாடு கடத்தப்பட்டார். அதே சமயம், ராடிஷ்செவ் மற்றும் பிற சிந்தனையாளர்களின் புரட்சிகரமான சிந்தனைகள் ரஷ்யா முழுவதும் பரவியது. 1789ம் ஆண்டு நடை பெற்ற பிரெஞ்சுப் புரட்சி, ரஷ்யர்களிடையே புதிய நம்பிக் கையைத் துளிரச் செய்தது. பிரான்ஸில் நடந்ததைப் போல் ரஷ்யாவிலும் முடியாட்சி கவிழ்க்கப்படும் என்று அவர்கள்

எதிர்பார்த்தனர். பிரெஞ்சுப் புரட்சியின் தாக்கம் ஐரோப்பா முழுவதும் விரிந்து பரவிக்கொண்டிருந்த சமயம் அது.

1812ம் ஆண்டு, பிரான்ஸ் ரஷ்யா மீது படையெடுத்தபோது, அந்த நம்பிக்கை சிதறிப்போனது. மன்னராட்சியை மீண்டும் கொண்டு வந்து நிலைநிறுத்துவதற்காக நெப்போலியன் போனபர்ட் மேற்கொண்ட நடவடிக்கைகளின் ஒரு பகுதியே இந்த ரஷ்ய படையெடுப்பு. பிரெஞ்சு முதலாளி வர்க்கத்துக்குப் புதிய காலனி பிரதேசங்களை அளிப்பதற்காக நெப்பொலியன் இந்தப் போரைத் தொடுத்திருந்தார். ஆனால், அவரால் ரஷ்யாவைக் கைப்பற்ற முடியவில்லை. தோல்வியுடன் திரும்பவேண்டிய நிலை. பிரான்ஸைப் பொருத்தவரை இது தனிப்பட்ட ஒரு இழப்பு அல்ல. ஒரு சக்தி வாய்ந்த நாடாக அதுவரை பார்க்கப்பட்டுவந்த பிரான்ஸ், இந்தத் தோல்விக்குப் பிறகு, தன் செல்வாக்கை இழந்தது. பிரான்ஸைப் போலவே ரஷ்யாவும் இந்தப் போரின் மூலம் பெருத்த இழப்புகளைச் சந்தித்தது. ஒன்றரை லட்சம் வீரர்கள் கொல்லப்பட்டனர். லட்சக்கணக்கான மக்கள் பாதிப்படைந்தனர்.

அதுவரை விவசாயிகளும் தொழிலாளர்களும் மட்டுமே ஜார் மன்னர் முதலாம் அலெக்ஸாண்டரின் ஆட்சியை எதிர்த்து போராடிக் கொண்டிருந்தனர். இப்போது, ரஷ்ய ராணுவத்தினரும் தங்கள் எதிர்ப்பை வெளிப்படுத்த ஆரம்பித்தனர். ஜார் ஆட்சி மீதான வெறுப்புணர்வின் காரணமாக, ராணுவத்தில் கட்டுப்பாடு குறைய ஆரம்பித்தது. ராணுவத்தினரைத் தொடர்ந்து, மேல்தட்டு வர்க்கத்தைச் சேர்ந்தவர்களும் உயர்குடியினரும்கூட ஜாருக்கு எதிரான போராட்டத்தில் இறங்கினர். இவர்களது நடவடிக்கைகள் டிசம்பர் மாதத்தில் தொடங்கியதால், டிசம்பர்வாதிகள் (Decemberists) என்று அழைக்கப்பட்டனர்.

இதன் தொடர்ச்சியாக, ரகசியமாக இயங்கும் பல குழுக்கள் தோன்றின. உக்ரைன் பகுதியில் செயல்பட்ட தெற்கத்தியக் கழகம், செயின்ட் பீட்டர்ஸ்பர்கில் இருந்த வடக்கத்தியக் கழகம் இரண்டும், குறிப்பிடத்தக்கவை. இந்தக் கழகங்களின் நோக்கம், பண்ணையடிமை முறையை ஒழிப்பது. புரட்சி வழியில் ஜார் ஆட்சியை ஒழித்து, அதிகாரத்தைக் கைப்பற்றுவது. புதிய அரசியல் சட்டத்தை உருவாக்குவது.

முதலாம் அலெக்ஸாண்டர் இறந்து, முதலாம் நிக்கோலஸ் பதவியில் அமர்ந்த சமயம் அது. வடக்கத்தியக் கழகம் இந்த

வாய்ப்பைப் பயன்படுத்திக்கொள்ள முடிவெடுத்தது. ஒரு திட்டத்தையும் வகுத்தது. ஜார் மன்னனின் குளிர்கால மாளிகையையும், பீட்டர்-பால் கோட்டையையும் புரட்சிப் படைகள் கைப்பற்றவேண்டும். பிறகு செனட் கட்டடத்தைச் சுற்றி வளைக்கவேண்டும். ஜார் சர்வாதிகார ஆட்சி முடிவுக்கு வந்து விட்டதைப் பிரகடனப்படுத்தவேண்டும்.

டிசம்பர் 14, 1825 அன்று காலை, மூவாயிரம் புரட்சி ராணுவத்தினர் செனட் சதுக்கத்தில் திரண்டனர். ஆனால், அதற்கு மேல் முன்னேற முடியவில்லை. ஜார் மன்னரின் துருப்புகள் அவர்களைச் சுட்டுத்தள்ளின. இவர்களை இயக்கிய ஐந்து டிசம்பர் இயக்கத் தலைவர்கள் கைது செய்யப்பட்டனர். பலர், சைபீரியாவுக்கு நாடு கடத்தப்பட்டனர். இந்தத் தோல்விக்குக் காரணம், வீரர்களை வழிநடத்திய தலைவர்களிடம் ஒத்த கருத்தோ தெளிவான செயல்திட்டமோ இல்லாததுதான்.

தொழில்மயமாக்கல்

பிரிட்டனின் மத்திய காலம் 1640ல் முடிந்துபோனது. பிரான்ஸ், 1789ல் தன்னைப் புதுப்பித்துக்கொண்டது. பிரிட்டனில் ஏற்பட்ட தொழில் புரட்சியின்போது முதலாளிகள் செல்வாக்கு பெற்றனர். மொத்தத்தில் மேற்கு ஐரோப்பாவில், 17ம் நூற்றாண்டு தொடங்கி 19ம் நூற்றாண்டு வரையிலான காலகட்டத்தில் முதலாளித்துவம் பெரும் வளர்ச்சியடைந்தது. ஆனால், ரஷ்யா மாறவில்லை. மாற மறுத்தது. பொருளாதார வளர்ச்சியில் மிகவும் பின்தங்கியிருந்தது ரஷ்யா. இயங்கிவந்த தொழிற்சாலைகளும்கூட வெளிநாட்டு முதலாளிகளின் பிடியில் இருந்தது.

ஒரு பக்கம், பிரபுக்கள் உள்ளிட்ட அரசுப் பிரிவினர். மற்றொரு பக்கம், விவசாயிகளையும் தொழிலாளர்களையும் கொண்ட அடித்தள மக்கள். மத்திய வர்க்கம் என்றொன்று இல்லை. ஆனால், ஐரோப்பாவில் மத்திய வர்க்கம் வேகமாக வளர்ச்சியடைந்து வந்தது. இவர்களுக்கு ஓரளவுக்கு அரசியல் சுதந்தரமும் வாக்களிக்கும் உரிமையும் இருந்தது.

1853-1856 ஆண்டுகளில் நடைபெற்ற கிரீமிய யுத்தம் ரஷ்யாவின் பாதையை மாற்றியமைத்தது. துருக்கிய ஒட்டமான் சாம்ராஜ்ஜியம் வலுவான ஒரு ஆதிக்க சக்தியாகத் திகழ்ந்த காலகட்டம் அது. பிரிட்டன், பிரான்ஸ் போன்ற முன்னேறிய ஐரோப்பிய

நாடுகள் தொடங்கி ஜார் ரஷ்யா வரை பல நாடுகள் ஒட்டமானை வீழ்த்த காத்திருந்தன. ஒட்டமான் சாம்ராஜ்ஜியத்தை வீழ்த்து வதன் மூலம் இரு நன்மைகளை அடையமுடியும். எதிரியின் பலத்தைக் குறைப்பது. புதிய பிரதேசங்களைக் கைக்கொள்வது.

1853ம் ஆண்டு, ரஷ்யா போர் தொடுத்து, துருக்கியப் பேரரசியின் பிடியில் இருந்த மால்டோவியா, வாலாச்சியா ஆகிய இரு பகுதிகளைக் கைப்பற்றிக்கொண்டது. அதற்கு ஒரு காரணத் தையும் ரஷ்யா முன்வைத்தது. இந்தப் பகுதிகளில் கிறிஸ்தவர்கள் மிகுதியாக வாழ்கிறார்கள். துருக்கிய இஸ்லாமியர்களுக்கும் இவர்களுக்கும் எந்தத் தொடர்பும் இல்லை. ரஷ்யாவோடு இருப்பதுதான் இந்த மக்களுக்கு நல்லது. எதிர்பார்த்ததைப் போலவே, துருக்கி சுல்தான் ரஷ்யாவின் வாதத்தை ஏற்றுக் கொள்ளவில்லை. கைப்பற்றிய பகுதிகளைத் திருப்பித்தருமாறு உத்தரவிட்டார். இதற்கிடையில், பிரிட்டன், பிரான்ஸ் ஆகிய நாடுகள் ரஷ்யாவுக்கு எதிராகவும் துருக்கிக்கு ஆதரவாகவும் திரண்டன. ரஷ்யா துருக்கியிடம் இருந்து அபகரித்த புதிய பகுதி கள், அதன் பலத்தைக் கூட்டிவிடும் என்பதால் இந்தக் கூட்டணி உருவானது. சமாளிக்க முடியாத ரஷ்யா தடுமாறி, பின்வாங் கியது. துருக்கி, பழிவாங்கும் நோக்கில் ரஷ்யாவின் கிரீமியாவை பீரங்கி கொண்டு தாக்கியது. ரஷ்யா தோற்றுப்போனது.

மேற்கத்திய நாடுகளுடன் முதல் முறையாக ஒப்பிட்டுப் பார்த்து சுயபரிசோதனை செய்துகொள்ளவேண்டிய அவசியம் ரஷ்யா வுக்கு ஏற்பட்டது. திடீரென்று உறக்கம் கலைந்து எழுந்த நிலையில் இருந்தது ரஷ்யா. ஐரோப்பாவின் தொழில் வளமும் பொருளாதார பலமும் ஆயுத பலமும் ரஷ்யாவை அதிர்ச்சி யடைய வைத்தன. சில அடிப்படை மாற்றங்களைச் செய்யா விட்டால் தாக்குபிடிப்பது சிரமம் என்பதை ரஷ்யா உணர்ந்து கொண்டது. இனி, ரஷ்யா மேற்கத்திய பாணியில்தான் நடை பயிலவேண்டும் என்று தீர்மானிக்கப்பட்டது.

மிகச் சரியாக முந்நூறு ஆண்டுகள் பின்தங்கியிருந்த ரஷ்யா, 19ம் நூற்றாண்டின் கடைசி 30 ஆண்டுகளில் தொழில்மயமாக்கலைத் துரிதமாக அமல்படுத்த ஆரம்பித்தது. மேற்கத்திய பாணியைக் கடைபிடிப்பதோடு நிறுத்திக்கொள்ளாமல் மேற்கத்திய முதலீட்டை வைத்தே ரஷ்யாவை முன்னேற்றத் துடித்தார் ஜார். அந்நிய நாட்டு தொழில்முனைவோர் ரஷ்யாவுக்கு வரவேற்கப் பட்டனர். தொழில் துறை நிபுணர்களை அந்நிய நாடுகளில்

இருந்து ரஷ்யா ஏற்றுமதி செய்துகொண்டது. அரசியல் கருத்துகளையும் கடன் வாங்கிக்கொண்டது. அதே சமயம், ஐரோப்பிய நாடுகளில் இருப்பதைப் போன்ற ஜனநாயகத்தை ரஷ்யாவுக்குக் கொண்டு வருவதில் ஜார் விருப்பம் காட்டவில்லை.

தாமதமாக ஏற்பட்டாலும், முதலாளித்துவ வளர்ச்சி ரஷ்யாவில் குறிப்பிடத்தக்க முறையில் நிகழ்ந்தது. ஐரோப்பாவில் ஏற்பட்டதைப் போன்ற படிப்படியான வளர்ச்சியாக இல்லாமல், நான்கு கால் பாய்ச்சலில் முதலாளி வர்க்கம் வளர்ந்தது. வெளிநாட்டு நிறுவனங்கள் பெரிய தொழிற்சாலைகளை ரஷ்யாவில் அமைத்தன. பெருமளவில் லாபத்தைக் குவித்தனர். 1865-1890 ஆண்டுகளுக்கு இடைப்பட்ட காலத்தில் பெரிய மில்கள், ஆலைகள் மற்றும் ரயில்வே பணிகளில் ஈடுபட்டிருந்த தொழிலாளிகளின் எண்ணிக்கை 7 லட்சத்திலிருந்து 14 லட்சமாக உயர்ந்தது. அதாவது 100 சதவிகிதம் அதிகரித்தது. பாட்டாளி வர்க்கத்தினர் என்றழைக்கப்படும் நவீன இயந்திரத் தொழிலாளர்களின் எண்ணிக்கை தொடர்ந்து அதிகரிக்கத் தொடங்கியது.

பெருமளவிலான விவசாயிகள் நிலத்தைக் கைவிட்டு நகரங்களுக்குக் குடிபெயர்ந்தார்கள். தொழிற்சாலைகளிலும் சுரங்கங்களிலும் அவர்கள் பணியாற்ற ஆரம்பித்தார்கள். ஆனால், அவர்கள் எதிர்பார்த்ததைப் போல் இந்த நவீனமயமாக்கல் அவர்களுக்கு எந்தவிதமான ஆரோக்கியமான மாற்றத்தையும் ஏற்படுத்தவில்லை. 17ம் நூற்றாண்டு பிரிட்டனில் தொழிலாளர்கள் அனுபவிக்க நேர்ந்த அத்தனை துயரங்களையும் 19ம் நூற்றாண்டு ரஷ்யத் தொழிலாளர்கள் எதிர்கொண்டனர். சுகாதாரமற்ற பணிச்சூழல். மிகக் கடுமையான வேலை. நீண்ட வேலை நேரம். மிருகங்களைப் போல் வாழ வேண்டிய நிர்ப்பந்தம். இத்தனையும் பொறுத்துக்கொண்டால், சொற்ப கூலி அளிக்கப்படும். இந்தத் துயரங்களால் உந்தப்பட்ட தொழிலாளர்கள் ஒரு வர்க்கமாகத் திரள ஆரம்பித்திருந்தனர்.

ரஷ்யாவில் மார்க்சியம்

பிரிட்டனிலும் பிற ஐரோப்பிய நாடுகளிலும்கூட தொழிலாளர்கள் இதே போன்ற கசப்புணர்வை அனுபவித்தனர். ஆனால், அவர்களுக்கு ஒரு மாற்று உபாயம் இருந்தது. அவர்களைப் பிரதிநிதித்துவப்படுத்தும் வகையில் தொழிலாளர் இயக்கங்கள் ஆரம்பிக்கப்பட்டிருந்தன. இந்த இயக்கங்கள் நடத்திய

போராட்டங்களின் பலனாக, முதலாளிகள் சில படிகள் கீழிறங்கி வந்து, சில சீர்திருத்தங்களை மேற்கொண்டனர். குழந்தை தொழிலாளர்களைப் பணியில் அமர்த்துவது தடை செய்யப் பட்டது. வேலை நேரம் குறைக்கப்பட்டது. ஊதியம் அதிகரிக் கப்பட்டது. இவை போக, தொழிலாளர்கள் சார்பாக இயங்கும் கட்சிகளால் அரசாங்கத்தில் பங்குகொள்ள முடிந்தது. குறிப்பாக, பிரிட்டன், பிரான்ஸ், ஜெர்மனி ஆகிய நாடுகளைச் சேர்ந்த தொழிலாளர்களை இப்படிப்பட்ட சீர்திருத்தங்கள் அமைதிப் படுத்த முயன்றன.

ரஷ்யாவில் இப்படிப்பட்ட முயற்சிகள் எதையும் ஜார் அரசு மேற்கொள்ளவில்லை. தொழில்மயமாக்கல் மட்டுமே முக்கி யம், தொழிலாளர்கள் முக்கியமல்ல என்றே ஜார் கருதினார். தொழிற்சாலைகளில் ஆண்டுதோறும் இறந்துபோகும் தொழி லாளர்களின் எண்ணிக்கை ரஷ்ய துருக்கிப் போர்களில் மாண்டு போனவர்களின் எண்ணிக்கையைக் காட்டிலும் அதிகமாக இருந்ததே இதற்கு அத்தாட்சி.

ஜார் சக்கரவர்த்தி ரஷ்யாவின் பெரும்பான்மையான பகுதியை ஆளவில்லை என்பதுதான் உண்மை. தகவல் தொடர்பு இல்லா தது ஒரு காரணம். தலைநகரில் இருந்து பல மாகாணங்களுடன் தொடர்பு கொள்வது இயலாத காரியமாக இருந்தது. இந்தப் பகுதிகளில் வாழ்ந்து வந்தவர்கள் கல்வியறிவு பெற்றிருக்க வில்லை. அவர்களை ஆள்வதற்கு ஜார் ஆட்சி எதேச்சாதிகாரத் தையே பயன்படுத்தியது.

முதலாளித்தவ வளர்ச்சி தொடங்கிய 19ம் நூற்றாண்டின் பிற் பகுதியிலும்கூட இந்த நிலைமையில் பெரிதாக மாற்றமில்லை. இப்போது தகவல் தொடர்பு வசதி பெருகியிருந்தாலும்கூட, ஜார் ஏற்படுத்தியிருந்த எதேச்சாதிகார அணுகுமுறை மாறாமல் தொடர்ந்தது. இந்த அணுகுமுறை மாறாதிருக்கும்படி பிரபுக்கள் பார்த்துக்கொண்டார்கள். பிரபுக்களின் அதிகாரத்துக்கு உட் பட்டிருந்த பகுதிகளை ஜார் மன்னர் கண்டுகொள்ளாமல் இருந்து விட்டார்.

தொழிலாளர்கள் மட்டுமல்ல, பிரபுக்களின் குடும்பத்தைச் சேர்ந்த பல இளைஞர்களும்கூட ஜார் அரசாங்கத்தின் கொடுமைகளைக் காண சகிக்காமல் திண்டாடிக்கொண்டிருந்தனர். ஐரோப்பாவில் நடைபெறுவது போன்ற சீர்திருத்தங்களும் பாராளுமன்ற

ஜனநாயக முறையும் ரஷ்யாவில் ஏற்படுவதற்கு சாத்தியமில்லை என்பது புரிந்தது. ஒரே வழி, வன்முறையை வன்முறையால் எதிர்கொள்வது. அராஜகத்தைப் புரட்சியால் வீழ்த்துவது. வேறு வழியின்றி, பிரபுக்களின் குடும்பத்தில் இருந்த இளைஞர்களும் கூட புரட்சிக்காரர்களாகவும் பயங்கரவாதிகளாகவும் மாறினர்.

கார்ல் மார்க்ஸ், எங்கெல்ஸ் இருவரின் படைப்புகள் ரஷ்யர் களுக்கு ஒரு வலிமையான சித்தாந்தத் தளத்தை ஏற்படுத்தி யிருந்தது. 'இழப்பதற்கு அடிமைச் சங்கிலிகளைத் தவிர வேறில்லை. பெறுவதற்கோ ஒரு பொன்னுலகம் இருந்தது.' மார்க்சியம் ரஷ்யர்களுக்கு முதன் முதலில் அறிமுகமானது 1870ல். சுவிட்ஸர்லாந்தில் இருந்த ரஷ்யப் புரட்சியாளர்களும் நாடு கடத்தப்பட்டிருந்த அரசியல் ஆர்வலர்களும் மார்க் சியத்தைக் கற்க ஆரம்பித்தனர். தங்களை மார்க்சின் மாணவர்கள் என்றும் பிரகடனம் செய்துகொண்டார்கள். ரஷ்யாவுக்கு மார்க்சியத்தை அறிமுகப்படுத்த இவர்கள் எடுத்துக்கொண்ட முயற்சிகள் தோல்வியடைந்தன. ஆனாலும், இவர்கள் முன்னோடிகளாக இருந்தனர்.

நாளடைவில் மார்க்சியம் ரஷ்யாவுக்குள் நுழைந்து, கோபத்தாலும் வெறுப்பாலும் பொங்கிக்கொண்டிருந்த தொழிலாளர்களிடையே ஒன்று கலந்தது. புரட்சி சித்தாந்தமும் மார்க்சியமும் ஒரு புள்ளியில் கைகோர்த்துக்கொண்டது. ஒன்றுதிரண்டு போராடுவதற்கும் எதிர்ப்பதற்கும் தயாராக இருந்த ரஷ்ய அடித்தள மக்களுக்கு மார்க்சியம் அரசியல் விழிப்புணர்வை ஊட்டியது.

மார்க்ஸும் எங்கெல்ஸும் வாழ்ந்த மத்திய மற்றும் மேற்கு ஐரோப்பாவில், பூர்ஷ்வா வர்க்கம் என்னும் நடுத்தர வர்க்கம் ஆதிக்கம் செலுத்திக்கொண்டிருந்தது. உற்பத்திக் கருவிகள் இவர்களிடம் குவிந்திருந்தன. நிலம் இவர்களிடம் இருந்தது. எனவே, அதிகாரமும். பாட்டாளி வர்க்கத்தைச் சேர்ந்த தொழி லாளர்களை இந்தப் பூர்ஷ்வா பிரிவினர் சுரண்டி, லாபம் ஈட்டியதை மார்க்ஸ், எங்கெல்ஸ் ஆதாரபூர்வமாக விளக்கினர். முதலாளிகளும் அவர்கள் தொழில் முயற்சிகளும் பெருகிக் கொண்டிருந்த அதே சமயம், தொழிலாளர்களின் துயரங்கள் பெருகிக்கொண்டிருந்தன. பிரெஞ்சுப் புரட்சியின்போது, நிலப் பிரபுத்துவம் வீழ்த்தப்பட்டு, பூர்ஷ்வா முதலாளித்துவம் வெற்றி பெற்றதுபோலவே, சோஷலிச புரட்சி மூலம், முதலாளித் துவத்தை வீழ்த்தி பாட்டாளி வர்க்க ஆட்சி அமைக்கமுடியும்

என்று மார்க்ஸ் எதிர்நோக்கினார். விரைவில், இது அரங்கேறும் என்றும் ஊகித்தார்.

மார்க்சியத்தால் ஈர்க்கப்பட்ட பிளக்கானோவ், விவசாய வர்க்கத்தால் புரட்சியைக் கொண்டுவரமுடியாது, தொழிலாளர்களால் மட்டுமே புரட்சி நிகழும் என்றார். 'தொழிலாளி வர்க்கம் எண்ணிக்கையில் குறைவாகவே இருந்த போதிலும் அது ஓர் உழைப்பாளி வர்க்கம். மிகவும் முன்னேற்றமடைந்த பொருளாதார அமைப்புடன், அதாவது பெரிய அளவில் இயந்திரங்களைக் கொண்டு நடக்கும் உற்பத்தியுடன் அது சம்பந்தப்பட்டுள்ளது. இதனால் அதற்கு மகத்தான எதிர்காலமுள்ளது. ஒரு வர்க்கம் என்ற முறையில் அது ஒவ்வோர் ஆண்டும் அதிகரித்துக் கொண்டே இருக்கிறது. அரசியல் முறையில் வளர்ச்சி அடைந்து கொண்டே இருக்கிறது... இதர அனைத்து வர்க்கங்களையும்விட மிகவும் புரட்சிகரமான வர்க்கமாக உள்ளது.'

மார்க்ஸ், எங்கெல்ஸ் ஆகியோரின் படைப்புகளை ரஷ்யர்களிடம் பரப்புவதில் மும்முரமாக ஈடுபட்டார் பிளாக்கனோவ். கம்யூனிஸ்ட் கட்சி அறிக்கை உள்ளிட்ட நூல்களை ரஷ்ய மொழியில் மொழிபெயர்த்தார். கம்யூனிஸ்ட் கட்சி அறிக்கையின் ரஷ்யப் பதிப்புக்கு எழுதிய முன்னுரையில் மார்க்ஸ், பின்வருமாறு குறிப்பிட்டார். 'ஜார் மன்னன் ஐரோப்பிய பிற்போக்குச் சக்திகளின் தலைவனாகப் பிரகடனப்படுத்தப்பட்டான். இன்று புரட்சியின் யுத்தக் கைதியாக மாறியிருக்கிறான். ஐரோப்பியப் புரட்சிப் போராட்டத்தில் ரஷ்யா முன்னணியில் நிற்கிறது.'

இருபதாம் நூற்றாண்டின் இறுதியில், ரஷ்யாவின் அடையாளம் மாறியிருந்தது. பொருளாதார ரீதியில் பின்னணியில் இருந்த ரஷ்யா, ஐரோப்பிய நாடுகளுடன் போட்டிப்போடும் அளவக்கு வளர்ச்சி பெற்றிருந்தது. தொழில் திறனில் முன்னணியில் இருந்த நாடுகளில் ஒன்றாக ரஷ்யா திகழ்ந்தது. முதலாளித்துவப் பொருளாதார வளர்ச்சிக்கு முன்னுதாரணமாகவும் ரஷ்யா மேற்கோள் காட்டப்பட்டது. வரலாற்றில் முதல் முறையாக, மாபெரும் தொழில் சக்தியாக ரஷ்யா மாறியது. இதன் காரணமாக, மிகப் பெரிய தொழிலாளர் வர்க்கம் ரஷ்யாவில் உருவானது. வலிமையான மத்தியதர வர்க்கம் உருப்பெற்றது. வர்த்தகர்கள், வங்கி அலுவலர்கள், வழக்கறிஞர்கள், நிதி நிர்வாகிகள் ஆகியோர் உருவானார்கள். அதே சமயம், எண்பது சதவீத ரஷ்யர்கள் பதினெட்டாம் நூற்றாண்டிலேயே வாழ்ந்து

கொண்டிருந்தார்கள். அவர்கள் துயரம் மாறவில்லை. ஒடுக்கு முறையும், மிருகத்தனமும் குறையவில்லை.

ஜப்பான் போர்

பத்தொன்பதாம் நூற்றாண்டின் இறுதியில், ஐரோப்பிய நாடுகளின் பார்வை பசிபிக் பெருங்கடல் மீது படர்ந்தது. சீனா மற்றும் கொரியாவை அபகரிக்க அவை முயன்றன. 1900ம் ஆண்டு, ஆக்கிரமிப்புக்கு எதிராக சீன மக்கள் கிளர்ந்தெழுந்தனர். ஆனால் அந்த எழுச்சியை ஜப்பான், ஜெர்மனி, பிரிட்டன், பிரான்ஸ் மற்றும் ரஷ்யா ஒன்று சேர்ந்து கொடூரமாக ஒடுக்கின. இதனைத் தொடர்ந்து சீனாவில் ரயில்பாதை போடும் உரிமையை ரஷ்யா பெற்றது. சீனக் கிழக்கு ரயில்வே என்ற பெயரில் போடப்பட்ட இந்த ரயில் பாதையைப் பாதுகாப்பதற்காக ரஷ்யத் துருப்புகள் நிறுத்தப்பட்டன. ஏற்கெனவே ரஷ்யா, சீனாவின் போர்ட் ஆர்தர் என்ற துறைமுகத்தையும், லியோதுங் தீபகற்பத்தையும் தன்னிடம் வைத்திருந்தது. இப்பொழுது அது கொரியாவைப் பிடிக்கும் முயற்சியில் இருந்தது.

சந்தை விரிவாக்கத்தில் முனைப்புடன் இருந்த ஜப்பான், ரஷ்யாவின் ஆக்கிரமிப்புகளால் எரிச்சலடைந்தது. முதலில் சீனாவையும் பின்னர் கொரியாவையும் விழுங்க ஜப்பான் முன்னரே திட்டமிட்டிருந்தது. அத்துடன் சாக்கலீன் என்ற தீவையும், ரஷ்யாவின் தூரக் கிழக்குப் பகுதியையும் கைப்பற்ற திட்டம். ஜார் அரசாங்கத்தின் செயலற்ற தன்மையை அறிந்து கொண்ட ஜப்பான், பிப்ரவரி 1904ல் ரஷ்யாவின் போர்ட் ஆர்தர் துறைமுகத்தைத் தாக்கியது. அங்கிருந்த கடற்படைக் கப்பல்கள் இரண்டை ஜப்பானிய நீர் மூழ்கிக் கப்பல்கள் தாக்கித் தகர்த்தன. ஏழு ரஷ்ய யுத்தக் கப்பல்களை ஜப்பானியப் படைகள் பிடித்தன. மேலும் பல ரஷ்யக் கப்பல்கள் பெரும் சேதத்தைச் சந்தித்தன. ஜனவரி 1905ம் ஆண்டு போர்ட் ஆர்தர் கோட்டையிலிருந்த இருபதாயிரம் ரஷ்ய வீரர்கள் ஜப்பானிடம் சரணடைந்தனர். ஜாரின் ராணுவம் பல இடங்களில் முறியடிக்கப்பட்ட பிறகு முக்டன் என்ற இடத்தில் நடைபெற்ற போரில் நிர்மூலமாக்கப் பட்டது. இந்தப் போரில் 1,20,000 வீரர்கள் கொல்லப்பட்டனர். பல்லாயிரக்கணக்கானோர் யுத்தக் கைதிகளாகப் பிடிபட்டனர். போர்ட் ஆர்தரைக் கைப்பற்றுவதற்காக பால்டிக் கடலிலிருந்து அனுப்பப்பட்ட 20 ரஷ்ய யுத்தக் கப்பல்களில் 13 கப்பல்கள்

அழிக்கப்பட்டன. மேலும், ரஷ்யாவின் பால்டிக் கப்பல் படை சிதறடிக்கப்பட்டது.

ரஷ்யர்கள் வசமிருந்த சகாலின் தீவில் ஜுலை முதல் வாரத்தில் ஜப்பானிய ராணுவத்தினர் ஏழாயிரம் பேர் இறங்கினர். மூன்று வார காலச் சண்டைக்குப் பிறகு அங்கிருந்த ரஷ்யப் படையினர் ஜப்பானிய ராணுவத்திடம் சரணடைந்தனர். மஞ்சூரியாவில் 12 நாள்கள் நீடித்த போரின் முடிவில் இரண்டு லட்சம் ரஷ்ய ராணுவத்தினர் ஜப்பானியரால் தோற்கடிக்கப்பட்டனர்.

ரஷ்யாவுக்கு இது படுதோல்வி. ஜப்பான், ரஷ்யாவுக்கு சில நிபந்தனைகளை விதித்தது. ரஷ்ய ராணுவம் மஞ்சூரியா விலிருந்து வெளியேற வேண்டும். கொரியாவில் ஜப்பானின் உரிமைகள் அங்கீகரிக்கப்படவேண்டும். ரஷ்யாவின் தலையீடு இனி அனுமதிப்பதற்கில்லை. போர்ட் ஆர்தர் உள்ளிட்ட லாவோடால் தீபகற்பம் ஜப்பானுக்குப் போய்ச் சேரும். சகாலின் தீவின் தெற்குப் பகுதியும் ஜப்பானுக்கே. கூடுதலாக, நஷ்ட ஈடு. ஜார் அரசு இந்த நிபந்தனைகளை உள்ளபடி ஏற்றுக்கொண்டது. வேறு வழியில்லை.

ரஷ்யர்கள் இந்தப் போரினால் பெரும் துயரத்துக்கு ஆளாயினர். விலைவாசி ஏற்றமும், பொருளாதார நெருக்கடியும் அவர்களை வதைத்தன. ஜார் ஆட்சிக்கு எதிராக மக்களிடம் வெறுப்பும், ஆத்திரமும் தோன்றியது.

1905 புரட்சி

1905 ஜனவரி 3ம் தேதி செயின்ட் பீட்டர்ஸ்பர்கின் மிகப் பெரிய தொழிற்சாலையான புடிலோவ் வொர்க்ஸில் ஒரு வேலை நிறுத்தம் தொடங்கியது. நான்கு தொழிலாளிகள் வேலை நீக்கம் செய்யப்பட்டதை எதிர்த்து தொடங்கப்பட்ட போராட்டம் இது. விரைவில், அந்நகரின் வேறு பல மில்களுக்கும் தொழிற்சாலை களுக்கும் போராட்டத்தீ பரவியது. மிகப்பெரும் பொதுவேலை நிறுத்தம் ஒன்று உருபெற்றது. தவறான வழிகாட்டுதலால், தொழிலாளர்கள், இந்தப் போராட்டத்தை மனு கொடுக்கும் அமைதிப் போராட்டமாக மாற்றிக்கொண்டார்கள்.

மனு ஒன்றை உருவாக்கினார்கள். 'செயின்ட் பீட்டர்ஸ்பர்க் தொழிலாளிகளாகிய நாங்கள் வறுமை நோயால் பீடிக்கப்பட்டிருக்கிறோம். நாங்கள் ஒடுக்கப்பட்டவர்கள். அவமதிப்புக்கும்,

அவமானத்துக்கும் ஆளாகிறோம். நாங்கள் மனிதர்களாக நடத்தப்படவில்லை. பொறுத்துப் பொறுத்து அலுத்துப் போய் விட்டது. ஏழைமை என்னும் படுகுழியில், உரிமைகளில்லாத ஒரு நரகத்தில், அறியாமை சகதியில் நாங்கள் ஆழ்த்தப் பட்டிருக்கிறோம். எதேச்சாதிகாரத்தினாலும், கொடுங்கோன் மையாலும் எங்களுடைய குரல்வளை நெறிக்கப்படுகிறது. எங்களுடைய பொறுமை எல்லையைக் கடந்து விட்டது. இந்தச் சகிக்க முடியாத துயரங்களைப் பொறுத்துக் கொண்டிருப்பதை விடச் சாவதே மேல் என்று சொல்லும்படியான பயங்கர நேரம் வந்துவிட்டது...'

இந்த ஊர்வலத்தில் ஒரு லட்சத்து நாற்பதாயிரம் மக்கள் பங்கெடுத்தனர். ஜார் மன்னரின் உருவப்படம், சிலுவை ஆகிய வற்றைச் சுமந்தபடி, தொழிலாளர்கள், அவர்கள் குடும்பத்தினர், பொது மக்கள் அனைவரும் ஜார் மன்னரின் குளிர்கால அரண்மனையை நெருங்கினர். ஜார் இரண்டாம் நிக்கோலஸ் இந்தப் பெருங்கூட்டத்தை பீரங்கிகளால் எதிர்கொண்டார். மனுக்களையும் பதாகைகளையும் தவிர வேறு எதையும் மக்கள் கொண்டுவரவில்லை. ராணுவத்தினர் தயங்கவில்லை. ஆயிரத் துக்கும் மேற்பட்ட தொழிலாளர்களைக் கொன்றொழித்தார்கள்.

ரத்த ஞாயிறு என்று இந்தச் சம்பவம் வரலாற்றில் பதிந்து போனது. அந்த ஜனவரி மாதம் மட்டும் நடைபெற்ற வேலை நிறுத்தங்களில் 4,40,000 கலந்துகொண்டனர். ரஷ்ய பாட்டாளி வர்க்கம் இந்தச் சம்பவத்தில் இருந்து சில முக்கியப் பாடங்கள் படித்துக்கொண்டது. புரட்சியின் விளிம்பில் இருந்தது ரஷ்யா.

5 இத்தாலி

அறிமுகம்

ஐரோப்பாவின் தெற்கில் அமைந்துள்ள ஒரு தீப கற்பம், இத்தாலி. பிரான்ஸ், ஆஸ்திரியா ஆகிய நாடுகள் அதன் வடக்கு எல்லையில் அமைந் திருந்தன. மத்தியத் தரைக்கடலும், அட்ரியாடிக் கடலும் மற்ற மூன்று பக்கங்களில் சூழ்ந்திருந்தன. சிறிய நாடு, பழமையானதும்கூட. இத்தாலியின் இப்போதைய தலைநகரான ரோமைக் கண்டு மேற்கு ஐரோப்பா அஞ்சி நடுங்கிய காலம் ஒன்று உண்டு. கிறிஸ்து பிறப்பதற்கு எட்டு நூற்றாண்டுகள் முன்பு, ரோம சாம்ராஜ்ஜியம் நிறுவப்பட்டது. ஜூலியஸ் சீஸர், அகஸ்டஸ், மார்கஸ் அரேலியஸ், கான்ஸ் டண்டைன் ஆகியோரால் புகழ்பெற்ற ரோம சாம் ராஜ்ஜியம், இடைக்காலத்தில், சிதறுண்டுப் போனது. சிறு சிறு ராஜ்ஜியங்களாக பிளவுண்டது.

வெனிஸ் உள்ளிட்ட நகரங்களை ஆஸ்திரியா வளைத்துக்கொண்டது. பல ஆஸ்திரிய மன்னர்கள், இத்தாலிய நகரங்களைத் தங்களுக்குள் பிரித்துக் கொண்டனர். ரோம், போப் வசம் சென்றது. போர்பன் மன்னர், நேபிள்ஸ் உள்ளிட்ட தெற்கு பகுதிகளை வளைத்துக்கொண்டார். பிட்மாண்ட் மற்றும் சார்டினியா தீவு ஒன்றிணைக்கப்பட்டு, விக்டர் இம்மானுவேல் என்னும் மன்னரின்

ஆட்சியின் கீழ் கொண்டுவரப்பட்டது. மற்றவர்களோடு ஒப் பிடும்போது இவர் கொஞ்சம் பரவாயில்லை என்று சொல்லலாம்.

நெப்போலியனின் தாக்கம்

நெப்போலியனின் வருகைக்குப் பிறகு, நவீன இத்தாலிக்கான அடித்தளம் போடப்பட்டது. ராணுவத் திறனில் அலெக் ஸாண்டர், செங்கிஸ்கான் ஆகியோரோடு நெப்போலியன் ஒப்பிடப்படுகிறார். அதிகாரம்தான் என் மனைவி என்று அறிவித்த நெப்போலியன், பிரான்ஸின் எல்லையை விரி வாக்குவதில் தன் வாழ்நாள் முழுவதையும் செலவிட்டார். ஐரோப்பா கூட அவருக்குச் சிறியதாக காட்சியளித்தது. 1796ம் ஆண்டு, நெப்போலியன் இத்தாலியின் ராணுவ கமாண்டராக நியமிக்கப்பட்டார். வடக்கு இத்தாலியில் நெப்போலியன் காட்டிய தீவிரத்தைக் கண்டு ஐரோப்பா திகைத்து நின்றது. உபரிகளாகச் சிதறிக்கிடந்த இத்தாலியர்களுக்கு நெப்போலியன் சுதந்தரம் அளிப்பதாக வாக்களித்தார். அதாவது, அந்நியர்களின் பிடியில் சிக்கிக்கிடந்த இத்தாலியை, ஆக்கிரமித்து, அவர்களை விடுவிப்பதாக உறுதியளித்தார். நெப்போலியன் பாதி இத்தாலி யனும்கூட என்பதால், ஒரே சமயத்தில் அவரால் பிரான்ஸையும், இத்தாலியையும் தன் கட்டுப்பாட்டில் கொண்டு வர முடிந்தது.

ஆஸ்திரியாவின் ஆதிக்கத்தை வீழ்த்திவிட்டு நெப்போலியன் இத்தாலியை ஒன்றுபடுத்தினார். என்றாலும், நெப்போலி யனுக்குப் பிறகு மீண்டும் ஆஸ்திரியா இத்தாலியை அபகரித்துக் கொண்டது. ஆனால், இந்த முறை மக்களின் மனநிலை மாறி யிருந்தது. இனிமேலும் அவர்கள் தங்களை உதிரிகளாக நினைக்க வில்லை. நாம் இத்தாலியர்கள் என்னும் உணர்வு அவர்களிடையே பரவி, ஒருமித்த தேசிய உணர்வை ஏற்படுத்தியிருந்தது. ஆஸ்திரியாவின் ஆதிக்கத்தையும், ஆங்காங்கே குடியறேத் தொடங்கியிருந்த பிரெஞ்சு கொள்ளையர்களையும் முறியடிக்க உறுதி பூண்டனர்.

இத்தாலியர்களை சரியான பாதையில் வழிநடத்திச் செல்ல மூன்று தலைவர்கள் உதவினர். மாஜினி (1805-1872), கரிபால்டி (1807-1882) மற்றும் காவர் (Camillo Cavour 18101861). இத்தாலியப் புரட்சிக்கு மாஜினி ஆத்மாவாகவும், கரிபால்டி ஆயுதமாகவும், காவர் அறிவாகவும் விளங்கினார்கள். மாஜினி 1831ம் ஆண்டு

இளைய இத்தாலி என்னும் அமைப்பை உருவாக்கினார். சிதறிக்கிடக்கும் பகுதிகளை ஒன்றிணைத்து இத்தாலியக் குடியரசை உருவாக்கவேண்டும் என்பது இவர் லட்சியம். பக்கத்தில், ஜெர்மனியில் பிஸ்மார்க் கொண்டிருந்த அதே லட்சியக் கனவு. மாஜினியின் கனவுக்குச் செயல்வடிவம் கொடுத்தார் வீரர், கரிபால்டி. பிட்மாண்ட் அரசரான விக்டர் இம்மானுவேலை இத்தாலியின் பேரரசராக மாற்றவேண்டும் என்னும் கனவு காவருக்கு இருந்தது.

இந்த மூவரின் முயற்சியால், மார்ச் 17, 1861ம் ஆண்டு இத்தாலி ஒரு தேசமாக ஒன்றுபட்டது. இரண்டாம் விக்டர் இம்மானுவேல் அதன் பேரரரசர் ஆனார். ரோம் தலைநகரானது. இனி இத்தாலி யாருக்கும் அடிமைப்பட்டு கிடக்கவேண்டிய அவசியமில்லை. அதே சமயம், மாஜினி எதிர்பார்த்ததைப் போன்ற குடியரசாக இத்தாலி உருவாகவில்லை. மன்னராட்சிதான் வாய்க்கப் பெற்றது. தேர்தல், பிரதிநிதிகள் சபை ஆகியவை அமைக்கப்பட்டாலும், குடியரசுக்கு மாற்றாக இவை எதுவும் இல்லை. சுருக்கமாகச் சொல்வதானால், ஒன்றுபட்ட ஜெர்மனியைப் போலவே காட்சியளித்தது ஒன்றுபட்ட இத்தாலி.

போருக்கு முன்னால்

19ம் நூற்றாண்டின் இறுதியில், வடக்கு இத்தாலி இயந்திரமயமாக்கலில் கவனம் செலுத்தியது. தெற்கில், மக்கள் தொகை பெருக்கம் காரணமாக வேலை வாய்ப்புகள் கிடைப்பது அரிதானது. எனவே பத்து லட்சம் இத்தாலியர்கள், பிரான்ஸ், ஜெர்மனி, பெல்ஜியம், லக்ஸம்பர்க் போன்ற பகுதிகளுக்குக் குடிபெயர்ந்தனர். 1876ம் ஆண்டு, இத்தாலியின் பிரதமமந்திரியாக அகோஸ்டினோ டெப்ரிடிஸ் (Agostino Depretis) என்பவர் பொறுப்பேற்றார். சோஷலிஸ்ட் என்று தன்னை அழைத்துக்கொண்டு இவர் கொண்டு வந்த மாற்றங்கள் பொது மக்களுக்கு விரோதாமானவை. அதிகாரத்தைக் குவித்துக் கொள்வதில் மட்டுமே இவர் கவனம் செலுத்தினார். பள்ளிகளில் இருந்து மதக்கல்வியை ஒழித்தது, அனைவருக்கும் இலவச ஆரம்பக் கல்வி கொண்டுவந்தது ஆகியவை இவரது முக்கிய பங்களிப்புகள். 1887ம் ஆண்டு இவர் பதவி முடிவுக்கு வந்தது. ஃபிரான்ஸெஸ்கோ கிரிஸ்பி (Francesco Crispi) என்பவர் பொறுப்பேற்றுக்கொண்டார்.

கிரிஸ்பி அயல் கொள்கைகளில் அதிகம் கவனம் செலுத்துபவராக இருந்தார். கடுமையான பொருளாதார நெருக்கடிகள், வேலை யில்லாத் திண்டாட்டம், நிதி பற்றாக்குறை போன்ற பிரச்னை களைக் காட்டிலும் ஆஸ்திரியா-ஹங்கேரியின் அச்சுறுத்தலே ஆகப் பெரிய சவால் என்பது இவர் கருத்து. நெப்போலியன் காலத்தில் இருந்து தொடரும் பகைமை இது. நெப்போலியனின் வீழ்ச்சிக்குப் பிறகு, இத்தாலியின் பிரதேசங்களை (வெனிஸ், வடக்கு இத்தாலியின் பிரதேசங்கள்) ஆஸ்திரியா தம்முடன் இணைத்துக்கொண்டுவிட்டது. அந்தப் பிரதேசங்களை மீட்க வேண்டும் என்று இத்தாலி துடித்துக்கொண்டிருந்தது.

ஆஸ்திரியா-ஹங்கேரியை எதிர்க்கவும், புதிய காலனிகளைக் கைகொள்ளவும் இத்தாலி ஒரு ராணுவ பலமாகத் திகழ வேண்டும் என்று முடிவு செய்த கிரிஸ்பி அதற்கான தயாரிப்பு களில் இறங்கினார். உள்நாட்டுப் பிரச்னைகளை ஒதுக்கிவிட்டு, ராணுவ கட்டுமானத்துக்கு அதிக நிதி ஒதுக்கினார். ஜெர்மனியின் ஒத்துழைப்பையும் நாடி பெற்றுக்கொண்டார். ஜெர்மனி, ஆஸ்திரியா-ஹங்கேரி, இத்தாலி மூன்றும் 1882ம் ஆண்டு ஒப்பந்தம் போட்டுக்கொண்டன.

1913ம் ஆண்டு ஆண்கள் அனைவருக்கும் வாக்குரிமை அளிக்கப் பட்டது. சோஷலிஸ்ட் கட்சி அரசியல் பிரதான கட்சியாகத் திகழ்ந்தது. சமூக தளத்தில், பசியும் நோயும் இத்தாலியர்களைச் சீரழித்துக்கொண்டிருந்தன. தொழிலாளர்களும் விவசாயிகளும் வேலையும் உணவும் கிடைக்காமல் திண்டாடினார்கள். ஒயின் உற்பத்தி இத்தாலிக்கு லாபம் அளிக்கும் ஒரு துறை என்பதால் உற்பத்தி அதிகரிக்கப்பட்டது. ஆனால், இதே துறையில் முன்னணியில் இருந்த பிரான்ஸின் போட்டியால், இத்தாலி பாதிக்கப்பட்டது. போட்டி தவிர்க்க இயலாதது என்பது புரிந்தது.

இத்தாலி தன் காலனிய விருப்பங்களைத் தொடர்ந்து வளர்த்துக் கொண்டிருந்தது. சோமாலியாவும் எரிட்ரியாவும் இத்தாலியின் காலனிகளாக இருந்தன. எத்தியோப்பியாவை ஆக்கிரமிக்கும் முயற்சி வெற்றிபெறவில்லை. கியோவனி கியோலிட்டி (Giovanni Giolitti) ஆட்சியில் இத்தாலி, ஒட்டமான் சாம்ராஜ் ஜியத்தின் மீது போர்ப் பிரகடனம் செய்தது. அதன் பிடியில் இருந்து லிபியாவை மீட்பது நோக்கம். திரிபோலி, Dodecanese Islands ஆகிய பிரதேசங்களை இத்தாலி கைப்பற்றியது. மத்தியத்

தரைக்கடலில் இத்தாலி ஆதிக்கம் செலுத்தவேண்டும் என்று இத்தாலிய அரசியல் தலைவர்கள் விரும்பினார்கள். அரசியல், சமூக, பொருளாதாரப் பிரச்னைகள் அனைத்தும் புதிய காலனிகளால் தீர்க்கப்படும் என்று இத்தாலி நம்பியது.

ஜெர்மனி, ஆஸ்திரியா-ஹங்கேரி ஆகிய நாடுகளுடன் போட்டுக் கொண்ட ஒப்பந்தம் தாற்காலிக அமைதியைப் பெற்றுத் தரும். ஒரே அணியில் இருந்தாலும், தக்க சமயத்தில் ஆஸ்திரியா -ஹங்கேரியாவை வீழ்த்தவேண்டும் என்பது இத்தாலியின் திட்டம். முதல் உலகப் போர் அதற்கான களத்தை ஏற்படுத்திக் கொடுத்தது.

6 ஆஸ்திரியா-ஹங்கேரி

அறிமுகம்

ஐரோப்பாவின் மையத்தில் அமைந்திருந்தது ஆஸ்திரிய சாம்ராஜ்ஜியம். ஆஸ்திரியாவின் பேரரசராக இருந்தவர், முதலாம் பிரான்ஸ் ஜோசப். 1848ம் ஆண்டு ஆட்சியைப் பிடித்த ஜோசப் 1914ம் ஆண்டு வரை அறுபத்து ஆறு ஆண்டுகள் ஆட்சியில் இருந்தார். ஆஸ்திரியா-ஹங்கேரி இரண்டும் தனித்தனி நாடுகள் என்றாலும் இரண்டும் ஒன்றிணைக்கப்பட்டு ஆளப்பட்டு வந்தன. ஆஸ்திரியாவின் பேரரசரான பிரான்ஸ் ஜோசப், ஹங்கேரிக்கும் அரசராக இருந்தார். இத்தாலியின் பல மாகாணங்கள் அவருடைய ஆட்சியின் கீழ் இயங்கி வந்தன. ஏனைய பகுதிகளை அவருடைய குடும்பத்தினர் ஆண்டு வந்தனர்.

ஆஸ்திரியா, ஹங்கேரி இரு நாடுகளுக்கும் பொதுவான அரசாங்கம், பொதுவான அயல்துறை கொள்கை, பொதுவான ராணுவம் இருந்தது. ஆஸ்திரியாவின் தலைநகராக வியன்னாவும், ஹங்கேரியின் தலைநகராக புடபெஸ்டும் இருந்தது. ஹங்கேரிய பாகத்தில் பல்வேறு இனக்குழு மக்கள் வசித்து வந்தனர். மக்யர்கள் (Magyars, பழங்குடி ஹங்கேரியர்கள்) பெரும்பான்மையினர். ரோமானியர்கள், ஜெர்மானியர்கள், ஸ்லொவாக்கியர்கள், க்ரொவேஷியர்கள், செர்பியர்கள் ஆகியோரும்

சிறுபான்மையினராக வசித்து வந்தனர். ரஷ்யாவுக்குப் பிறகு, ஐரோப்பாவில் மிகப் பெரிய நிலப்பரப்பை ஆஸ்திரியா -ஹங்கேரி கொண்டிருந்தது.

*1870*ம் ஆண்டுக்கும் *1913*ம் ஆண்டுக்கும் இடையில் மொத்த தேசிய உற்பத்தி ஒவ்வொரு ஆண்டும் 1.76 சதவீதம் வளர்ச்சியடைந்தது. கிட்டத்தட்ட பிரிட்டன், பிரான்ஸ், ஜெர்மனி ஆகிய நாடுகளுடன் ஒப்பிடும்படியான வளர்ச்சி இது. புடபெஸ்ட், வியன்னா இரண்டும் சாம்ராஜ்ஜியத்தின் பொருளாதார மையங்களாகத் திகழ்ந்தன. 19ம் நூற்றாண்டின் இறுதியில், ஹங்கேரி வியன்னாவைப் பின்னுக்குத் தள்ளி முன்னேறியது. விவசாயமும் உணவுப் பொருள்கள் தயாரிப்பும் ஹங்கேரியை ஐரோப்பா முழுவதும் கொண்டு சென்றது. 20ம் நூற்றாண்டின் தொடக்கத்தில், ரயில் போக்குவரத்து வளர்ச்சியடைந்தது. கனரக தொழிற்சாலைகளிலும் கட்டுமானத்திலும் கவனத்தைக் குவித்தது ஆஸ்திரியா-ஹங்கேரி.

பால்கன் பிரச்னை

ஹங்கேரியின் தனித்துவமான வளர்ச்சி சில பிரச்னைகளை கொண்டு வந்தது. முழுக்க முழுக்க ஆஸ்திரியாவின் அதிகாரத்தின் கீழ் இல்லாமல், ஆஸ்திரியாவுக்கு உட்பட்டு சுதந்தரமாக

இருக்க விரும்பியது ஹங்கேரி. ஆஸ்திரியா தன் பொருளாதாரத் தேவைகளுக்கு ஹங்கேரியை பெரிதும் நம்பியிருந்ததால், இந்தக் கோரிக்கை ஏற்றுக் கொள்ளப்பட்டது. 1867ம் ஆண்டு ஆஸ்திரியாவுக்கும் ஹங்கேரிக்கும் இடையில் ஒரு புரிந்துணர்வு ஒப்பந்தம் கையெழுத்தானது. ஹங்கேரிக்குப் பகுதியளவில் சுதந்தரம் அளிக்கப்பட்டது.

பால்கன் பிரச்னையால்
விழி பிதுங்கும் ஐரோப்பா

இதையடுத்து, ஆஸ்திரியஹங்கேரிய சாம்ராஜ்ஜியத்தில் பல்வேறு குழப்பங்கள் நிலவின. ஹங்கேரியில் மக்யர்கள் ஆதிக்கம் பெற்று வருவதை ஆஸ்திரியர்களால் ஏற்றுக்கொள்ளமுடியவில்லை. ருமேனியர்களும் ஸ்லாவ் மக்களும் அதிருப்தியடைந்தனர். ஆஸ்திரிய ஜெர்மானியர்களுக்கும் செக் குடிமக்களுக்கும் இடையில் மோதல்கள் உருவாயின. ருமேனியாவும் செர்பியாவும் சுயாட்சி உரிமை கோர ஆரம்பித்தன. கூடவே, மொழி பிரச்னை தீவிரமாகத் தொடங்கிவிட்டது. பிரான்ஸ் ஜோசப் முடிவெடுக்க முடியாமல் திணறினார். பல்மொழி, பல்லின பிரதேசமான ஆஸ்திரியா-ஹங்கேரியில் எவற்றை அதிகாரபூர்வமான மொழிகளாகத் தேர்வு செய்வது, எவற்றை விடுப்பது என்று அவருக்குத் தெரியவில்லை. போஸ்னியர்கள், க்ரொவேஷியர்கள், செக் மக்கள், ஜெர்மானியர்கள், ஹங்கேரியர்கள், இத்தாலியர்கள், போலிஷ் மக்கள், ருமேனியர்கள், செர்பியர்கள், ஸ்லொவாக்கியர்கள், ஸ்லொவேனியர்கள், உக்ரேனியர்கள் அனைவரும் ஒரே சமயத்தில் போராட ஆரம்பித்தனர். மாபெரும் பால்கன் பிரச்னை என்று இது அழைக்கப்படுகிறது.

போர் மூள்வதற்கான முக்கியமான காரணங்களில் ஒன்றாக பால்கன் பிரச்னை கருதப்படுகிறது.

பாகம் இரண்டு

பாதை

'... அவர்கள் பிரின்ஸிப்பைக் கைது செய்தனர். அவன் தலையில் தாக்கினார்கள். கீழே தள்ளி, எட்டி உதைத்தார்கள். வாள்முனை கொண்டு அவன் கழுத்தில் இருந்து சதையை வெட்டி எடுத்தார்கள். கொல்லவேண்டியது மட்டும்தான் பாக்கி... மறுநாள் அவன் ராணுவச் சிறைக்குக் கொண்டு செல்லப்பட்டான். அவன் கால் களில் சங்கிலி இணைக்கப்பட்டது. மரணம் வரை அவன் அதை அணிந்திருந்தான். அவன் ஒரே ஒரு விஷயத்துக்குத்தான் தன் வருத்தத்தைத் தெரிவித்தான். இளவரசரின் மனைவியைக் கொன்றதற்கு. அவள் கணவருக்கு மட்டும்தான் அவன் குறி பார்த்தான்... சம்பவத்தோடு என்னைத் தொடர்புபடுத்தும் எந்த ஆதாரமும் இல்லை என்றாலும் என்னையும் கைது செய்தார்கள். சிறையில் பிரின்ஸிப்புக்கு அடுத்த அறை என்னுடையது...'

Borijove Jevtic

ஆஸ்திரிய இளவரசரையும் அவர் மனைவியையும் கொன்ற காவ்ரிலோ பிரின்ஸிப்பின் நண்பன்.

7 காரணங்கள்

முதல் உலகப் போர் ஏன் மூண்டது என்பதற்கு பல்வேறு காரணங்கள் முன்வைக்கப்படுகின்றன. அவற்றுள் பொதுவான சிலவற்றை மட்டும் இங்கே பார்க்கலாம்.

சந்தைக்கான போட்டி

19ம் நூற்றாண்டின் இறுதியில், பிரிட்டனும் பிரான்ஸும் பெருமளவிலான செல்வத்தைச் சேமித்து வைத்திருந்தன. அயல்நாட்டு வளங்கள் மீதும் சந்தைகள் மீதும் பிரதேசங்கள் மீதும் அதிகாரம் செலுத்தியதன் மூலமாக இந்த செல்வம் சேகரிக்கப் பட்டது. ஜெர்மனி, ஆஸ்திரியா-ஹங்கேரி, இத்தாலி, ரஷ்யா ஆகிய நாடுகளும் இதே வழிமுறைகளைப் பின்பற்ற முயன்றன. ஆனால், ஐரோப்பிய பெரும் சக்திகளான பிரிட்டனையும் பிரான்ஸையும் பகைத்துக்கொள்ளாமல் புதிய சந்தைகளைக் கண் டடைவது சாத்தியமில்லை என்னும் நிலையில், இந் நாடுகள் அதிருப்தியடைந்தன. ஐரோப்பிய நாடுக ளிடையே ஏற்கெனவே நிலவிவந்த சமநிலை யின்மை இப்போது மேலும் பெரிதாகியிருந்தது. காலனிகளுக்காக மாத்திரமல்ல, அனுகூலமான வர்த் தக வழித்தடங்களுக்காகவும் போட்டிகள் வளர்ந்தன.

இந்தத் தடைகளையும் மீறி ஜெர்மனி வளர்ச்சி அடைந்ததில், பிரிட்டன் பொறாமை கொண்டது.

ஜெர்மனி ஒரு போட்டி நாடாக உருவாவது பிரிட்டனின் பொருளாதாரத்தை எப்படியெல்லாம் பாதிக்கும் என்பதை அரசாங்கமும் முதலாளிகளும் மக்களிடையே கொண்டு சென்றபோது, அவர்களுக்கு மக்களின் ஆதரவு கிடைத்தது. பொருளாதாரம் ஒவ்வொருவரையும் பாதிக்கும் விஷயம் என்பதால், பிரிட்டிஷ் மக்கள் ஜெர்மனியைக் கண்டு அஞ்சினர். ஜெர்மனிக்கு எதிராக பிரிட்டிஷ் அரசு மேற்கொள்ளும் எந்தவொரு நடவடிக்கைக்கும் ஆதரவு அளிக்க அவர்கள் துணிந்தனர். முதலாளிகளிடம் செய்தி ஊடகம் இருந்ததால், மிகவும் வசதியாகிப்போனது. பலமடங்கு ஊதிப் பெரிதாக்கப்பட்ட பொய்ப் பிரசாரங்கள் செய்திகளாக வலம் வந்து மக்களின் சிந்தனையைப் பாதித்தன.

ராணுவமயமாக்கல்

1789 புரட்சியின் போதும், நெப்போலியனின் ஆட்சியின் கீழும் பிரான்ஸ், ராணுவமயமாக்கலுக்கு முக்கியத்துவம் கொடுத்தது. ஜெர்மனி, பிஸ்மார்க்கின் தலைமையில் சக்தி வாய்ந்த ராணுவத்தை வளர்த்தெடுத்தது. பிரிட்டன் கப்பல் படைக்குக் கொடுத்த முக்கியத்தவத்தை ராணுவத்துக்கு அளிக்கவில்லை. பிரிட்டனின் கப்பல் படையுடன் (Royal Navy) போட்டிப்போட முடியாது என்று ஜெர்மனிக்குத் தெரியும். ஆனாலும், தன் கப்பல் பலத்தை அதிகரித்துக்கொள்வதை ஜெர்மனி நிறுத்தவில்லை.

எப்போது வேண்டுமானாலும் நாம் தாக்கப்படலாம் என்னும் பயம் ஐரோப்பிய நாடுகளை ஆளத் தொடங்கியது. எந்தவொரு நாட்டையும் நம்புவதற்கில்லை என்று முடிவு செய்து கொண்டார்கள். உளவு பார்க்க ஆள்கள் ஏற்பாடு செய்தார்கள். புலனாய்வு செய்திகளுக்கு முக்கியத்துவம் கொடுக்கப்பட்டது. திரைமறைவு ராஜதந்திர நடவடிக்கைகளில் ஈடுபட்டார்கள்.

ஒரு நாட்டில் ரயில் பாதை அமைக்கப்பட்டால், ஒரு புது தொழிற்சாலை தொடங்கப்பட்டால், இன்னொரு நாட்டில் பதற்றம் உருவானது. அவர்களும் ரயில் பாதை அமைத்தார்கள். தொழிற்சாலை உருவாக்கினார்கள். கப்பல் கட்டினார்கள். தளவாடங்கள் வாங்கி குவித்தார்கள். ராணுவத்துக்கு ஆள்கள் சேர்த்தார்கள். பயிற்சிகள் அளித்தார்கள்.

உங்கள் பலத்தை அதிகரித்துக்கொள்ளுங்கள் என்று பிரான்ஸ் ரஷ்யாவிடம் கேட்டுக்கொண்டது. ஜெர்மனியை எதிர்த்து தள

வாடங்களைத் தருவிக்க தோதாக ரயில் பாதை அமைத்துக் கொள்ளும்படியும் பிரான்ஸ் கேட்டுக்கொண்டது. கூடவே, அரை பில்லியன் பிராங்குகளை ரஷ்யாவுக்குக் கடனாக அளித்தது.

ராணுவ உயர் அதிகாரிகள் தாங்கள் வாழ்நாளில் கற்றுக்கொண்ட விஷயங்கள் அனைத்தையும் போர் தயாரிப்புகளில் கொட்டினர். ஜெனரல்களும், மேஜர்களும், லெஃப்டினெண்டுகளும் தங்கள் திறமையை நிரூபிப்பதற்கான ஒரு வாய்ப்பாக யுத்தத்தை எடுத்துக்கொண்டனர். ஒவ்வொரு நாட்டு ராணுவத் தலைமையும் தனித்தனியே திட்டங்கள் தீட்டி வைத்துக்கொண்டன. முதல் அடியை நாம் எடுத்து வைத்தால் என்ன செய்யவேண்டும், நம்முடன் ஒப்பந்தம் போட்டுக்கொண்ட தோழர்கள் மாட்டிக் கொண்டால் என்ன செய்யவேண்டும், நாம் தாக்கப்பட்டால் என்ன செய்யவேண்டும் என்று ஒவ்வொரு கோணத்திலும் யோசித்து திட்டமிட்டுக்கொண்டார்கள். திட்டம் வெளியில் கசிந்துவிடக்கூடாது என்பதற்காக அவ்வப்போது மாற்றிக் கொண்டார்கள்.

இத்தனைத் தயாரிப்புகள் செய்துவிட்டோமே என்று அரசாங்கத்தின் மீது அழுத்தம் கொடுத்து போரை ஆரம்பிக்குமாறு கேட்டுக்கொண்டனர். அரசியல் தலைவர்களுக்கும் ராணுவத் தலைவர்களுக்கும் இடையில் போட்டி உருவானது. இப்போதே நம் ஆள்களை எல்லையில் குவித்தால்தான் எதிரியிடம் இருந்து தற்காத்துக்கொள்ளமுடியும் என்று அவசரப்படுத்தினார்கள். எதிரி பலவீனமாக இருக்கும்போதே தாக்குவதுதான் உசிதம் என்று நிர்ப்பந்தித்தனர். சுழல ஆரம்பித்துவிட்ட பிறகு, போர் சக்கரத்தை ஒருவராலும் தடுத்து நிறுத்தமுடியவில்லை.

தேசபக்தி

ஜெர்மனின் தேசபக்தி (Germanism) பிரான்ஸுக்கு எதிராகத் திருப்பிவிடப்பட்டிருந்தது. பிஸ்மார்க் ரத்தமும் இரும்பும் கொள்கையை அறிமுகப்படுத்தினார். ஐரோப்பாவின் தலைமை சக்தியாகத் திகழ்வதைத் தவிர வேறு வழி ஜெர்மனிக்கு இல்லை என்று அதன் ஆட்சியாளர்கள் ஜெர்மானியர்களின் பொதுப்புத்தியில் பதிய வைத்தார்கள். ஜெர்மனியைப் பழிவாங்கும்வரை ஓயக்கூடாது என்று பிரெஞ்சு (revanche) மக்கள் கொதித்தார்கள்.

தேசபக்தியை வளர்ப்பதில் செய்தித்தாள்கள் முக்கியப் பங்கு வகித்தன. எதிரி நாடுகள் குறித்து அவதூறுகளும் கற்பனை

செய்திகளும் மக்களிடையே பரப்பிவிடப்பட்டன. நம் நாடு போரில் வெற்றி பெறுவதற்கு உங்கள் உதவி தேவை என்பது போன்ற கவர்ச்சிகரமான விளம்பரங்கள் மக்களிடையே பரப்பப் பட்டன. எத்தனை இழப்புகள் இருந்தாலும், என் நாடு போரில் வெற்றிபெறவேண்டும் என்று மக்கள் உணர்ச்சிவசப்பட்டனர். தேசபக்தி விரோதத்தை வளர்த்துவிட்டது.

ஜெர்மனி பழி

1870-71 பிரான்ஸ் போரின்போது, ஆல்சேஸ்-லோரெயின் பகுதிகளை ஆக்கிரமித்தது பிஸ்மார்க் செய்த தவறு. பிரான்ஸ் இதை இறுதி வரை மறக்கவில்லை. குழந்தைகளைத் தாயிடம் இருந்து பிரித்தெடுத்ததைப் போல் நம்மிடம் இருந்து இப் பகுதிகளை ஜெர்மனி அபகரித்துக்கொண்டது என்றே அந்நாடு திரும்பத் திரும்ப சொல்லிவந்தது. பிஸ்மார்க் செய்தது சாதாரண தவறு அல்ல, இமாலயத் தவறு என்பதை வரலாறு நமக்கு உணர்த்துகிறது.

பிஸ்மார்க் இப்பகுதிகளை ஆக்கிரமித்ததற்குக் கூறிய காரணம் முக்கியமானது. 'பதினான்காம் லூயி, முன்னர் ஜெர்மனியிடம் இருந்து அபகரித்துக்கொண்ட பகுதிகளைத்தான் நான், விடுவித் தேன். இப்பகுதிகள் ஜெர்மனிக்குச் சொந்தமானவை.' ஆனால், பிரான்ஸ் 17ம் நூற்றாண்டில் செய்த ஆக்கிரமிப்புக்கு, பிஸ்மார்க் 19ம் நூற்றாண்டில் செய்த ஆக்கிரமிப்புக்கும் இடையில் வேறுபாடு இருந்தது. இந்த இரண்டுக்கும் இடையில் பிரெஞ்சுப் புரட்சியும் அதன் மூலம் சிந்தனைப் புரட்சியும் நிகழ்ந்திருந்தது. பதினான்காம் லூயியின் செயலை அல்ல, பிஸ்மார்க்கின் செயலையே வரலாறு ஆக்கிரமிப்பு என்று குறித்துக்கொண்டது. குறிப்பாக, பிரான்ஸ். காரணம், லூயி இப்பகுதிகளை அபகரித்தபோது ஜெர்மனி என்றொரு தேசமே இருக்கவில்லை. சிதறிக்கிடந்த சில பகுதிகளைத்தான் அவர் வளைத்துக்கொண்டார். ஆனால், பிஸ்மார்க், பிரான்ஸுக்குச் சட்டப்படி சொந்தமான பகுதிகளைப் போர் தொடுத்து இணைத்துக்கொண்டார்.

இத்தனைக்கும், ஆல்சேஸ்-லோரெயின் பகுதிகளில் வாழ்ந்த அரை மில்லியன் மக்களும் ஜெர்மானிய மொழிதான் பேசி வந்தனர். ஆனால் அவர்கள் ஜெர்மனியுடன் உளபூர்வமாகத் தொடர்பு கொண்டிருக்கவில்லை. மாறாக, பிரான்ஸிடம் இருந்து துண்டிக்கப்பட்டதையடுத்து அவர்கள் பிஸ்மார்க்கையும்

ஜெர்மனியையும் எதிர்க்கவே செய்தனர். உண்மையில், ஜெர்மனிக்கும் இப்பகுதிகள் தேவையாக இருக்கவில்லை. ராணுவ ரீதியிலும்கூட இப்பகுதிகள் ஜெர்மனிக்குப் பலனளிக்கப் போவதில்லை.

பிரான்ஸ், ஜெர்மனிக்கு எதிராகத் தீவிரமாகக் களமிறங்கியதற்கு ஜெர்மனியின் ஆக்கிரமிப்பு ஒரு முக்கியக் காரணம் என்னும் வகையில், முதல் உலகப் போர் மூள்வதற்கு பிஸ்மார்க் ஒரு வகையில் காரணமாக இருந்தார் என்று சொல்லமுடியும். பின்னாளில், பிஸ்மார்க் பிரான்ஸுடன் முறிந்துபோன உறவை வளர்த்துக்கொள்ளும் ஆர்வத்தையும் கொண்டிருந்தார் என்றாலும், பிரான்ஸ் ஜெர்மனியை மன்னிக்கத் தயாராக இல்லை.

பால்கன் பிரச்னை

பால்கன் பிரதேசத்தின் மீது யார் ஆதிக்கம் செலுத்தவேண்டும் என்பதில் ஆஸ்திரியாவுக்கும் ரஷ்யாவுக்கும் இடையில் போட்டி நிலவியது. இரு நாடுகளும் தங்கள் மேலாதிக்கத்தை நிறுவ ஆயுதங்கள் குவிக்க ஆரம்பித்தன.

விடுதலை வேட்கை

ஐரோப்பாவில் பல நாடுகள் சாம்ராஜ்ஜியங்களின் கீழ் வாழ்ந்து வந்தன. இந்நாடுகளுக்கு இந்த மேலாதிக்கம் பிடிக்கவில்லை. உதாரணத்துக்கு, ஆஸ்திரியா-ஹங்கேரியின் பிடியில் சிக்கியிருப்பதை செர்பியா விரும்பவில்லை. ஆதிக்கத்தில் இருந்து விடுபட்டு சுதந்தரம் பெற இந்நாடுகள் துடித்துக்கொண்டிருந்தன. சுதந்தரத்தைத் தீவிரப்படுத்த இந்நாடுகளைச் சேர்ந்த பல அமைப்புகள் ரகசியமாகத் திட்டமிட்டும் வந்தன.

8 ஒப்பந்தங்கள்

ஒப்பந்தம் : அணி ஒன்று

எப்போது போரிடவேண்டும் என்பதில் மட்டுமல்ல, எப்போது அமைதி பேணவேண்டும் என்பதிலும் ராஜதந்திரம் அடங்கியிருக்கிறது. எனவேதான், பிரான்ஸுடனான யுத்தத்துக்குப் பிறகு, பிஸ்மார்க், அமைதிக்கான வழியைத் தேட ஆரம்பித்தார். கிழக்கே, ரஷ்யாவையும் வடக்கே பிரான்ஸையும் ஒரே நேரத்தில் பகைத்துக்கொள்வது முட்டாள் தனம் அல்லவா?

அக்டோபர் 1873ம் ஆண்டு, பிஸ்மார்க் மூன்று பேரரசர்களின் கூட்டணியை (League of the Three Emperors) உருவாக்கினார். ரஷ்யா, ஆஸ்திரியா-ஹங்கேரி, ஜெர்மனி ஆகிய மூன்று ராஜ்ஜியங்களையும் உள்ளடக்கிய கூட்டணியாக இது அமைந்தது. ஐரோப்பாவைப் பிளவுபடுத்திய முதல் அணியாக இது அமைந்துபோனது. முதல் உலகப் போர் ஏற்படுவதற்கான அடித்தளத்தை, அதாவது அணி பிரிக்கும் வேலையை இந்த ஒப்பந்தம் ஆரம்பித்தது.

பால்கன் பிரச்னையில் ஆஸ்திரியா-ஹங்கேரிக்கு ஆதரவு அளிக்க ஜெர்மனி ஒப்புக்கொண்டது. ஆஸ்திரியாவோடு ஒப்பந்தம் போட்டுக்கொண்டே தீரவேண்டிய கட்டாயம் ஜெர்மனிக்கு. இரண்டு காரணங்கள். ஒன்று, ஆஸ்திரியா எதிர் முகாமில்

இணைவதைத் தடுக்கவேண்டும். இரண்டு, தனக்கு ஆபத்து வரும்போது, ஆஸ்திரியா உதவிக்கு வரவேண்டும். ஆஸ்திரியா வைக் காட்டிலும் நம்பகமான வேறொரு கூட்டாளி கிடைக்காது என்று ஜெர்மனிக்குத் தெரியும்.

நெப்போலியனை வீழ்த்த அமைத்துக்கொண்ட கூட்டணி காலம் தொடங்கி ரஷ்யாவுக்கும் பிரஷ்யாவுக்கும் இடையில் நட்பு இருந்து வந்தது. இரு நாடுகளுக்கும் போலந்து பொதுவான எல்லைப் பிரதேசமாக இருந்ததால் இந்த நட்பு மேலும் உறுதி யடைந்தது. போலந்தில் கலகம் வெடித்து, ரஷ்யாவுக்கு எதிராக யுத்தம் மூண்டபோது (கிரீமியன் போர்) பிரஷ்யா, ரஷ்யாவுக்கு நேசக்கரம் நீட்டியது. அதேபோல், பிஸ்மார்க் பிரான்ஸுடன் நடத்திய போரில், ரஷ்யா பிஸ்மார்க்குக்கு ஆதரவு அளித்தது. குறிப்பாக, பிரான்ஸ் யுத்தத்தின்போது, ஆஸ்திரியா பிரஷ்யா மீது தாக்குதல் தொடுக்காதபடி பார்த்துக்கொண்டது. (போலந்தைப் போலவே, ஆஸ்திரியாவும் இரு நாடுகளுக்கும் இடையிலான எல்லை நாடு).

1887ம் ஆண்டு ரஷ்யாவுடனான கூட்டணியை ஜெர்மனி நீட்டித்துக்கொண்டது. எந்த நிலையிலும் ஒருவருக்கு எதிராக இன்னொருவர் திரும்ப மாட்டோம் என்றது அந்த ஒப்பந்தத்தின் அடிப்படை விதி. 1888ம் ஆண்டு கெய்ஸர் வில்லியம் இறந்துபோனார். அவரது பேரன், இரண்டாம் கெய்ஸர் வில்லியம் பதவியில் அமர்ந்தார். பிஸ்மார்க் பதவியில் இருந்து விலக்கப்பட்டார். இயல்பாக, ஜெர்மனிக்கும் ரஷ்யாவுக்கும் இடையிலான நட்புறவு முறிந்துபோனது.

அந்தச் சமயத்தில், ஜெர்மனிக்கு உறுதுணையாக பழங்கால சாம்ராஜ்ஜியமான ஆஸ்திரியா-ஹங்கேரி மட்டுமே இருந்தது. ரஷ்யா பிரிந்துசென்ற பிறகு, ஜெர்மனி, ஆஸ்திரியா-ஹங்கேரியுடன் 1879ம் ஆண்டு இரு நாடுகள் கூட்டணி (Dual Alliance) அமைத்துக்கொண்டது. அவசியம் ஏற்பட்டால், ராணுவ ரீதியில் நாம் இருவரும் ஒருவருக்கொருவர் உதவி செய்துகொள்வோம் என்று ஒப்பந்தம் போட்டுக்கொண்டார்கள். 1888ல், இரண்டாம் கெய்ஸர் வில்லியம் பதவியில் அமர்ந்தபோது, அவர் ஆஸ்திரியா-ஹங்கேரியுடன் தன் நட்பை இறுக்கமாக்கிக் கொண்டார். முதல் அணி உறுதிபடுத்தப்பட்டது. மைய நாடுகள் அணி என்று இது அழைக்கப்பட்டது. பல்கேரியா பின்னர் இந்த அணியில் சேர்ந்துகொண்டது.

ராணுவ ஒப்பந்தங்கள், 1914

ஒப்பந்தம் : அணி இரண்டு

பிரஷ்யாவுடனான யுத்தத்தில் தோற்றுப் போன பிறகு, பிரான்ஸ் தன் ராணுவத்தைச் சிரத்தையுடன் பெருக்கிக்கொண்டு, ஐரோப்பாவின் செழிப்பான பொருளாதார நாடாக உயர்ந்தி யிருந்தது. ஜெர்மனி, ஆஸ்திரியா-ஹங்கேரியுடன் ஒப்பந்தம் போட்டுக்கொண்டதை கவனித்த பிரான்ஸ், உடனடியாக ரஷ்யாவைத் தொடர்பு கொண்டது. ஜெர்மனியுடனான கூட்டணியில் இருந்து விடுவிக்கப்பட்டிருந்த ரஷ்யா, 1894ல் பிரான்ஸுடன் தயக்கமின்றி ஒப்பந்தம் போட்டுக்கொண்டது.

ஜார் நிக்கோலஸின் ரஷ்யாவில், முழுக்க முழுக்க மன்னராட்சி. ஆனால், பிரான்ஸ் ஐரோப்பாவின் பலம் வாய்ந்த மக்கள் பிரதிநிதித்துவ அரசாங்கம் என்று பெயர் பெற்றிருந்தது. கீழ் மற்றும் மேல் சபை கொண்ட பாராளுமன்றத்தைக் கொண்டு இயங்கிக்கொண்டிருந்தது பிரான்ஸ். ஆனால், இந்த இரு நாடு களுக்கும் இடையில் இருந்த இந்த அடிப்படை வித்தியாசம், ஒப்பந்தத்தில் பிரதிபலிக்கவில்லை. பிரிட்டனின் எதேச்சாதிகாரம் அச்சமூட்டக்கூடியதாக இருந்தது. ஜெர்மனியின் புதிய ஒப்பந் தம், சமனற்ற தன்மையை உண்டாக்கியிருந்தது. இந்நிலையில், தனித்துவிடப்படுவது சரியானதல்ல என்று பிரான்ஸும் ரஷ்யாவும் முடிவுக்கு வந்ததன் விளைவே இந்த ஒப்பந்தம்.

ஒப்பந்தத்தின் முக்கிய அம்சங்கள், ராணுவ உதவிகள் அளிப்பது. போர் மூண்டால், பக்க பலமாக இருப்பது. ஆஸ்திரியா-

ஹங்கேரியின் கிழக்கு எல்லையில் வசித்து வரும் ஸ்லாவிய இன மக்களுக்கு ஆபத்து நேரும் பட்சத்தில் மீட்டெடுப்பது. உண்மையில், பிரான்ஸுக்கும் பால்கன் நாடுகளுக்கும் எந்தத் தொடர்பும் இல்லை. ஆனாலும், ஜெர்மனிக்கு எதிராகத் திரண்டு வர பிரான்ஸ் ஒப்புக்கொண்டது. ஆயுதப் போட்டியில் சம நிலை ஏற்படவேண்டுமானால், ஜெர்மனிக்கு எதிராக ரஷ்யாவுடன் கைகோர்க்கவேண்டும் என்று பிரான்ஸ் கணக்குப் போட்டது.

நிலப்பரப்பில் மிகப் பெரியது என்றாலும், ரஷ்யாவில் போக்குவரத்து வசதி இல்லை என்பதை உணர்ந்த பிரான்ஸ், ரயில் பாதைகள் அமைக்க ரஷ்யாவுக்குக் கடனுதவி செய்தது. தளவாடங்களை எல்லையில் கொண்டு வந்து குவிக்கவும், துருப்புகளைக் களமிறக்கவும் இந்தப் பாதைகள் உதவும் என்று பிரான்ஸ் நம்பியது. கிடைத்த கடனுதவியை ரஷ்யா ஏற்றுக்கொண்டது.

ஜெர்மனி, பிரான்ஸ், ரஷ்யா ஆகிய நாடுகள் தங்களுக்குள் அணி சேர்ந்திருப்பதையும் பிரிட்டன் கவனித்தது. இந்த நாடுகள், தங்கள் காலனிகளைப் பெருக்கிக்கொள்ள முயன்று வருவதையும், உலக வர்த்தக அரங்கில் நுழைந்து ஆதிக்கம் செலுத்த ஆரம்பித்திருப்பதையும் பிரிட்டன் கவனத்தில் எடுத்துக் கொண்டது. ரஷ்யா, ஆப்கனிஸ்தானில் செல்வாக்கு ஈட்ட முயற்சி செய்துகொண்டிருந்தது. பிரான்ஸ், ஆப்பிரிக்காவை நோக்கி நகர்ந்துகொண்டிருந்தது. ஜெர்மனியின் இரண்டாம்

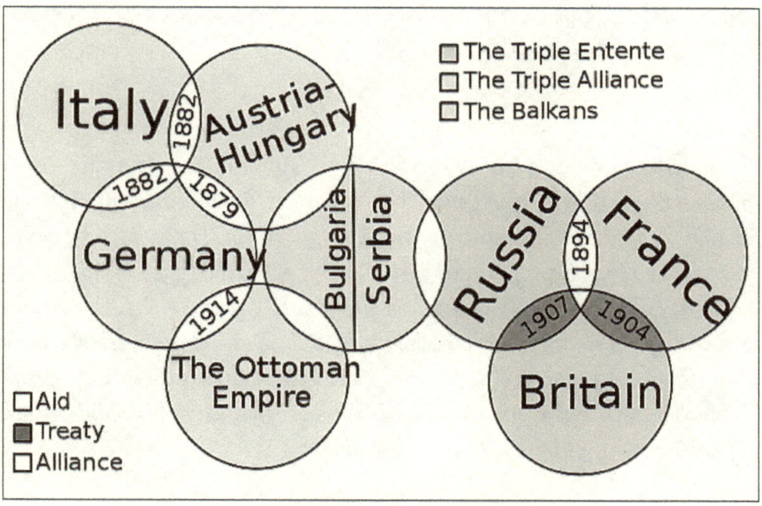

நேச நாடுகளும் மைய நாடுகளும்

கெய்ஸர் வில்லியம், ஓர் உலக திட்டத்தை (welt-politik) வகுத்துக்கொண்டு சத்தமில்லாமல் முன்னேறிக்கொண்டிருந் தார். திட்டத்தின் ஒரு பாகமாக, சீனா, மேற்கு சமோவா, ஆப்பிரிக்கா ஆகிய பகுதிகளில் ஜெர்மனி ஏற்கெனவே கால் பதித்திருந்தது. மொத்தத்தில், அடுத்து வீசப்போகும் புயலுக் கான முன்னேற்பாடாகவே, ஐரோப்பா இரண்டு அணிகளாகப் பிரிந்திருக்கிறது. எனில், பிரிட்டன் எந்த அணியில் இணைய வேண்டும்?

குழப்பம் எதுவுமில்லை பிரிட்டனுக்கு. பிரான்ஸ், பிரிட்டனின் நீண்ட கால நட்பு நாடு. ஜெர்மனி புதிதாக முளைத்திருக்கும் தலைவலி. எனவே, ஜெர்மனிக்கு எதிரான கூட்டணி. எனவே, பிரான்ஸ், ரஷ்யா கூட்டணி. 1904ம் ஆண்டு, பிரிட்டனும் பிரான்ஸும் ஒப்பந்தம் ஒன்றைப் போட்டுக்கொண்டன. புரிந்துணர்வு ஒப்பந்தம் என்னும் பொருள்படும், Entente Cordiale, காலனிகள் தொடர்பாக இரு நாடுகளுக்கும் இடையில் இருந்து வந்த சில புகைச்சல்களையும் போக்கிக்கொள்ளும் வகையில் அமைந்திருந்தது. அதாவது, ஜெர்மனியை எதிர்க்க வேண்டுமானால், பிரான்ஸுடன் சிறிது விட்டுக்கொடுத்துப் போவதில் தவறில்லை.

இரண்டாவது அணி தயாரானது. பிரிட்டன், பிரான்ஸ், ரஷ்யா கொண்ட மூன்று நாடுகள் கூட்டணி (Triple Entente). நேச நாடுகள் அணி என்று இது அழைக்கப்பட்டது. இந்த அணியில் பின்னர், அமெரிக்கா சேர்ந்துகொண்டது.

★

இரு அணிகள் உருவானதையடுத்து, ஐரோப்பா இரண்டாகப் பிளக்கப்பட்டது. ஒரு அணிக்கு எதிராக இன்னொன்று ஆயுதத் தைப் பெருக்கிக்கொள்ள ஆரம்பித்தது. எப்போது வீழ்த்தலாம் என்று காத்திருக்க ஆரம்பித்தது. அதே சமயம், இந்த இரு அணி பிளவு, போரைத் தடுத்து நிறுத்தவும் ஒரு கட்டம் வரை உதவியது. தன் அணியில் உள்ள நாடுகள் இன்னொரு அணியுடன் மோதிவிடாதபடி ஒவ்வொரு அணியும் கவனமாகப் பார்த்துக் கொண்டது. அந்த வகையில், திரை மறைவு போர் ஒன்று 1914ம் ஆண்டுக்கு முன்னரே தொடங்கிவிட்டது.

9 முன்தயாரிப்புகள்

பலம்

போர் தொடங்குவதற்கு முன்னால், ஐரோப்பிய நாடுகளின் பலம் என்ன என்பதை நியால் ஃபெர்குஸன் (The Pity of War, Niall Ferguson) பதிவு செய்துள்ளார். ஒப்பீட்டளவில் ரஷ்யாவின் நிலப் பரப்பும் மக்கள் தொகையும் பிற ஐரோப்பிய நாடுகளைக் காட்டிலும் பெரியது. இயல்பாகவே, ரஷ்யாவின் ராணுவமும் பெரியது. 1914ம் ஆண்டு கணக்கின்படி, ரஷ்ய ராணுவத்தின் பலம், 14.50 லட்சம் வீரர்கள். போர் ஏற்படும் பட்சத்தில், இந்த எண்ணிக்கையை 34 லட்சமாக உயர்த்தும் வல்லமை ரஷ்யாவிடம் இருந்தது.

ரஷ்யாவுக்கு அடுத்த நிலையில் இருந்தது பிரான்ஸ். போருக்கு முந்தைய பலம், 8.27 லட்சம் வீரர்கள். அவசியப்பட்டால், 18 லட்சம் வீரர்களைத் திரட்ட முடியும். கூட்டணி நாடுகளான பெல்ஜியம், செர்பியா, மாண்டிநீக்ரோ ஆகியவற்றின் ராணுவத் தையும் சேர்ந்துகொண்டால், அமைதி காலத்தில் 26.22 லட்சம் வீரர்களையும் போர் சமயத்தில் 57.26 வீரர்களையும் திரட்டமுடியும். பிரான்ஸ், ரஷ்யா வுடன் ஒப்பிட்டால் பிரிட்டன் ராணுவ வீரர்களின் எண்ணிக்கை குறைவுதான். 5.32 லட்சம் பேர். (கப்பல் படை, தரைப்படை சேர்த்து).

பிரான்ஸ் மற்றும் ரஷ்யாவின் ராணுவ பலத்தைக் கண்டு ஜெர்மனி அஞ்சியது நிஜம். அணி சேர்ந்த பிறகு, இந்த இரு நாடுகளும் கூடுதல் வேகத்துடன் தங்கள் பலத்தைப் பெருக்கிக்கொள்வதையும் ஜெர்மனி குறித்துக்கொண்டது. 1912, 1913 ஆண்டுகளில், ராணுவத்தில் கட்டாயமாக ஆள்கள் சேர்ப்பது பற்றிய சில சட்டங்களை ஜெர்மனி இயற்றியது. பெரும் திரளான ஜெர்மானியர்களை அவசரமாக ராணுவத்தில் இணைத்துக்கொள்ள ஆரம்பித்தது. 1914 வாக்கில் அதன் பலம், அமைதிக்காலத்தில், 4.78 லட்சம். போர்க்காலத்தில், 21.47 லட்சம். பிரான்ஸ், ரஷ்யா கூட்டணி பலத்துடன் ஒப்பிட்டால் ஜெர்மனியின் கையிருப்பு குறைவுதான் என்றாலும், போர்ச்சூழலில் கையிருப்பைக் காட்டிலும் பல மடங்கு அதிகமான வீரர்களைக் களமிறக்கும் திறன் கொண்டிருந்தது ஜெர்மனி.

ஆஸ்திரியா-ஹங்கேரியின் அமைதிக்கால ராணுவ பலம், 4.78 லட்சம். போர் காலத்தில் 13 லட்சம் வரை அதிகரிக்கமுடியும். இதையும் சேர்த்தால், ஜெர்மனி தலைமையிலான அணியின் பலம், போர் காலத்தில் 34.85 லட்சம். ஒப்பீட்டளவில், இரண்டாவது அணியைக் காட்டிலும் 2 மில்லியன் பேர் குறைவு.

எல்லா வகையிலும், நேச நாடுகளின் கூட்டணிப்படையின் பலம் மைய நாடுகளைக் காட்டிலும் அதிகமாக இருந்தது. பிரான்ஸ், ரஷ்யா அளவுக்குப் பிரிட்டன் ராணுவத்தில் வீரர்களின் எண்ணிக்கை இல்லை என்றாலும் பிரிட்டன் தன் கடல் பலத்தால், கூட்டணியின் முன்னணி சக்தியாகத் திகழ்ந்தது. பிரிட்டன் கப்பல் படையின் பலம், உலகிலுள்ள பிற கப்பல் படைகளின் கூட்டு பலத்தைக் காட்டிலும் அதிகமாக இருந்தது. 1914ல், பிரிட்டனிடம் 29 பெரிய போர்க் கப்பல்கள் இருந்தன. 2 லட்சத்து ஒன்பதாயிரம் பேர் அவற்றில் பணியாற்றிக்கொண்டிருந்தனர்.

ஜெர்மனிக்கு அச்சத்தை ஏற்படுத்திய விஷயம் இது. பிரிட்டனுடன் போட்டிப்போடும் அளவுக்கு ஜெர்மானியக் கப்பல் கட்டுமானம் வளர்ந்திருந்தது என்றாலும், பிரிட்டனிடம் இருந்த பல்லாண்டுகால அனுபவமோ, கப்பல் படைகளை வழிநடத்திச் சென்ற போர் அனுபவமோ இல்லை. கூடுதலாக, பிரான்ஸ், ரஷ்யாவின் கப்பல்களும் இணைந்துகொண்டுவிட்டன. ரஷ்யாவிடம் நான்கு கப்பல்களும் 54,000 வீரர்கள் கொண்ட கப்பல் படையும், பிரான்ஸிடம் 10 கப்பல்களும் 68,000 வீரர்கள் கொண்ட கப்பல் படையும் இருந்தன. மொத்தத்தில், நேச நாடுகளிடம் 43

பெரிய கப்பல்களும், 3,31,000 வீரர்கள் கொண்ட கப்பல் படையும் இருந்தன. கெய்ஸர் வில்லியமின் பயமே இதுதான். போர் தொடங்கிவிட்டால், பிரிட்டனின் பிரம்மாண்டமான கப்பல்கள் ஜெர்மன் துறைமுகத்தைச் சுலபத்தில் ஆக்கிரமித்துக்கொண்டு விடும். உணவுப் பொருள்கள் இறக்குமதியைத் தடுத்துவிட்டால் பிறகு, திண்டாடவேண்டியதுதான்.

கப்பல் கட்டுமானத்தில் ஜெர்மனி தனிக்கவனம் செலுத்த வேண்டும் என்று உத்தரவிட்டார் கெய்ஸர். உலகத்தரம் வாய்ந்த கப்பல்களையும், அனுபவம் வாய்ந்த கப்பல் படை வீரர் களையும், ஜெனரல்களையும் உருவாக்கவேண்டும் என்று துடித் தார். கெய்ஸரின் கனவை நினைவாக்க ஜெர்மானியர்கள் மிகக் கடுமையாக உழைத்தனர் என்றாலும், 1914 வாக்கில் ஜெர்மனி யிடம் 17 கப்பல்களே இருந்தன. 79,000 பணியாளர்கள். ஆஸ்திரியாவையும் சேர்த்துக்கொண்டால்கூட (3 கப்பல்கள், 16,000 வீரர்கள்) 20 கப்பல்களே இருந்தன. நேச நாடுகளின் கப்பல் பலத்தில், பாதி. ஆள் பலத்தில், மூன்று மடங்கு குறைவு.

படைகளின் எண்ணிக்கை மட்டுமே வெற்றி, தோல்வியை நிர்ணயித்துவிடாது என்பதை போர் சரித்திரங்கள் சொல்லிக் கொடுத்திருக்கின்றன. ஜெர்மனியின் நம்பிக்கையும் இதுவே தான். நேச நாடுகளின் கூட்டணியிடம் போர்க் கப்பல்களும், தள வாடங்களும், ஆயுதங்களும் எண்ணிக்கையில் அதிகம் இருக்க லாம். நம்மிடம் சாதுரியமான போர் தந்திரம் உள்ளது. கையிருப் பில் உள்ள படைகளைத் திறமையாகப் பயன்படுத்தினால், நிச்சயம் பெரும் சக்திகளைத் தோற்கடித்துவிடலாம். ஜெர்மா னிய யுத்த ராஜதந்திரிகளும் தொழில்நுட்ப வல்லுனர்களும் மீண்டும் மீண்டும் பெருமிதத்துடன் சொல்லி வந்த செய்தி இது. ஜெர்மனியால் தோற்கடிக்க முடியாத சக்தி என்று எதுவும் இவ்வுலகில் இல்லை.

ஐரோப்பாவில் ஜெர்மனியில் இருப்பதைப் போன்ற ரயில்வே இணைப்பு வேறு எங்கும் இல்லை. சிறப்பான ரயில்வே இணைப்பை வைத்துக்கொண்டு துருப்புகளையும் தளவாடங் களையும் துரிதமாக ஒரு முனையில் இருந்து இன்னொரு முனைக்கு அனுப்பிவைக்கமுடியும். போரில் போக்குவரத்து ஒரு முக்கியப் பங்கு வகிக்கிறது என்பதால், ஜெர்மனி தன்னு டைய ரயில்வே பலத்தைப் பெரிதும் நம்பியது. ரஷ்யாவின் போக்குவரத்து வசதிகள் மோசமாக இருந்த காரணத்தால்,

பிரான்ஸ் அந்நாட்டுக்கு கடன் அளித்து ரயில்வே பாதைகள் அமைக்கச் சொன்னதை இங்கே நினைவுபடுத்திக்கொள்ளலாம்.

போர் எதிர்ப்புகளும் மோதல்களும்

ஒப்பந்தம் போட்டாகிவிட்டது. போர்த் தயாரிப்பு வேலைகளி லும், தற்காப்புகளிலும்கூட இறங்கியாகிவிட்டது. ஒவ்வொரு நாடும், தன் எதிரி நாட்டை உன்னிப்பாகக் கண்காணித்துக் கொண்டிருந்தது. ஆனால், இந்தக் காரணங்கள் மட்டும் போரைக் கொண்டுவந்துவிடவில்லை. இன்னும் சொல்லப்போனால், அரசியல் தளத்தில் போர் எதிர்ப்புக் குரல்களே அதிகம் முழங்கப் பட்டன.

இருபதாம் நூற்றாண்டின் முதல் பத்து ஆண்டுகளில், பிரிட்டன், பிரான்ஸ், ஆஸ்திரியா, ரஷ்யா, ஜெர்மனி ஆகிய நாடுகளில், போருக்கு எதிரான பிரசாரங்கள் தீவிரமாக மேற்கொள்ளப் பட்டன. போரை எதிர்க்கும் சோஷலிச கட்சிகள் இந்த நாடுகளில் பெரும் செல்வாக்குப் பெற்றன. 1911ல் ஆஸ்திரியாவில் 25.4 சதவீத வாக்காளர்கள் போர் எதிர்ப்பு சோஷலிச கட்சிகளுக்கு வாக்களித்தனர். பிரான்ஸில் 1914ல் இந்த எண்ணிக்கை 16.8 ஆக உயர்ந்திருந்தது. ஜெர்மனியில், 1912ல் 34.8 சதவீத ஜெர்மானி யர்கள் போருக்கு எதிராக வாக்களித்தனர்.

அதே சமயம், போர் மூள்வதற்கான சூழல் தீவிரமாகிக் கொண்டே இருந்தது. 1905-06 ஆண்டுகளில், பிரான்ஸும் ஜெர்மனியும் நேரடியாக மோதிக்கொண்டன. வடக்கு ஆப் பிரிக்காவில் உள்ள மொராக்கோ யாருக்குச் சொந்தம் என்பதில் போட்டி. பிரான்ஸ் மொராக்கோவை பிரெஞ்சுக் காலனியாக அறிவித்தது. கெய்ஸர் வில்லியம், நேரடியாக மொராக்கோ சென்று, அதன் சுல்தானைச் சந்தித்து உரையாடினார். ஜெர்மனி யுடன் மொராக்கோ இணைக்கப்படுவது பற்றிய பேச்சுவார்த்தை கள் நடத்தினார். ஒப்பந்தப்படி, நேச நாடான பிரிட்டன் பிரான்ஸுக்கு உதவ களத்தில் குதித்தது. 1906ம் ஆண்டு நடைபெற்ற ஒரு கருத்தரங்கின்போது (Algeciras Conference), மொராக்கோ, பிரான்ஸுக்கும் ஸ்பெயினுக்கும் பிரிட்டன் தலைமையில் பிரித்துக்கொடுக்கப்பட்டது. மொராக்கோ துறை முகம் கட்ட ஜெர்மனி எடுத்திருந்த முயற்சிகள் முறியடிக்கப் பட்டன. மோதல் ஆரம்பித்துவிட்டால், அணிகள் உடனடியாக உருவாகிவிடும் என்பதற்கு இந்தச் சம்பவம் ஒரு முன்னோட்ட

மாக அமைந்தது. வட ஆப்பிரிக்காவில் ஆதிக்கம் செலுத்த நினைத்த ஜெர்மனி, பிரிட்டன் தலையீட்டால் தோல்வி யடைந்தது.

1907ம் ஆண்டு, ஆப்கனிஸ்தான், பெர்ஷியா தொடர்பாக ரஷ்யா வுக்கு இருந்துவந்த மனத்தாங்கலை பிரிட்டன் விட்டுக்கொடுத்து தீர்த்துவைத்தது.

1908ம் ஆண்டு இன்னும் பெரிய பிரச்னை ஒன்று வெடித்தது. இந்த முறை, பால்கன் பிரதேசத்தில். செர்பியா, போஸ்னியா, ஹெர்சகோவ்னியா, மாண்டிநீக்ரோ, பல்கேரியா, அல்பேனியா, கிரீஸ் ஆகியவை பால்கன் நாடுகள் என்று அழைக்கப்பட்டன. துருக்கியை ஆண்டுவந்த ஒட்டமான் பேரரசு, பால்கன் நாடுகளில் நீண்ட காலமாக ஆதிக்கம் செலுத்தி வந்தது. ஆனால், சமீபமாக, அதன் பிடி நழுவிக்கொண்டிருந்தது. காரணம், பால்கன் நாடுகளி டையே தோன்றி, வளர்ந்து, பரவியிருந்த தேசிய உணர்வு. ஒட்ட மான் சாம்ராஜ்ஜியத்தின் பிடியில் இருந்து விலகி தனிநாடுகளாக மாறவேண்டும் என்னும் பெரும் விருப்பம் உருவாகியிருந்தது.

குறிப்பாக, செர்பியாவில் போராட்டம் தீவிரமடைந்திருந்தது. ஆனால், ஆஸ்திரியா-ஹங்கேரி நாடுகளுக்கு இதில் விருப்ப மில்லை. தமது எல்லையில் செர்பியர்களின் செல்வாக்கு உயர்வது, அவர்கள் தனி நாடு பெறுவது குழப்பத்தை விளைவிக் கும் என்று ஆஸ்திரியா நம்பியது. பால்கனில் ஆதிக்கம் செலுத்த வேண்டும் என்னும் கனவும் ஆஸ்திரியாவுக்கு இருந்தது. 1908ம் ஆண்டு, போஸ்னியா-ஹெர்சகோவ்னியா பகுதிகளைத் தன்னு டன் ஆஸ்திரியா இணைத்துக்கொண்டது.

இவை எங்களுக்குத்தான் சொந்தம் , ஆஸ்திரியா ஆக்கிரமித்தது சரியல்ல என்றது செர்பியா. செர்பியர்கள் அதிகம் வாழ்ந்த பகுதிகள் இவை. எனவே, ரஷ்யாவிடம் சென்று முறையிட்டுக் கொண்டது செர்பியா. செர்பியாவின் கோரிக்கையை ஏற்றுக் கொண்ட ரஷ்யா, ஆஸ்திரியாவுக்குத் தன் எதிர்ப்பைத் தெரிவித் தது. போஸ்னியா-ஹெர்சகோவ்னியாவை ஆஸ்திரியா சொந்தம் கொண்டாடுவது முறையல்ல என்றும் ரஷ்யா வாதிட்டது.

ரஷ்யாவுக்கு பதில் வந்தது. ஆஸ்திரியாவிடம் இருந்து அல்ல, கெய்ஸர் வில்லியமிடம் இருந்து. ஆஸ்திரியாவை ரஷ்யா கண்டித்தால், ஜெர்மனி அதைப் பார்த்துக்கொண்டு சும்மா

இராது. ரஷ்யா இந்தப் பிரச்னையைப் பெரிதாக்க விரும்பினால், போர்க்களத்தில் எங்களைச் சந்திக்கட்டும். ஆஸ்திரியாவுக்கு ஆதரவாக போர் தொடுக்க ஜெர்மனி தயாராக இருக்கிறது.

ரஷ்யா சிறிது மிரண்டுவிட்டது உண்மை. ஆஸ்திரியாவை அடித்தால், ஜெர்மனிக்கு வலிக்கும் என்று ஜாருக்குத் தெரியும். ஆனால், வீறுகொண்டு எழுந்து வரும் என்று ரஷ்யா எதிர்பார்க்கவில்லை. செர்பியாவின் கோரிக்கைக்காக உடனடியாகப் போர்முனைக்குச் செல்லவும் ரஷ்யாவுக்கு விருப்பமில்லை. எனவே, பிரச்னையில் இருந்து பின்வாங்கியது.

செர்பியா இதை அவ்வளவு எளிதாக எடுத்துக்கொள்ளவில்லை. சிறிய நாடுதான் என்றாலும், செர்பியர்கள் சீறினார்கள். தக்க சமயத்தில் ஆஸ்திரியாவைப் பழிதீர்க்கவேண்டும் என்று சபதம் எடுத்துக்கொண்டார்கள். ரஷ்யாவும் பின்னால் வருத்தப்பட்டுக் கொண்டது. போருக்குத் தயாரா என்று ஜெர்மனி மிரட்டியதும், பயந்து பின்வாங்கியது கோழைத்தனம் அல்லவா? இப்படிப் பதுங்கினால், உலகம் நம்மை எப்படி மதிக்கும்? போனது போகட்டும். மீண்டுமொருமுறை பிரச்னை கிளம்பினால், கை கட்டி இருக்கக்கூடாது.

ஐரோப்பிய நாடுகளின் தலையீட்டால் பால்கன் பிரதேசம் கொந்தளித்துக்கொண்டிருந்த சமயம், 1911ம் ஆண்டு மீண்டும் மொராக்கோ பிரச்னை மையத்துக்கு வந்தது. காரணம், பிரான்ஸ். முன்னர் பிரிட்டன் தலையிட்டு முடித்துக்கொடுத்த வழக்கை, பிரான்ஸ் மீண்டும் எடுத்துக்கொண்டது. தனக்கு அளிக்கப் பட்டதைத் தாண்டி மொராக்கோ மீது கூடுதல் அதிகாரம் செலுத்த ஆரம்பித்தது பிரான்ஸ். பிரான்ஸ், ஜெர்மனி, பிரிட்டன் மூன்று நாடுகளின் துருப்புகளும் மொரோக்கோவுக்கு அனுப்பப்பட்டு விட்டன அல்லது அனுப்புவதற்குத் தயாராக நிறுத்தப்பட்டு விட்டன. ஜெர்மனியைத் தடுத்து நிறுத்தியே தீருவது என்னும் முனைப்பில் பிரான்ஸூம் பிரிட்டனும் தீர்மானத்துடன் இருந்தன.

பிரிட்டன் பிரதம மந்திரி, டேவிட் லாயிட் ஜார்ஜ் ஜெர்மனியை வெளிப்படையாகக் கண்டித்துப் பேசினார். பிரான்ஸூக்கு பிரிட்டன் முழு ஆதரவு அளிக்கும் என்றும் அறிவித்தார். போரின் விளிம்பில் தொங்கிக்கொண்டிருந்தது ஐரோப்பா. பிரிட்டனின் பிரான்ஸூம் ஜெர்மனியின் அடுத்தக் கட்ட நடவடிக்கைக்காகத்

தயாராகக் காத்திருந்தன. ஒரு ஜெர்மானியத் துப்பாக்கி சீறி யிருந்தாலும் ஐரோப்பாவில் புயல் கிளம்பியிருக்கும்.

ஆனால், ஜெர்மனி பின்வாங்கியது. ரஷ்யாவைப் போலவே. மீண்டும் ரஷ்யாவைப் போலவே, தனக்குள் கறுவிக்கொண்டது. இன்னொரு வாய்ப்பு கிடைத்தால், பின்வாங்கக்கூடாது.

இந்த இன்னொரு சந்தர்ப்பம் இதோ வரப்போகிறது, நாளை வரப்போகிறது என்று *1911* தொடங்கி ஐரோப்பா சொல்ல ஆரம்பித்தது. அடுத்த மூன்று ஆண்டுகள் அவர்கள் காத்துக் கொண்டுதான் இருந்தார்கள்.

10 ஓர் ஆஸ்திரிய இளவரசர்

அறிமுகம்

படுகொலை செய்யப்பட்டதால் புகழ்பெற்ற ஆஸ்திரிய இளவரசர் (ஆர்க்டியூக்) பிரான்ஸ் ஃபெர்டினாண்ட், அப்பதவிக்குத் தேர்ந்தெடுக்கப் பட்டதற்கு ஒரு காரணம் இருக்கிறது. இளவரசராக வந்திருக்கவேண்டிய ருடால்ஃப் 1889ம் ஆண்டு எதிர்பாராத விதமாக இறந்துவிட்டார். ஆஸ்திரியா - ஹங்கேரி பேரரசர் பிரான்ஸ் ஜோசப்பின் மகன் அவர். ருடால்ஃபின் இடத்துக்கு யார் என்னும் கேள்வி முளைத்தது. இளவரசர் ஆர்க்டியூக் பிரான்ஸ் ஃபெர்டினாண்டின் பெயர் அப்போது முன் மொழியப்பட்டது. பிரான்ஸ் ஜோசப்பின் சகோதரரும் ஆஸ்திரியாவின் மன்னருமான கார்ல் லுத்விக்கின் மூத்த மகன், ஃபெர்டினாண்ட்.

பிரச்னை என்னவென்றால், பிரான்ஸ் ஃபெர்டினாண்டுக்கு அரசியலில் எந்தவித முன் அனுபவமும் இல்லை. ஆர்க்டியூக்காக இருப்பவர் ராணுவத்தில் பணியாற்றியிருக்கவேண்டும் என்பதால் அவரும் பயிற்சிகள் எடுத்திருந்தார். சம்பிரதாயமான பயிற்சிகள். இரண்டாவது பிரச்னை, அவர் உடல்நிலை. அடிக்கடி நோய் வந்து படுக்கையில் வீழ்த்தும். தன் தாயிடம் இருந்து (சிறு வயதிலேயே தாயார் இறந்துவிட்டார்), காசநோய்க்கான

அறிகுறிகளை அவர் பெற்றிருந்தார். 1914ம் ஆண்டு ஃபெர்டினாண்டுக்கு 55 வயது ஆகியிருந்தது. ஆனால், பார்ப் பதற்கு 85 வயது முதியவர் போல் காணப்பட்டார். நுரையீரல் நோய் அவர் உடலை மட்டுமல்ல மனத்தையும் வெகுவாக மாற்றியிருந்தது. வாழ்க்கை தன்னை வஞ்சித்துவிட்டதாக கருதினார். சமூகமும் அரசு வாழ்க்கையும் எரிச்சலூட்டின. மனித குலத்தின் மீதே படர்ந்த ஒரு வித வெறுப்புணர்வு அது.

அவர் விரும்பியது ஒன்றுதான். கத்தோலிக்க தேவாலயம். அவருக்கு வாய்த்த மனைவி, பயபக்தி கொண்ட கிறித்தவராக இருந்தார். எனவே, தேவாலயத்தையும் மீட்பரையும் கெட்டி யாகப் பிடித்துக்கொண்டார் ஃபெர்டினாண்ட். நாளடைவில், வாசிப்பதில் ஆர்வம் மிகுந்தது. குறிப்பாக, அறிவியல். கல்வி யாளர்களை வரவழைத்து அவர்களிடம் இருந்து பிரத்தியேக மாகப் பாடங்கள் படித்துக்கொண்டார். இயற்கை அறிவியல் மீது தீராக் காதல் ஏற்பட்டது. தேடித் தேடி அவர் சேகரித்த அறிவியல் மற்றும் கலைப்பொருள்கள் பின்னாளில் ஓர் அருங்காட்சியகமாக உருபெற்றது.

நண்பர்கள் இல்லை. யாரிடமும் வெளிப்படையாக இருக்க அவர் விரும்பவில்லை. மற்றவர்களைப் புரிந்துகொள்ளும் எண்ணமும் இல்லை. ஒரு முறை ராணுவத்தின் தலைவர் ஃபெர்டினாண்டைச் சந்திக்க வந்திருந்தார். உயர் அதிகாரிகளைத் தேர்வு செய்வது தொடர்பான சந்திப்பு அது. வந்தவர் ஃபெர்டினாண்டிடம் குறைபட்டுக்கொண்டார். 'பொதுவாக, எல்லோரையும் நல்ல விதமாகவே நான் பார்க்கிறேன். இதனால் ஏகப்பட்ட நண்பர்கள் உருவாகிவிட்டார்கள். என்னால் சமாளிக்கவே முடியாத அள வுக்குப் பெருகிவிட்டார்கள். ஒருவர் செய்த தவறு வெளியில் தெரியவரும்வரை, அவரை நான் நல்லவராகவே பார்க்கிறேன்.' ஃபெர்டினாண்ட் இவ்வாறு பதிலளித்தார். 'சந்திக்கும் ஒவ்வொரு வரையும் நான் இழிவானவராகப் பார்க்கிறேன். நல்ல காரியம் ஏதாவது செய்து அவர் தன்னை நிரூபிக்கும்வரை, அவர் இழி வானவராகவே நீடிக்கிறார்.'

ராணுவமும் அரசியலும்

ஒரு சமயம், தற்செயலாக கப்பல் படை பற்றித் தெரிந்து கொள்ளும் வாய்ப்பு கிடைத்தது. சிரத்தையுடன் பயில ஆரம்பித் தார். அப்போது தோன்றிய ஆர்வம், அவர் வாழ்நாள் முழுவதும்

நீடித்தது. ராணுவ சான்சிலர் பட்டம் (Militarkanzlei) கிடைத்தது. பேரரசரின் பட்டத்துக்கு இணையான தகுதி அது. அவர் அடையாளம் மாறிப்போனது. பாதுகாப்பு, ராணுவம் தொடர்பான அத்தனை கடிதப் போக்குவரத்துகளும் திட்ட நகல்களும் சித்தப்பாவுக்கும் (பேரரசருக்கும்) மருமகனுக்கும் ஒரே சமயத்தில் சென்று சேர்ந்தன. ஒரு கட்டத்தில், பேரரசரைவிட ஃபெர்டினாண்ட் ராணுவம் தொடர்பான திட்டமிடல்களில் அதிகம் கலந்துகொள்ள ஆரம்பித்தார். ராணுவ சீர்திருத்தம் தொடர்பாக யோசனைகள் கூறும் அளவுக்குத் தன்னை உயர்த்திக் கொண்டார்.

ராணுவத்தைப் பலப்படுத்துவதில் தீவிரமாக இருந்தார் ஃபெர்டினாண்ட். ஆஸ்திரிய-ஹங்கேரிய சாம்ராஜ்ஜியம் ராணுவ பலம் பெற்று திகழவேண்டும் என்று கனவு கண்டார். ஆஸ்திரிய அரசியல்வாதிகள் ஒத்துழைத்தனர். ஆனால், ஹங்கேரி தரப்பில் இருந்து எதிர்பார்த்த ஆதரவு இல்லை. ராணுவத்தின் அதிகார பூர்வமான தொடர்பு மொழியாக ஜெர்மன் இருக்கவேண்டும் என்று ஃபெர்டினாண்ட் அறிவித்தபோது, ஹங்கேரியர்கள் ஃபெர்டினாண்டுக்கு எதிர்ப்பு தெரிவித்தனர். அரசியல் என்றால் என்ன என்று அவர் அப்போது புரிந்துகொண்டார். ஒன்றுபட்ட பேரரசு நிலைக்கவேண்டுமானால் இதுபோன்ற சச்சரவுகள் வரக் கூடாது என்று எரிச்சலடைந்தார்.

மற்றபடி, அமைதியை விரும்பினார். ஜெர்மனி, ரஷ்யா, ஆஸ்திரியா-ஹங்கேரி மூன்றும் ஒற்றுமையுடன் இருக்க வேண்டும் என்று கனவு கண்டார். மூன்று பெரும் முடியாட்சி களுக்கு இடையில் ஏன் தகராறுகள் முளைக்கவேண்டும் என்று வியந்தார். அவர் வெறுத்த ஒரு நாடு, இத்தாலி. மொடேனா (Modena) என்னும் பகுதியில் இருந்த அவருடைய குடும்ப நிலங்களை இத்தாலி முன்பொரு சமயம் கைப்பற்றிக்கொண்ட தால் எழுந்த வெறுப்பு.

பொதுவாகப் போரிடும் விருப்பமே ஃபெர்டினாண்டுக்குக் கிடையாது என்கிறார் சிட்னி பிராட்ஷா ஃபே (Sydney Bradshaw Fay, The Origins of the First World War). *1914*ல் அவர் கொல்லப் படாமல் இருந்திருந்தால், போர் மூள்வதை அவர் எப்படியாவது தடுத்து நிறுத்தியிருப்பார் என்கிறார் ஃபே. ஆனால், போருக்குப் பிறகு எழுதப்பட்ட பல நூல்களில், ஃபெர்டினாண்ட், போர் வெறியால் உந்தப்பட்டவராக அடையாளப்படுத்தப்படுகிறார்.

ஆனால், இத்தாலிக்கு எதிராகவே ஃபெர்டினாண்ட் ஆஸ்திரிய-ஹங்கேரி ராணுவத்தைத் தொடர்ந்து பலப்படுத்தி வந்தார் என்பதில் மாற்று கருத்துகள் கிடையாது. அப்போதெல்லாம் ராணுவம் என்றால் காலாட்படைதான். ஆனால், ஃபெர்டினாண்டின் கவனம் கப்பல் படை மீது குவிந்திருந்தது மற்றவர்களை வியப்படைய வைத்தது. போயும் போயும் கடலில் கொண்டு போய் இத்தனைப் பணத்தைக் கொட்டவேண்டுமா என்பது அவர்கள் கவலை. மேலும், கப்பல் படை வைத்திருப்பது ஆடம்பரமானது என்று அவர்கள் நினைத்தனர். பிரிட்டனுக்கும் பிரான்ஸுக்கும் வேண்டுமானால் கப்பல் படை தேவைப்படலாம். நமக்கு எதற்கு என்றார்கள். ஆனால் அட்ரியாடிக் மற்றும் மத்தியத் தரைக்கடலில் இத்தாலிக்கு ஈடுகொடுக்க வேண்டுமானால், கப்பல் படை அவசியம் என்று ஆர்க்டியூக் வலியுறுத்தினார்.

பேரரசர் பிரான்ஸிஸ் ஜோசப்புக்கும் தொடக்கம் முதலே கப்பல்படையில் ஈடுபாடில்லை. தேசப் பாதுகாப்புக்கு கப்பல் படை எந்த அளவுக்கு அத்தியாவசியம் என்பதை முடிவு செய்வதில் அவருக்குக் குழப்பங்கள் இருந்தன. கப்பல் கட்டுமானங்களைப் பார்வையிட அழைப்பு வந்தால், வெறுமனே வேடிக்கை பார்ப்பார். புதிய பாலங்களை மணிக்கணக்கில் பார்வையிடுவார். காலாற நடந்து செல்வார். கப்பல் படை அதிகாரிகள் அவரைத் துடிப்புடன் பின்தொடர்வார்கள். பேரரசர் ஏதாவது சந்தேகம் கேட்டால், கேள்விகள் எழுப்பினால் பதிலளிக்க அவர்கள் தயாராக இருப்பார்கள். இறுதிவரை, அவர் பிஸ்மார்க் காலகட்டத்தைச் சேர்ந்தவராகவே இருந்தார். கப்பல்கள் அவரை வசீகரிக்கவில்லை. ஆனால், பெர்டினாண்ட் இருபதாம் நூற்றாண்டைச் சேர்ந்தவராக இருந்தார். 1914ல் ஆஸ்திரியாவின் கப்பல்படை நல்ல வளர்ச்சியடைந்திருந்தது அவரால். இத்தாலிய பலத்தோடு ஒப்பிடும்போது, சரி பாதி என்றாலும்.

ஃபெர்டினாண்டின் வெளியுறவுக் கொள்கைகள் நட்பு ரீதியிலானவை. ஜெர்மன் மொழியை நேசித்தது போலவே கெய்ஸரையும் அவர் நேசித்தார். ருமேனியாவோடு நல்லுறவு கொள்ள விரும்பினார். ஜூலை 1909ல் தன் மனைவியுடன் ருமேனியாவுக்கு வருகை தந்து, அந்நாட்டு அரசரையும் மகாராணியையும் சந்தித்து நட்புடன் உரையாடினார். அவர்களுடைய அரசு வாழ்க்கை அவரைக் கவர்ந்தது. வியன்னாவின் ஆடம்பரத்தை

ருமேனியாவோடு ஒப்பிட்டுக்கொண்டார். நாம் நிறைய மாற வேண்டும் என்று நினைத்துக்கொண்டார். ருமேனிய மகாராணி தன் மனைவியுடன் இயல்பாகப் பழகுவதைக் கண்டு பூரித்துப் போனார். தன் வாழ்நாளின் மறக்கமுடியாத தருணமாக இதை அவர் கருதினார்.

ரஷ்யாவோடு என்றென்றும் நட்புடன் இருந்துவிடுவதில் ஆர்வம் கொண்டிருந்தார். தன்னைப் போலவே ஜார் இரண்டாம் நிக்கோலஸும் பலம் வாய்ந்தவர் என்பது அவருடைய கணிப்பு. அந்த வகையில், ரஷ்யாவின் உறவு ஆஸ்திரியாவுக்கு அத்தியாவசியம் என்று அவர் நினைத்தார். இரண்டு நிகழ்ச்சிகள் அவர் நம்பிக்கையைப் பொய்யாக்கின. ஜப்பானுடனான யுத்தம் மற்றும் 1905ல் நடைபெற்ற ஆட்சிக்கவிழ்ப்பு முயற்சி. இந்த இரு சவால்களின் போதும், ஜார் சமாளிக்க முடியாமல் திணறிப் போனதைக் கண்ட ஃபெர்டினாண்ட் ஏமாற்றம் அடைந்தார். ரஷ்யாவை நம்பமுடியாது, இனி ஜெர்மனிதான் என்னும் தீர்மானமான முடிவுக்கு வந்து சேர்ந்தார்.

இத்தாலியைப் போலவே பிரான்ஸையும் ஃபெர்டினாண்ட் வெறுத்தார். முதலாம் நெப்போலியன் ஆஸ்திரியாவை முன்னர் அவமானப்படுத்தியிருந்ததை அவரால் மறக்க இயலவில்லை. மூன்றாம் நெப்போலியனையும் அவருக்குப் பிடிக்கவில்லை. அவரால்தான் ஆஸ்திரியா வீழ்ச்சியடைந்தது என்பது அவர் நம்பிக்கை.

ஜெர்மனிக்கு அடுத்தபடியாக, ஃபெர்டினாண்ட் பிரிட்டனை நேசித்தார். பிரிட்டனின் பலம் மீது அவருக்கு அசைக்க முடியாத நம்பிக்கை இருந்தது. பிரிட்டிஷ் இளவரசி மேரியை அவர் மணந்துகொள்ளப் போகிறார் என்றொரு வதந்திகூட அப்போது நிலவிவந்தது.

தன் சித்தப்பாவிடம் இருந்து நிறையவே மாறுபட்டிருந்தார் ஃபெர்டினாண்ட். தொலைபேசி, தந்தி போன்றவற்றை அதிகம் பயன்படுத்தினார். எந்தவொரு கோப்பும் இருபத்து நான்கு மணி நேரங்களுக்கு மேல் தன் மேஜையில் தேங்கியிருக்கக்கூடாது என்பதில் தெளிவாக இருந்தார். முடியாட்சி தொடரவேண்டும் என்பதில் ஃபெர்டினாண்டுக்கு மாற்றுக் கருத்து கிடையாது என்றாலும், முடியாட்சியிலும், சில மாற்றங்கள் கொண்டுவர விரும்பினார். கடந்த காலத்தைவிட எதிர்காலத்தின் மீதே அவர்

பார்வை படிந்திருந்தது. நேர் எதிராக, பேரரசர் ஃபிரான்ஸிஸால் கடந்த காலத்தில் இருந்து ஒருநொடிகூட தன்னைத் துண்டித்துக் கொள்ளமுடியவில்லை. ஒவ்வொன்றும் பழைய வழக்கப்படி செய்தாகவேண்டும். விமரிசையாக, விலாவரியாக, பாரம்பரிய மாக. சின்னச் சின்ன விஷயங்களில்கூட அவர் சமரசம் செய்து கொள்ளத் தயாராக இல்லை.

ஃபெர்டினாண்ட் உயிருடன் இருந்திருந்தால், உள்நாட்டு கலகங்களையும் குழப்பங்களையும்கூட தீர்த்து வைத்திருப்பார் என்றொரு கருத்து உண்டு. அவரது சில வித்தியாசமான சில இயல்புகளை வரலாற்றாசிரியர்கள் சுட்டிக் காட்டுகிறார்கள். மிகுந்த கோபக்காரர், அனைவர் மீதும் நம்பிக்கையற்றவர் என்றா லும், மாற்றுக் கருத்துகளை அறிந்துகொள்வதில் அதிக ஆர்வம் காட்டுபவராக இருந்திருக்கிறார். கலகக்கார அரசியல் ஏடுகளை வாசிப்பதிலும், மக்கள் கருத்துகளை அறிந்துகொள்வதிலும் ஆர்வம் இருந்திருக்கிறது. அதிருப்தியடைந்த மக்கள் பிரிவினர் இருக்கும்வரை, முடியாட்சியை வெற்றிகரமாகத் தொடர முடியாது என்பது அவர் நம்பிக்கை. முடியாட்சி குறித்து ஃபெர்டி னாண்ட் மாறுபட்ட கருத்தும் கொண்டிருந்தார் என்று அவருடன் நெருக்கமாக இருந்தவர்கள் பதிவு செய்திருக்கிறார்கள். அதாவது, முடியாட்சியை அப்படியே தொடர்வதைவிட, நிலப்பரப்பைச்சிறு சிறு பகுதிகளாகப் பிரித்து, வியன்னாவில் ஓர் அதிகார மையத்தை அமைக்கலாம் என்று அவர் கருதியிருக்கிறார். அதாவது, டியூவலிஸத்துக்குப் பதிலாக, ஃபெடரலிஸம்.

ஆனால், ஆஸ்திரியா-ஹங்கேரியைப் பலப்படுத்தும் விதமான ஒரு தீர்வை அவரால் இறுதிவரை கண்டறியமுடியவில்லை. செர்பியர்களின் தனி நாடு கோரிக்கைக்கும் அவரால் தீர்வு கண்டறிய முடியவில்லை.

11 படுகொலையும் போர்த் தொடக்கமும்

படுகொலை

ஜூன் 28, 1914 அன்று ஆஸ்திரியாவின் பட்டத்து இளவரசர், பிரான்ஸ் ஃபெர்டினாண்ட் தன் மனைவி சோஃபியுடன் போஸ்னியா-ஹெர்சகோவ்னியாவின் தலைநகர், சரஜேவோவுக்கு சுற்றுப்பயணம் மேற்கொண்டார். ஆஸ்திரியாவால் பலவந்தமாக இணைக்கப்பட்ட போஸ்னியா-ஹெர்சகோவ்னியா. எங்களை ஆள்வதற்கு எங்களுக்குத் தெரியும் நீங்கள் வெளியேறுங்கள் என்று செர்பியர்கள் கொந்தளித்துக் கொண்டிருந்த போஸ்னியா-ஹெர்சகோவ்னியா. ஆஸ்திரியா என்னும் பெயரைக் கேட்டாலே சினம் கொள்ளும் இளைஞர்களைக் கொண்ட போஸ்னியா -ஹெர்சகோவ்னியா.

இளவரசர் இப்போது வந்திருப்பது தன் அதிகாரத்துக்கு உட்பட்ட ஒரு பிரதேசம் எப்படி இயங்குகிறது என்பதை தெரிந்துகொள்ள. இளவரசரை வரவேற்க இருமருங்கிலும் ஆஸ்திரிய வீரர்கள் நிறுத்தப்பட்டிருந்தனர். ஆஸ்திரியாவின் படைபலத்தை பகட்டாக வெளிக்காட்டும் ஒரு வாய்ப்பாகவும் இந்த வருகை அமைந்துபோனது. ஏற்கெனவே கொதித்துப்போயிருந்த செர்பியர்களுக்கு இளவரசரின் இந்த வருகை அதிகபட்ச எரிச்சலை ஏற்படுத்தியது. ஆஸ்திரியாவுக்கு இது தெரியாமல் இல்லை.

தன் ராணுவ பலத்தை செர்பியர்களுக்கு வெளிப்படுத்த விரும்பியது ஆஸ்திரியா. எங்களுடன் மோதவேண்டாம், போராட்ட குணத்தை மாற்றிக்கொண்டு எங்களை ஏற்றுக்கொள்ளுங்கள் என்னும் எச்சரிக்கை செய்தியை அழுத்தம்திருத்தமாக செர்பியர்களின் மனத்தில் பதிய வைக்க விரும்பியது.

இளவரசரும் அவர் மனைவியும் பயணம் செய்த அந்த காரின் மேல்பாகம் திறந்திருந்தது. போதுமான எச்சரிக்கை கொடுக்கப்பட்டிருந்தாலும், பாதுகாப்பு ஏற்பாடுகளில் இளவரசர் அசட்டையாகத்தான் இருந்தார். திடீரென்று பாய்ந்த வந்த ஒரு வெடிகுண்டு இளவரசரின் காருக்கு மிக அருகில் விழுந்து வெடித்தது. காரின் வேகத்தைக் கூட்டி முன்னால் சென்றதால் இளவரசர் தப்பினார். அருகில் நின்றுகொண்டிருந்த சிலருக்குப் படுகாயம். பக்கத்து காரும் சேதமடைந்தது.

அதற்குப் பிறகும் இளவரசர் சுதாரித்துக் கொள்ளவில்லை. திட்டத்தில் சிறு மாற்றமும் இல்லை. அதெல்லாம் பரவாயில்லை முன்னேறிச் செல்வோம் என்று சொல்லிவிட்டார். டவுன் ஹாலில் உள்ளூர் மேயர் நடுங்கும் குரலில் சிறு உரை ஆற்றினார். அது ஆனபிறகு, கார்ப் பயணம் தொடர்ந்தது. காலை நடந்த விபத்தில் காயமடைந்தவர்கள் சிகிச்சை பெறும் மருத்துவமனைக்குச் செல்லலாம் என்று திட்டம். ஓட்டுனருக்கு வழி தெரியவில்லை. பாதை மாறி காரை செலுத்திவிட்டார். தவறான வழி என்பதைப் புரிந்துகொண்டதும் காரை ஒரு திருப்பத்தில் நிறுத்தினார்.

பத்தொன்பது வயது காவ்ரிலோ பிரின்ஸிப் (Gavrilo Princip) அங்கே காத்திருந்தார். பாஸ்னியன் மாணவர். ப்ளேக் ஹாண்ட் என்னும் தீவிரவாத இயக்கத்தைச் சேர்ந்தவர். இளவரசரைக் கொல்ல முதலில் குண்டு வீசிய நபரும் இந்த இயக்கத்தைச் சேர்ந்தவர்தான். மேலும் பலரையும் அவர்கள் வெவ்வேறு இடங்களில் நியமித்திருந்தார்கள். ஆனால், அவர்களால் இளவரசரை நெருங்கமுடியவில்லை. எஞ்சியிருந்த ஒரே நம்பிக்கை, பிரின்ஸிப்.

முதல் உலகப் போரைத் தொடங்கி வைத்தவராக காவ்ரிலோ பிரின்ஸிப் (1894–1918) சரித்திரத்தில் தவறாக அறியப்படுகிறார். செர்பியர்களின் சுதந்தரத்துக்காகப் போராடிய கதாநாயகராகவும், ஒரு உலகப் போரைக் கொண்டுவந்த வில்லனாகவும் இவர் சித்தரிக்கப்படுகிறார். போஸ்னியாவில் உள்ள Obljaj என்னும்

இடத்தில் பிறந்தார். தபால்துறையில் பணியாற்றிய தந்தைக்கு மொத்தம் ஒன்பது குழந்தைகள். சரஜேவோ மற்றும் டுஸ்லாவில் கல்வி பயின்றவர். 1912ம் ஆண்டு பெல்கிரேட் செல்ல ஆரம்பித்த போது, தேசியவாத சிந்தனை இவருக்குள் பரவியது.

துருக்கிய ஒட்டமான் சாம்ராஜ்ஜியத்தின் பிடியில் 500 ஆண்டு களாக இருந்து வந்த செர்பியா, அப்போதுதான் சுதந்தரம் அடைந் திருந்தது. செர்பியர்களை ஒன்றுதிரட்டி ஒன்றுபட்ட செர்பியா உருவாக்கவேண்டும் என்னும் கனவு பலருக்கும் இருந்தது. இதற்குத் தடையாக இருந்த ஆஸ்திரிய-ஹங்கேரிய ஆக்கிர மிப்பை எதிர்க்கவேண்டும் என்னும் நோக்கத்தில் தொடங்கப் பட்ட இயக்கம், பிளேக் ஹாண்ட்.

இந்த இயக்கத்தில் இருந்த ஆறு இளைஞர்களில் ஒருவர், பிரின்ஸிப். முதல் இளைஞர் (Nedeljko Cabrinovic) பட்டத்து இளவசரர் பயணம் செய்த வாகனத்துக்கு அருகில் வெடிகுண்டு வீசியதில், இருபது பேர் காயமடைந்தனர். அப்போது பிரின்ஸிப் அருகில்தான் இருந்தார். குறி தவறிவிட்டதால், பிரின்ஸிப் தனக்கு அளிக்கப்பட்ட அடுத்த சந்தர்ப்பத்தை விழிப்புடன் செயல்பட்டு சரியாகப் பயன்படுத்திக்கொண்டார். சரியான இடத்தைத் தேர்வு செய்து, தயாராகக் காத்திருந்தார் துப்பாக்கியுடன்.

அதற்குப் பிறகு நடந்ததை, அருகில் இருந்த கவுண்ட் ஆகஸ்ட் வான் ஹராக் (Count Friedrich August von Harrach-Rohrau) கீழ்கண்டவாறு நினைவுகூர்கிறார். காரில் இளவரசரும் இளவரசி யும் அமர்ந்திருந்தபோது, கவுண்ட் கதவுக்கு வெளியே பாது காப்புக்காக நின்றுகொண்டிருந்தார்.

> கார் திரும்பியபோது, ஹிஸ் ஹைனஸின் வாயில் இருந்து ரத்தம் பொங்கி என் வலது பக்க கன்னத்தை நனைத்தது. நான் என் சட்டைப் பையில் இருந்து கைக்குட்டையை எடுத்து ரத்தத்தைத் துடைக்க முயன்றேன். கடவுளே, உங்களுக்கு என்ன ஆகிவிட்டது என்று இளவரசி அலறினார்.
>
> உடனே தன் இருக்கையில் இருந்து கீழே சரிந்த இளவரசி, தன் இரு கால்களுக்கு இடையே தன் தலையைப் புதைத்துக்கொண்டார்.
>
> அவரும் சுடப்பட்டுவிட்டார் என்பதை நான் உணரவில்லை. அதிர்ச்சியில் மயங்கி சரிந்துவிட்டார் என்றுதான் நினைத்தேன். பிறகு, இளவரசர் பேசியதைக் கேட்டேன். 'சோஃபி, சோஃபி,

இறந்துவிடாதே. குழந்தைகளுக்காகவாவது பிழைத்துக் கொண்டுவிடு.'

இளவரசரின் முகம் சரிந்துவிடாமல் இருக்க, சட்டென்று அவர் சீருடையின் காலரைப் பிடித்துக்கொண்டேன். அதிக வலியா என்று நான் கேட்டபோது அவர் தெளிவான குரலில் சொன்னார். 'அதெல்லாம் ஒன்றுமில்லை.'

அவர் முகம் கோணலாக மாறியது. ஆனால், அவர் விடாமல் சொல்லிக்கொண்டிருந்தார். 'அதெல்லாம் ஒன்றுமில்லை.' மயக்கமடையும்வரை, கிட்டத்தட்ட ஆறேழு முறை சொல்லிக் கொண்டிருந்தார்.

சிறிது நேர சலனத்துக்குப் பிறகு தொண்டையில் இருந்து விக்கல்கள் புறப்பட்டன. கவர்னர் இல்லத்தை நாங்கள் சென் றடைந்தபோது சத்தங்கள் நின்றுபோயிருந்தன.

மூச்சுபேச்சற்ற இரு உடல்களும் உள்ளே எடுத்துச்செல்லப்பட்டன. அவர்கள் மரணம் உறுதிசெய்யப்பட்டது.

ஆதாரம்: http://www.firstworldwar.com/source/harrachmemoir.htm

கையில் இருந்த சயனைட்டைப் பிரித்துச் சுவைப்பதற்குள் பிரின் ஸிப்பை இழுத்துச் சென்றுவிட்டார்கள். தீவிரவாதிகளாக அறியப்பட்ட மேலும் இருபத்து மூன்று இளைஞர்களோடு சேர்த்து பிரின்ஸிப்புக்கும் மரண தண்டனை விதிக்கப்பட்டது. பிரின்ஸிப் நீதிமன்றத்தில் அளித்த வாக்குமூலம் சுருக்கமானது. 'இந்தப் படுகொலையை வேறு யாரோ செய்தார்கள் என்று சொன்னால், உண்மையில் இருந்து நான் விலகிச் செல்கிறேன் என்று அர்த்தம். எங்கள் மனத்தில்தான் இந்தத் திட்டம் உரு வானது. நாங்கள்தான் செயல்படுத்தினோம். நாங்கள் மக்களை நேசித்தோம். இது தவிர சொல்வதற்கு வேறொன்றுமில்லை.'

பிரான்ஸ் ஃபெர்டினாண்டும் அவர் மனைவியும் அடக்கம் செய்யப்பட்டனர். எதிர்பாராத படுகொலை. ஆனால், ஆஸ் திரியாவின் அரசு வட்டாரத்தில் இருந்து பெரிய துக்கமோ அதிர்ச்சியோ வெளிப்படவில்லை. இறந்துபோன பட்டத்து இளவரசருக்கு நண்பர்கள் அதிகம் இல்லை. மேலும், ஆஸ்திரியாவின் பேரரசர் முதலாம் பிரான்ஸ் ஜோசப்பின் நண்பர் களுக்கு இளவரசர் மீது ஒரு பிடிப்பு இல்லை. அவநம்பிக்கை

யுடன்தான் அவருடன் பழகி வந்தனர். எனவே, அவருடைய கொலை தனிப்பட்ட முறையில் அவர்களுக்குப் பெரிய இழப்பை அளிக்கவில்லை.

ஆனால், ஆஸ்திரியா என்னும் நாடு இதனை அவ்வாறு எடுத்துக் கொள்ளவில்லை. இளவரசரும் இளவரசியும் தனது ஆதிக்கத்தின் கீழுள்ள ஒரு நாட்டில் திட்டமிட்டு படுகொலை செய்யப்பட்டிருக்கிறார்கள். என்ன செய்யலாம்? சம்பந்தப்பட்ட தீவிரவாத இயக்கத்தை முற்றாக அழித்துவிடலாம் என்றார்கள் சிலர். இது போதாது, செர்பியர்கள் மறக்கமுடியாதபடி ஒரு பாடத்தை அவர்களுக்குப் போதிக்கவேண்டும் என்றார்கள் வேறு சிலர். தவறினால், பால்கன் பிரதேசத்தில் செலுத்தி வந்த அதிகாரத்தை நிரந்தரமாகக் கைகழுவிவிட வேண்டியதுதான். மேலும், செர்பியர்களின் ஆதிக்கம் வளர்வதையும் நாம் வேடிக்கை பார்க்க வேண்டும். ஆஸ்திரியாவின் பலத்தை வெளிப்படுத்தும் விதமாக, மிகக் கடுமையான நடவடிக்கை எடுக்கவேண்டும்.

ஒரே வழிதான், போர் தொடுக்கலாம் என்றார் ஆஸ்திரிய ராணுவத்தின் தலைவர், கான்ராட் (முழுப்பெயர், Conrad von Hotzendorf). செர்பியா மீது போர் தொடுக்க அவர் தயாராக இருந்தார். உண்மையில் அவர் நீண்டகாலமாகவே தயார் நிலையில் தான் இருந்தார். கான்ராடின் யோசனையைப் பலரும் ஏற்றுக் கொண்டனர். யாரோ ஒரு தீவிரவாத இயக்கத்தின் நாச வேலை என்று எடுத்துக்கொள்ளமுடியாது. இது ஓர் அரசியல் படு கொலை. செர்பிய ராணுவப் புலனாய்வு அமைப்பின் தலைவர், (Colonel Dragutin Dimitrijevic) ப்ளேக் ஹாண்ட் அமைப்பின் தலைவராகவும் இருப்பதை வேறு எப்படி எடுத்துக்கொள்வது? ஆஸ்திரியாவுக்கான செர்பிய அயல்நாட்டுத் தூதருக்கு இளவரசர் படுகொலை பற்றி முன்னரே தெரிந்திருப்பதை எப்படிப் பார்ப்பது? போஸ்னியா-ஹெர்சகோவ்னியாவில் ஆஸ்திரியா ஆதிக்கம் செலுத்துவதைத் தடுக்கவே செர்பியர்கள் இந்தப் படுகொலையை நிகழ்த்தியிருக்கிறார்கள் என்பது புலனாகவில்லையா? செர்பியா மீது போர் தொடுப்பதைத் தவிர வேறு வழிகளில் இந்தப் பிரச்னையை எதிர்கொள்வது சாத்தியமா என்ன?

ஜெர்மனியைக் கேட்கலாம் என்று முடிவு செய்தது ஆஸ்திரியா. ஜூலை 5, 1914 அன்று ஆஸ்திரியாவின் பேரரசர் பிரான்ஸ் ஜோசப் கெய்ஸர் வில்லியமுக்கு கடிதம் ஒன்றை எழுதினார். 'இந்தப்

படுகொலை ஒரு தனி நபரால் நடத்தப்பட்டது அல்ல. சக்தி வாய்ந்த ஓர் அமைப்பால் நிகழ்த்தப்பட்டது. (செர்பியாவின் தலைநகரம்) பெல்கிரேடைத் தாண்டி அவர்கள் அச்சுறுத்தல் பரவியிருக்கிறது. அனைத்து ஸ்லாவிய மக்களையும் செர்பிய கொடியின் கீழ் ஒன்றுபடுத்தும் முயற்சி நடந்துகொண்டிருக் கிறது. இப்படிப்பட்ட கிரிமினல் நடவடிக்கைகள் நடப்பது என் பிரதேசத்தின் நலனுக்கு எதிரானது. செர்பியாவைத் தனிமைப் படுத்தி அதன் விஸ்தீரணத்தைக் குறைக்கவேண்டும்.' ஆஸ்திரியா-ஹங்கேரியின் நடவடிக்கைகளுக்கு ஜெர்மனி உறுதுணையாக இருக்கும் என்று உறுதியளித்தார் கெய்ஸர்.

ஆஸ்திரியா-ஹங்கேரி, செர்பியா மீது போர் தொடுத்திருந்தால், முதல் உலகப் போர் மூண்டிருக்காது. செர்பியா மீது ஆஸ்திரியா பழி தீர்த்துக்கொள்கிறது என்றுதான் ஐரோப்பா நினைத்திருக்கும். செர்பியாவின் கூட்டாளியான ரஷ்யாவும்கூட உண்மையில் இதைப் பெரிதாக எடுத்துக்கொண்டிருக்காது. காரணம், இளவர சரின் மரணத்துக்கு செர்பிய தீவிரவாத அமைப்புதான் காரணம் என்று ரஷ்யாவுக்குத் தெரியும். செர்பியர்களுக்குப் பாதுகாப் பளிக்க ரஷ்யா முன்னரே ஒப்புக்கொண்டிருந்தது என்றாலும், செர்பியா தெரிந்தே இந்தப் படுகொலையை அனுமதித்திருந் ததால், ரஷ்யாவால் இதில் தலையிட்டிருக்கமுடியாது.

ஆனால், ஆஸ்திரியா-ஹங்கேரி, செர்பியா மீது உடனே போர் தொடுக்கவில்லை. ஜூலை *23, 1914* அன்று இறுதி எச்சரிக்கை அறிவிப்பு ஒன்றை வெளியிட்டது. அதில் பல நிபந்தனைகள் விதிக்கப்பட்டிருந்தன. ஆஸ்திரியாவுக்கு எதிரான பிரசாரங்கள் அனைத்தையும் செர்பியா கைவிடவேண்டும். படுகொலையில் தொடர்புடைய அனைத்து செர்பிய அதிகாரிகளும் கைது செய்யப்பட்டு தண்டிக்கப்படவேண்டும். விசாரணையின் போது, ஆஸ்திரியா-ஹங்கேரி அதிகாரிகள் உடனிருந்து கண் காணிப்பார்கள்.

செர்பியா கிட்டத்தட்ட அனைத்து நிபந்தனைகளையும் ஏற்றுக் கொண்டது. ஆனால், வழக்கு விசாரணை ஆஸ்திரிய அதிகாரி களால் செர்பியாவில் நடத்தப்படவேண்டும் (கண்காணிப்பது என்றால் அதுதானே!) என்னும் நிபந்தனையை செர்பியா ஏற்றுக்கொள்ள மறுத்தது. அவ்வாறு செய்வது, செர்பியாவின் சுயாட்சியை மறுப்பதற்கு ஒப்பானது. ஆஸ்திரியாவின் மேலாதிக்

கத்தை ஏற்றுக்கொள்வதற்கு சம்மதிப்பது. அரசாங்க உள் விவகாரங்களில் ஆஸ்திரியா போன்ற ஒரு ஆதிக்கசக்தியை ஒருமுறை அனுமதிப்பதும் ஒன்றுதான், நிரந்தரமாக அனுமதிப்பதும் ஒன்றுதான். இத்தனை காலமாக, செர்பிய மக்களை ஆஸ்திரிய ஆதிக்கத்துக்கு எதிரான அலைவரிசையில் ஒன்றுபடுத்தியாகி விட்டது. நாளை அவர்களை வரவேற்று அமரவைத்தால், செர்பியாவின் எதிர்காலம் என்னவாகும்?

ஏற்றுக்கொள்கிறோம், ஆனால் சில விஷயங்களை மட்டும் விவாதிக்கலாம் என்று பதிலளித்தது செர்பியா. ஆஸ்திரியா-ஹங்கேரி முடிவெடுத்துவிட்டது. முழுமையான ஒப்புதலை மட்டுமே வேண்டினோம். கிடைக்கவில்லை. வேறு வழியில்லை. தொடங்கிவிடலாம்.

போர் தொடக்கம்

ஆஸ்திரியா-ஹங்கேரி தயாராகிக்கொண்டிருந்த அதே சமயம், ரஷ்யா ஜூலை 25ம் தேதி போருக்கான முன்னேற்பாடுகளைத் தொடங்கியது. நடந்த தவறுக்கு நடவடிக்கை எடுப்பதற்குப் பதிலாக, இதை ஒரு வாய்ப்பாக எடுத்துக்கொண்டு செர்பியா மீது ஆஸ்திரியா போர் தொடுப்பது சரியல்ல என்பது ரஷ்யாவின் நிலைப்பாடு. தன் எல்லை பிரதேசமான பால்கன் நாடுகளில் ஜெர்மனியின் கூட்டாளியான ஆஸ்திரியா-ஹங்கேரி மேலாதிக்கம் செலுத்துவதை ரஷ்யாவால் அதற்கு மேல் தாங்கிக் கொள்ள இயலவில்லை. எனவே, படைகளைத் தயார் நிலையில் வைத்துக்கொள்ள உத்தரவிட்டது ரஷ்யா. உதவிக்கு எங்கள் படையும் தயார் என்றது பிரான்ஸ்.

மறுநாள், பிரிட்டன் ஆஸ்திரியாவைத் தொடர்பு கொண்டது. போர் குறித்து சிந்திப்பதைத் தவிர்த்துவிட்டு நாம் ஏன் பேச்சு வார்த்தையில் ஈடுபடக்கூடாது? ஆஸ்திரியா மறுத்துவிட்டது. இது எங்கள் தேசத்தின் எதிர்காலம் பற்றிய பிரச்னை. பேசித்தீர்த்துக்கொள்ள எதுவும் இல்லை.

ஜூலை 28, 1914 அன்று ஆஸ்திரியா, செர்பியா மீது போர்ப் பிரகடனம் செய்தது. சில ஆஸ்திரிய துருப்புகள் பெல்கிரேடை நோக்கி முன்னேறின. மறுநாள், பெல்கிரேடில் தாக்குதல் ஆரம்பமானது. ஜூலை 30ம் தேதி, ரஷ்யா தன் துருப்புகளைக் குவிக்க ஆரம்பித்தது.

ரஷ்யா போருக்குத் தயாராவதைக் கண்ட ஜெர்மனி, ரஷ்யாவை எச்சரித்தது. ரஷ்யா தன் துருப்புகளைக் குவிக்க ஆரம்பித்தால், ஜெர்மனி ரஷ்யா மீது போர் தொடுக்கவேண்டியிருக்கும்! ரஷ்யா பதிலளிக்கவில்லை.

ஆகஸ்ட் 1ம் தேதி, ஜெர்மனி ரஷ்யா மீது போர்ப் பிரகடனம் செய்தது. ஆகஸ்ட் 6ம் தேதி, ஆஸ்திரியா, ரஷ்யா மீது போர்ப் பிரகடனம் செய்தது.

இப்போது, ஜெர்மனி, ரஷ்யா, ஆஸ்திரியா-ஹங்கேரி, செர்பியா ஆகிய நாடுகளில் போர்ச் சக்கரங்கள் சுற்ற ஆரம்பித்திருந்தன. ரஷ்யா, ஜெர்மனிக்கு எதிராகப் போரில் இறங்கினால், முதல் உதவிக்கரம் பிரான்ஸிடம் இருந்து கிடைக்கும் என்பது உறுதியானது. பிறகு, இருக்கவே இருக்கிறது பிரிட்டன்.

ஆகஸ்ட் 3ம் தேதி, ஜெர்மனி, லக்ஸம்பர்கைக் கடந்து பெல்ஜியமை நோக்கி நகர்ந்தது. இரு அணிகளிலும் சேராமல் நடுநிலை வகித்தது பெல்ஜியம். ஒரு பக்கம் பிரான்ஸையும் மறுபக்கம் ஜெர்மனியையும் கொண்டிருந்த சிறிய நாடு அது. பெல்ஜியமைக் கடந்து பிரான்ஸ் எல்லையை அடைந்த ஜெர்மானியத் துருப்புகள் பிரான்ஸ் மீது தாக்குதல் தொடுக்க ஆரம்பித்தன.

மறுநாள், பிரிட்டன் ஜெர்மனி மீது போர்ப் பிரகடனம் செய்தது.

ஆஸ்திரியா பெல்கிரேடில் தாக்குதல் தொடங்கிய சில தினங்களில், ஐரோப்பாவின் பெரும் சக்திகள் அனைத்தும் போரில் குதித்துவிட்டன. ஒவ்வொரு நாடும் போர் திட்டத்தைத் தயாரித்து கையிருப்பில் வைத்துக்கொண்டன. இதில் கவனிக்க வேண்டிய அம்சம் என்னவென்றால், அத்தனை போர் தயாரிப்புகளும், அத்தனை செயல்திட்டங்களும் குறுகிய கால தாக்குதலை மனதில் வைத்து உருவாக்கப்பட்டிருந்தன. குறுகிய காலத்தில் மோதல்களை முடித்துக்கொண்டுவிடலாம் என்றுதான் ராணுவ ஜெனரல்கள் நினைத்தனர். மக்களின் நம்பிக்கையும் அதுதான். சில அரசியல் கருத்து வேறுபாடுகளால் எல்லைகளில் நடைபெறும் குறுகிய கால மோதல்கள் என்றுதான் கணித்தார்கள்.

ஆண்டுக்கணக்கில் நீளக்கூடிய, பல லட்சக்கணக்கானவர்களைப் பலி வாங்கக்கூடிய ஒரு முழு நீள யுத்தத்தை யாரும் எதிர்பார்க்கவில்லை. எனவே, யாருமே அதற்குத் தயாராக இல்லை.

இருப்பதிலேயே சிக்கலானது, ஜெர்மானியப் போர் திட்டம். Count Alfred von Schlieffen என்னும் ஜெர்மானிய ராணுவத் தலைவரின் பெயரில் இந்தத் திட்டம் ஷ்லீஃபென் திட்டம் (Schlieffen Plan) என்று அழைக்கப்பட்டது. 1891 முதல் 1905ம் ஆண்டு வரை, ஜெர்மானிய ஜெனரல் ஸ்டாஃபின் தலைவராக இவர் பதவி வகித்தார். பிரான்ஸ், ரஷ்யா ஆகிய இரு நாடுகளையும் ஒரே நேரத்தில் போர்முனையில் ஜெர்மனி சந்திக்க வேண்டியிருக்கும் என்று இவர் முன்னரே யூகித்தார். அந்த சமயத்தில், ஜெர்மனி என்ன செய்யவேண்டும் என்பதற்கான திட்டத்தையும் அவர் வகுத்திருந்தார்.

ஷ்லீஃபென் திட்டத்தின்படி, ஜெர்மனி முதலில் பிரான்ஸைத் தாக்கவேண்டும். பிரான்ஸின் கிழக்கு முனையில் உள்ள ஆல்சேஸ்-லோரெயின் எல்லையில் ஜெர்மானியத் துருப்புகள் தொகுக்கப்படவேண்டும். கிழக்கு முனையில் மோதல்கள் நடைபெறும்போது, லக்ஸம்பர்க், பெல்ஜியம் வழியாக இன்னொரு படைப்பிரிவை பிரான்ஸின் வடகிழக்கு எல்லையில் குவித்துப் போரிடவேண்டும். ஒரே சமயத்தில் கிழக்கிலும், வடகிழக்கிலும் மோதல்கள் நடைபெறும்போது, பிரான்ஸின் தெற்கு மற்றும் வடக்கு வழியாக ஊடுருவி, தலைநகரம் பாரீஸைக் கைப்பற்றவேண்டும். பிரான்ஸின் போக்குவரத்து வழிகளைக் கையகப்படுத்தவேண்டும். பிரெஞ்சு ராணுவத்தை முறியடித்த பிறகு, ரஷ்யாவை எடுத்துக்கொள்ளலாம். ரஷ்யாவின் ரயில் போக்குவரத்து மோசமானது என்பதால் அவர்கள் சுதாரிப்பதற்குள் நாம் விரைந்து சென்று தாக்கிவிடமுடியும்.

மேலோட்டமாகப் பார்க்கும்போது எளிமையாக இருப்பதாகத் தோன்றினாலும் ஷ்லீஃபென் திட்டம் சிக்கலானது. காரணம், ஜெர்மனி, பிரான்ஸ், ரஷ்யா மூன்று நாடுகளுக்கும் சேர்த்தே இந்த ஜெர்மானிய ராணுவத் தலைவர் திட்டமிட்டிருந்தார். இவர் திட்டத்தின்படி, முதலில் பிரான்ஸ் ஜெர்மனியுடன் உடனே போரிடவேண்டும். ஆனால், ரஷ்யா தாமதமாகப் போரிடவேண்டும். அதாவது, ஜெர்மனி விரைந்து வந்து தாக்கும்வரை ரஷ்யா காத்திருக்கவேண்டும். மேற்கு முனையில் முதலில் போர் தொடங்கி, அது முடிந்த பிறகு, கிழக்கில் அடுத்த போர் தொடங்க வேண்டும். பிரான்ஸ் முதலில் ஜெர்மனியிடம் தோற்றுப்போக வேண்டும். பிறகு, ரஷ்யா. இதெல்லாம் எப்போது நடந்து முடியும்? ஷ்லீஃபென் திட்டத்தின்படி, மூன்று அல்லது அதிகபட்சம் நான்கு மாதங்கள்.

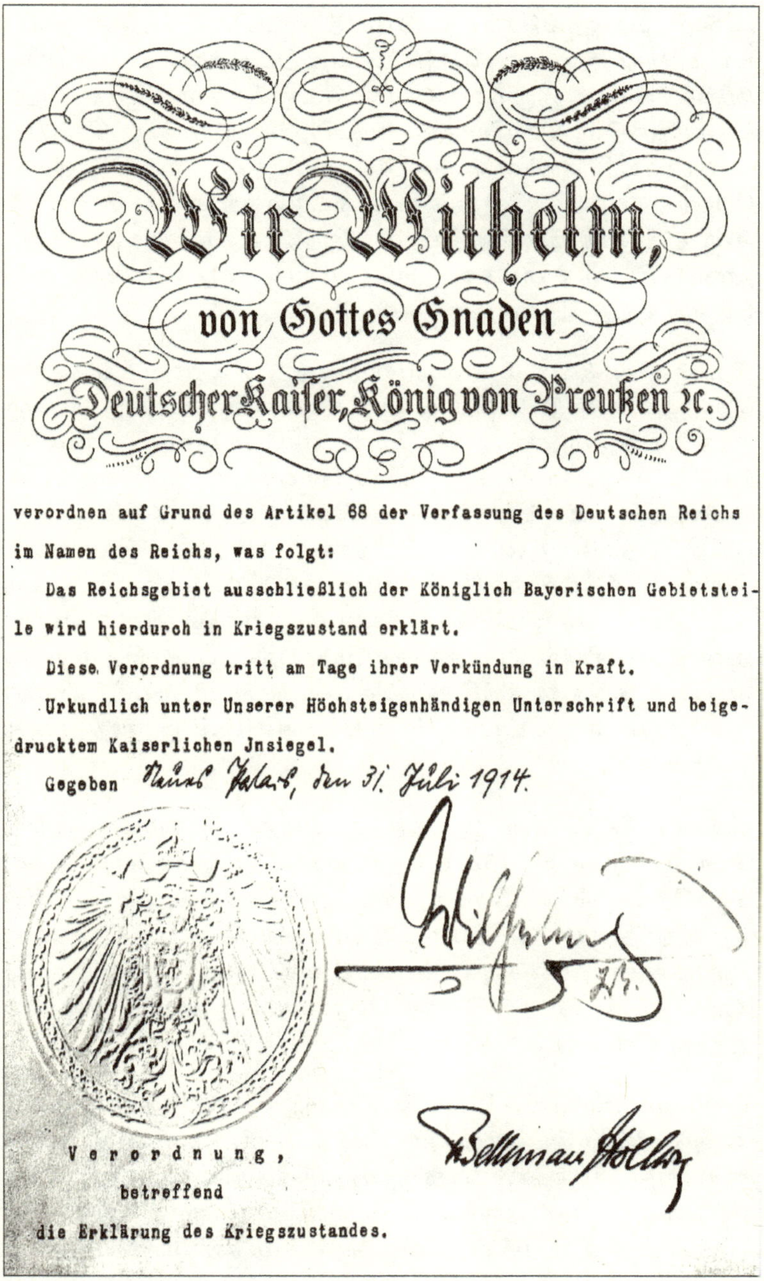

Wir Wilhelm,

von Gottes Gnaden

Deutscher Kaiser, König von Preußen ꝛc.

verordnen auf Grund des Artikel 68 der Verfassung des Deutschen Reichs im Namen des Reichs, was folgt:

Das Reichsgebiet ausschließlich der Königlich Bayerischen Gebietsteile wird hierdurch in Kriegszustand erklärt.

Diese Verordnung tritt am Tage ihrer Verkündung in Kraft.

Urkundlich unter Unserer Höchsteigenhändigen Unterschrift und beigedrucktem Kaiserlichen Jnsiegel.

Gegeben Neues Palais, den 31. Juli 1914.

Wilhelm I.R.

Bethmann Hollweg

Verordnung,
betreffend
die Erklärung des Kriegszustandes.

கெய்ஸரின் போர்ப் பிரகடனம், 1914

ஆஸ்திரியா-ஹங்கேரியின் போர்த் திட்டம் இத்தனை நவீன மயமானது அல்ல. ஜெர்மானியத் திட்டத்தைப் போலவே ஆஸ்திரியாவும் இரு முனைகளில் மோதல்களை எதிர்பார்த்தது. தென்கிழக்கில், செர்பியர்கள். வடகிழக்கில், ரஷ்யா. செர்பியர் களை எதிர்கொள்வது சுலபம் என்பதால், ரஷ்ய மற்றும் போலந்து எல்லையில் அதிகப் படைகளைக் குவிக்கவேண்டும் என்பது ஆஸ்திரியாவின் திட்டம். இத்திட்டத்தின்படி ஆஸ்திரிய ஹங்கேரியின் படைகள் இரு முனைகளுக்கும் மாறி மாறிச் சென்று வந்து கொண்டிருந்தன.

பிரான்ஸின் திட்டம் எளிமையானது. ஜெர்மனி தாக்குதல் தொடுக்கவேண்டுமென்றால் பெல்ஜியத்தைக் கடந்து முன்னேறி யாகவேண்டும் என்று ஜெர்மனி எதிர்பார்த்தது. எனவே, பெல்ஜிய எல்லைகளில் ஜெர்மானியர்களை முறியடித்தாக வேண்டும். பிரான்ஸுக்குள் அவர்களை அனுமதிக்கக்கூடாது. இத்திட்டத்தை முதலில் அறிவித்தவர், கமாண்டர் இன் சீஃப், ஜெனரல் விக்டர் மிக்கேல் (Victor Michel). ஆனால், இவர் திட்டத்தை பிரான்ஸ் பெரிதாக எடுத்துக்கொள்ளவில்லை. ஆனால், பணியில் இருந்த காலம் முழுவதும், இவர் ஜெர்மானிய அபாயம் குறித்தே சிந்தித்துக்கொண்டிருந்தார், பேசிக்கொண் டிருந்தார். ஒரு கட்டத்தில் இவர் பதவியில் இருந்து தூக்கி யெறியப்பட்டார்.

விக்டர் மிக்கேலின் இடத்துக்கு வந்த, ஜெனரல் ஜோசப் ஜோஃப்ரீ (Joseph Joffree), நேரடியாக பிரான்ஸை ஆல்சேஸ்-லோரெயினில் எதிர்கொண்டு தாக்கவேண்டும் என்று அறிவுறுத்தினார். அதே சமயம், பெல்ஜியத்தில் ஒரு சிறு படை ஜெர்மனின் அசைவுகளை உன்னிப்பாகக் கவனித்துவர வேண்டும் என்றார். இவரது போர் திட்டத்துக்கு பிரான்ஸின் ஆதரவு கிடைத்தது.

ஜெர்மனியின் ஷ்லீஃபென் திட்டத்தை எதிர்கொள்ள, ஜோசப் ஜோஃப்ரீயின் திட்டத்தைவிட, விக்டர் மிக்கேலின் திட்டமே சரியானது. மிக்கேல் பெல்ஜியத்துக்குக் கொடுத்த முக்கியத் துவத்தை ஜோசப் தரவில்லை. பெல்ஜியத்தைக் காட்டிலும் ஆல்சேஸ்-லோரெயின் அவருக்குக் கூடுதல் முக்கியத்துவம் வாய்ந்ததாக இருந்தது. திட்டப்படி, இரு முனைகளிலும் ஒரே சமயத்தில், ஜெர்மனி தாக்குதல் தொடுப்பதாக இருந்தால்,

தோற்றுப்போவதைத் தவிர வேறு மாற்று பிரான்ஸுக்கு இருக்காது. ஜோசப் ஜோஃப்ரீயின் பழுதடைந்த போர்த் தந்திரம், பின்னர் பிரான்ஸுக்குப் பெருத்த பின்னடைவை ஏற்படுத்தியதை சரித்திரம் சுட்டிக்காட்டுகிறது.

பிரிட்டன், விரிவான போர் திட்டம் எதையும் வைத்திருக்க வில்லை. பிரான்ஸ் எங்கே போரிட்டாலும் சுமார் ஒரு லட்சம் வீரர்களை அனுப்பி வைத்து உதவுவது என்று மட்டும் அது முடிவு செய்திருந்தது.

சுழலும் போர் இயந்திரம்

போர்ப் பிரகடனங்கள் வெளியாகிவிட்டன. தாக்குதல்களும் தொடங்கிவிட்டன. போர்த் திட்டங்கள் தயார். தாக்குதல்களுக்கு அடுத்த கட்டமாக, முழு நேர யுத்தத்தில் இறங்கவேண்டியதுதான் பாக்கி.

ஐரோப்பிய ராணுவ வீரர்கள் பலருக்கும் அதுதான் முதல் போர். பயிற்சிகள் அளிக்கப்பட்டிருந்தாலும், அனுபவம் எதுவும் கிடையாது. பொது மக்களுக்குப் போர் குறித்து என்ன தெரிந் திருந்ததோ அதைக்காட்டிலும் சிறிதளவே அதிகம் அவர்கள் தெரிந்து வைத்திருந்தார்கள். போர் குறித்த சாகசக் கதைகள். வீர தீர ஜெனரல்களின் கதைகள். வெற்றி பெற்ற வீரர்களுக்கு அளிக்கப்படும் மரியாதைகள், விருதுகள். ஆனால் போர் எப்படி இருக்கும் என்று தெரியாது.

ஆகஸ்ட் 1914, முதல் சில தினங்களில் வீரர்களை எல்லைகளில் குவித்துவைப்பதில் மட்டும் கவனம் செலுத்தியது ஐரோப்பா. ஆயுதங்களும் தளவாடங்களும் தருவிக்கப்பட்டன. தயார் நிலையில் நிறுத்திவைக்கப்பட்டன. பிரான்ஸ், ஜெர்மனி, ஆஸ்திரியா-ஹங்கேரி, ரஷ்யா ஆகிய நாடுகள், முழு நேரப் பணியில் இல்லாத அல்லது விடுப்பில் இருந்த ராணுவ வீரர்களுக்குச் செய்தி அனுப்பி யுத்த முனையில் அவர்களைத் தொகுத்துக்கொண்டிருந்தது. ராணுவ வீரர்கள் தேவை என்னும் விளம்பர அறிவிப்புகள் நகரங்களில் ஒட்டப்பட்டன. பல் லாயிரக்கணக்கான மக்கள், தாங்கள் செய்து வந்த தொழில் களைக் கைவிட்டு ராணுவப் பணிக்கு விண்ணப்பித்தனர். இத்தனை பேரை இதற்கு முன்னால் அரசு பணியில் அமர்த்திய தில்லை என்பதால், பலரும் இந்த வாய்ப்பைப் பயன்படுத்திக்

கொண்டனர். மொத்தத்தில், 40 லட்சம் ரஷ்யர்கள், 30 லட்சம் ஆஸ்திரிய-ஹங்கேரியர்கள், 45 லட்சம் ஜெர்மானியர்கள், 40 லட்சம் பிரெஞ்சு வீரர்கள் புதிதாக ராணுவத்தில் இணைக்கப் பட்டனர்.

11,000 ரயில் வண்டிகள் போர்க்கால போக்குவரத்துக்காகப் பயன்படுத்திக்கொள்ள ஜெர்மனி முடிவுசெய்தது. பிரான்ஸ் 7000 ரயில்களை ஒதுக்கியது. ரயில் வண்டிகளைப் போலவே குதிரைகளும் திரட்டப்பட்டன. பிரிட்டன், 1,60,000 குதிரைகள் மற்றும் கால்நடைகளை போக்குவரத்துக்காக ஒதுக்கியது. ஆஸ்திரியாவின் எண்ணிக்கை, 6 லட்சம். ஜெர்மனி, 7.15 லட்சம். ரஷ்யாவில் மொத்தம் 23 குதிரைப்படைகள் இருந்தன. மொத்தமாக, பத்து லட்சம் குதிரைகள்.

மற்றொரு பக்கம், ஜார் மன்னரைத் தரிசிக்க ரஷ்யர்கள் வீதிகளில் திரண்டிருந்தனர். ரஷ்ய தேசிய கீதம் தெருக்களில் ஒலிபரப்பாகிக் கொண்டிருந்தது. எங்குத் திரும்பினும் பட்டொளி வீசிப் பறந்திடும் ரஷ்ய தேசியக் கொடிகள். ஜார் மன்னரின் உருவம் பொதித்த பதாகைகளை பலர் ஏந்தியபடி நடை பயின்று கொண்டிருந்தனர். ஜார் மன்னர், தன் மாளிகையில் இருந்தபடி கையசைத்துக்கொண்டிருந்தார். ஆயிரம் கொடுமைகளை அவர் இழைத்திருந்தாலும், அவரைப் பலர் கடவுளாகத்தான் கருதி யிருந்தார்கள். சிலர் சாலையில் கால்களை மடக்கி அமர்ந்து வணங்கினர்.

'எங்கும் உற்சாக அலை வீசிக்கொண்டிருந்தது. நானும் அதில் சிக்கிக்கொண்டேன் என்பதை ஒப்புக்கொள்வதில் அவமானம் எதுவும் இல்லை. முழங்காலிட்டு வானத்தை நோக்கி மனப்பூர்வ மாக நன்றி தெரிவித்துக்கொண்டேன். இப்படிப்பட்ட ஒரு சமயத்தில் உயிர் வாழ்வதற்கு நான் பெருமைப்படுகிறேன்.' முதல் உலகப் போரில் சிப்பாயாக இணைந்துகொண்டது பற்றிய அடால்ஃப் ஹிட்லரின் வாக்குமூலம் இது.

ஹிட்லர் மட்டுமல்ல, ராணுவத்தில் உள்ளவர்கள் அனைவரும் கிட்டத்தட்ட இத்தகைய மனநிலையில்தான் இருந்தனர். போர் அவர்களிடையே பரபரப்பையும் எதிர்பார்ப்பையும் தேசபக்தி யையையும் ஒருவித உற்சாகமான வெறியையும் பரப்பி யிருந்தது.

போர்க் களத்தை நோக்கி ஜெர்மானிய வீரர்கள்

வீரர்களையும் ஆயுதங்களையும் ஏற்றிக்கொண்டு ரயில் வண்டிகள் சத்தமிட்டபடி நகர ஆரம்பித்தபோது பிரெஞ்சு வீரர்கள் ஆரவாரத்துடன் கைதட்டி மகிழ்ந்தார்கள். ஒரு சிப்பாயின் நினைவுக்குறிப்பு இது. 'காலை ஆறு மணிக்கு ரயில் கிளம்பியது. திடீரென்று ஒரு நெருப்புப் பந்து கொழுந்து விட்டு எரிவது போல் அனைவரையும் ஒருவித பதட்டம் தொற்றிக் கொண்டது. ஆயிரக்கணக்கானவர்கள் ஒரே சமயத்தில் ஒரே குரலில் Marseillaise (தேசிய கீதம்) பாடலை முழங்க ஆரம்பித்துவிட்டோம். ரயிலுக்கு உள்ளே இருந்த வீரர்கள் ஜன்னல் வழியாகத் தொப்பிகளை அசைத்துக் காட்டினர். ஒவ்வொரு நிறுத்தத்திலும், மக்கள் காத்திருந்தார்கள். உற்சாக மாக முழங்கினார்கள். கையசைத்தார்கள். Vive la France! இளம் பெண்கள் முத்தங்களைக் காற்றில் பறக்கவிட்டனர். வீரர்கள் மகிழ்ச்சியுடன் கையசைத்தபடி கத்தினார்கள். நாங்கள் திரும்பி வந்து உங்களைச் சந்திக்கிறோம். இப்போதைக்கு, விடை பெறுகிறோம்.'

கெய்ஸர் வில்லியம், தன் துருப்புகளை அனுப்பி வைக்கும் போது, திடமான குரலில் பேசினார். 'மரத்தில் இருந்து இலைகள்

கீழே விழுவதற்குள் நீங்கள் திரும்பிவிடுவீர்கள். போய் வாருங்கள்!'

★

முதல் உலகப் போரில் பங்கேற்ற மூன்று முக்கிய நாடுகளான ஜெர்மனி, பிரிட்டன், ரஷ்யா மூன்றின் தலைவர்களும் ஒருவருக்கொருவர் குடும்ப ரீதியில் தொடர்புடையவர்கள்.

கெய்ஸர் இரண்டாம் வில்லியமும் ஜார்ஜ் மன்னரும் விக்டோரியா மகாராணியின் பேரப் பிள்ளைகள். அந்த வகையில், இருவரும் தாய் வழிச் சகோதரர்கள். விக்டோரியாவின் மகள் (விக்கி என்றழைக்கப்பட்ட விக்டோரியா), கெய்ஸரின் தாய் ஆவார். விக்டோரியா மகாராணியின் மகன், ஏழாம் எட்வர்ட், ஐந்தாம் ஜார்ஜ் மன்னரின் தந்தை. மகள், ஆலிஸ், அலெக்ஸாண்ட்ராவின் தாய். அலெக்ஸாண்ட்ரா, இரண்டாம் ஜார் நிக்கோலஸின் மனைவி. அந்த வகையில், இரண்டாம் கெய்ஸர் வில்லியமும் ஜார் நிக்கோலஸும்கூட சகோதரர்கள்தாம்.

பாகம் மூன்று

போர்க்களம்

அன்புள்ள அப்பா, அம்மா, சகோதரர்கள் மற்றும் சகோதரிகளுக்கு,

நான் சொல்லப்போவதைக் கேட்டு தயவு செய்து என்னைக் குரூரமானவராக நினைத்துக் கொள்ளா தீர்கள். ஆனால், நீங்கள் அனைவரும் இதற்கு மனத் தளவில் தயாராவது அவசியம். அமைதியாகவும் துணிச்சலாகவும் இதை நீங்கள் ஏற்றுக்கொள்ள வேண்டும். கெட்ட செய்தி உங்களைத் தேடி வந்தால் அதைப் பார்த்து நீங்கள் அதிர்ச்சியடையக்கூடாது என்பதற்காக இப்போதே இதைச் சொல்லிவிடுகிறேன். நீங்கள் இனி என்னைப் பார்க்கமுடியாது. ஒருவேளை நான் திரும்பி வந்தால், நிச்சயம் அது மகிழ்ச்சிகரமான தருணமாக இருக்கும். கடவுளிடம் இருந்து கிடைத்த எதிர்பாராத பரிசாக அதனை எடுத்துக்கொள்ளலாம்... நான் என் கடமையை நிறைவேற்றுவதற்காகச் செல்கிறேன்... என்னுடன் இருக்கும் தோழர்களும் இதே உணர்வுடன் இருக்கிறார்கள்... அன்பானவர் களே, இந்த முக்கியமான தருணத்தில், இந்த நாட்டில் உயிர் வாழ்வதற்காக நீங்கள் அனைவரும் பெருமைப் படவேண்டும்.

Walter Limmer, *ஜெர்மன் சிப்பாய்*

ஆகஸ்ட் 7, 1914

செப்டெம்பர் 24, 1914 அன்று லக்ஸம்பர்கில் உள்ள ராணுவ மருத்துவமனையில் லிம்மர் இறந்துபோனார்.

12 மேற்கு முனை / 1914-1915

ஆகஸ்ட் *4, 1914* அன்று அதிகாரபூர்வமாக முதல் உலகப் போர் தொடங்கியது. கிழக்கு ஜெர்மனியிலும், ரஷ்யாவிலும், செர்பியாவிலும், வேறு சில பகுதிகளிலும் தாக்குதல்கள் ஆரம்பித்துவிட்டன என்றாலும் மேற்கு முனையில் தொடங்கிய யுத்தம் முக்கியமானது. பெரும்பாலான பெரிய நாடுகள் தங்கள் அதிகபட்ச ராணுவ பலத்தை இங்கே பரிசோதித்துப் பார்த்தன. மேற்கு முனையில்தான் உலகின் சக்தி வாய்ந்த ஐரோப்பிய நாடுகள் முதல் முறையாகத் தங்களுக்குள் பெரிய அளவில் மோதிக் கொண்டன. உலகம் முதல் முறையாக நவீன போர் முறைத் தந்திரங்களை, பெரும் அழிவுகளை இங்கே கண்டது.

முதல் தாக்குதல் : பெல்ஜியம்

ஷ்லீஃபென் திட்டத்துக்கு ஜெர்மனி உயிர் கொடுத்த போது, போரின் முதல் அத்தியாயம் ஆரம்பமானது. முதலில், பெல்ஜியம் வழியாக எல்லையைக் கடந்து பிரான்ஸைச் சந்திக்கவேண்டும். முதல் பிரெஞ்சு தாக்குதலுக்கு ஷ்லீஃபென் திட்டம் மிக அதிகமான எண்ணிக்கையில் வீரர்களைக் கோரியது. ஆனால், தலைமை அதிகாரி, மேல்ட்கே (முழுப்பெயர், Helmuth Johannes von Moltke) இதற்கு ஒப்புதல் தரவில்லை. போர் தொடங்கும்

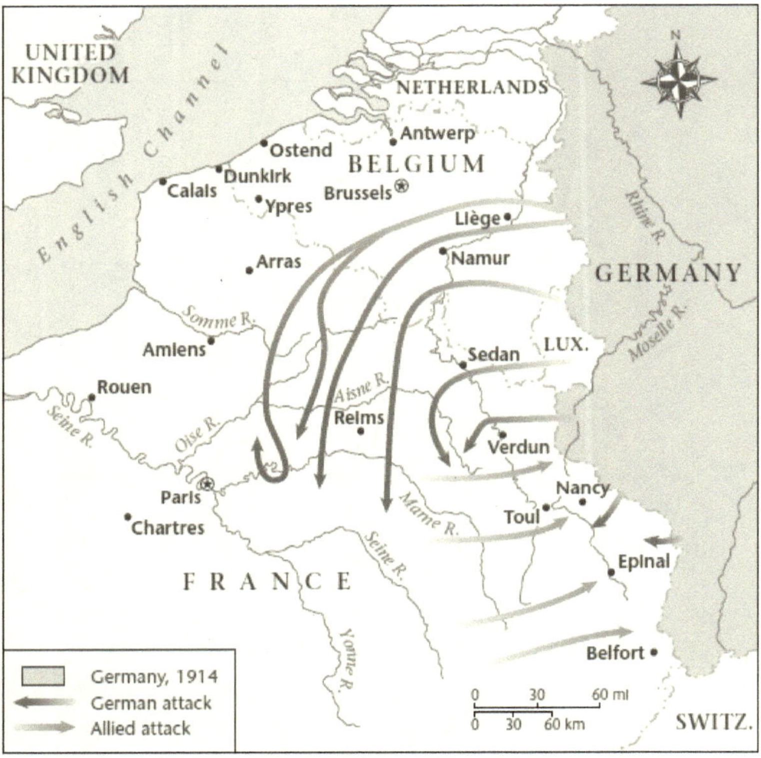

பெல்ஜியம் தாக்குதல்

முதல் நாளே, இத்தனை பலத்தை ஓரிடத்தில் குவிப்பது சரியல்ல என்று அவர் கருதினார். தாக்குதல் ஆரம்பமாகட்டும், தேவைக் கேற்ப துருப்புகளை அணி அணியாக அனுப்பலாம் என்று சொல்லிவிட்டார். என்றாலும், பெரிய எண்ணிக்கையில் படைப் பிரிவு ஒதுக்கப்பட்டது.

போர்த் திட்டத்தைச் செயல்படுத்துவதில் ஜெர்மனி சந்தித்த முதல் தடை இது. இரண்டாவது தடை, பெல்ஜியமிடம் இருந்து வந்தது. ஜெர்மானியத் துருப்புகளைத் தங்கள் நாட்டுக்குள் அனு மதிக்க முடியாது என்று மறுத்துவிட்டது பெல்ஜியம். இரு அணிகளையும் சேராமல் நடுநிலை வகித்து வந்த நாடு, பெல் ஜியம். ஆனால், ஜெர்மனி அலட்டிக்கொள்ளவில்லை. நீங்கள் வழி தராவிட்டால் நாங்கள் ஏற்படுத்திக்கொள்வோம் என்றது ஜெர்மனி. முதல் தாக்குதல் பிரான்ஸ் என்பது மாறி, முதல் தாக்குதல் பெல்ஜியம் என்று ஆனது.

பெல்ஜியத்தின் ராணுவ பலத்தை எந்த வகையிலும் ஜெர்மனியுடன் ஒப்பிடமுடியாது. ஆனால், சிக்கலான பல படையரண்கள் அந்நாட்டில் அமைக்கப்பட்டிருந்தன. குறிப்பாக, லீக் (Liege) என்னும் நகரில். ஆகஸ்ட் 4ம் தேதி, ஜெர்மனி பெல்ஜியம் மீது போர்ப் பிரகடனம் செய்தது. சிறப்புத் தனிப்படை ஒன்றையும் அன்றே லீகுக்கு அனுப்பி வைத்தது. இரண்டு வார தொடர் தாக்குதல்களுக்கும் குண்டு வீச்சுகளுக்கும் பிறகு, லீக் அடி பணிந்தது.

ஆகஸ்ட் 19ம் தேதி, நாமுரில் (Namur) அமைக்கப்பட்டிருந்த படையரண்கள் தாக்கியழிக்கப்பட்டன. மறுநாள், தலைநகரம் பிரஸ்ஸல்ஸில் ஜெர்மனி கால் பதித்தது. அமைதியாக இருந்தது அந்த நகரம். மக்கள் வழக்கம் போல் அன்றாட அலுவல்களில் ஈடுபட்டுக்கொண்டிருந்தனர். சில வீரர்கள் வயல்வெளிகளுக்கு அருகில் தங்கள் மாலை உணவைச் சமைத்து உண்டுகொண்டிருந்தனர். எந்தவித முன்னறிவிப்பும் இல்லை. எந்தவித எச்சரிக்கைச் செய்தியும் இல்லை. திடீரென்று நகரின் பெரும் பகுதி, வெடித்து நெருப்பு பறக்க வீழ்ந்தது. ஜெர்மானிய பீரங்கிப் படை தாக்குதல் தொடங்கிவிட்டதை உணர்வதற்குள் பலர் வெடித்துச் சிதறியிருந்தனர்.

பின்வாங்கும் பிரான்ஸ்

மற்றொரு பக்கம், ஜெனரல் ஜோசப் ஜோஃப்ரீ (General Joseph Joffree) தலைமையில் பிரெஞ்சு வீரர்கள் ஆல்சேஸ் பகுதியில் உள்ள முல்ஹவுஸ் என்னும் பகுதியைத் தாக்க ஆரம்பித்திருந்தனர். ஆகஸ்ட் 14 தொடங்கி ஆறு தினங்கள் லோரெயின் தொடர்ச்சியாகத் தாக்கப்பட்டது. மிகுந்த நம்பிக்கையுடன் ஜெர்மனியின் படைகளை வீழ்த்த ஆரம்பித்தது பிரான்ஸ். பிஸ்மார்க்கிடம் இழந்த ஆல்சேஸ்-லோரெயின் பிரதேசங்களை கெய்ஸரிடம் இருந்து கைப்பற்றுவதுதான் பிரான்ஸின் முதல் நோக்கமாக இருந்தது.

ஆனால், ஆகஸ்ட் 20ம் தேதி, ஜெர்மனி அதிகபட்ச பலத்துடன் எதிர் தாக்குதல் தொடுத்தபோது, பிரான்ஸ் திணற ஆரம்பித்தது. காலை, மதியம், மாலை என்று கடுமையாகப் போரிட்டது பிரான்ஸ். ஆனால், இரவு பின்வாங்க ஆரம்பித்துவிட்டது. அடுத்த இரு தினங்களுக்கு ஜெர்மனி, பிரான்ஸை விடாமல்

துரத்தித் துரத்தித் தள்ளிக்கொண்டிருந்தது. பிரான்ஸ் தொடுத்த முதல் தாக்குதல் படுதோல்வியடைந்தது.

ஜெர்மனி தொடர்ந்து பிரான்ஸை நோக்கி முன்னேறியபோது, ஜெனரல் ஜோஃப்ரீ அதிர்ந்துபோனார். ஜெர்மனியிடம் தோற்றுப் போவோம் என்று அவர் கனவிலும் எதிர்பார்க்கவில்லை. ஆல்சேஸ்-லோரெயினை இழந்தது இழந்ததுதான். பிரச்னை அதுவல்ல. பெல்ஜியமை முறியடித்துவிட்டு, வழி ஏற்படுத்திக் கொண்டு ஜெர்மனி தொடர்ந்து முன்னேறிக்கொண்டிருந்தது ஆபத்தல்லவா?

ஆகஸ்ட் 22ம் தேதி, மூன்றாவது, நான்காவது மற்றும் ஐந்தாவது பிரெஞ்சுப் படைப் பிரிவுகளை ஜெனரல் ஜோஃப்ரீ, ஆர்டினீஸ் (Ardennes) பகுதிக்கு அனுப்பிவைத்தார். மியூசி (Meuse) நதிக்கு கிழக்கே அமைந்திருந்த மலைப்பிரதேசம் அது. காட்டுப் பகுதியும்கூட. மூன்றாவது, நான்காவது படைப்பிரிவு ஒன்றிணைந்து ஜெர்மானியத் துருப்புகளை இங்கே எதிர்கொண்டன. ஜெர்மானிய பீரங்கிப்படையை இந்த முறையும் பிரெஞ்சுப் படைகளால் வீழ்த்த முடியவில்லை. பாய்ந்து சீறி வரும் குண்டுகளை அவர்களால் சமாளிக்க முடியவில்லை. உயிர் தப்பிய வீரர்கள் அனைவரும் ஓடினார்கள். அவர்கள் முகத்தில் கலவரத்தின் நிழல் ஆழமாகப் படிந்திருந்ததைக் கண்டு மகிழ்ந்து கொண்டது ஜெர்மனி. இந்த முறை மட்டுமல்ல, இனி எப்போதும் ஜெர்மனியை பிரான்ஸால் எதிர்கொள்ளமுடியாது. பிரான்ஸ் மட்டுமல்ல ஐரோப்பாவாலும்.

பிரான்ஸுக்கு இது மோசமான தோல்வி. குறிப்பாக, பலமும் அனுபவமும் வாய்க்கப்பெற்ற புகழ்பெற்ற மூன்றாவது படைப் பிரிவு தோற்று, பயந்து பின்வாங்கியதை பிரான்ஸால் ஏற்கமுடியவில்லை. இழப்பு விவரங்கள் அதிர்ச்சியூட்டின. அனுப்பப்பட்ட 15,000 வீரர்களில் 11,000 வீரர்கள் பாதிக்கப்பட்டிருந்தனர். (இறந்தவர்கள், காயமடைந்தவர்கள், சிறைபிடிக்கப்பட்டவர்கள்).

மோன்ஸ் போர்

அடுத்த தாக்குதல், மோன்ஸ் (Mons) என்னும் பெல்ஜிய நகரத்தில் நடைபெற்றது. ஜெனரல் சார்லஸ் லான்ரெஸாக் (Charles Lanrezac) என்பவர் தலைமையில் பிரான்ஸின் ஐந்தாவது

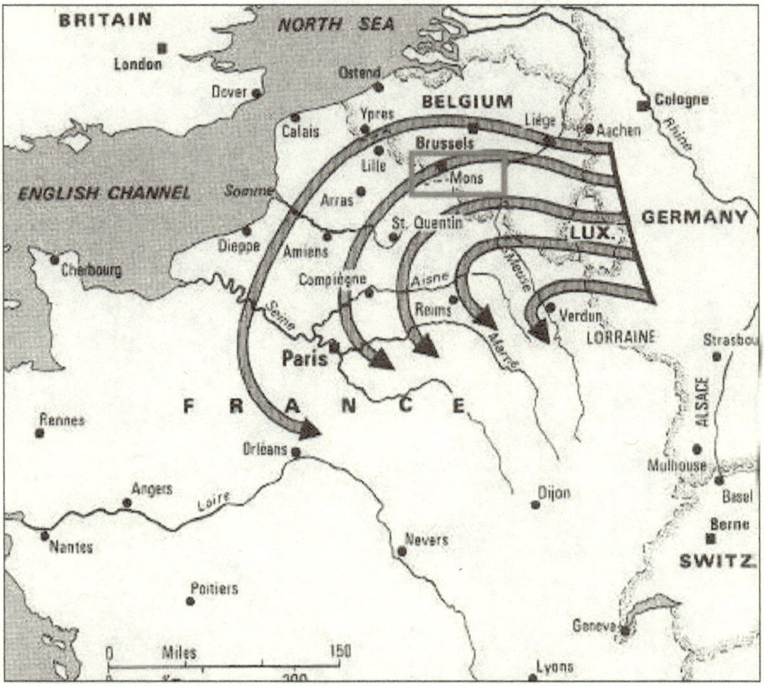

மோன்ஸ் போர்

படைப்பிரிவு பெல்ஜியத்தை நோக்கி விரைந்தது. இந்த முறை, அவர்களுடன் பிரிட்டிஷ் படைப்பிரிவும் (British Expeditionary Force - BEF) இணைந்துகொண்டது. சென்ற மோதல்கள் போலில்லாமல் இந்த முறை, கூடுதல் பலத்துடன் ஜெர்மனியை முறியடிக்கலாம் என்பது பிரான்ஸின் திட்டம்.

ஃபீல்ட் மார்ஷல் சர் ஜான் ஃபிரெஞ்ச் என்பவர் தலைமையில் பிரிட்டிஷ் படைப்பிரிவு பெல்ஜியத்தில் குவிந்தது. மொத்தம் 1,50,000 வீரர்கள் பிரிட்டிஷ் படையில் (BEF) இருந்தனர். ஆகஸ்ட் 23ம் தேதி, இவர்கள் பெல்ஜியத்தை வந்தடைந்தனர். மோன்ஸ் நகருக்கு வடக்கே ஐந்து பிரிவுகளாகத் தொகுத்துக்கொண்டனர்.

பிரான்ஸ் மற்றும் பிரிட்டிஷ் படைகளை ஜெர்மானிய ஜெனரல், அலெக்ஸாண்டர் வோன் க்ளார்க்கின் முதல் ராணுவம் எதிர் கொண்டது. இதில் மொத்தம் 14 படைப்பிரிவுகள் இருந்தன. ஒரு பிரிவில், மூன்று முதல் ஐந்து பிரிகேட் துருப்புகளும் ஒரு தலைமைச் செயலகமும் உண்டு.

கண்காணிக்கும் ஜெர்மன் வீரர்கள்

தாக்குதல் ஆரம்பமானது. பிரிட்டனின் துணை இருந்தும் ஆகஸ்ட் 23ம் தேதி, பிரான்ஸ் மூன்றாவது முறையாக ஜெர்மனி யால் தோற்கடிக்கப்பட்டது. கடுமையான சேதத்துடன் மோன்ஸில் இருந்து பின்வாங்கியது. திகைத்து நின்ற பிரிட்டிஷ் படை ஜெர்மனியைத் தனியே எதிர்கொண்டது. ஜெர்மனின் பலம் என்ன என்பதை பிரிட்டன் நேரடியாகப் புரிந்துகொண்ட தருணம் அது. இத்தனைக்கும், பிரிட்டிஷ் படைப்பிரிவில் இருந்த வீரர்கள், தனித்திறமையும் அனுபவமும் வாய்க்கப் பெற்றவர்கள். முன்னதாக, ஆப்பிரிக்காவில் நடைபெற்ற போயர் யுத்தத்தில் பங்கேற்றவர்கள். துல்லியமாகச் சுடுவதில் கைதேர்ந்தவர்கள். துரிதமாக எதிரிகளை வீழ்த்தும் திறன் பெற்றவர்கள்.

மிகுந்த நம்பிக்கையுடன் ஜெர்மானியர்களை அவர்கள் எதிர் கொண்டனர். பிரிட்டிஷ் வீரர்களின் துப்பாக்கிகள் சீறி வெடித்த அனுபவத்தை ஜெர்மானிய வீரர்கள் பின்னர் நினைவுகூர்ந்த போது, அவர்களால் வியப்பை கட்டுப்படுத்திக்கொள்ள முடியவில்லை. 'அவர்கள் அதிவேகமாக இயங்கும் இயந்திரத் துப்பாக்கிகளை இயக்கினார்கள். எங்கள் வீரர்கள் எனக்குப் பின்னால் பெரும் சத்தத்துடன் அடுத்தடுத்து சரிந்து விழுந்த போது, நான் அப்படித்தான் நினைத்தேன். துல்லியமான தாக்கு தல். பலமான சேதம். பிறகுதான் தெரிந்தது. அவை இயந்திரத் துப்பாக்கிகள் அல்ல. சாதாரணத் துப்பாக்கிகள்தான். ஆனால், அத்தனை துரிதமாக இயக்கியிருக்கிறார்கள்!'

ஆனாலும், பிரெஞ்சு வீரர்களைப் போலவே பிரிட்டிஷ் வீரர் களும் பின்வாங்கவே செய்தனர். ஜெர்மனியின் ஷ்லீஃபென் திட்டம் பிரமாதமாக இயங்கிக்கொண்டிருந்தது. மிக அதிக எண்ணிக்கையில் வீரர்களை இறக்கியிருந்ததால், பிரிட்ட னையும் பிரான்ஸையும் ஒரே மூச்சில் வெளியேற்ற முடிந்தது.

மார்னே போர்

மோன்ஸ் போரின் வெற்றியைத் தொடர்ந்து, தென்மேற்கைக் கடந்து, பாரீஸை நோக்கி நகர ஆரம்பித்தது ஜெர்மனி. இதுவரை மேற்கொண்ட போர்களில் ஜெர்மானியப் படைகளுக்குக் கிடைத்த வெற்றி, அத்தேசத்தை உற்சாகத்தின் உச்சியில் நிறுத்தி யிருந்தது. பிரெஞ்சுப் படைகளை மட்டுமல்லாமல், பிரிட்டனின் படைகளையும் வெற்றிகரமான முறியடித்ததில் ஷ்லீஃபென்

திட்டத்தின் பங்கு முக்கியமானது என்று ராணுவம் கொண்டாடியது.

எல்லாமே எதிர்பார்த்தபடி, திட்டமிட்டபடி நேர் கோட்டில் சென்றுகொண்டிருத்தது போன்ற ஒரு உணர்வே பலருக்கும் ஏற்பட்டது. பாரீஸ் கைப்பற்றப்பட்டுவிட்டால், அடுத்து ரஷ்யா. பிரிட்டிஷ் படைகளை வென்றதைப் போல் நேச நாடுகளின் படைகளையும் முறியடித்துவிட்டால், ஜெர்மனி உலகத்தின் தலைமை சாம்ராஜ்ஜியமாகிவிடும்.

பெல்ஜியம் வழியாக எல்லையைக் கடந்து, ஆல்சேஸ் -லோரெயினை தக்கவைத்துக்கொண்டு, தொடர்ந்து பிரான்ஸ் எல்லைக்குள் முன்னேறியாகிவிட்டது. பாரீஸ் தொட்டுவிடும் தூரம்தான். இங்கேதான், ஷ்லீஃபென் திட்டத்தின் பழுதுகள் வெளிப்படத் தொடங்கின. ஜெர்மானியப் படைகள் தங்கள் எல்லையில் இருந்து வெகுதூரம் வெளியேறி வந்திருந்தன. தொடர்ந்து ஜெர்மனியை விட்டு விலகி பிரான்ஸ் நோக்கி சென்றுகொண்டிருந்தன. இதனால், தளவாடங்களும் உணவு ரேஷனும் கிடைப்பதில் சிக்கல் முளைத்தது. தேவைப்பட்ட ஆயுதங்கள் உடனுக்குடன் கிடைக்கவில்லை. மேலும், ராணுவத் தலைமையை விரைவாகத் தொடர்பு கொள்ள முடியவில்லை. தலைமை அதிகாரி, மேல்ட்கேயிடம் இருந்து செய்திகளும் உத்தரவுகளும் வந்து சேர்வதில் தாமதம் ஏற்பட்டது. படைப்பிரிவுக்குள் செய்தி பரிமாற்றம் செய்துகொள்வதிலும்கூட நாளடைவில் சிரமம் ஏற்பட்டது.

நேர்மாறாக, பிரெஞ்சுப் படைகள் தொடர்ந்து தோற்றுக் கொண்டிருந்தாலும் தங்கள் நாட்டில்தான் இருந்தனர். புதிய படைகளைப் போர்முனைக்கு அனுப்புவது அவர்களுக்கு எளிதாக இருந்தது. மேலும், ஜெனரல் ஜோசப் ஜோஃப்ரீ இந்தத் தோல்விகளால் துவண்டுவிடாமல் தெளிவுடன் இருந்தார். பிரான்ஸில் இருந்த பிரிட்டிஷ் படைகள் அடுத்த மோதலை எதிர்கொள்ள தயார் நிலையில் இருந்தனர். மொத்தத்தில், செப்டெம்பர் முதல் வாரத்தில், நிலைமை தலைகீழாக மாறியிருந்தது. தொடர்ந்து வெற்றி பெற்று வந்த ஜெர்மானியர்கள் களைப்படைந்து காணப்பட்டனர். தொடர்ந்து தோல்வியடைந்திருந்த பிரெஞ்சு வீரர்கள் புத்துணர்ச்சியுடன் இருந்தனர்.

இந்த முறை, பிரான்ஸ் ஜெர்மனிக்காகக் காத்திருக்கவில்லை. மார்னே நதிக்கரைக்கு அருகில் தாக்குதலை முன்னெடுத்துச்

சென்றது. இதை எதிர்பாராத ஜெர்மனியால் பிரான்ஸை முன்பு போல் ஆவேசத்துடன் எதிர்க்கமுடியவில்லை. சோர்வடைந்து துவண்டிருந்த ஜெர்மானியர்களை, பிரான்ஸ் வீழ்த்தி, தள்ளி முன்னேறியது. செப்டெம்பர் 6ம் தேதி, 7ம் தேதி இரு தினங்களில், நடைபெற்ற போரில் ஜெர்மனி பின்வாங்க ஆரம்பித்தது. பிரான்ஸ் தாக்குதலை நிறுத்தவேயில்லை. ஜெர்மானிய வீரர்கள் உடல்கள் பல அடுக்குகளில் அடுக்கிவைக்கப்பட்டன. எஞ்சியிருந்த வீரர்கள் மார்னே ஆற்றுக்கு வடக்கே, பெல்ஜியம் வரை திரும்பிச் சென்று ஒதுங்கிக்கொண்டனர்.

வீரர்கள்தான் சோர்ந்து இருந்தார்கள். ஆனால், ஜெர்மனி துடிப்புடன் இருந்தது. பிரான்ஸின் வடக்குப் பகுதியில், அதாவது கடல் பகுதியில் தன் கவனத்தை இப்போது ஜெர்மனி குவித்திருந்தது. கிட்டத்தட்ட அதே சமயம், பிரான்ஸும் கடல் நோக்கி தன் பார்வையைத் திருப்பியிருந்தது. கடல் வழியே ஜெர்மனியை முறியடிப்பது சுலபம் என்று பிரான்ஸ் இப்போது நம்ப ஆரம்பித்திருந்தது. கடலில் யுத்தங்கள் ஆரம்பித்தன.

செப்டெம்பர் மற்றும் அக்டோபர் மாதங்களில், ஜெர்மனி, பிரான்ஸ், பிரிட்டன் மற்றும் பெல்ஜியம் (பிரான்ஸைப் பழிதீர்க்கும் நோக்கில் பெல்ஜியம் நேச நாடுகளின் அணியில் இணைந்திருந்தது) தொடர்ச்சியாக மோதிக்கொண்டபோது (First Battle of the Aisne, the First Battle of Artois) பலத்த இழப்புகளைச் சந்தித்துக்கொண்டன. யாரும் வெற்றி பெற்றிருக்கவில்லை. அனைவருக்கும் இழப்புகள்.

அக்டோபர் இறுதியில் வெய்பிரஸ் என்னும் பெல்ஜிய நகரில் (First Battle of the Ypres) ஜெர்மனி தன் பலம் முழுவதையும் பயன்படுத்தி போரிட்டது. பீரங்கிகள் முழுவீச்சில் களமிறக்கப்பட்டன. ஜெர்மனின் தாக்குதலை பிரிட்டன் தொடர்ந்து முறியடித்துக்கொண்டிருந்தது. பாய்ந்து வரும் பீரங்கி குண்டுகளில் இருந்து தப்பிக்க, பதுங்கு குழிகள் உதவும் என்பது கண்டுபிடிக்கப்பட்ட சமயம் அது. குழி தோண்டி உள்ளே ஒளிந்து கொள்ளலாம். சட்டென்று எட்டிப் பார்த்து எதிரிகளை வீழ்த்திவிட்டு பதுங்கிக்கொள்ளலாம். பதுங்கு குழிகளுக்கு வெளியில் இரும்புக் கம்பிகளைக் கொண்ட சுருள்கள் அமைக்கப்பட்டன. பிரிட்டிஷ் வீரர்கள் இந்தப் பதுங்கு குழிகளை முழுவதுமாகப் பயன்படுத்திக்கொண்டனர்.

மார்னே யுத்தத்தில் பிரெஞ்சு வீரர்கள், 1918

தொடர்ச்சியாக 22 தினங்கள் இந்தப் போர் தொடர்ந்தது. ஜெர்மனியால் முன்னேற்றம் காண முடியவில்லை. பனிக்காலம் ஆரம்பமானதும் நவம்பர் 22ம் தேதி, தாக்குதல்கள் நிறுத்திக் கொள்ளப்பட்டன.

அமைதி

ஆகஸ்ட் மாத தொடக்கத்தில் ஆரம்பமான தாக்குதல்கள் நவம்பர் இறுதியில் முடிவுக்கு வந்தபோது, இழப்புகளை மட்டுமே கணக்கிட முடிந்தது. வெற்றி, தோல்வியைக் கண்டறிய முடியவில்லை. ஒரு சமயம், அங்கே சில வெற்றிகள் கிடைக்கும். இன்னொரு சமயம், இங்கே சில வெற்றிகள். பிறகு, நிலைமை மாறிவிடும். யாருக்குச் சாதகமாகவும் இந்தத் தாக்குதல்கள் இருக்கவில்லை. பெல்ஜியம் கரையில் இருந்து நடுநிலை வகித்த ஸ்விட்சர்லாந்து வரை இரு பக்கங்களிலும் ராணுவத்தை நிறுத்தி எதிரிகளை உருவாக்கி, அழித்ததுதான் இந்தப் போர் கண்ட சாதனை. 3,06,000 பிரெஞ்சு வீரர்கள், 2,41,000 ஜெர்மானிய வீரர்கள், 30,000 பெல்ஜியம் மற்றும் பிரிட்டிஷ் வீரர்கள் கொல்லப்பட்டனர்.

தாக்குதல்கள் நின்றுபோயிருந்தன என்றாலும் போர் முடியவில்லை. எப்போது முடியும் என்பதற்கான அறிகுறிகளும்

இல்லை. ஒரு சில மாதங்களில் வெற்றிபெற்றுவிடுவோம் என்று திடமாக நம்பிய நாடுகள் இப்போது குழப்பத்தில் இருந்தன. இரு அணிகளைச் சேர்ந்த வீரர்கள் நடுக்கத்துடன் காத்திருந்தனர். குளிர் காலம் முடிந்ததும் மீண்டும் தாக்குதல்கள் தொடங்கி விடும். போர் முனைக்கு வெளியே, அரசியல் களத்தில் விவாதங்கள் நடைபெற்றுக்கொண்டிருந்தன. ராணுவ அதிகாரிகளும் அரசியல் அதிகாரிகளும் வரைபடத்தை விரித்து வைத்துக் கொண்டு திட்டம் தீட்டிக்கொண்டிருந்தனர்.

கிறிஸ்துமஸுக்கு முந்தைய தினம் மேற்கு முனையில், வீரர்கள் நடுக்கத்துடன் கூடாரங்களில் அமர்ந்திருந்தனர். ஒரு பக்கம் ஜெர்மானிய வீரர்கள். மற்றொரு பக்கம், பிரிட்டிஷ், பிரெஞ்சு வீரர்கள். திடீரென்று ஜெர்மானியர்களின் கூடாரத்தில் விளக்கு எரிந்தது. பிரிட்டிஷ் வீரர்கள் தங்கள் ஆயுதங்களைத் தூக்கிக் கொண்டனர். பிறகுதான் புரிந்தது. வெளிச்சம் வந்தது கிறிஸ்துமஸ் மரத்தில் இருந்து. பிரிட்டிஷ் வீரர்களே, நீங்கள் கிறிஸ்துமஸ் கொண்டாடவில்லையா என்று அந்தப் பக்கத்தில் இருந்து உற்சாகக் குரல்கள். எங்கே உங்கள் கிறிஸ்துமஸ் மரம்?

ஜெர்மானியர்களின் சவாலுக்கு ஈடுகொடுக்க ஒரு பிரிட்டிஷ் வீரர் பாடல் பாட ஆரம்பித்தார். அதற்கு உற்சாகமான வரவேற்பு இருந்தது. உடனே எதிர்தாக்குதல் ஜெர்மனி கூடாரத்தில் இருந்து ஆரம்பமானது. மற்றுமொரு பாடல். ஒரு கட்டத்தில், இரு அணிகளும் ஒரே பாடலை, ஒரே குரலில் பாட ஆரம்பித்தனர்.

இந்த விஷயம் அரசியல் தலைவர்களுக்குத் தெரிந்தபோது, சிடுசிடுத்தனர். கண்டிப்பான உத்தரவு போர்முனைக்கு அனுப்பி வைக்கப்பட்டது. போரிடுவது மட்டும்தான் வீரர்களின் பணி, எதிரிகளுடன் இணைந்து கொண்டாடுவது அல்ல.

பிறகு யாரும் அங்கே பாடவில்லை.

மாறும் திட்டங்கள்

அடுத்து என்ன? ஜெர்மனி தொடர்ந்து போரை முன்னெடுத்துச் செல்ல விரும்பியது. ஆனால், போர்த் திட்டம் என்னவாக இருக்கவேண்டும் என்பதில் ஒருமித்த கருத்து ஏற்படவில்லை. சமீபத்திய, வெற்றி தோல்விகள் அவர்களை மாற்றி யோசிக்க வைத்திருந்தன. புதிதாகப் பொறுப்பேற்றிருந்த ஜெனரல் எரிக் வோன் ஃபல்கெனாய்ன் (Erich von Falkenhayn), மேற்கில்

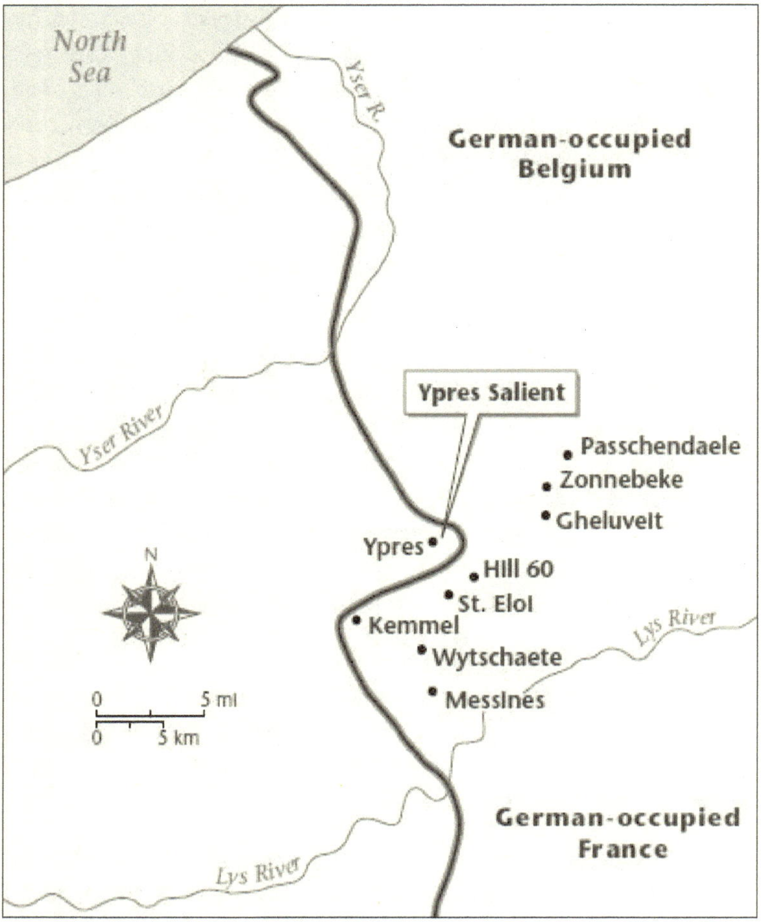

வெய்பிரஸ் போர், 1914-1918

தொடர்ந்து யுத்தத்தை நடத்தி ஜெர்மனி வெற்றிபெறவேண்டும் என்றார். எதிரிகள் சோர்வடைந்து, களைத்து நிலத்தில் சாயும் வரை போரிடவேண்டும், முடிந்தவரை ஏராளமான சேதத்தை எதிரிகளுக்கு ஏற்படுத்தவேண்டும் என்று விரும்பினார். எரிக்கின் கருத்தை பிற ஜெனரல்கள் நிராகரித்தனர். மேற்கை விட்டு விட்டு, கிழக்கு முனையில் கவனம் குவித்து, ரஷ்யாவை முறி யடிக்கவேண்டும் என்று அவர்கள் வாதிட்டனர். ரஷ்யாவை வெற்றிகொண்ட பிறகு மீண்டும் மேற்கே திரும்பிக்கொள்ளலாம் என்பது அவர்கள் திட்டம். இறுதியில், மேற்கில் தொடர்ந்து தற் காப்பு யுத்தம் நடத்தலாம் என்று முடிவானது.

தொடர்ந்து மேற்கு முனையில் இழப்புகளைச் சந்திக்க பிரிட்டன் தயாராக இல்லை. பிரான்ஸுக்கு இதில் யோசிப்பதற்கு எதுவுமில்லை. யுத்தம் நடப்பது அவர்கள் எல்லையில். தற்காப்பு யுத்தமாக இருந்தாலும் சரி, தாக்குதல் யுத்தமாக இருந்தாலும் சரி, தொடரத்தான் வேண்டும். ஜெர்மனியை எல்லையில் இருந்து விரட்டும்வரை, வேறு சிந்தனை இல்லை.

மூன்று பெரிய நாடுகளுக்கிடையே போர் குறித்த திட்டமும் அணுகுமுறையும் மாறியிருந்தாலும், ஓர் அடிப்படை உண்மையை இவர்கள் ஒப்புக்கொண்டனர். நாம் நினைத்தது போல் இந்தப் போர் அத்தனை சீக்கிரம் முடிந்துவிடாது. அதே போல், போர்ச்சூழல் யாருக்குச் சாதகமாகவும் இல்லை என்பதும் வெளிப்படையாகத் தெரிந்தது.

பொதுவாக, யாருக்கு நிலைமை சாதகமாக இருக்கிறதோ அவர்களே தாக்குதல் யுத்தம் தொடுப்பார்கள். தனக்குச் சாதகமாகவும் எதிரிக்குப் பாதகமாகவும் நிலைமை அமையும்போது அந்த வாய்ப்பைப் பயன்படுத்தி முதல் தாக்குதலை மேற்கொள்வார்கள். தற்போதுள்ள சூழல் அப்படிப்பட்டதாக இல்லை. ஜெர்மானியர்கள் பலவீனமான முறையில் இல்லை. பிரான்ஸுக்குச் சாதகமான சூழல் ஏற்படவில்லை. மலைப் பிரதேசமோ, பாதுகாப்பு அரண்களோ இல்லை.

மீண்டும் போர்

மார்ச் 1915ல் பிரான்ஸ் முதல் சாம்பேன் தாக்குதலை (First Battle of Champagne) ஆரம்பித்தது. சாம்பேன் பிரான்ஸில் வடகிழக்கு மாகாணம். (இன்று சாம்பேன், வெள்ளை ஒயினால் புகழ்பெற்ற நகரம்). பிரிட்டிஷ் படை Neuve-Chapelle என்னும் பிரெஞ்சுக் கிராமத்துக்கு அருகில் ஜெர்மனியை எதிர்க்க ஆரம்பித்தது. முதலில் பீரங்கித் தாக்குதல். வழி ஏற்பட்ட பிறகு, நான்கு படைப் பிரிவுகள் முன்னேறின. ஜெர்மன் எல்லைக்குள் அரை மைல் நுழைந்து விட்ட திருப்தி பிரிட்டனுக்கு ஏற்பட்டது என்றாலும், அதற்கு விலையாக 13,000 வீரர்களைக் கொடுக்கவேண்டியிருந்தது. பிரான்ஸைத் தடுத்து நிறுத்திய ஜெர்மனி, பிரிட்டனிடம் சற்றே பின்வாங்கியது.

ஆனால், ஏப்ரல் 22 தொடங்கிய இரண்டாவது வெய்பிரஸ் யுத்தத்தில் ஜெர்மனி தன் பலத்தை மீட்டெடுத்துக்கொண்டது.

ஜெர்மன் வீரர்கள் மீது பிரான்ஸ் தாக்குதல், சாம்பேன், 1917

பிரான்ஸும் பிரிட்டனும் வெய்பிரஸ் நகருக்கு அருகில் கையகப் படுத்தியிருந்த மேடான ஒரு பிரதேசத்தை (bulge அல்லது salient என்று அழைக்கப்படுகிறது) மீட்டெடுக்கும் முயற்சியில் இறங்கியது. இந்த முறை, ஒரு வித்தியாசமான ஆயுதத்தைப் பிரயோகிக்க முடிவு செய்தது ஜெர்மனி. இதற்கு முன்னால் எந்த யுத்தத்திலும் இது யாராலும் பயன்படுத்தப்பட்டதில்லை. நச்சு வாயு.

பீரங்கித் தாக்குதலில் தொடங்கி, எதிர்பாராத ஒரு சந்தர்ப்பத்தில் நச்சு வாயு தாக்குதலை ஆரம்பித்தனர். பிரெஞ்சு போர்முனையை நோக்கி திடீரென்று மஞ்சளும் பச்சையும் கலந்த ஒரு புகைமூட்டம் உருண்டு பறந்து வந்தது. அது குளோரின் வாயு. நுரையீரலையும் சுவாச உறுப்புகளையும் சேதப்படுத்தும் ஆற்றல் அதற்கு இருந்தது. ரசாயனத் தாக்குதலுக்கு ஆளாகாத பிரெஞ்சு, பிரிட்டிஷ் வீரர்கள் விலகி ஓடினர். இரண்டாவது வெய்பிரஸ் யுத்தத்தில் ஜெர்மனி வென்றது. 35,000 ஜெர்மானிய வீரர்கள் உயிரிழந்தனர். இவர்களில் பலர், நேச நாடுகளின் வீரர்களோடு சேர்ந்து நச்சு வாயுவால் தாக்குண்டு இறந்தவர்கள். நேச அணி களின் இழப்பு எண்ணிக்கை ஜெர்மானியர்களை விட இரண்டு மடங்கு அதிகம்.

ஜெர்மனி அறிமுகப்படுத்திய இந்தப் புதிய ஆயுதம் அதற்குப் பிறகு பலமுறை பயன்படுத்தப்பட்டது. வாயு கசிவதைக் கண்ட

தும் வீரர்கள் அவசரமாக முகமூடி அணியவேண்டியிருக்கும். அந்த வாய்ப்பைப் பயன்படுத்தி தாக்குதல்கள் தொடுக்கப்படும். முகமூடி அணியாதவர்கள் எப்படியும் வாயுவால் பாதிக்கப் படப்போகிறார்கள். பல்வேறு வாயுக்கள் பயன்படுத்தப் பட்டன. குளோரின், பாஸ்ஜீன், டைபாஸ்ஜீன் கொண்டு உரு வாக்கப்பட்ட ஹைட்ரோ குளோரிக் அமிலம் ஆகியன சில. கண், தொண்டை எரிச்சல் தொடங்கி தாற்காலிகப் பார்வையின்மை வரை பல்வேறு பாதிப்புகள் ஏற்பட்டன. மரணமும். இருப்ப திலேயே ஆபத்தானதாகக் கருதப்பட்டது, dichlorethylsulphide. தோலைச் சுட்டெரிக்கும் இந்த வாயு, சில தினங்கள்வரை போர்முனையில் தங்கியிருக்கும். முதல் உலகப் போரின்போது மட்டும், சுமார் 8 லட்சம் பேர் வெவ்வேறு சமயங்களில், நச்சு வாயுக்களால் பாதிக்கப்பட்டனர்.

ஜெனரல் ஜோசப் ஜோஃப்ரீ அடுத்த தாக்குதலுக்குத் தயாரானார். மேற்கே அர்டாய்ஸ் (Artois) பகுதியில் உள்ள விம்மி ரிட்ஜ் (Vimmy Ridge) என்னும் பகுதியை ஜெர்மனியிடம் இருந்து மீட்கத் திட்டமிட்டது பிரான்ஸ். மே மாத தொடக்கத்தில், தொடர்ந்து ஐந்து தினங்கள் தாக்குதல் தொடுத்து ஜெர்மனியை இரண்டரை மைல் பின்னுக்குத் தள்ளியது பிரான்ஸ். விம்மி ரிட்ஜை அடைந்த போது, அப்பகுதி சேதமடைந்திருந்தது. போக்குவரத்து, தடைப் பட்டது. இந்த வாய்ப்பைப் பயன்படுத்தி ஜெர்மானியப் படை கள் மீண்டும் திரும்பி வந்து தாக்குதல் தொடுத்தன. பிரான்ஸ் பின்வாங்கியது. பிறகும் தொடர்ந்த மோதல்களில், பிரான் ஸுக்கு சிறிது நிலப்பரப்பு கிடைத்தது என்றாலும் ஒரு லட்சம் வீரர்களை இழக்கவேண்டியிருந்தது. இதற்குப் பிறகும்கூட, விம்மி ரிட்ஜ் பகுதியில் தொடர்ந்து பல தாக்குதல்கள் நடந்தன.

இரண்டாவது சாம்பேன், லூஸ் யுத்தம்

நேச நாடுகளின் கூட்டணிப் படையினருக்கு இப்போதுள்ள மிகப் பெரிய சவால், ஆயுதங்கள் கிடைப்பது. போரின் பசிக்கு ஈடு கொடுக்கும் வகையில், உற்பத்தி இருக்கவில்லை.

இரண்டாவது சாம்பேன் தாக்குதல், முந்தைய தாக்குதலைப் போலவே இருந்தது. பிரான்ஸ் முதலில் தாக்குதல் தொடுத்தது. ஜெர்மானியர்களைப் பின்னுக்குத் தள்ளி முன்னேறியது. ஒரு பிரிவை அழித்துவிட்டு முன்னேறினால் மற்றொரு பிரிவு பதுங்கு குழியில் இருந்து புதிதாக வெளிப்பட்டது. பிரான்ஸ் வீரர்கள்

சரிய ஆரம்பித்தனர். 1,45,000 பேர் இறந்துபோனார்கள். சிறித ளவு நிலப்பரப்பை மீட்க முடிந்ததால், பிரான்ஸ் இதை வெற்றி யாக அறிவித்தது. மூன்றாவது அர்டாய்ஸ் யுத்தத்தில் நடந்ததும் இதுவேதான். இரு தரப்பிலும் சேதம். வெற்றி, தோல்வி கணக்கிடமுடியாமல் இரு தரப்பினரும் விழித்தனர்.

வடக்கே, பிரிட்டன் Neuve-Chapelle என்னும் பிரெஞ்சுப் பகுதிக்கு அருகிலுள்ள லூஸ் என்னும் இடத்தில் தாக்குதலைத் தொடங்கியது. ஜெனரல் ஹெய்க் என்பவர் தலைமையில் பிரிட்டிஷ் படைகள் முன்னேறின. அனுபவம் வாய்ந்த வீரர் களோடு சேர்த்து, புதிதாக இணைந்த இளையவர்களும் இதில் பங்கேற்றனர். செப்டெம்பர் 25ம் தேதி, பிரிட்டனின் தாக்குதல் ஆரம்பமானது. ஜெர்மனி கையாண்ட அதே நச்சு வாயு ஆயுதத்தை இந்த முறை பிரிட்டன் கையாண்டது. 150 டன் குளோரின் வாயு வெளியேற்றப்பட்டது. பாதுகாப்பு முகமூடி அணிந்த பிரிட்டிஷ் படைகள், துடிப்புடன் முன்னோக்கி நகர்ந்தனர்.

முதல் வரிசையில் இருந்த ஜெர்மானியப் படை முறியடிக்கப் பட்டது. தொடர்ந்து முன்னேறியபோது, பதுங்கு குழிகள் தட்டுப் பட்டன. ஜெர்மானியப் படையின் இரண்டாவது வரிசை எதிர் பட்டது. சுதாரிப்பதற்குள், ஜெர்மனி தாக்க ஆரம்பித்துவிட்டது. முக்கியமான இடங்களில் பீரங்கிகள் தயாராக நிறுத்திவைக்கப் பட்டிருந்தன. ஒரு குண்டும் தப்பவில்லை. வரிசை வரிசையாக வீரர்கள் சரிந்தனர். ஒரு வரிசை சரிந்தபோது, அடுத்தது முன்னுக்கு வந்து நின்று குண்டுகளை வாங்கிக்கொண்டது. நூற்றுக்கணக்கான பிரிட்டிஷ் வீரர்கள் இந்தத் தாக்குதலில் இறந்துபோனார்கள். எட் டாயிரம் உடல்கள். ஜெர்மனியின் இழப்பும் கணிசமானதுதான்.

போர் எத்தனை கோரமான விளைவுகளை ஏற்படுத்த வல்லது என்பதை லூஸ் யுத்தம் அப்பட்டமாக வெளிப்படுத்தியது. இந்த யுத்தம் மட்டுமல்ல, மேற்கு முனையில் அதற்குப் பிறகு நடை பெற்ற பல்வேறு மோதல்கள் மிருகத்தனத்தை வெளிப்படுத்துவ தாக இருந்தன. இரு தரப்பினரும் உடல்களை அள்ளிச் சென்ற வண்ணம் இருந்தனர். காயமடைந்தவர்களின் எண்ணிக்கை கூடிக்கொண்டே சென்றது.

1915ம் ஆண்டு இறுதியில் பிரிட்டன் 2,79,000 வீரர்களை இழந் திருந்தது. புகழ்பெற்ற பிரிட்டன் படைப் பிரிவு (British

Expeditionary Force – BEF) அழிந்துபோயிருந்தது. பிரிட்டிஷ் ராணுவத்தின் மையமாகக் கருதப்பட்ட படைப்பிரிவு இது. பிரான்ஸ் கிட்டத்தட்ட 13 லட்சம் பேரை இழந்திருந்தது.

இத்தனைக்குப் பிறகும் நிலைமை மாறியிருக்கவில்லை. விதவிதமான சீருடைகள் அணிந்த சடலங்கள் குவிந்துகொண்டிருந்தன. எதிரிகள் ஒருவரையொருவர் வெறித்துப் பார்த்துக் கொண்டனர். சிதிலமடைந்த கூடாரங்கள் சரிசெய்யப்பட்டுக் கொண்டிருந்தன. சடலங்களை அப்புறப்படுத்திக்கொண்டிருந்தார்கள். கூடாரங்களில் மருத்துவர்கள் சுறுசுறுப்பாக இயங்கிக் கொண்டிருந்தார்கள்.

விடையற்ற அந்தக் கேள்வி அனைவர் முன்பும் தோன்றியது. அடுத்தது என்ன?

13 மேற்கு முனை / 1916

1914 மற்றும் 1915ம் ஆண்டுகளில் மேற்கு முனையில் நடைபெற்ற போர் எந்தவித மாற்றத்தையும் ராணுவத் தலைவர்களிடமும் அரசியல் தலைவர்களிடமும் ஏற்படுத்தவில்லை. முழுவீச்சில் போர் தயாரிப்புகளில் அவர்கள் இறங்கியிருந்தனர். பிரான்ஸுக்கு ஏற்படுத்திய இழப்புகளைக் கண்டு ஜெர்மனி திருப்திபட்டுக்கொண்டது. ஜெர்மானிய ஜெனரல் எரிக் வோன் ஃபல்கெனாய்ன் தனது அடுத்த திட்டத்தைச் செம்மைப்படுத்திக்கொண்டிருந்தார். 'எந்த நிலையிலும் போரைக் கைவிடக் கூடாது. பிரான்ஸுக்குத் தொடர்ந்து தலைவலி அளித்துக்கொண்டிருக்கவேண்டும். பிரான்ஸ் ரத்தம் வடிக்கவேண்டும். எனவே, உற்சாகத்துடன் தொடங்குவோம்!'

வெர்டுன் போர்

திட்டத்தின் முதல் அம்சமாக, வடகிழக்கு பிரான்ஸில் உள்ள முக்கியத்துவம் வாய்ந்த வெர்டுன் (Verdun) பகுதியைக் கைப்பற்ற முடிவு செய்தது ஜெர்மனி. குறிப்பாக, வெர்டுன் தேர்ந்தெடுக்கப் பட்டதற்குக் காரணங்கள் உள்ளன. பல நூற்றாண்டுகளாக பிரான்ஸின் முக்கிய போர்கள் அனைத்தும் இங்கே நடைபெற்றிருக்கின்றன. பிரான்ஸின் ராணுவ பலத்தின் அடையாளாக, ராணுவ வரலாற்றில் ஓர் முக்கிய அத்தியாயமாக இந்தப் பகுதி கருதப்

பட்டுவந்தது. பழங்காலக் கோட்டைகள் அடங்கிய பிரதேசம். வெர்டுனை வசமாக்கிவிட்டால், கிட்டத்தட்ட பிரான்ஸை வசமாக்கிவிட்டது போல.

பிப்ரவரி 12, 1916ம் ஆண்டு ஜெர்மனி தாக்குதல் தொடுத்தது. இது வரை இல்லாத அளவுக்கு அதிரடியாக, முதல் நாளில் மட்டும் பத்து லட்சம் ஷெல்கள் பொழியப்பட்டன. மொத்த தாக்குதலில், சுமார் 400 லட்சம் ஷெல்கள் வீசப்பட்டன. கூடுதலாக, பாஸ்ஜீன் வாயுவும் பயன்படுத்தப்பட்டது. இவை போதாதென்று இன்னொரு புதிய ஆயுதத்தையும் ஜெர்மனி அறிமுகப் படுத்தியது. தீப்பிழம்பை ஏற்படுத்தும் Flamethrower. பதுங்கு குழிகளில் நெருப்பை பொழியும் கருவி இது. எதிர்பாராத தாக்குதலால், பல பிரெஞ்சு வீரர்கள் உயிருடன் கொளுத்தப் பட்டனர். பதுங்கு குழி சவக்குழியாக மாறியது. சில சமயம் இது ஏவியவர்களையே தாக்கவும் செய்தது. எரிபொருள் நிரப்பப் பட்ட டாங்கிகள் ஒரு சமயம் எதிர்பாராத விதமாக பற்றி எரிந்த போது, ஒட்டுமொத்த படாலியனும், கிட்டத்தட்ட ஆயிரம் ஜெர்மானியர்கள் உயிருடன் எரிந்துபோயினர்.

ஒரு சில தினங்களில், பிரான்ஸ் சில கோட்டைகளை (Fort Vaux, Fort Douaumont) கைப்பற்றிக்கொண்டது. என்றாலும், பிரான்ஸ் மிகக் கடுமையான சேதத்தைச் சந்தித்தது என்பதை தனியே சொல்லவேண்டியதில்லை. பிரான்ஸ் கிட்டத்தட்ட முறியடிக்கப் பட்டுவிட்டது என்று மகிழ்ந்தது ஜெர்மனி.

போரின் போக்கை மாற்ற விரும்பிய ஜெனரல் ஜோஃப்ரீ, ஃபிலிப் பெடேன் (Philippe Pétain) என்பவரை ஜெனரலாக நியமித்தார். தற்காப்பு யுத்தம் நடத்துவதில் வல்லவர் என்று அறியப்பட்டவர் பெடேன். பிரான்ஸுக்கு இப்போதைக்குத் தேவை சிறந்த தற்காப்புத் தந்திரங்கள்தான் என்று ஜோஃப்ரீ நம்பினார். நிலைமை பெடேனுக்குப் புரிந்திருந்தது. இதுவரை நடந்த யுத்தங்களின் போக்கை ஆராய்ந்த பெடேன் சில அடிப்படை மாற்றங்களைச் செய்தார்.

ஜெர்மனியை வீழ்த்தவேண்டுமானால் முதலில் தேவை நம்பிக்கை. வீரர்களிடையே பரவியிருந்த சோர்வையும் இழப்பு உணர்வையும் களைய விரும்பினார் பெடேன். போர் முனையில் இருப்பவர்கள் எப்பொழுதும் துடிதுடிப்புடன் இருப்பதற்கு என்ன தேவை? உணவும், ஆயுதங்களும். பெடேன் சில

உத்தரவுகளைப் பிறப்பித்தார். வீரர்களுக்கு என்ன தேவையோ அது உடனுக்குடன் அனுப்பி வைக்கப்படவேண்டும். நேரமாகும், இல்லை போன்ற பதில்களுக்கு அனுமதியில்லை. காயமடைந்த வீரர்கள் உடனடியாக அப்புறப்படுத்தப்படவேண்டும். சோர்வடைந்தவர்களை உடனே திரும்பப்பெற்று, மாற்று வீரர்களை அனுப்பவேண்டும். எந்தக் கட்டத்திலும், போர்க்களத்தில் சோர்வு தட்டுப்படக்கூடாது.

Voie Sacrée அல்லது புனித சாலை என்று அனைவராலும் அழைக்கப்பட்ட ஒரு பாதை போர் வீரர்களுக்காக பிரத்தியேகமாக ஒதுக்கப்பட்டது. இந்தச் சாலையில் ராணுவ வாகனங்கள் ஓய்வின்றி விரைந்துகொண்டிருந்தன. போர்க்களத்தில் இருந்து நகரங்களுக்கு. நகரங்களில் இருந்து போர்க்களத்துக்கு. வண்டிகளில், புதிய வீரர்கள் தொடர்ந்து வந்து இறங்கிக்கொண்டிருந்தனர். மற்றொரு பக்கம், காயமடைந்த வீரர்கள் வாகனங்களில் ஏற்றி அனுப்பிவைக்கப்பட்டனர்.

சுறுசுறுப்பாக இயங்கும் இந்தச் சாலையைக் கண்ட பல வீரர்களுக்கு புத்துணர்ச்சி ஏற்பட்டது நிஜம். பெடேனின் திட்டம் வேலை செய்தது. நாம் தோற்றுக்கொண்டிருக்கிறோம் என்னும் உணர்வு பிரெஞ்சு வீரர்களைவிட்டு மெல்ல மெல்ல அகன்றுகொண்டிருந்தது. கிட்டத்தட்ட எழுபது சதவீத ராணுவத்தினர் வெர்டுன் யுத்தத்தில் பல்வேறு சந்தர்ப்பங்களில் பங்கேற்றிருப்பார்கள். ஓரிடத்தில் இருந்து இன்னோரிடத்துக்குத் தொடர்ந்து வீரர்கள் மாற்றப்பட்டனர். இரவு, பகலாகப் போக்குவரத்து நடைபெற்றது. வெர்டுனின் கதாநாயகன் என்று பெடேன் அழைக்கப்படலானார்.

வெர்டுன் போர் ஆரம்பமான சில மாதங்களில், ஜெர்மனி தாக்குதல்களை மட்டுமே நடத்தி வந்தது. பிரான்ஸ் தற்காப்பு போர் மட்டுமே புரிந்துவந்தது. ஜெர்மனி சில பகுதிகளைக் கைப்பற்றிக்கொள்ளும். பிரான்ஸ் சில வாரங்களில் ஒரு சிலவற்றை மீட்டெடுக்கும். மீண்டும் ஜெர்மனி பாய்ந்து வரும். இந்த முறை, பிரான்ஸ் கைவசம் உள்ள சில பகுதிகளை இழக்கும். வேறு சிலவற்றை மீட்கும்.

தேவையான அளவுக்கு பிரான்ஸுக்கு சேதம் ஏற்படுத்தியாகிவிட்டது. வெர்டுனில் சில பகுதிகளையும் கைப்பற்றிக்கொண்டாகிவிட்டது. ஜூலை மாதம் வெளியேறிவிடலாம் என்பது ஜெர்மனியின் திட்டம். அக்டோபர் 19ம் தேதி பிரான்ஸின்

புதிய படைகள் பாய்ந்து ஜெர்மனியை எதிர்கொண்டபோது, ஜெர்மானியர்கள் சிதறிப்போனார்கள். இழந்த கோட்டைகளை பிரான்ஸ் கைப்பற்றிக்கொண்டது. டிசம்பர் மூன்றாவது வாரம், வெர்டுன் போர் முடிவுக்கு வந்தபோது, பிரான்ஸ் தான் இழந்த அனைத்தையும் மீட்டெடுத்துவிட்டது.

இந்தப் போரில் பிரான்ஸின் இழப்பு, 5.42 லட்சம் பேர். ஜெர்மனி, 4.34 லட்சம். ஆரம்பம் தொட்டு, தொடர்ந்து ஜெயித்துக் கொண்டிருந்த ஜெர்மனி, வெர்டுன் போரின் முடிவில், தோற் கடிக்கப்பட்ட நிலையில் இருந்தது. ஜெர்மனியின் தாக்குதல் போர்கள் தற்காப்புப் போர்களாக மாறியிருந்தன. இத்தனை இழப்புகளுக்குப் பிறகும், கைப்பற்றிய எதிரி நிலம் என்று சொல்லிக்கொள்ள பெரிதாக எதுவுமில்லை.

வெளியேறும் திட்டத்தில் இருந்த ஜெர்மனி, இந்த திடீர் வீழ்ச்சியை எதிர்பார்க்கவில்லை. ஜெர்மானிய ஜெனரல் எரிக் வோன் ஃபல்கெனாய்னின் பதவி பறிபோனது. ஜெனரல் பால் ஹிண்டன்பர்க் (Paul von Hindenburg), அவருக்குத் துணையாக எரிக் லுடன்டார்ஃப் (Erich Ludendorff) இருவரும் நியமிக்கப் பட்டனர்.

சொம்மா போர்

வெர்டுனுக்கு வடக்கிலும் கிழக்கிலும் சொம்மா ஆற்றுக்கு அருகே அடுத்த தாக்குதல்கள் ஆரம்பமாயின. Amiens, Péronne ஆகிய பகுதிகளுக்கு இடையிலான 30 மைல் போர்முனையில் பிரான்ஸும் பிரிட்டனும் ஒன்றிணைந்து ஜெர்மனியை எதிர் கொள்ள திட்டமிட்டன. வெர்டுன் ஏற்படுத்திய பாதிப்பில் இருந்து மீள்கட்டுமானம் செய்துகொண்டிருந்த பிரான்ஸால் சொம்மா போரில் அதிக பங்களிப்பு அளிக்கமுடியவில்லை. ஜெனரல் டக்ளஸ் ஹேக் (Douglas Haig) தலைமையில் பிரிட்டிஷ் படை, சொற்ப பிரெஞ்சு வீரர்களுடன் முன்னேறியது.

ஜூன் 23, 1916 அன்று பிரிட்டன் பீரங்கித் தாக்குதலை ஆரம்பித் தது. ஜெர்மானிய பதுங்கு குழிகள் மீது தொடர்ச்சியாக தாக்குதல் தொடுத்து அழித்தொழிக்கவேண்டும் என்பது திட்டம். ஒரு வாரம் நீடித்த இந்தப் போரில் ஐந்து லட்சம் ஷெல்கள் பயன் படுத்தப்பட்டன. கனரக பீரங்கிகள் சத்தம் இங்கிலாந்து வரை கேட்டது. சுதாரிப்பதற்கோ, திருப்பித் தாக்குவதற்கோ எதிரி களுக்குச் சந்தர்ப்பம் அளிக்கவில்லை பிரிட்டிஷ் வீரர்கள்.

பிரிட்டிஷ் படைகள், 1916

ஜூலை 1ம் தேதி தாக்குதல் முடிவுக்கு வந்தபோது, பிரிட்டிஷ் வீரர்கள் பதுங்கு குழிகளில் இருந்து பெருமிதத்துடன் வெளியேறி வந்தனர். வெற்றிபெற்றுவிட்டோம் என்று கிட்டத்தட்ட அறிவித்தாகிவிட்டது. 'ஒரு சுண்டெலிகூட உயிருடன் இருக்கப் போவதில்லை, ஆயுதங்கள்கூட வேண்டாம், கைத்தடி ஊன்றி நடந்து வாருங்கள்!' வீரர்கள் அப்படித்தான் நடந்து வந்தனர். சிதறிக்கிடக்கும் ஜெர்மானிய வீரர்களின் சடலங்களை அவர்கள் எதிர்பார்த்தனர். ஆனால் அவர்கள் எதிர்கொண்டது மிகக் கடுமையான எதிர்தாக்குதலை. இத்தனை நேரம் அவர்கள் எங்கிருந்தார்கள்? எப்படித் தப்பினார்கள் நம் குண்டுவீச்சுக்கு? அல்லது, இவர்கள் வேறு படைப்பிரிவைச் சேர்ந்தவர்களா? யோசிப்பதற்கு அவகாசம் இருக்கவில்லை. கொசுக்களைப் போல் கொத்துக்கொத்தாகச் சரிந்து விழுந்துகொண்டிருந்தார்கள். அன்றைய தினம் மட்டும் 20,000 பிரிட்டிஷ் வீரர்கள் இறந்து போயினர். இரண்டு மடங்கு அதிகமானோர் காயமடைந்தனர்.

தொடர்ந்து வலிமையாக தாக்குதல் தொடுத்தபிறகும், ஏன் பிரிட்டனால் ஜெர்மானியர்களை அழிக்கமுடியவில்லை? பதில்கள் பின்னர் கிடைத்தன. முதலில், பிரிட்டிஷ் துருப்புகள் எதிர்பார்த்ததைவிடவும் ஜெர்மானியர்களின் பதுங்கு குழிகள் ஆழமாகத் தோண்டப்பட்டிருந்தன. வலிமையான இரும்பு வேலியும் அமைக்கப்பட்டிருந்தது. பிரிட்டனின் தொடர்ச்சி

யான பீரங்கித் தாக்குதல்களை ஜெர்மானியர்கள் பதுங்கு குழி களில் இருந்தபடியே அமைதியாக அசட்டை செய்திருக்கிறார் கள். மேலே எழுந்து வருவோம் என்று அவர்கள் கிளம்பிய போது, தாக்க ஆரம்பித்திருக்கிறார்கள்.

அதற்குப் பிறகும்கூட பிரிட்டன் சுதாரித்துக்கொள்ளவில்லை. ஜெனரல் ஹேகின் தவறான வழிகாட்டுதல்தான் இந்தத் தோல் விக்குக் காரணம் என்று பின்னர் சொல்லப்பட்டது. வெர்டுன் யுத்தத்தில் இழந்த பகுதிகளை ஜெர்மனி அவசரமாக மீண்டும் கைப்பற்றிக்கொள்ள ஆரம்பித்தது. ஆகஸ்ட், செப்டெம்பர் மாதம் போர் தொடர்ந்தபோது, சில பகுதிகளை ஜெர்மனி இழக்கவேண்டிவந்தது. செப்டெம்பர் 15ம் தேதி ஜெனரல் ஹேக், டாங்கியை அறிமுகப்படுத்தினார். உருண்டு வந்த டாங்கி யைக் கண்டு ஜெர்மானியர்கள் முதலில் பயந்தது நிஜம். ஆனால், சுதாரித்துக்கொண்டார்கள்.

நவம்பர் இறுதியில், சொம்மா போர் முடிவுக்கு வந்ததற்குக் காரணம், பருவ கால மாற்றம். போர் முடிவில் ஜெர்மனி 6,50,000 பேரை இழந்திருந்தது. பிரான்ஸின் இழப்பு, 1,95,000. பிரிட்டன் ஆறு மைல் முன்னேறி, ஒரு கிராமத்தைக் (Beaumont-Hamel) கைப்பற்றியிருந்தது. இந்தப் போரில் நாங்கள்தான் வெற்றிபெற் றோம் என்று பிரிட்டன் தாமாகவே அறிவித்துக்கொண்டது. அந்தச் சிறிய கிராமத்துக்கு ஈடாக 4,20,000 வீரர்களைப் பிரிட்டன் இழந்திருந்தது.

இரண்டு ஆண்டுகள். பிரான்ஸ், பிரிட்டன், ஜெர்மனி மூன்றும் இந்த இரு ஆண்டுகளில் அடைந்த இழப்புகள் பிரம்மாண்டமானவை. மிகக் கொடூரமான படுகொலைகள் நிகழ்த்தப்பட்டன. ரசாயன ஆயுதம் உள்ளிட்ட புதிய ஆபத்தான போர்முறைகள் அறிமுகப் படுத்தப்பட்டன. பீரங்கிகளும் டாங்கிகளும் போரில் பங்கேற்றன. பதுங்கு குழிகளில் சடலங்கள் குவிந்தன. சில அடி நிலப்பரப்புக்காக ஒரு தலைமுறை இளைஞர்களை இந்தப் பெரும் நாடுகள் போர்க்களத்துக்கு அனுப்பி கொன்றொழித்தன.

14 மேற்கு முனை / மாறும் அலை

1917ம் ஆண்டு புதிய மாற்றங்களைக் கொண்டு வரும் என்று நேச நாடுகளும் மைய நாடுகளும் எதிர் பார்த்தன. போர்க்களத்தில் இருந்த வீரர்களின், அவர்களை இயக்கிய ஜெனரல்களின் எதிர்பார்ப்பும் இதுதான். இரண்டு ஆண்டு கால தொடர்ச்சியான சேதம், போர் குறித்த அவர்கள் சிந்தனைப்போக்கை அடியோடு மாற்றியிருந்தது.

பிரிட்டனிலும் பிரான்ஸிலும் அரசியல் தலைமை மாற்றம் கண்டிருந்தது. பிரிட்டன் பிரதம மந்திரி, ஹெர்பர்ட் அஸ்க்வித் ராஜினாமா செய்திருந்தார். டேவிட் லாயிட் ஜார்ஜ் பொறுப்பேற்றிருந்தார். பிரான்ஸில், ஜெனரல் ஜோஃப்ரீ யின் இடத்துக்கு, ஜெனரல் ராபர்ட் நிவெல் (Robert Neville) என்பவர் நியமிக்கப்பட்டிருந்தார்.

தலைமை மாறியிருந்தாலும், திட்டங்கள் பெரிதாக மாறவில்லை. பிரான்ஸ் தாக்குதல் போரைத் தொடர்ந்து தொடுக்கவேண்டும் என்றார் நிவெல். மேற்கு முனையின் மத்தியப் பகுதியில், ஆஸ்னே (Aisne) ஆற்றுக்கு (ஓர்னே ஆறு என்றும் அழைக்கப் பட்டது) அருகே அடுத்த தாக்குதல் நடத்தப் படவேண்டும் என்று அவர் உத்தரவிட்டார். ஜெர்மானியப் படைகளை இரண்டாகப் பிரித்து, வடமேற்குப் பகுதிக்கு ஜெர்மானியர்களை விரட்ட

வேண்டும் என்பது திட்டம். இரண்டாவது ஆஸ்னே போர் அல்லது நிவெல் தாக்குதல் போர் என்று இது அழைக்கப்பட்டது.

ஆஸ்னே போர்

ஜெர்மனியை நாம் சுக்குநூறாக உடைத்து தகர்க்கப்போகிறோம், உற்சாகத்துடன் வாருங்கள் என்று அறைகூவல் விடுத்து வீரர் களைத் திரட்டினார் நிவெல். இதுவரை இல்லாத அளவு, 12 லட்சம் வீரர்கள் இந்தப் போருக்காகத் தயார்படுத்தப்பட்டனர். ஏப்ரல் 16ம் தேதி, தாக்குதல் போர் ஆரம்பமானது. பீரங்கிகள் முன்னால் உருண்டு செல்ல, வீரர்கள் துப்பாக்கிகளுடன் முன்னேறினார்கள். சென்ற தாக்குதலைப் போல் இந்த முறையும் ஜெர்மானியர்களுக்கு அதிக அவகாசம் கொடுக்கவில்லை. அதே சமயம், சென்ற முறை பிரிட்டன் செய்த தவறை இந்த முறை பிரான்ஸ் செய்யவில்லை. ஒழிந்திருப்பார்கள் என்று அசட்டை யாக இல்லாமல், தாக்குதலை நிறுத்தாமல் தொடர்ந்தார்கள்.

தரைக்கு மேலே ஜெர்மானிய விமானங்கள் பறந்தபோது பிரான்ஸுக்குப் புரிந்துவிட்டது. ஜெர்மனி இந்த முறையும் சுதாரித்துக்கொண்டுவிட்டது. நடந்தது அதுதான். ஜெர்மானிய விமானங்கள் பிரெஞ்சுத் துருப்புகளின் வருகையை முன் கூட்டியே அறிவித்தன. வேண்டுமென்றே பலம் குறைந்த வகையில் முதல் படை வரிசையை ஜெர்மனி உருவாக்கி யிருந்தது. இந்த முதல் வரிசையை பிரான்ஸ் தாக்க ஆரம் பிக்கும்போது, இரண்டாவது மற்றும் மூன்றாவது வரிசை படைகள் அதிக பலத்துடன் காத்திருக்கும். களைப்புடன் அடுத்த வரிசையை பிரான்ஸ் எதிர்கொள்ளும்போது, புத்துணர்ச்சியுடன் காத்திருக்கும் வீரர்கள் தாக்குதலை ஆரம்பிப்பார்கள்.

ஐந்தாவது நாள் 1,30,000 வீரர்களை இழந்திருந்த பிரான்ஸ், தாக்குதல் போரைக் கைவிட்டது. நான்கு மைல் நிலப் பிரதேச மும், இருபத்தெட்டாயிரம் சொச்சம் ஜெர்மானியக் கைதிகளை யும் பிரான்ஸ் வென்றது. இதுவே போதும் என்று சொல்லி விட்டார் நிவெல். தாக்குதல் போர் தோல்வியடைவதை அவர் விரும்பவில்லை. அவருக்கு வேறு பிரச்னைகள் முளைத்தன. இந்த முறை ஜெர்மனியிடம் இருந்து அல்ல, பிரான்ஸிடம் இருந்தே.

பிரான்ஸுக்கு எதிராக பிரான்ஸ்

நெவில் தலைமையில் உற்சாகத்துடன் ஆரம்பமான ஆஸ்னே தாக்குதல் போர், தோல்வியடைந்துவிட்டதைக் கண்கூடாகக் கண்டனர் பிரெஞ்சு வீரர்கள். இது அவர்களைப் பாதித்தது. சொல்லிக்கொடுத்தபடி உற்சாகமாகக் களத்தில் சென்றோம், வீரத்துடன் போரிட்டோம், உயிர்களைப் பறிகொடுத்தோம். பதிலுக்குக் கிடைத்தது என்ன? தோல்வி. தோல்வியடையும் ஒரு போருக்கு எதற்காகத் தொடர்ந்து பங்களிப்பு செய்யவேண்டும்?

பிரெஞ்சு வீரர்களுக்கு வேறு வருத்தங்களும் இருந்தன. குறைவான ஊதியம். குறைவான உணவு ரேஷன். மிக மோசமான, அபாயமான போர்ச்சூழல். தவறான வழிகாட்டுதல். ஜெனரல்கள் எடுக்கும் தவறான முடிவுகளுக்கு நாம் ஏன் அநியாயத்துக்கு உயிரைக் கொடுக்கவேண்டும்? இரண்டு ஆண்டு கால கீழ்ப்படிதலுக்கும் அர்ப்பணிக்கும் என்ன கிடைத்தது? எனக்கு? என் நாட்டுக்கு? இரண்டு ஆண்டு காலம் உள்ளுக்குள் பொங்கிக்கொண்டிருந்த வெறுப்புணர்ச்சி, நெவிலின் தாக்குதல் திட்டம் தோல்வியடைந்தபோது, பீறிட்டு வெளிப்பட்டது. கட்டளைகளைப் புறக்கணிக்கத் துணிந்தார்கள். மேலதிகாரியின் பேச்சை எதிர்க்காதே என்னும் கட்டளையை மீறி கேள்வி கேட்டார்கள்.

இந்த உணர்வை சில வரலாற்று ஆசிரியர்கள் 1917 பிரெஞ்சு கலகம் என்று தலைப்பிட்டு வகைப்படுத்தினர். வேறு கலகங்களைப் போல் பிரெஞ்சு வீரர்கள் தங்கள் அதிகாரிகளைத் தாக்கவில்லை என்பது நிஜம். ஆனால், ஐந்து லட்சம் வீரர்கள் ஒன்று திரண்டு தங்கள் எதிர்ப்பை அமைதியாக ஆனால் அழுத்தமாக வெளிப்படுத்தினர். ஜெர்மானியர்களைத் தாக்கமுடியாது என்று கைவிரித்தனர்.

தங்கள் கோரிக்கையைத் தெளிவாக எடுத்துரைத்தனர். இனி மேலும், ஜெர்மானிய இயந்திரத் துப்பாக்கிகளுக்கு உணவாவதை நாங்கள் விரும்பவில்லை. எங்களுக்கு மரியாதையும் அங்கீகாரமும் வேண்டும். போதிய உணவு, வசதிகள் வேண்டும். மருத்துவ வசதி அதிகரிக்கப்படவேண்டும். எங்கள் மனைவி, குழந்தைகளைப் பார்த்துவர அனுமதி அளிக்கவேண்டும். எங்கள் தாய்நாட்டைக் காக்க நாங்கள் தயாராக இருக்கிறோம். அதே சமயம், அர்த்தமற்ற தாக்குதல்களை மேற்கொள்ளத் தயாராகயில்லை.

பிரெஞ்சு அரசியல்வாதிகள் உடனடியாகத் தலையிட்டு நிலைமையை மாற்ற முயற்சித்தனர். ராபர்ட் நிவெல் பதவியில் இருந்து கீழிறக்கப்பட்டார். அவர் இடத்துக்கு, ஃபிலிப் பெடேன் பதவி உயர்த்தப்பட்டார். பெடேன் நிலைமையைக் கட்டுக்குள் கொண்டுவருவார் என்று பிரான்ஸுக்குத் தெரியும். வீரர் களிடையே பிரபலமானவர். அவர்கள் நலன் சார்ந்து சிந்திக்கக் கூடியவர். கதாநாயகனாகக் கொண்டாடப்படுபவர். அவரை விட வேறு நல்ல தலைமை கிடைக்குமா?

பிரான்ஸின் எதிர்பார்ப்பை வீணாக்கவில்லை பெடேன். வீரர் களுக்கு உடனடியாக அடிப்படை வசதிகள் செய்துதரப்பட்டன. போதுமான உணவு ரேஷன் உடனுக்குடன் கிடைத்தன. சம்பள உயர்வு அளிப்பதாக உறுதியும் அளிக்கப்பட்டது. அதே சமயம், கலகக்காரர்கள் என்று அறியப்பட்ட தீவிர மனோபாவம் கொண்ட, இந்த எழுச்சியைத் திட்டமிட்ட வீரர்கள் பிரித் தெடுக்கப்பட்டு அவர்கள் மீது ஒழுங்கு நடவடிக்கை எடுக்கப் பட்டது. மொத்தம் 55 வீரர்களுக்கு மரண தண்டனை விதிக்கப் பட்டது.

பிரெஞ்சு வீரர்களிடையே அதிருப்தியும் கலக உணர்வும் பரவி யிருந்த விஷயம் ஜெர்மானியர்களுக்குத் தெரியாதது ஆச்சரியம். ஒருவேளை தெரிந்திருந்தால், இந்த வாய்ப்பை அவர்கள் பயன்படுத்தியிருப்பார்கள்.

சில வெற்றிகள் : கனடா, பிரிட்டன்

அடுத்த ஆஸ்னே யுத்தத்துக்கு பிரான்ஸ் தயாராகிக்கொண்டிருந்த அதே சமயம், மேற்கு முனையில் நேச நாடுகளுக்கு ஆதர வளிக்கும் வகையில் எதிர்பாராத பிரிவில் இருந்து சில வெற்றி கள் கைகூடின. ஆஸ்னே யுத்தத்தில் ஈடுபட்ட ஜெர்மனியின் கவனத்தைத் திசை திருப்பும் வகையில், கனடா நாட்டுப் படைப்பிரிவு ஒன்றை ஏற்படுத்தி, ஆராஸ் என்னும் பகுதியில் ஜெர்மனியை எதிர்கொள்ள ஏற்பாடு செய்திருந்தனர். ஆராஸ் யுத்தத்தின் நோக்கம் ஜெர்மனியை சிறிது காலத்துக்காவது தடுத்து நிறுத்துவது. புதிதாக படையில் இணைந்திருந்த கனடியர்களை இதற்கு நேச நாடுகள் அணி பயன்படுத்தி யிருந்தது. சென்ற இரு முறையும் பிரான்ஸால் கைப்பற்ற முடியாமல் இருந்த விம்மி ரிட்ஜ் என்னும் பகுதியில் இந்த திசைதிருப்பும் யுத்தம் நடந்துகொண்டிருந்தது. விம்மி ரிட்ஜ்

பிரிட்டிஷ் Mark I டாங்கி

இரண்டரை ஆண்டுகளாக ஜெர்மனியின் கட்டுப்பாட்டில் இருந்து வந்தது.

ஜெனரல் ஜூலியன் பிங் (Julian Byng) என்பவரின் தலைமையில் கனடிய படை ஜெர்மனியை எதிர்கொண்டு, பீரங்கித் தாக்கு தலைத் தொடுத்தது. மோதுவது ஐரோப்பாவின் வலிமையான சக்தியுடன் என்பதை நினைத்து கனடா அஞ்சவில்லை. எதற்கும் ஒரு முறை முயன்று பார்ப்பதில் தவறில்லையே! கனடா நம்பியதைப் போலவே, விரைவில் ஜெர்மனியின் முதல் வரிசைப் படைப்பிரிவு முறியடிக்கப்பட்டது. ஏப்ரல் 9ம் தேதி, கனடா ஜெர்மனியை முறியடித்து விம்மி ரிட்ஜை அடைந்தது. கிழக்கே இருந்த ஜெர்மனியின் பிற படைப்பிரிவுகளைக் கனடா எதிர்கொள்ளவில்லை. ஆனால், இதுவே மிகப் பெரிய வெற்றி தான். பிரான்ஸ், பிரிட்டன் உள்ளிட்ட பெரிய நாடுகளே திணறிக் கொண்டிருந்த சூழலில், கனடா ஈட்டித்தந்த இந்த வெற்றி நேச அணிகளிடையே உற்சாகத்தை ஏற்படுத்தித்தந்தது.

இரண்டாவது வெற்றி, வெய்பிரஸில் கிடைத்தது. தெற்கு வெய்பிரஸ் பகுதியில் உள்ள ஒரு மேடான பகுதியை ஜெர்மனி யிடம் இருந்து மீட்டெடுக்க, பிரிட்டிஷ் ஜெனரல், ஹெர்பர்ட்

ப்ளூமர் தலைமையில் ஒரு படைப்பிரிவு அனுப்பப்பட்டது. அவர் படைப்பிரிவில் இருந்த வீரர்களில் பலர், அதற்கு முன்னால் நிலக்கரி சுரங்கங்களில் பணியாற்றியவர்கள். அந்த அனுபவத்தைப் பயன்படுத்தி தாக்குதலைத் திட்டமிட்டார் ப்ளூமர். நிலத்துக்கு அடியில் சுரங்கம் ஒன்றைத் தோண்டும் வேலை ஆரம்பமானது. எதிரிகளின் நிலப்பகுதி வரை நீளும் ஒரு பாதாள அறை உருவாக்கப்பட்டது. ஜூன் 7ம் தேதி, அந்தப் பாதாள அறையில் வெடிமருந்துகளை நிரப்பி, வெடிக்க வைத்தார் ப்ளூமர். திடீரென்று நிலம் அதிர்ந்து வெடிப்பதைக் கண்டு திகைத்த ஜெர்மானியர்கள் நிலநடுக்கம் ஏற்பட்டு விட்டதாக எண்ணி அஞ்சினர். இந்த வாய்ப்பைப் பயன்படுத்தி தாக்குதல் தொடுத்த பிரிட்டிஷ் படைப்பிரிவு ஜெர்மனியை வென்றது.

மூன்றாவது வெய்பிரஸ் போர்

வெய்பிரஸில் ஏற்கெனவே இரு முறை போராடி பெரும் சேதங்களைச் சம்பாதித்துக்கொண்ட பிரிட்டிஷ் படை, மூன்றா வது வெய்பிரஸ் போருக்குத் தயாரானது. சமீபத்தில் கிடைத்த இரு வெற்றிகள் ஜெனரல் ஹேகுக்கு நம்பிக்கை அளித்திருந்தது. ஜூலை 18, 1917 அன்று Passchendaele என்னும் இடத்தில் பிரிட்டன் பீரங்கித் தாக்குதலை ஆரம்பித்தது. ஜெர்மனியின் ஆதிக்கத்தில் இருந்த பெல்ஜியத்தின் ஒரு பகுதி. பதுங்கு குழிகள் மீது 13 தினங்கள் தாக்குதல்கள் தொடர்ந்தபிறகு, ஜூலை 31ம் தேதி, இரு நாடுகளும் நேருக்கு நேர் சந்தித்துக்கொண்டன. ஜெர்மனியை வீழ்ததி இரண்டு மைல் முன்னேறியது பிரிட்டன்.

அதற்குள் மழை பிடித்துக்கொண்டுவிட்டது. பதுங்கு குழிகளும் நிலப்பகுதியும் சேரும் சகதியுமாகக் காட்சியளித்தன. வீரர்களால் நகரக்கூட முடியாத நிலை. குதிரைகளும் நகர மறுத்தன. ராணுவ வாகனங்கள் சேற்றில் சிக்கிக்கொண்டன. விடாது மழை பெய்தபோது, பதுங்கு குழிகள் நிரம்பி வழிய ஆரம்பித்தன. காயமடைந்த வீரர்களைக் கூடாரத்துக்குக் கொண்டுசெல்ல முடியவில்லை. பின்வாங்குவதே சரியான முடிவாக இருந் திருக்கும். ஆனால், ஜெனரல் ஹேக் மறுத்துவிட்டார். இத்தனை தூரம் முன்னேறிவிட்டோம், ஆரம்பத் தாக்குதல்களும் தொடுத்து விட்டோம், திடீரென்று பின்வாங்குவது சரியல்ல என்றார். மாற்றாக, மேலும் பல புதிய துருப்புகளைப் போர்க்களத்துக்கு வரவழைத்தார்.

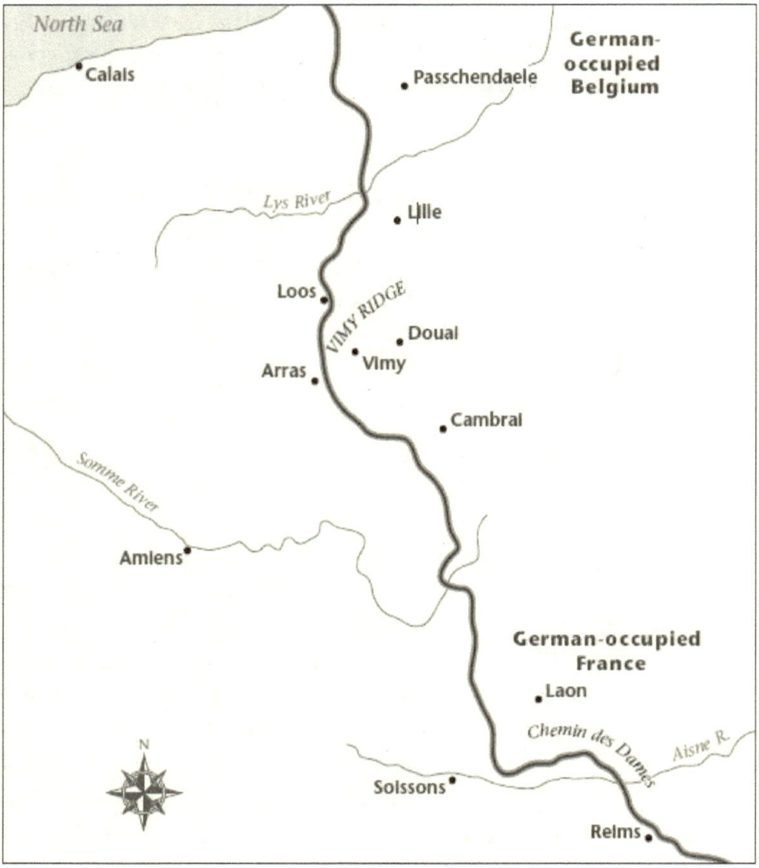

மூன்றாவது வெய்பிரஸ் யுத்தம்

பதுங்கு குழிகள் அமைப்பதிலும் சரி, தற்காப்பு யுத்தம் தொடுப்பதிலும் சரி, ஜெர்மனி பிரிட்டனைக்காட்டிலும் நவீனமாக இருந்தது. இது ஏற்கெனவே பல முறை நிரூபணமான விஷயம் தான். இந்த முறையும் மழை, புயல், தாக்குதல் எதுவும் ஜெர்மானியர்களைச் சிதறடிக்கவில்லை. நேருக்கு நேராக பிரிட்டனை எதிர்கொண்டபோது, முழுவீச்சுடன் போரிட்டது ஜெர்மனி. வாரக்கணக்கில், ஹேக் தொடர்ந்து படை வீரர்களை அனுப்பிக்கொண்டே இருந்தார். சடலங்கள்தான் திரும்பிக் கொண்டிருந்தன.

இரவின் விசித்திர சத்தங்களோடு சேர்த்து, மனிதர்கள் வலியில் முனகும் சத்தமும் துடித்து அழும் சத்தமும் கேட்டுக்

கொண்டிருந்தன. காயமடைந்த வீரர்கள் தரையில் படுத்து தவழ்ந்த படி, ரத்தம் சொட்டச்சொட்ட நகர்ந்துகொண்டிருந்தார்கள். அடைக்கலம் தேடிப் பதுங்கு குழிகளுக்குச் சென்றவர்கள், வெள்ளத்தில் மூழ்கி இறந்துபோனார்கள். 'வுட்ஸ், கென், எட்ஜ், டெய்லர் ஆகியோர் கடுமையான காயங்களுடன் படுத்துக் கொண்டிருந்தனர். நண்பர்கள் யாராவது கண்டறிந்து வந்து காப்பாற்றுவார்கள் என்று நம்பிக்கொண்டிருந்தார்கள். அவர் களைச் சுற்றி சடலங்கள் இருந்தன. என்றாலும், நம்பிக்கையிழக் காமல் காத்துக்கொண்டிருந்தார்கள். காத்துக்கொண்டிருக்கும் போதே சாகவும் தொடங்கியிருந்தார்கள். நாங்கள் அவர்களைப் பார்த்தோம். ஆனால், எங்களால் எதுவும் செய்யமுடியவில்லை.' (Winter and Baggett's The Great War).

நவம்பர் 10ம் தேதி, நான்கு மைல் நிலப்பரப்பு பிரிட்டனுக்குக் கிடைத்தது. இறந்த மற்றும் காயமடைந்தவர்களின் எண் ணிக்கை 2,50,000. பிரான்ஸ் வீரர்களிடையே பரவியிருந்த அதிருப்தி இப்போது பிரிட்டிஷ் வீரர்களிடமும் பரவிக்கொண் டிருந்தது. பயனற்ற ஒரு நோக்கத்துக்காக எதற்காக நம் உயிரைக் கொடுக்கவேண்டும் என்னும் எண்ணம் பலருக்குத் தலை தூக்கியது. போர்க்களத்தைப் பார்வையிட்ட மேல்மட்ட அதிகாரி களும்கூட வெறுத்துதான் போனார்கள். 'அடக்கடவுளே. இங்கேயா நாம் நம் வீரர்களை அனுப்பிக்கொண்டிருந்தோம்?'

டாங்கிகளின் யுத்தம்

இதுவரை நடைபெற்ற யுத்தங்கள் அனைத்தும் பொதுவான ஓரிடத்தில், எல்லையில், எல்லைக்கு அருகிலுள்ள பகுதிகளில், ஆற்றுக்கு அருகிலுள்ள நகரங்களில், மலைப்பகுதிகளில், வழக்க மான முறையில் நடைபெற்றுவந்தன. ஒரு நாடு எதிரி நாட்டின் எல்லைக்குள் ஊடுருவி, ஒரு பகுதியைக் கையகப்படுத்திக் கொண்டு, பதுங்கு குழிகள் அமைத்து, தாக்குதலைத் தொடுக்கும். ஊடுருவல் செய்த நாட்டை இன்னொரு நாடு போர்முனையில் சந்தித்து தற்காப்பு யுத்தம் நடத்தும். இரு தரப்பினரில் யார் வேண்டுமானாலும் முதல் தாக்குதலை மேற் கொள்ளலாம். தாக்குதலுக்கு உள்ளாகும் படை, தற்காப்பு யுத்தத் தில் இறங்கும். ஆக்கிரமிக்கப்பட்ட நிலப்பகுதி மீட்கப்பட்டு, எதிரி விரட்டியடிக்கப்பட்டால் அது வெற்றி. எதிரியை விரட்டி யடித்ததோடு நில்லாமல், எதிரி நாட்டிலும் புகுந்து எதிரி

நிலத்தைக் கைப்பற்றிக்கொண்டால், அது ஆக்கிரமிப்பு. ஒரு நாடு முழுவதுமாக ஆக்கிரமிக்கப்பட்டுவிட்டால், அது காலனி நாடாக, அடிமை நாடாக மாறிவிடும்.

டாங்கியின் வருகையால் 1917 இறுதியில் போரின் போக்கு மாற ஆரம்பித்தது. முன்னதாக நடைபெற்ற சொம்மா போரில் பிரிட்டன் டாங்கியைப் பயன்படுத்தியிருக்கிறது. நிவெல் தாக்குதலில் பிரான்ஸ் டாங்கியை இறக்கியிருக்கிறது. ஆனால், பெரிய அளவில், பீரங்கிகளைப் போல் டாங்கிகள் உபயோகிக்கப்படவில்லை. இந்நிலையில், பிரிட்டன் புதிய டாங்கிகளை (Caterpillar treads) போர்க்களத்துக்கு அறிமுகப்படுத்தியது. எப்படிப்பட்ட நிலப்பரப்பாக இருந்தாலும், எத்தனை கரடு முரடான காட்டுப் பிரதேசமாக இருந்தாலும், இவை ஊர்ந்து கடந்துவிடும். பொதுவாக, இப்படிப்பட்ட பகுதிகளில் டாங்கிகளைக் கொண்டுவரவேண்டுமானால் முன்னதாகப் பீரங்கிப் படை சென்று வழி ஏற்படுத்தித்தரவேண்டும்.

காடர்பில்லர் ஏற்படுத்தும் பாதிப்புகள் கணிசமாக இருந்தன. நவம்பர் 20ம் தேதி, பிரிட்டன் இந்த டாங்கியை ஜெர்மனிக்கு எதிராக (Battle of Cambrai) பயன்படுத்தியது. காலாட்படையும் டாங்கிப்படையும் ஒரே சமயத்தில் முன்னேறின. மொத்தம் 300 டாங்கிகள். எதிரிகளின் படையரண்களையும் இரும்பு வேலிகளையும் மிதித்துக் கடந்து இவை முன்னேறியபோது, பிரிட்டனுக்குத் தெரிந்துவிட்டது. நம் வெற்றிக்கு ஒரு புதிய கருவி கிடைத்துவிட்டது.

Winston's Folly என்று ஒரு டாங்கி அழைக்கப்பட்டது. பிரம்மாண்டமான உருவில் ஊர்ந்து வந்த இந்த இரும்புப் பிசாசைக் கண்டு ஜெர்மன் படைப்பிரிவினர் பயந்துபோயினர். தங்கள் துப்பாக்கிகளைக் கீழே போட்டுவிட்டு பலர் ஓட்டம் பிடித்தனர். அவர்களால் எதிர்கொள்ளமுடியாத பலம் பொருந்திய ஒரு சக்தியாக டாங்கி இருந்தது. ஜெர்மானியர்கள் தப்பி ஓடும் காட்சி பல பிரிட்டிஷ் அதிகாரிகளுக்கு ஆனந்தத்தை அளித்திருக்கும். உணவுப் பொருள்களுக்குத் தட்டுப்பாடு மட்டும் இல்லாமல் இருந்திருந்தால், இன்னும் அதிகம் முன்னேறி, மேலும் அதிக நிலப்பரப்பைக் கைப்பற்றியிருக்கலாம். இந்த வெற்றிக்குக் காரணம் டாங்கிகள் என்பது தெளிவாக நிரூபணமானது. வலிமையான டாங்கிப்படையை உருவாக்கிவிட்டால், பீரங்கிப்

படை கூடத் தேவைப்படாது என்பதை பிரிட்டன் உணர்ந்து கொண்டது. காலாட்படையும், டாங்கியும் போதும். ஜெர்மனி அல்ல, யாரையும் மிதித்துக் கடந்து சென்றுவிடமுடியும்.

அதே சமயம், ஜெர்மனியும் ஒரு புதிய தந்திரத்தைக் கண்டுபிடித்து அறிமுகப்படுத்தியது. மின்னல்வேக திடீர் தாக்குதல். இது தாக்குதல் யுத்தத்தில் இருந்து மாறுபட்டிருந்தது. கண் இமைக்கும் நேரத்தில் பெரும் படையுடன் தாக்குதல் நடத்தி வீழ்த்தும் முறை. பிரிட்டனின் டாங்கி தாக்குதலை எதிர்கொள்ள ஜெர்மனி இந்த வழியைக் கடைபிடித்தது. வெற்றியும் இல்லை, தோல்வியும் இல்லை என்னும் நிலையில் இந்தப் போர் முடிவுக்கு வந்தது.

ஏமாற்றங்கள், நம்பிக்கைகள்

1917 முடிவுக்கு வந்துகொண்டிருந்தது. *1914* முடிவுக்கு வந்தபோது இருந்த அதே நிலைமைதான் இப்போதும் நீடித்தது. ஆனாலும் ஐரோப்பாவுக்கு நம்பிக்கை இருந்தது. ஈடுபட்டிருப்பவர்கள் அனைவரும் பெரிய நாடுகள் என்பதால், போர் இப்படியே ஒவ்வொரு ஆண்டும் தொடர்ந்துகொண்டிருக்காது. இந்த ஆண்டு இல்லாவிட்டாலும், நிச்சயம் அடுத்த ஆண்டு முடிவுக்கு வந்துவிடும். வந்தே ஆகவேண்டும்.

பல லட்சக்கணக்கான சடலங்களை மேற்கு முனை பார்த்து விட்டது. சில சிறு வெற்றிகளையும், பெரும் இழப்புகளையும் பார்த்துவிட்டது. புதிய ஆயுதங்களை, புதிய தந்திரங்களை, புதிய போர்முறைகளைப் பார்த்துவிட்டது. பெரும் கனவுகள் சுமந்து வந்த ஜெனரல்கள் தோற்றுப்போனதையும், எளிமையான சிறு படைகள் வெற்றி பெற்றதையும் மேற்கு முனை பார்த்திருக்கிறது. நோக்கம் ஏதுமின்றி போரிடும் சிப்பாய்களையும், இனிமேலும் தாங்கமுடியாது என்று வீரர்கள் வெகுண்டு சீறியதையும், கலகம் புரிந்ததையும், உயர் அதிகாரிகளுக்குக் கீழ்படிய மறுத்ததையும் பார்த்திருக்கிறது. தேசபக்தியும் விரோதமும் ஒன்றுக்கொன்று தொடர்புடையது என்பதை மேற்கு முனை புரிந்துகொண்டது. இந்தப் போரைப் பின்னால் இருந்து இயக்கும் அரசியல் தலைமைகளையும், நகைப்புக்குரிய அவர்களுடைய போர்த் திட்டங்களையும், பேராசைகளையும் கண்டு மேற்கு முனை சிரித்திருக்கிறது.

அடுத்த ஆண்டு போர் முடிவுக்கு வந்துவிடும் என்று ஐரோப்பா நம்பியதற்குக் காரணம், வெற்றி குறித்த நம்பிக்கை உடைந்து போயிருந்ததுதான். இதற்கு மேல் போருக்குப் பங்களிப்பு செய்ய முடியாத நிலை ஜெர்மனிக்கு. தொடங்கியபோது இருந்த ஆவேசமும் துடிப்பும் காணாமல் போயிருந்தது. போர் தொடங்கியதில் இருந்தே ஒட்டுமொத்த தேசமும், போருக்காகத்தான் செலவழித்துக்கொண்டிருந்தது. போருக்கான தயாரிப்புகளில் தொழிற்சாலைகள் ஈடுபடுத்தப்பட்டிருந்தன. நாட்டின் வளம், போருக்காகப் பயன்படுத்தப்பட்டது. ஜெர்மனி போரில் வெற்றி பெறவேண்டுமானால், இப்போதே அதைச் செய்தாகவேண்டும். நேரம் கடத்தினால், இழப்புகள் அதிகரிக்கும். அதற்குப் பிறகு கிடைக்கும் வெற்றி கேள்விக்குரியதாகிவிடும்.

பிரிட்டனும் பிரான்ஸும்கூட இதே நிலைமையில்தான் இருந்தன. அவர்கள் அமெரிக்காவுக்காகக் காத்திருக்க ஆரம்பித்தனர். அமெரிக்காவின் வருகை நேச நாடுகள் அணியில் புது ரத்தத்தைப் பாய்ச்சும் என்று இந்த நாடுகள் காத்திருந்தன.

ஜெர்மனிக்குக் கூடுதலாக இன்னொரு பிரச்னையும் இருந்தது. நேச நாடுகள் அணிதிரண்டு ஜெர்மனிக்குப் பொருளாதாரத் தடை விதித்திருந்தன. உணவுப் பொருள்கள் ஜெர்மனிக்கு ஏற்றுமதி செய்வது தடை செய்யப்பட்டிருந்தது. ஜெர்மன் விளைநிலங்கள் அந்நாட்டு மக்களின் தேவையைப் பூர்த்தி செய்ய போதுமானதாக இல்லை.

எனவே, ஜெர்மனி கிழக்கு முனையை நோக்கி தன் கவனத்தைக் குவித்தது. நேச நாடுகளுக்கும் மைய நாடுகளுக்கும் இடையில் கிழக்கு முனையிலும் போர் தொடர்ச்சியாக நடைபெற்றுக் கொண்டிருந்தது. (கிழக்கு முனை பற்றி பின்வரும் அத்தியாயத்தில் விரிவாகப் பார்க்கப்போகிறோம்). இங்கே ஜெர்மனி, ரஷ்யாவை வீழ்த்தியிருந்தது. கிழக்கு முனைக்கு அனுப்பப்பட்ட படைப்பிரிவுகள் திரும்பிவிட்டால், மேற்கு முனைக்கு வலு கிடைத்துவிடும். கிட்டத்தட்ட இரட்டிப்பாகிவிடும் என்றே சொல்லலாம். இந்தக் கூடுதல் பலத்தை வைத்து ஒரு முறை, ஒரே ஒரு முறை போரிட்டால், நேசப் படைகளை சிதறடித்துவிட முடியும்.

ஜெனரல் லூடன்டார்ஃப் நம்பிக்கையுடன் இருந்தார். அதே சமயம், நேச நாடுகளின் பலமும் இரட்டிப்பாகப்போகிறது

என்று அவருக்குத் தெரியும். நேச நாடுகள் கூட்டணியில் அமெரிக்கா இணையப்போகிறது என்பதையும் லுடன்டார்ஃப் கணக்கில் எடுத்துக்கொள்ளத் தவறவில்லை. அதற்குள் தாக்குதலைத் தொடங்கிவிட முடிவுசெய்தார்.

வசந்தகாலத் தாக்குதல்

வசந்தகாலத் தாக்குதல் சொம்மாவில் நடத்தப்படவேண்டும் என்பது லுடன்டார்ஃபின் திட்டம். பிரிட்டனும் பிரான்ஸூம் ஒன்றிணையும் இடம் இது. இங்கே ஜெர்மனி தொடுக்கப் போகும் தாக்குதல், பிரிட்டனை வடக்கு நோக்கி தள்ளி தனிமைப் படுத்தவேண்டும். இரண்டாம் கட்ட தாக்குதல், பிரான்ஸை தெற்கே தனிமைப்படுத்தும். பிரிட்டனுக்கும் பிரான்ஸூக்கும் இடையிலான தொடர்பு துண்டிக்கப்படும்.

மார்ச் 21, 1918 அன்று வசந்த கால தாக்குதல் ஆரம்பமானது. பீரங்கிப் படை தாக்குதல், காலாட் படை தாக்குதல், நச்சு வாயு தாக்குதல் மூன்றும் அடுத்தடுத்து நடத்தப்பட்டன. லுடன் டார்ஃபின் திட்டப்படியே போர் தொடர்ந்தது. விளைவு களும்கூட திட்டமிட்டபடியே இருந்தன. பிரிட்டன், பிரான்ஸ் படைகளுக்கிடையே பிளவு ஏற்படுத்தும் வகையில் ஜெர்மனி யின் தாக்குதல் பலமானதாக இருந்தது. பிரான்ஸ் தெற்கு நோக்கி நகர்த்திச்செல்லப்பட்டது. மேலும் முன்னேறி, அமீன்ஸ் (Amiens) என்னும் பிரெஞ்சு நகரைக் கைப்பற்றிவிடலாம் என்று திட்டமிட்டார்.

ஜெர்மனியின் வசந்த கால தாக்குதல் அதன் முதல் நோக்கத்தை வெற்றிகரமாக நிறைவேற்றியது. நேச நாடுகளின் படைகள் தனிமைப்படுத்தப்பட்டன. இந்நிலை தொடர்ந்தால், பிரான் ஸூம் பிரிட்டனும் ஒன்றுடன் ஒன்று இணையமுடியாது.

ஆனால், பிரெஞ்சு ஜெனரல், ஃபெர்டினாண்ட் ஃபோக் (Ferdinand Foch) என்பவர் தலைமையில், பிரிட்டனும் பிரான் ஸூம் ஒன்றிணைந்தது. ஏப்ரல் 4ம் தேதி, ஃபோக், ஜெர் மானியப் படைகளைத் தடுத்து நிறுத்தினார். அதற்குள் 40 மைல் நிலப்பரப்பை ஜெர்மனியிடம் நேச நாடுகள் இழந்திருந்தன. கூடுதலாக, சில புதிய பகுதிகளையும் ஜெர்மனி கைப்பற்றி யிருந்தது.

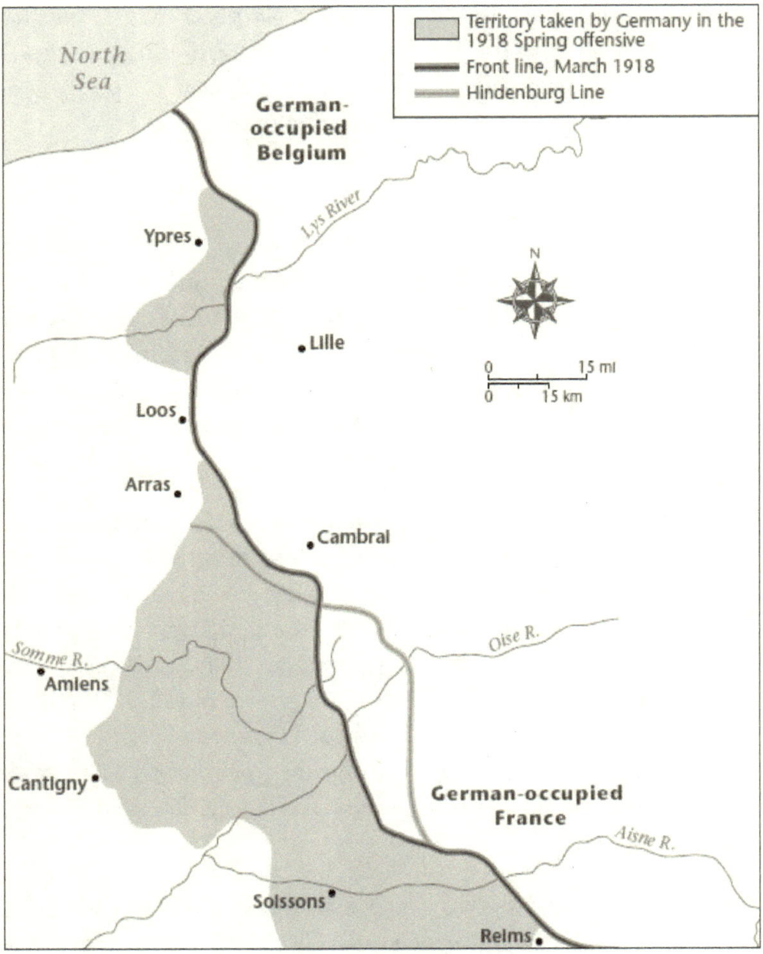

வசந்தகாலத் தாக்குதல்

உற்சாகத்துடன் லூடன்டார்ஃப் தொடர்ந்தார். பிரிட்டிஷ் படைகளை முழுமுற்றாக அழித்துவிடும் உத்வேகத்தை இந்த வெற்றி அவருக்குத் தந்திருந்தது. வெய்பிரஸ் ஆற்றுக்குத் தெற்கே மற்றொரு தாக்குதலைத் தொடுத்தார். லைஸ் போர் (Battle of Lys) என்று இது அழைக்கப்படுகிறது. பதினான்கு ஜெர்மானியப் படைப் பிரிவுகள் பிரிட்டனை எதிர்கொண்டு வீழ்த்தின. 2000 டன் நச்சுப் புகை போர்க்களத்தில் வீசப்பட்டது. ஜெர்மனிக்குச் சாதகமாக இந்தப் போர் திரும்பியது என்றாலும் இறுதியில், பிரிட்டனிடம் தோற்கவேண்டிய நிலை. பிரிட்டிஷ்

வீரர்களுக்குக் கிடைத்த வசதிகள், வெகு தொலைவுக்கு நகர்ந்து வந்துவிட்ட ஜெர்மானிய வீரர்களுக்குக் கிடைக்கவில்லை என்பது ஒரு காரணம். கிழக்கு முனையில் இருந்து வந்திருந்த ஜெர்மானிய வீரர்கள் களைத்துதான் இருந்தார்கள். வாருங்கள், சுலபமாக வென்றுவிடலாம் என்று சொல்லி அவர்களைப் போர்க்களத்துக்குத் தள்ளியிருந்தது ஜெர்மனி. முடிவு, சாதகமாக இருக்கவில்லை.

வசந்த கால தாக்குதல்களை மொத்தமாகத் தொகுத்துப் பார்க்கும் போது சில விஷயங்கள் தெரிய வருகின்றன. லூடன்டார்ஃப் சிறிது சிறிதாக சில வெற்றிகளைக் கண்டார் என்றாலும், இறுதிப் போரில் வெற்றி பெறமுடியவில்லை. கைப்பற்றிய நிலங்களை ஜெர்மனி நேச நாடுகளிடம் இழக்கவேண்டிவந்தது. இழப்பு எண்ணிக்கை அதிகரித்துக்கொண்டே போனது. கிழக்கு முனையில் இருந்து திரும்பப்பெற்ற படைகளைக் கொண்டு வெற்றி பெற்றுவிடலாம் என்று அவர் போட்டு வைத்திருந்த கணக்கும் பொய்த்துப்போனது.

இருந்தாலும், தளராமல் மேலும் இரண்டு போரை முன் னெடுத்துச்சென்றார். ஜுன் 9ம் தேதி நான்காவது வசந்த கால தாக்குதல் தொடுக்கப்பட்டது. ஒரு சில தினங்களில், பின் வாங்கவேண்டியிருந்தது. ஐந்தாவது மற்றும் இறுதி தாக்குதல் ஆரம்பத்திலேயே ஆட்டம் கண்டுவிட்டது. ஜெர்மனியின் திட்டங்கள் குறித்து அப்போது பிரான்ஸுக்குப் பல ரகசியத் தகவல்கள் கிடைத்துவிட்டன. ஜெர்மனியின் பலம், எதிர்கால தாக்குதல் திட்டம், ஜெர்மனியின் அரசியல் நிலைமை ஆகிய வற்றை பிரான்ஸ் தெரிந்துகொண்டது. பிரான்ஸ் மூலமாக, நேச நாடுகளும் தெரிந்துகொண்டன.

அடுத்ததாக, ரீம்ஸ் (Reims) என்னும் நகரத்தில் பீரங்கித் தாக்குதல் ஏற்பாடு செய்யப்பட்டுள்ளது என்னும் விவரம் முன்கூட்டியே நேச நாடுகளுக்குத் தெரிந்துவிட்டதால் அவர்கள் தயாராக இருந்தனர். பிரான்ஸ் திட்டமிட்டு, முதல் தாக்குதலைத் தொடுத் தது. ஜெர்மனியின் எதிர் தாக்குதலைத் திறமையாக எதிர் கொண்டது. அமெரிக்காவும் இப்போது நேச நாடுகள் அணியில் இணைந்திருந்ததால், அவர்கள் பலம் பல மடங்கு அதி கரித்திருந்தது. பிரிட்டன், பிரான்ஸ், அமெரிக்கா, இத்தாலி ஆகிய நாடுகள் ஒன்றிணைந்து ஜெர்மன் படைகளை எதிர்கொண்டன.

ஜூலை 18ம் தேதி, ஜெர்மனி தாக்குதலை நிறுத்திக்கொண்டது. நான்கு தினங்கள் கழித்து, சமீபத்தில் கைப்பற்றிய நிலப் பகுதிகளையும் ஜெர்மனி விட்டுக்கொடுத்துவிட்டு பின்வாங்க ஆரம்பித்தது. ஒட்டுமொத்தமாக அனைத்துப் பிரிவுகளும் போர்க்களத்தைவிட்டு வெளியேற ஆரம்பித்தன.

ஜெர்மனிக்குத் தெரிந்துவிட்டது. அதன் ராணுவத்துக்கு. அரசியல் தலைமைக்கு. பின்வாங்கி எல்லை நோக்கி நகர்ந்து கொண்டிருந்த ஜெர்மானிய வீரர்கள், உணவுப் பொருள்களையும் ஆயுதங்களையும் சுமந்துகொண்டு புதிய பிரிவுகள் போர்க் களத்துக்குச் சென்றுகொண்டிருப்பதைக் கண்டு வருத்தமுற்றனர். கோபமும் பொங்கியது. நாம் தோல்வியடைந்துவிட்டதை நம் தலைவர்கள் இறுதிவரை ஒப்புக்கொள்ளவே மாட்டார்களா?

முடிவு அருகில் வந்துவிட்டதை ஜெனரல் பால் ஹிண்டன்பர்க், எரிக் லுடன்டார்ஃப் இருவரும் ஒப்புக்கொண்டனர். அடுத்து செய்யவேண்டியது ஒன்றுதான். அமைதிப் பேச்சுவார்த்தை.

ஆனால், போரிடுவதைக் காட்டிலும் கடினமானதாக இருந்தது, அமைதிக்காக முயற்சிப்பது. அமைதி பேச்சுவார்த்தையை ஆரம்பிப்பதிலும், கலந்துகொள்வதிலும் தவறில்லை. அது கடினமும் அல்ல. ஆனால், பேச்சுவார்த்தை நடைபெறும்போது, ஜெர்மனி பலம் குன்றிய நாடாக இருக்கக்கூடாது. வீழ்த்தப்பட்ட ஒரு நாடாகவும், பலமிழந்த, தோற்றுப்போன ஒரு நாடாகவும் காட்சியளிக்கக்கூடாது. அது ஜெர்மனியின் எதிர்காலத்துக்கு ஆபத்தானது. நேச நாடுகளின் அணியோடு சரிசமானமாக அமர்ந்து பேசும் நிலையில் ஜெர்மனி இருக்கவேண்டும்.

அதற்கு, மேற்கு முனையில் இதுவரை கைப்பற்றியிருந்த நிலப் பகுதியை ஜெர்மனி தன் கட்டுப்பாட்டில் வைத்திருக்கவேண்டும். கைப்பற்றப்பட்ட நிலப்பகுதி கட்டுப்பாட்டில் இருக்கிறது, என்றாலும் விட்டுக்கொடுக்கத் தயார், பேசுவோம் என்று அறிவிக்கவேண்டும். அதற்கு லுடன்டார்ஃப் அளித்த தீர்வு இது. இனியும் இந்தப் போரில் வெற்றி பெறுவது சாத்தியமில்லை. அதே சமயம், இனியும் தோற்கக்கூடாது.

ஓர் இக்கட்டான நிலையில் சிக்கிக்கொண்டது ஜெர்மனி. அமைதி வேண்டுமானால் போர் புரியவேண்டும். அந்தப் போரில் வெல்லாவிட்டாலும் பரவாயில்லை, தோற்காமல் இருக்கவேண்டும்.

இக்கட்டில் ஜெர்மனி

இறுதிக்கட்டத்துக்கான தொடக்கமாக ஜூலை 18, 1918 அமைந்துபோனது. நேச நாடுகள் அணி, ஜெர்மனியை எதிர் கொள்ளத் தயாராக இருந்தது. ஃபெர்டினாண்ட் ஃபோக் தலைமை யில் நேச நாடுகளின் படை திரண்டது. பிரெஞ்சு, பிரிட்டிஷ் மற்றும் புதிய அமெரிக்கப் படை வீரர்களை ஃபோக் தனக்குக் கீழே ஒன்றிணைத்தார். அமெரிக்கா, பிற நாட்டு ஜெனரல்களுக்குக் கீழே கட்டுப்பட மறுத்துவிட்டதால், அமெரிக்க வீரர்களுக்கு அமெரிக்க ஜெனரல்களே தலைமை தாங்கினர். ஜெனரல் பெர்ஷிங் (Pershing) என்பவர் இந்த முறை அமெரிக்கர்களுக்குத் தலைமை தாங்கினார்.

மார்னே ஆற்றுக்கு அருகே, நேச நாடுகள் (பிரான்ஸ், பிரிட்டன். இத்தாலி, அமெரிக்கா) அணி திரண்டன. ஜெர்மனி கைப்பற்றி யிருக்கும் பிரெஞ்சு பிரதேசங்களைக் கைப்பற்றி ஜெர்மானியர் களை விரட்டியடிப்பது திட்டம். முதல் கட்டமாக, 300 பிரெஞ்சு டாங்கிகள் ஜெர்மன் பிரிவுகளை நோக்கி முன்னேறின. பதுங்கு குழிகளைக் கடந்து, இயந்திரத் துப்பாக்கி வலைப்பின்னல் களைக் கடந்து டாங்கிகள் முன்னே நகர்ந்தன.

அமெரிக்கப் படைகளுக்கு மேற்கு முனையில் அது முதல் யுத்தம். (முதல் உலகப் போரில் அமெரிக்காவின் பங்கு குறித்து பின்வரும் அத்தியாயத்தில் தனியே விவரிக்கப்பட்டுள்ளது.) வலிமையான ஓர் எதிரியை அமெரிக்கா இங்கே சந்திக்கவில்லை. களைத்து, சோர்ந்து, தோல்வியை ருசித்துக்கொண்டிருந்த ஒரு நாட்டையே அமெரிக்கா எதிர்கொண்டது. எந்த வகையிலும் இது சமபலம் கொண்டவர்களிடையே நடைபெறும் போட்டி அல்ல.

வடக்கு மூலையில், அமீன்ஸ் வரை பரவியிருந்தது ஜெர்மனியின் கட்டுப்பாட்டில் இருந்த பிரெஞ்சு பிரதேசம். நேச நாடுகள் இங்கேதான் தாக்குதல் தொடுத்துக்கொண்டிருந்தன. இருபத்து ஏழு காலாட் படை. அறுநூறுக்கும் அதிகமான டாங்கிகள். இரண்டாயிரம் விமானங்கள். பீரங்கித் தொகுப்புகள். ஜெர்மனி யிடம், 28 படைப்பிரிவுகள் மட்டுமே இருந்தன. அதுவும், தோற்கப்போகிறோம் என்னும் உணர்வுடன் இருந்த அலை கழிக்கப்பட்ட படைப்பிரிவுகள்.

ஆகஸ்ட் 8ம் தேதி, நேச நாடுகள் படை, பெரும் வேகத்துடன் முன்னேறின. ஒரே நாளில், பதுங்கு குழிகள் துடைத்து அழிக்கப்

பட்டன. நான்கு ஆண்டுகளுக்கும் மேலாக நெருங்க முடியாமல் இருந்த ஓரிடம் இப்போது அவர்கள் முன் திறந்திருந்தது. அதே ஆகஸ்ட் 8ம் தேதி, கனடிய படைப் பிரிவு, 12 கிராமங்களைத் தங்கள் கட்டுப்பாட்டின் கீழ் கொண்டு வந்தது. ஐந்தாயிரம் ஜெர்மானியர்கள் சிறை பிடிக்கப்பட்டனர். ஆஸ்திரியர்கள் ஏழு கிராமங்களைக் கைப்பற்றி எட்டாயிரம் ஜெர்மானியர்களைச் சிறைபிடித்தனர். ஆகஸ்ட் 10ம் தேதி, 24,000 ஜெர்மானியர்கள் சிறைபிடிக்கப்பட்டனர். தாமாக முன்வந்து சரணடைந்தவர்களும் இதில் அடங்குவர். சிலர் தொடர்ந்து எதிர்த்துக் கொண்டிருந்தனர்.

அமெரிக்காவின் வெற்றி

வசந்த கால தாக்குதலில் ஜெர்மனி கைப்பற்றியிருந்த பிரதேசங்களை அமெரிக்கப் படைகள் தங்கள் கட்டுப்பாட்டுக்குள் கொண்டு வர ஆரம்பித்தன. தென்கிழக்குப் பகுதியில், அமெரிக்கா முதல் முறையாக வெற்றியை ருசித்தது. மேற்கு முனையின் தூரக் கிழக்குப் பகுதியில், அமெரிக்கா முதல் ராணுவப் பிரிவை உருவாக்கிக்கொண்டது. அவர்கள் நோக்கம், Saint-Mihiel salient என்று அழைக்கப்பட்ட குறுகிய, முக்கோண வடிவ மேடான பகுதியைக் கையகப்படுத்துவது.

செப்டெம்பர் 12ம் தேதி, 2 லட்சம் அமெரிக்கர்களும் 48,000 பிரெஞ்சு வீரர்களும் தாக்குதலை ஆரம்பித்தார்கள். ஆயுதங்களோடு சேர்த்து பாஸ்ஜீன் வாயுவும் தேவைப்படும் அளவுக்குக் கைவசம் இருந்தது. 1500 விமானங்கள் தயார் நிலையில் இருந்தன. ஜெர்மானியர்கள் பின்வாங்கி தங்களைப் பாதுகாத்துக் கொள்ள ஆரம்பித்த அந்த செப்டெம்பர் 11ம் தேதி, அமெரிக்கா தன் முழு பலத்தையும் பிரயோகித்தது.

துரிதமாக ஆரம்பித்து, துரிதமாக முடித்துவிட விரும்பினார் ஜெனரல் பெர்ஷிங். அவர் நினைத்தது போலவே, பன்னிரண்டு மணி நேரத்துக்குள், ஜெர்மனியை 15 மைல் பின்னுக்குத் தள்ளியது அமெரிக்கா. அடுத்த 48 மணி நேரத்தில், அமெரிக்கா, தான் அடைய விரும்பிய பகுதியைக் கையகப்படுத்திக் கொண்டது. 15,000 ஜெர்மானியர்கள் சிறைபிடிக்கப்பட்டனர். 250 கனரக துப்பாக்கிகள் கைப்பற்றப்பட்டன.

மார்டின் கில்பர்ட் எழுதிய முதல் உலகப் போர் புத்தகத்தில் குறிப்பிடப்பட்டுள்ள ஒரு சம்பவம் இது. ‘சர்ஜெண்ட் ஹாரி ஜே

ஆடம்ஸ் என்னும் அமெரிக்க வீரர், ஒரு பதுங்கு குழியை நெருங்கினார். அவருடைய துப்பாக்கியில் இரண்டு குண்டுகள் தான் இருந்தன. பரவாயில்லை உள்ளே சில வீரர்கள்தான் இருப் பார்கள் என்னும் நம்பிக்கையில் அவர் குழியை நெருங்கினார். இரண்டு முறை சுட்டார். ஜெர்மானியர்கள் உடனே சரணடைய வேண்டும் என்று உத்தரவிட்டார். இரு கைகளையும் மேலே உயர்த்தியபடி உள்ளிருந்து வெளியேறியவர்களின் எண்ணிக்கை 300. ஆடம்ஸ் திகைத்துவிட்டார்.'

இந்த இறுதிப் போரில் 4000 அமெரிக்க வீரர்கள் கொல்லப்பட்டனர். அமெரிக்காவின் சாதனையை நேச நாடுகளின் பத்திரிகைகள் வெகுவாகப் பாராட்டிப் புகழ்ந்தன. அமெரிக்காவின் அணுகு முறை, ஜெர்மானியர்களை அமெரிக்க வீரர்கள் எதிர்கொண்ட விதம், தாக்குதல் தொடுத்த லாகவம், துல்லியம் ஆகியவை தனித்தனியே குறிப்பிடப்பட்டுப் பாராட்டப்பட்டது. அமெரிக்கா, தன்னை ஒரு சக்தி வாய்ந்த ராணுவ பலமாக உலகுக்கு வெளிப்படுத்திய தருணம் அது என்றன பிரிட்டிஷ் பத்திரிகைகள்.

ஆகஸ்ட், செப்டெம்பர் இரு மாதங்களில் நேச நாடுகள் தொடர்ந்து பல வெற்றிகளை மேற்கு முனையில் சம்பாதித்துக் கொண்டன. அதற்குள், மேற்கு முனை முழுவதும் நேச நாடு களின் படை வீரர்கள் பரவிவிட்டனர்.

மியூசி-ஆர்கோன் (Meuse-Argonne) **போர்**

பெல்ஜியமில் இருந்து பிரான்ஸுக்குத் தெற்கே பாய்ந்தது மியூசி ஆறு. மேற்கே, ஆர்கோன் காடுகள். அடர்த்தியான மரங்கள் அடங்கிய மலைப்பாங்கான பிரதேசம். எஞ்சியிருந்த ஜெர்மன் படைப்பிரிவுகள் இந்தப் பகுதியில் பரவியிருந்தன. இதை வசமாக்கிவிட்டால், கிழக்கில் இருந்து கிடைத்து வரும் உணவு, ஆயுத ஆதரவைக் கட்டுப்படுத்திவிடமுடியும். கிட்டத்தட்ட சிறை வைக்கப்பட்ட நிலைக்கு ஜெர்மானியர்கள் தள்ளப் படுவார்கள்.

இந்தப் பகுதியில் இருந்த ஜெர்மானியர்கள் தங்கள் போர்க் குணத்தை இழக்காமல் இருந்தனர். செப்டெம்பர் 25ம் தேதி, அமெரிக்க-பிரெஞ்சு ராணுவம் தாக்குதல் தொடுத்தது. இவர்கள் வெளியேற்றிய நச்சு வாயு, கிட்டத்தட்ட பத்தாயிரம் ஜெர்மானிய வீரர்களை உடனடியாக முடக்கிப்போட்டது. செப்டெம்பர் 26

மற்றும் 27ம் தேதிகளில், டாங்கிகள் ஏவப்பட்டன. கிட்டத்தட்ட ஆறு மைல் நிலப்பரப்பைக் கைப்பற்ற முடிந்தது. அதற்கு மேல் நகர முடியவில்லை.

ஆர்கோன் காடுகளில் இருந்த ஜெர்மானியர்கள் நேச நாடுகள் படையைத் தடுத்து நிறுத்தும் முயற்சியில் ஈடுபட்டிருந்தனர். மரங்கள், பாறைகள் என்று அடர்த்தியாக இருந்த அப்பகுதிக்குள் நேச நாட்டுப் படைகளால் நுழைய முடியவில்லை. தொடர்ந்து பத்து தினங்கள் அமெரிக்கா புதிய படைகளை ஆர்கோன் காட்டுக்குள் அனுப்பிக்கொண்டே இருந்தது. இழப்புகள் அதிகரித்துக்கொண்டே போனது.

உள்ளே மாட்டிக்கொண்ட ஒரு அமெரிக்கப் படைப்பிரிவு, காட்டுக்குள் காணாமல் போய்விட்டது. அதாவது, வெளியில் இருந்த அமெரிக்கப் படைகளோடு அவர்களுக்கு இருந்து வந்த தொடர்பு துண்டிக்கப்பட்டுவிட்டது. தொலைந்துவிட்டவர்கள் என்று அவர்கள் கருதப்பட்டனர். அவர்களைத் தேடும் முயற்சியும் கைவிடப்பட்டது. இந்நிலையில், ஜெர்மானியர்களால் சூழப்பட்ட அந்தக் காட்டில் சிக்கிக்கொண்ட அமெரிக்கர்கள் தொடர்ந்து முன்னேறிக்கொண்டிருந்தனர். தொடர்ந்து ஜெர்மானியர்களைத் தாக்கிக்கொண்டிருந்தனர்.

ஐந்து தினங்கள் கழிந்தபிறகு, ஜெர்மானியர்கள் பணிவான கடிதம் ஒன்றை அனுப்பினார்கள். சரணடைய விரும்புவதாகவும் தெரிவித்தார்கள். ஆனால், அமெரிக்கர்கள் அதற்கு ஒப்புக் கொள்வில்லை. முடிந்தால் எங்களை வந்து சந்தியுங்கள் என்று ஆணவமாகக் கத்தினார்கள். அக்டோபர் 8ம் தேதி, ஜெர்மானியர்களைச் சிறைபிடித்து காட்டுக்கு வெளியில் அவர்களை நடத்தி அழைத்து வந்தனர். காணாமல் போன அமெரிக்கப் படைப் பிரிவையும், சிறைபிடிக்கப்பட்ட ஜெர்மானியர்களையும் கண்டு மகிழ்ந்துபோனது நேச நாடுகள் அணி.

வடக்கிலும் மேற்கிலும் போர் தொடர்ந்துகொண்டிருந்தது. ஜெனரல் ஹேக் தலைமையில் பிரிட்டிஷ் படை, ஆராஸ், காம்ப்ராய் ஆகிய பிரெஞ்சு நகரங்களுக்கு இடையில் போரிட்டுக் கொண்டிருந்தது. செப்டெம்பர் 28ம் தேதி தொடங்கிய இந்தப் போர் இறுதியில் பிரிட்டனுக்கு வெற்றியை ஈட்டித் தந்தது. பல ஆண்டுகளாக ஜெர்மனியை அசைக்கமுடியாமல் இருந்த பிரிட்டன், இப்போது வெற்றிபெற்றது. நேச நாடுகளின் படை

நெருங்கும்போதே, ஜெர்மானியர்கள் பின்வாங்க ஆரம்பித் திருந்தனர். மூன்று வாரங்கள் தொடர்ந்து முன்னேறிய பிரிட்டன், போர் தொடங்கியதில் இருந்து இப்பகுதிகளில் ஜெர்மனி கைப்பற்றியிருந்த பிரதேசங்களை ஒவ்வொன்றாக மீட்க ஆரம்பித்தது. ஏராளமான ஜெர்மானியர்களை சிறைபிடித்தது. ஏராளமான இழப்புகளையும் பிரிட்டன் சந்தித்தது. என்றாலும் இறுதி வெற்றிக்கு இணையாக எதையும் அளிக்க பிரிட்டன் தயா ராகவே இருந்தது. அக்டோபர் தொடக்கத்தில், ஆராஸுக்குக் கிழக்கே முப்பது மைல் தொலைவில் பரவியிருந்த ஹிண்டன்பர்க் லைன் முறியடிக்கப்பட்டது.

மைய நாடுகளின் வீழ்ச்சி

அக்டோபர் 11ம் தேதி, ஜெர்மன் படை வீரர்கள் போர்முனையில் இருந்து வெளியேற ஆரம்பித்தனர். ஜெர்மனி தோற்றுவிட்டதை அரசியல்வாதிகள் முதல் முறையாக ஒப்புக்கொண்டனர். நேச நாடுகளின் படை ஜெர்மன் ஆதிக்கத்துக்கு உட்பட்ட பிரதேசங் களை விடுவித்துக்கொண்டிருந்தது. ஜெர்மானிய வீரர்கள் இப்போது லேசான தற்காப்பு போரை மட்டும் நடத்திக்கொண் டிருந்தனர். ஆவேசத்துடனும் துடிப்புடனும் முன்னேறி முன்னர் கைப்பற்றிய நகரங்கள் கைவிட்டுப் போவதை அவர்களால் வேடிக்கை பார்க்க மட்டுமே முடிந்தது. இப்போது ஒரு புதிய பயம் அவர்களைப் பிடித்துக்கொண்டது. முன்னேறிக்கொண் டிருக்கும் நேச நாடுகளின் படை, ஜெர்மனிக்குள் நுழைந்து விடுமா?

மற்றொரு பக்கம், ஜெர்மானிய அரசியல்வாதிகளும் ராணுவத் தலைவர்களும் போரை முடிவுக்குக் கொண்டு வரும் முயற்சியில் முழுவதுமாக ஈடுபட்டு வந்தனர். செப்டெம்பர் 29ம் தேதி, மைய நாடுகளின் கூட்டணியில் இருந்த பல்கேரியா சரணடைந்து உடன்படிக்கையில் (armistice) கையெழுத்திட்டிருந்தது. பல்கேரியா வழி ஏற்படுத்திக்கொடுத்ததால், நேச நாடுகளால் இப்போது பால்கன் பிரதேசத்தில் நுழையமுடியும். அதாவது, ஜெர்மனியின் தென்கிழக்கு எல்லையைத் தொட்டுப் பிடித்து விடமுடியும்.

அக்டோபர் 30ம் தேதி துருக்கி, சரணடைந்து உடன்படிக்கையில் கையெழுத்திட்டது. ராணுவத் தேவைகளுக்காக நேச நாடுகள் துருக்கியை ஆக்கிரமிக்கும் என்பது உடன்படிக்கையின் ஓர்

அம்சம். இதற்கு துருக்கி ஒப்புதல் அளித்திருந்தது. வெற்றி பெற்ற நேச நாடுகளின் ஆதிக்கத்துக்கு உட்படுவதைத் தவிர வேறு மார்க்கம் துருக்கிக்கு இல்லை.

இப்போது ஜெர்மனி வகையாக நேச நாடுகளின் வலையில் சிக்கிக்கொண்டிருந்தது. விரைவில், ஜெர்மனியின் நம்பகமான கூட்டாளியான ஆஸ்திரியா-ஹங்கேரியும் பின்வாங்கியது. உள்நாட்டுப் போராட்டங்களால் ஏற்கெனவே கொந்தளித்துக் கொண்டிருந்தது இந்நாடு. போலாந்து, செக், யுகோஸ்லோவியா, ருமேனியா ஆகிய பிரதேசங்களில் சுதந்தரத்துக்கான போராட்டம் நடைபெற்றுக்கொண்டிருந்தது. ஆஸ்திரியாவும் ஹங்கேரியும் தனியே உதிர்ந்த நிலையில், நவம்பர் 3ம் தேதி இந்நாடுகள் நேச நாடுகளுடன் உடன்படிக்கையில் கையெழுத்திட்டன.

ஜெர்மனியின் வீழ்ச்சி

ஜெர்மனி தனித்து நின்றது. கூட்டணியில் இருந்தபோதும்கூட ஒரு வகையில், ஜெர்மனி தனித்துதான் இருந்தது. தனித்துதான் நேச நாடுகளை எதிர்கொண்டது. தனித்துதான் வெற்றி அடைந்தது. நடந்து முடிந்த போரில், ஜெர்மனியோடு ஒப்பிடும்போது கூட்டணி நாடுகளின் பங்களிப்பு மிகவும் குறைவானதுதான். ஆனாலும், இப்போது பெயரளவுக்குக்கூட யாரும் ஆதரவாக இல்லாத சூழல். ஒட்டுமொத்த உலகமும் தமக்கு எதிராக அணி திரண்டுவிட்டதுபோன்ற தோற்றம் உருவாகியிருந்தது.

ஜூலை 1917 தொடங்கி அரசியல் தலைமை ஆட்டம் கண்டுகொண்டிருந்தது. சரியான வழிகாட்டுதல் இல்லை. சான்சிலர் பெத்மான் ஹோல்வெக் (Bethmann Hollweg) பதவியை ராஜிநாமா செய்திருந்தார். அவர் இடத்துக்கு வந்த தலைவர்கள், பலவீனமான நிலையில் இருந்தனர். ராணுவத்துக்குக் கட்டுப்பட்டு நடப்பவர்களாக அவர்கள் இருந்தனர். அக்டோபர் 4, 1918 அன்று மாக்ஸிமிலியன் (Maximilian) என்பவர் சான்சிலராகப் பொறுப்பேற்றுக்கொண்டார். போரை ஏற்று நடத்துவதில் அல்ல, அமெரிக்க அதிபர் உட்ரோ வில்சனிடம் அமைதி குறித்துப் பேச்சுவார்த்தை நடத்துவதில்தான் அவர் முனைப்புடன் இருந்தார்.

அக்டோபர் 26ம் தேதி, துணை கமாண்டர் எரிக் லுடன்டார்ஃப் பதவி விலகினார். மாக்ஸிமிலன் அமெரிக்காவோடு

பேசிக்கொண்டிருந்தார். ஜெர்மானிய மக்கள் நம்பிக்கை இழந்திருந்தனர். போர் அவர்களைக் கடுமையாகப் பாதித்திருந்தது. ஜெர்மனி உடைய ஆரம்பித்த சமயம் அது. இறுதியாக ஒரு யுத்தம் தொடுத்துவிடுவோமா என்று ராணுவம் கப்பல் படையைக் கேட்டுக்கொண்டபோது, கப்பல் படை வீரர்கள் அதிகாரத்தை எதிர்த்து கலகம் செய்தனர்.

ராணுவ வீரர்களை மட்டுமல்ல, மக்களையும்கூடப் போர் சுழற்றியடித்திருந்தது. ஜெர்மானியப் பொது மக்கள் வீதிகளில் இறங்கி போருக்கு எதிரான கோஷங்களை எழுப்பினர். கெய்ஸர் வில்லியம் பதவி விலகவேண்டும் என்னும் முழக்கம் தெருக்களில் எதிரொலித்தது. அரசாங்க ஊழியர்கள் பணிக்கு வர மறுத்தனர். உயர் அதிகாரிகளின் கட்டளைகள் காற்றில் பறக்க விடப்பட்டன. நவம்பர் 8ம் தேதி, கெய்ஸர் வில்லியம் அரியணையைத் துறந்துவிட்டு ஹாலந்து சென்றார். மரணம் வரையிலும் அவர் வாழ்வு ஹாலந்தில் கழிந்தது. நவம்பர் 9ம் தேதி, ஜெர்மனி, குடியரசாக மாறியது. சான்சிலர் மாக்ஸிமிலியன் பதவி துறந்தார். அதிகாரம், சோஷியல் டெமாக்ரடிக் கட்சிக்கு அளிக்கப்பட்டது.

15 கிழக்கு முனை / 1914-1916

மேற்கு முனையிலும் கிழக்கு முனையிலும் போர் கிட்டத்தட்ட ஒரே சமயத்தில்தான் தொடங்கியது என்றாலும் இரண்டுக்கும் பல வேறுபாடுகள் இருந்தன. முதலில், மேற்கு முனையில் போர் முனை எல்லைகள் தெளிவாக வகுக்கப்பட்டிருந்தன. சுவிட்ஸர்லாந்து தொடங்கி பெல்ஜியம் வரையிலான 400 மைல் எல்லைக்கோடு நேச நாடுகளையும் மைய நாடுகளையும் தனித்தனியே பிரித்து வைத்திருந்தது. கிழக்கு முனை மிகப் பெரியது. எனவே, போர்க்களத்தின் எல்லைகள் தெளிவற்று இருந்தன. தெற்கே பால்டிக் கடல் தொடங்கி கிழக்கே ருமேனியா வரையிலான எல்லையை, போர்க்களத்தின் எல்லையாக ஓரளவுக்கு வரையறுக்கமுடியும். கிட்டத்தட்ட ஆயிரம் மைல் நீளம் கொண்டது கிழக்கு முனை. ஆஸ்திரியா-ஹங்கேரி, ஜெர்மனி (கிழக்கு பிரஷ்யா) ஆகிய நாடுகளைக் கடந்து சென்றது இந்த முனை. போலந்து, லித்துவேனியா, ரஷ்யா ஆகியவற்றை உள்ளடக்கியது.

ரஷ்யாவின் தாக்குதல்

ஆகஸ்ட் 1914 தொடக்கத்தில், பெல்ஜியம் மீது ராணுவ நடவடிக்கை எடுத்து வைத்து முதல் உலகப் போரைத் தொடங்கி வைத்தது ஜெர்மனி.

பெல்ஜியம் வழியாக முன்னேறி பிரான்ஸ் எல்லையை அடைந்து, அந்நாட்டின் மீது தாக்குதல் தொடுப்பது ஜெர்மனியின் திட்டம். ரஷ்யா மீது இருந்த அளவற்ற நம்பிக்கையின் காரண மாகவே பிரான்ஸ் தாக்குதலை முதலில் தேர்ந்தெடுத்தது ஜெர்மனி. கிழக்கு முனையில் இருந்து, அதாவது ரஷ்யாவிடம் இருந்து எந்தவித அச்சுறுத்தலும் ஏற்படாது என்பதில் ஜெர்மனிக்கு அசைக்க முடியாத நம்பிக்கை. ரஷ்ய ராணுவத்தின் பலம் குறித்து ஜெர்மனிக்கு சந்தேகம் இல்லை. என்றாலும் ரயில் பாதைகள் இல்லாததால், துருப்புகளைப் போர் முனைக்குக் கொண்டு செல்வதிலும், ஆயுதங்கள் தருவிப்பதற்கும் நேரம் அதிகம் பிடிக்கும் என்று ஜெர்மனி எதிர்பார்த்தது. சரியான போக்குவரத்து வசதி இல்லாமல் ஒரு போரை நடத்துவது சிரமமானது அல்லவா?

ஜெர்மனி யூகித்தது போலவே ரஷ்ய ராணுவத்தில் பல்வேறு குழப்பங்கள் நிலவிவந்தன. கடினமானவர்கள் என்று ரஷ்யர்கள் பெயர் பெற்றிருந்தார்கள். உடலுழைப்புக்கு அஞ்சாதவர்கள் என்றும் வெல்ல முடியாதவர்கள் என்றும்கூட. ஆனால், ராணுவத்தின் தலைமை சரியானபடி அமையவில்லை. ஜெனரல்கள் பிளவுபட்டிருந்தனர். அவர்களுடைய அரசியல் போக்குகள் வேறுபட்டிருந்தன. ஒன்றுபட்ட ராணுவமாக அவர்கள் திரளவில்லை. திரட்டுவதற்கான முயற்சிகளும் மேற் கொள்ளப்படவில்லை. ஜெனரல்கள் தங்களுக்குள் பேசிக் கொள்ள மறுத்தார்கள். அவர்களிடம் இருந்து ஒருமித்த முடிவு வெளிப்படவில்லை. மிக முக்கியமாக, ரஷ்யர்களின் போர்த் தந்திரங்களும் போர் குறித்த அணுகுமுறையும் பழமை யானதாகவும் காலாவதியானதாகவும் இருந்தது. ஆனால், இந்த ராணுவத்தை வைத்துதான், கிழக்கு முனையில் தாக்குதல் போரை ஆரம்பித்தது ரஷ்யா.

ஆஸ்திரியா-ஹங்கேரி மீதும் ஜெர்மனி மீதும் போரிடுவதற்கு ரஷ்யாவுக்கு இருந்த பூகோள ரீதியிலான ஒரு தடை, போலந்து. ரஷ்யாவின் கட்டுப்பாட்டில் இருந்தது போலந்து. வடக்கு மற்றும் கிழக்கே ஜெர்மனியும் தெற்கே ஆஸ்திரியா-ஹங்கேரியும் இருந்தன. முக்கியத்துவம் வாய்ந்த இப்படிப்பட்ட பிரதேசத்தை ராணுவத்தினர் salient என்று அழைத்தனர். இந்தப் பிரதேசத்தை எதிரிகளிடம் இருந்து பாதுகாப்பது சிரமமானது, அதே சமயம் முக்கியமானது.

ரஷ்ய ராணுவ கமாண்டர், ஜெனரல் வி ஏ சுகோம்லிநோவ் (V. A. Sukhomlinov) ரஷ்ய முதல் ராணுவப் பிரிவை இங்கே அனுப்பி வைத்தார். ஜெனரல் பாவெல் (Pavel Rennenkampf) இந்தப் பிரிவுக்குத் தலைமை தாங்கினார். இரண்டாவது ரஷ்யப் பிரிவு, ஜெனரல் அலெக்ஸாண்டர் சாம்ஸோநோவ் (Aleksandr Samsonov) தலைமையில் புறப்பட்டது. ஜெர்மானிய சாம்ராஜ் ஜியத்தின் ஒரு பகுதியான கிழக்கு பிரஷ்யா மீது இப்பிரிவுகள் தாக்குதல் தொடுக்கவேண்டும் என்பது திட்டம். பாவெல் மேற்கே, Königsberg என்னும் பகுதியை நோக்கி முன்னேற வேண்டும். சாம்ஸோநோவ் தெற்கே முன்னேறி, கிழக்கு பிரஷ்யாவை அடையவேண்டும். பிறகு இரு படைப்பிரிவுகளும் ஒன்று சேர்ந்து, ஜெர்மானியர்களைத் தாக்கவேண்டும்.

பாவெல் கிழக்கு பிரஷ்யாவை அடைந்துவிட்டார். ஜெர்மானியர் களின் படைகளைக் காட்டிலும் ரஷ்யப் படை எண்ணிக்கையில் மிக அதிகமாக இருந்ததால் ஆரம்பத்திலேயே போர்ச்சூழல் ரஷ்யாவுக்குச் சாதகமாக இருந்தது. Stallupönen என்னும் இடத்தில் முதல் தாக்குதலை ரஷ்யா தொடுத்தது. ஜெர்மனியின் தற்காப்பு யுத்தம் பலவீனமாக இருந்தது. ஒரு பிரிவின் கமாண்டர், தவறான இடத்தில் பீரங்கிப் படைகளை நிறுத்தி தாக்குதல் தொடுத்ததில், ஜெர்மானிய வீரர்களே ஜெர்மானிய வீரர்களால் தாக்கப்படும் நிலை ஏற்பட்டது.

ஜெர்மானிய ஜெனரல் மாக்ஸ் பிரிட்விட்ஸ் (Max von Prittwitz) எடுத்த முடிவு நிலைமையை மேலும் சிக்கலாக்கியது. சாம்ஸோநோவின் ரஷ்யப் படை கிழக்கு பிரஷ்யாவை நெருங்கி வந்துகொண் டிருப்பதை உணர்ந்த மாக்ஸ், ஜெர்மானியப் படைகளைப் பின் வாங்கச் சொல்லி உத்தரவிட்டார். கிழக்கு பிரஷ்யா கைவிட்டுப் போய்விட்டது என்னும் முடிவுக்கு அவர் வந்துவிட்டார். அலை கடலென திரண்டு வந்த ரஷ்ய ராணுவத்தை எதிர்கொள்ளும் பலம் தமக்கு இல்லை என்பதை ஜெர்மனி போர்முனையில் உணர்ந்து அஞ்சிய தருணம் அது.

ஜெர்மானியத் தலைமை அதிகாரி, மேல்ட்கே (Helmuth Johannes von Moltke) கிழக்கில் தம் படைகள் அடைந்திருந்த பின் னடைவை ஆராய்ந்தார். ஜெர்மனி தன் கவனத்தை முழுமையாக மேற்கு முனையில்தான் குவித்திருந்தது. ஜெர்மனியை ஷ்லீஃபென் திட்டம் வழிநடத்திக்கொண்டிருந்தது. கிழக்கு முனையைக் கட்டுப்பாட்டுக்குள் விரைவாகக் கொண்டு

வந்துவிட்டு, மேற்கே முழு பலத்தையும் குவித்து பிரான்ஸை வெற்றிபெறவேண்டும் என்பது ஜெர்மனியின் திட்டம். கிழக்கு முனையில் ஜெர்மனி சற்றே அசிரத்தையுடன் இருந்தது உண்மை.

இப்போது கிழக்கு முனையில் நிலைமை அபாயகரமாக இருந்ததைக் கண்ட ஜெர்மனி, சில மாற்றங்களை உடனடியாக அமல்படுத்தியது. மாக்ஸ் பிரிட்விட்ஸ் பதவி நீக்கம் செய்யப் பட்டார். ஜெனரல் பால் ஹிண்டன்பர்க், எரிக் லுடன்டார்ஃப் இருவரும் பதவியில் அமர்த்தப்பட்டனர். இந்த மாற்றம் வேலை செய்தது.

டானென்பெர்க் போர்

கிழக்கு பிரஷ்யாவை நெருங்கிவிட்ட ரஷ்யப் படைகள், ஜெர்மனியின் செயலற்ற தன்மையைக் கண்டு அலட்சியமாக இருந்துவிட்டது. ஜெர்மனியை எதிர்ப்பது அத்தனை கடினமான பணி அல்ல என்னும் முடிவுக்கு ரஷ்யா வந்துவிட்டது. எனவே செய்திப் பரிமாற்றத்தில் அலட்சியமாக இருந்து விட்டது. போர் முனையில் பொதுவாக செய்திகள் சங்கேத மொழிகளில்தான் தெரியப்படுத்தப்படும். கிடைக்கும் செய்தியை எப்படி உடைத்துப் புரிந்துகொள்வது என்பது பற்றிய பயிற்சிகள் முன்னரே அதிகாரிகளுக்கு அளிக்கப்பட்டிருக்கும். ராணுவத் திட்டங்கள் குறித்த ரகசியங்கள் வெளியில் கசிந்துவிடாமல் இருக்க இப்படிப்பட்ட ஏற்பாடுகள் செய்யப்படுவது வழக்கம்.

ரஷ்யா சறுக்கியது. ரஷ்ய அதிகாரிகளின் ரேடியோ செய்திகள் காற்றில் கசிந்து ஜெர்மானிய காதுகளை வந்தடைந்தன. ஜெனரல் சாம்ஸோநோவ் தலைமையில் ஒரு பிரிவு டானென் பெர்க் என்னும் பகுதியில் அடுத்த தாக்குதலை நடத்தத் திட்ட மிட்டுள்ளது. அதுவரை, ஜெனரல் பாவெல் தலைமையிலான படைப்பிரிவு காத்திருக்கும். இது ரஷ்யாவின் ரகசியமான திட்டம். ஜெர்மானியர்களின் காதுகளில் தாமாகவே வந்து விழுந்தது இந்த ரகசியத் திட்டம்.

ரஷ்ய ராணுவம், வடக்கில் நகர்ந்து டானென்பெர்கை அடையும் வழியில், ஆகஸ்ட் 26ம் தேதி ஜெர்மானிய ராணுவத்தை எதிர் கொண்டது. ரஷ்யாவை எதிர்கொள்ளத் தயாராக இருந்தது ஜெர்மனி. இரு நாடுகளுக்கும் இடையில் கடுமையான

மோதல்கள் நடைபெற்றன. அதே சமயம், மற்றொரு ஜெர்மன் படைப்பிரிவு (François என்பவர் தலைமையில்), தென்மேற்கு திசையில் முன்னேறி ரஷ்யாவைச் சுற்றி வளைக்க ஆரம்பித்தது.

ஆகஸ்ட் 29ம் தேதி, சாம்ஸோநோவின் படை கிட்டத்தட்ட முழுவதுமாக ஜெர்மனியால் சுற்றி வளைக்கப்பட்டுவிட்டது. டானென்பெர்குக்குக் கிழக்கே, பத்து மைல் அகலத்தில் ஜெர்மனி விரித்து வைத்திருந்த பொறியில் ரஷ்யர்கள் வசமாகச் சிக்கிக் கொண்டனர். ஜெர்மனி மிக மோசமான முறையில் ரஷ்யர்களைப் படுகொலை செய்தது. குதிரைகளின் குருதியும் வீரர்களின் குருதியும் ஒன்று கலந்து ஓடியது.

போரின் முடிவில் 50,000 ரஷ்யர்கள் கொல்லப்பட்டனர், படு காயம் அடைந்தனர். 90,000 ரஷ்யர்கள் சிறைபிடிக்கப்பட்டனர். சாம்ஸோநோவ் கடைசி நேரத்தில் தப்பினார். 'ஜார் மன்னர் என்னை நம்பி இந்தப் பொறுப்பை ஒப்படைத்தார். அவர் முகத்தில் இனி நான் எப்படி விழிப்பேன்?' வாய் விட்டு தன் சோகத்தைப் பகிர்ந்துகொண்ட சாம்ஸோநோவ் தன்னைத் தானே சுட்டுக்கொண்டு இறந்துபோனார்.

டானென்பெர்க் யுத்தம் ஜெர்மனிக்கு மிகப் பெரிய வெற்றியை ஈட்டித் தந்தது. ஹிண்டன்பர்க், லூடன்டார்ஃப் இருவரும் ஜெர்மனியின் புகழ்பெற்ற ஜெனரல்களாக கொண்டாடப் பட்டனர். கிழக்கு முனையில் வெற்றி பெற்றதைப் போல் மேற்கில் ஜெர்மனியால் வெற்றி பெற முடியவில்லை. வெற்றியும் இல்லாத தோல்வியும் இல்லாத ஒரு வித மந்த நிலை நிலவி வந்தது. இந்நிலையில், கிழக்கில் கிடைத்த வெற்றி, ஜெர்மனிக்கு மனத்தளவில் நம்பிக்கையை அளிப்பதாக இருந்தது.

சாம்ஸோநோவ் படைகள் அடைந்த தோல்வியை அடுத்து, ஜெனரல் பாவேலின் படைகள் தாக்குதல் யுத்த யோசனையை நிராகரித்துவிட்டு, தற்காப்பு யுத்தத்துக்குத் தயாரானது. ஜெர்மனி தொடர்ந்து முன்னேறியது. ரஷ்ய ராணுவத்தைத் துடைத்து அழித்துவிடும் உத்வேகம் ஜெர்மன் வீரர்களிடம் இருந்தது. மேற்கில் முடியாததை கிழக்கில் சாதித்துவிடவேண்டும் என்னும் துடிப்பும் உத்வேகமும் அவர்களிடம் நிறைந்திருந்தது. முழு பலத்துடன் பாய்ந்து வந்த ஜெர்மனியை எதிர்கொள்ள முடியா மல் பாவேலின் படைகள் பின்னோக்கி நகர்ந்தபடி போரிட்டன.

ஒரு கட்டத்தில், மாசூரியன் ஆற்றுப் (Masurian Lakes) பகுதியைக் கடந்து கடினமான நிலப்பரப்புகளில் தஞ்சமடைந்தனர். சாலை வசதிகள் இல்லாத இந்தக் காட்டுப் பகுதிக்குள் நுழைவது சிரமமாக இருந்தது. இதே காரணத்தால், ஜெர்மானியர்களாலும் இப்பகுதிக்குள் பிரவேசிக்கமுடியவில்லை. பின்வாங்குவதற்கு முன்னால், இரண்டு படைப் பிரிவுகளை ஜெர்மானியர்களை எதிர்ப்பதற்காக விட்டுச் சென்றார் ஜெனரல் பாவெல். இந்தப் பிரிவுகள் கிட்டத்தட்ட தற்கொலை போராளிகளாக மாறி போரிட்டு, ஜெர்மானியர்கள் கைகளில் சிக்கி அழிந்துபோயின. இவர்களைக் காவு கொடுத்து, முதல் ராணுவப் பிரிவு முழு முற்றாக அழிவதைத் தடுத்து நிறுத்தினார் பாவேல்.

ரஷ்யா, ஜெர்மனி, ஆஸ்திரியா

தெற்கில், ரஷ்யாவின் பிற பிரிவுகள் ஆஸ்திரியாவுக்கு எதிராகப் போரிட்டுக்கொண்டிருந்தன. ப்ரிப்பெட் (Pripet) சதுப்புநிலப் பகுதியில் நான்கு படைப்பிரிவுகள் திரட்டப்பட்டிருந்தன. காலிசியா (Galicia) என்னும் பகுதியில், ஜெனரல் ஃபிரான்ஸ் கோன்ராட் என்பவர் தலைமையில் (முழுப்பெயர் Franz Conrad von Hötzendorf) மூன்று ஆஸ்திரியப் படைப் பிரிவுகள் ரஷ்யானவ எதிர்க்கத் தயாராக இருந்தன. ரஷ்யா, ஆஸ்திரியாவின் பலம் குறைந்த பிரிவையும், ஆஸ்திரியா, ரஷ்யாவின் பலம் குறைந்த பிரிவையும் தாக்க ஆரம்பித்தது. இரண்டும் முன்னேறிச் சென்றன. இரண்டுக்கும் வெற்றி கிடைத்தது. எதிர்பார்த்ததைக் காட்டிலும் கூடுதல் நிலப்பரப்பை வசப்படுத்தமுடிந்தது.

செப்டெம்பர் முதல் வாரம், ரஷ்யாவுக்கு மிகவும் சாதகமான சூழல் உருவானது. ஆஸ்திரியப் படைகளைப் பின்னுக்கு நகர்த்தி அந்நாட்டுக்குள் பிரவேசித்தது ரஷ்யா. விரைவில், உட்புற ஆஸ்திரியாவில், கார்பாத்தியன் மலைப்பகுதி வரை கைப்பற்றப் பட்டது. அதாவது, 100 மைல்கள். ஆஸ்திரியா, 3,50,000 வீரர்களை இழந்தது. கிராகோவ் (Kraków) பகுதியில் ஆஸ்திரியப் படைகள் தஞ்சம் புகுந்தன.

கிராகோவுக்கு வடக்கே, போலந்தில், ஜெர்மன் படைகளை ரஷ்யா எதிர்கொண்டது. 1914-15ல் தொடர்ச்சியாக இரு நாடுகளும் மோதிக்கொண்டன. ஆஸ்திரியர்களைப் போல் ஜெர்மானியர்களை நசுக்கமுடியவில்லை. ஜெர்மனிக்கும் இது சுலபமான போராக இருக்கவில்லை. போலந்தில் ரஷ்யர்களை முறியடித்து

காத்திருக்கும் வீரர்கள்

விடமுடியும் என்னும் நம்பிக்கை ஜெர்மனிக்கு இல்லை. அவர்கள் விரும்பியதெல்லாம், ரஷ்யாவின் பலத்தைக் குறைப்பது மட்டுமே. ஒருசமயம், வார்ஸா வரை நெருங்கிவிட்ட ஜெர்மனியை, ரஷ்யா துரத்தி அப்புறப் படுத்தியது.

நவம்பர் தொடக்கத்தில், ரஷ்யா தாக்குதல் போரை ஆரம்பித்து வைத்தது. இரண்டாவது மற்றும் ஐந்தாவது ராணுவப்பிரிவுகள் வடக்கே, போலந்தில் உள்ள சிலீஷியா என்னும் பகுதியில் முன்னேறின. ரஷ்யாவின் வரவு பற்றிய செய்தி முன்கூட்டிய கசிந்துவிட்டதால், ஜெர்மனி தயாராக இருந்தது. சுற்றிலும் படைகளை நிறுத்தி ரஷ்யர்களை பொறிக்குள் சிறை பிடிக்கத் திட்டமிட்டது. கடைசி நேரத்தில், ரஷ்யா ஜெர்மனியின் திட்டத்தை முறியடித்து, தப்பித்தது. பனிக்காலம் தொடங்கியபோது, தற்காப்பு நடவடிக்கைகளில் கவனம் செலுத்தியது.

ஜனவரி, பிப்ரவரி 1915ல் ஆஸ்திரியாவுடன் இணைந்து ரஷ்யாவைத் தாக்கியது ஜெர்மனி. இத்திட்டம் வெற்றி பெறவில்லை. ஆஸ்திரியாவால் ரஷ்யாவை எதிர்கொள்ளமுடியவில்லை. ஒரு லட்சம் வீரர்கள் ரஷ்யர்களிடம் சரணடைந்து போரில் இருந்து விலகிக்கொண்டனர். ஜெர்மனி மனம் தளரவில்லை. பனிக்கால மசூரியா போரில் (Winter Battle of Masuria) ரஷ்யாவுக்கு எதிராகக் கடுமையான ஒரு தாக்குதலை நடத்தியது. இரண்டு லட்சம் வீரர்களை ரஷ்யா இந்தப் போரில் இழந்தது. ஆனாலும், பின்வாங்கவில்லை. வெற்றியும் அல்ல, தோல்வியும் அல்ல என்னும் நிலை, ஜெர்மனிக்கு. ரஷ்யாவும் கிட்டத்தட்ட இதே நிலையில்தான் இருந்தது.

கடுமையான இழப்புகளைத் தாண்டி, தெற்கே கணிசமான நிலப்பகுதிகளை ரஷ்யா ஆக்கிரமித்திருந்தது. ஜெர்மனி, சில வெற்றிகளை ஆரம்பத்தில் ஈட்டியிருந்தாலும், போதுமான அளவுக்கு நிலப்பிரதேசங்களைக் கைப்பற்றவில்லை. ஜெர்மனி அருகில் இல்லாவிட்டால் தன்னால் போர்க்களத்தில் இயங்கமுடியாது என்னும் உண்மையை ஆஸ்திரியா அப்பட்டமாக வெளிப்படுத்தியது. நடைபெறவிருந்த யுத்தங்களில் இருந்து ஆஸ்திரியா விலகிக்கொண்டது. ஜெர்மனி முழுமுற்றாகவும் தன்னந்தனியாகவும் நேச நாடுகளை எதிர்க்கும் நிலைக்குத் தள்ளப்பட்டது.

செர்பியாவில் போர்

மேற்கு முனையிலும் கிழக்கு முனையிலும் போர் மும்முரமாக நடைபெற்று வந்த சூழலில், செர்பியாவை அனைத்து நாடுகளும் கிட்டத்தட்ட மறந்துவிட்டன. ஆஸ்திரியா நீங்கலாக. செர்பியாவைப் பழிவாங்கும் நோக்கில், ஆகஸ்ட் 12, 1914 அன்று ஆஸ்திரியர்கள் செர்பியா மீது போர் தொடுத்தனர். மூன்று லட்சம் ஆஸ்திரிய வீரர்கள், ஜெனரல் ஆஸ்கர் போடியோரெக் (Oscar Potiorek) தலைமையில் செர்பியாவை வந்தடைந்தனர்.

எண்ணிக்கையில் செர்பியாவின் ராணுவம் சிறியது. ஆனால், இரண்டு சாதகமான அம்சங்கள் அவர்களிடம் இருந்தன. கடினமான நிலப்பரப்பு. தரமான வீரர்கள். செர்பியாவின் உட்புறப் பகுதிகளைச் சென்றடைவதற்கு மோசமான வழித்தடங்களை, காட்டுப் பகுதிகளைக் கடந்து சென்றாகவேண்டும். செர்பியாவின் படைப் பிரிவுகளை, ஃபீல்ட் மார்ஷல், புட்னிக் (முழுப் பெயர், Radomir Putnik) என்பவர் தலைமை தாங்கினார். மிகத் திறமையாகப் போரிட்ட செர்பியர்கள், இரண்டே வாரங்களில், ஆஸ்திரியர்களை விரட்டியடித்தனர்.

செப்டெம்பர் 8ம் தேதி மீண்டும் ஆஸ்திரியா செர்பியாவைத் தாக்கியது. நவம்பர் மாதம் மூன்றாவது தாக்குதல். இந்த முறை செர்பியாவின் பிடி தளர்ந்தது. இரண்டு காரணங்கள். சிறிய நாடாக இருந்ததால், போரில் இறந்தவர்களுக்கும் காயமுற்றவர்களுக்கும் மாற்றாக வீரர்களை அவர்கள் வைத்திருக்கவில்லை. மேலும், டைஃபஸ் நோய் அவர்களைத் தாக்கியிருந்தது. தலைநகரம் பெல்கிரேடை விட்டுவிட்டு, தெற்கிலும் கிழக்கிலும் உள்ள காட்டுப்பகுதிக்குள் பின்வாங்கினார்கள் செர்பியர்கள்.

ஆஸ்திரியா இந்தப் போரில், 2,25,000 பேரை இழந்திருந்தது. செர்பியாவின் இழப்பு, 2 லட்சத்துக்கும் குறைவு.

பனிக்காலம் ஆரம்பித்திருந்தது. செர்பியாவை ஆஸ்திரியா முறியடித்திருந்தது. ஆனால், வெற்றிகொள்ளவில்லை. அதற்கு ஜெர்மனியின் உதவி தேவைப்பட்டது. செர்பியாவை வீழ்த்த, ஆஸ்திரியா-ஹங்கேரியின் உதவி மட்டும் போதாது என்பதை உணர்ந்த ஜெர்மனி, செர்பியாவுக்குக் கிழக்கே இருந்த பல்கேரியாவை அணியில் சேர்த்துக்கொண்டது. இந்த உதவிக்கு மாற்றாக, பல்கேரியா கோரிய நிலப்பகுதிகளை அளிக்க ஜெர்மனி ஒப்புக்கொண்டது. செப்டெம்பர் 6ம் தேதி பல்கேரிய அரசர், முதலாம் ஃபெர்டினாண்ட் மைய நாடுகள் அணியில் இணைந்துகொண்டார்.

அக்டோபர் 5ம் தேதி, மைய நாடுகள் அணி செர்பியாவை ஒன்றுக்கும் மேற்பட்ட போர்முனையில் இருந்து தாக்குதல் தொடுத்தது. வடக்கில், ஆஸ்திரியர்கள் பீரங்கித் தாக்குதல் நடத்தி, செர்பியாவை நெருங்கினார்கள். கிழக்கில், பல்கேரியர்கள் தாக்குதல் தொடுத்து சலோனிகா (கிரீஸ்) என்னும் துறைமுகத் துக்குச் செல்லும் வழிகளை முடக்கினர். செர்பியா இந்தத் துறைமுகத்தை இறக்குமதிக்காகப் பயன்படுத்திவந்தது. பல வீனமான நிலைக்குத் தள்ளப்பட்ட செர்பியா, தள்ளாடிக் கொண்டிருந்தது. அதற்குள், ஆஸ்திரியா செர்பியாவுக்குக் கிழக்கிலுள்ள மாண்டிநீக்ரோவை அடைந்திருந்தது. செர்பியா வின் வடக்குப் பகுதி முற்றுகையிடப்பட்டுவிட்டது.

ராணுவ வீரர்கள் இல்லை. இருந்த சொற்ப வீரர்களுக்கும் உணவு, ஆயுதம் சென்று சேரவில்லை. ஆனாலும், நேச நாடுகள் போரைக் கைவிடவில்லை. எந்தவகையிலும் சமபலம் பெற் றிருக்காத செர்பியாவை இந்த அணி கூட்டாகத் தாக்கியது. செர்பியர்களைத் துரத்தியடித்தது. செர்பியாவுக்கு ஆதரவளிக்க பிரான்ஸ் மேற்கொண்ட முயற்சிகள் வெற்றிபெறவில்லை. நவம்பர் மாதம் பனி பொழிய ஆரம்பித்தபோது, செர்பியர்கள் முற்றிலுமாகப் பின்வாங்கினர். செர்பியக் காடுகளிலும் அல்பேனியாவிலும் கிரீஸிலும் அவர்கள் அடைக்கலம் புகுந் தனர். அல்பேனியா, கிரீஸ் நாடுகளுக்குள் போரைத் தொடர்ந்து எடுத்துச்சென்று செர்பியர்களை வேட்டையாடும் விருப்பத்தை நேச நாடுகள் சிரமப்பட்டு கட்டுப்படுத்திக்கொண்டன.

பின்வாங்கும் ரஷ்யா

ஐரோப்பாவில் மிகப் பெரிய ராணுவத்தைக் கொண்டிருந்த நாடு என்றாலும் ரஷ்யாவால் போர் முனையில் மாபெரும் வெற்றி களை ஈட்ட முடியவில்லை. ராணுவ வீரர்களுக்கு உணவு, ஆயுதங்கள் கிடைக்கவில்லை. ரஷ்யாவின் பொருளாதாரம் சீர்குலைந்த நிலையில் இருந்ததால், ராணுவமும் அதற்கு இரையாகவேண்டியிருந்தது. ரொட்டியும் பெட்ரோலும் இல்லாமல் போரிடுவது சாத்தியமா? வீரர்களோடு சேர்ந்து பொது மக்களும் ஜார் ஆட்சியை வெளிப்படையாக விமரிசிக்க தொடங்கினர். ரஷ்யாவில் நிலவி வந்த அரசியல் குழப்பத்தை ஜெர்மனி பயன்படுத்திக்கொள்ள முடிவு செய்தது. ஜெர்மானிய ஜெனரல் எரிக் வோன் ஃபல்கெனாய்ன், ரஷ்யாவை முற்றிலு மாக அழித்து கிழக்கு முனையைக் கைப்பற்றும் திட்டத்துடன் இருந்தார். போலந்தில் இருந்தும் ரஷ்யாவைத் துரத்திவிடும் விருப்பம் அவருக்கு இருந்தது.

மே 2, 1915ம் ஆண்டு மைய நாடுகள் ரஷ்யா மீது மிகப் பெரிய பீரங்கித் தாக்குதல் நடத்தியது. மனச்சோர்வுடன் இருந்த ரஷ்ய வீரர்கள், ஜெர்மனியின் படைபலத்தை எதிர்கொள்ள முடியாமல் தடுமாறினர். நம்பிக்கை கைவிட்டுப் போவதை அவர்களால் பார்க்கமுடிந்தது. குண்டு ஏந்தி மடிந்து விழும் சிப்பாய்களைப் பார்க்கும்போது அவர்கள் உள்ளம் துடித்தது. இரண்டு தினங் களில் ரஷ்யாவின் மூன்றாவது படைப்பிரிவு முற்றிலுமாக அழித்தொழிக்கப்பட்டது. ஒரு லட்சம் ரஷ்யர்கள் சிறைபிடிக்கப் பட்டனர். சில வாரங்களில், ஆஸ்திரியா-ஹங்கேரியில் ரஷ்யா வின் பிடி தளர்ந்துபோனது.

ஜூலை மாதம், ஜெர்மனி, வடக்கு நோக்கி நகர்ந்து, விஸ்டுலா ஆறு வரை முன்னேறி கிழக்கு திரும்பி, பிரெஸ்ட்-லிடோவ்ஸ்க் (Brest-Litovsk) நகருக்குள் நுழைந்தது. அதே சமயம் பிற ஜெர்மானியப் பிரிவுகள் கிழக்கு பிரஷ்யாவின் தெற்குப் பகுதியில் முன்னேறி, வார்ஸா நோக்கி நகர்ந்துகொண்டிருந்தது. மொத்தத் தில், ரஷ்யாவைச் சுற்றி வளைக்கும் திட்டத்தோடு ஜெர்மனி துரிதமாக இயங்கிக்கொண்டிருந்தது. ஜார் மன்னரின் சகோதரர், ரஷ்ய கமாண்டர் கிராண்ட் டியூக் நிக்கோலஸ் இந்த அபாயத்தை உணர்ந்திருந்தார். இன்னொரு டானென்பெர்க் சம்பவம் நிகழா மல் இருக்கவேண்டுமானால், சில பிரதேசங்களை விட்டுக்

கொடுக்கவேண்டும். தொடர்ந்து ரஷ்ய வீரர்களைப் போர் முனையில் இழந்துகொண்டிருப்பது ஆபத்தானது. எனவே, போலந்தில் இருந்து பின்வாங்க முடிவு செய்தது ரஷ்யா.

*1915*ம் ஆண்டு, ரஷ்யாவுக்கு அழிவையும் தோல்வியையும் மட்டுமே மாறி மாறி அளித்துக்கொண்டிருந்தது. போலந்தில் உள்ள ரஷ்யப் பிரதேசம் கைவிட்டுப் போனது. மட்டுமில்லாமல், இருபது லட்சம் வீரர்களை ரஷ்யா இழந்திருந்தது. இதில் பாதி பேர் சிறைபிடிக்கப்பட்டிருந்தனர். ஜார் நிக்கோலஸ் மன்னர், தன் சகோதரர், கிராண்ட் டியூக் நிக்கோலஸைப் பதவியில் இருந்து தூக்கினார். ரஷ்யாவின் தோல்விகளுக்கு அவர் மட்டுமே காரணம் என்பது போல். ராணுவத்தின் சுப்ரீம் கமாண்டராக, ஜார் கூடுதல் பொறுப்பேற்றுக்கொண்டார்.

ஜார் செய்த இரண்டாவது பெரும் தவறு, தன் மனைவியிடம் நாட்டு நிர்வாகப் பொறுப்பை ஒப்படைத்தது. கணவனுக்கு எப்படி ராணுவ விவகாரங்களுடன் தொடர்பில்லையோ அப்படியே மனைவிக்கு, நாட்டு நிர்வாகம்.

மேலும், அவர் ரஸ்புடின் என்னும் சாமியாரின் பிடியில் சிக்கியிருந்தார். நாட்டையும் அதன் எல்லைகளையும் பாதுகாக்க யாருமே இல்லை. இருந்தாலும், ரஷ்யா உடையாமல் இருந்தது ஆச்சரியம். அதன் எல்லைகள் சிதறாமல் இருந்தது அதைவிட ஆச்சரியம். அதீத பனிப்பொழிவும், சோர்வளிக்கும் நீண்ட நிலப் பரப்பும் ஜெர்மனியிடம் இருந்து ரஷ்யாவின் எல்லைகளைப் பாதுகாத்தது.

புருசிலோவ் தாக்குதல்

*1915*ல் ஏற்பட்டதைப் போன்ற தொடர் தோல்விகள் *1916*ல் ஏற்படாது என்று ஜார் நிக்கோலஸ் நம்பினார். பனிக்காலம் முழுவதும் ரஷ்ய படைகள் மீள்கட்டுமானப் பணிகளில் ஈடுபட்டுக்கொண்டிருந்தன. ராணுவத்துக்குப் புது பலம் அளிக்கும் நோக்கில், ஜெனரல் அலெக்ஸி புருசிலோவ் (Aleksey Brusilov) என்பவர் தெற்குப் பகுதியின் புதிய ராணுவ ஜெனரலாக நியமிக்கப்பட்டிருந்தார். இவருக்கு அளிக்கப்பட்ட முதல் முக்கியப் பணி, ரஷ்யா ஏன் தோல்வியடைந்து வருகிறது என்பதைக் கண்டறிவது. அடுத்த பணி, ராணுவத்தின் குறைகளைக் களைந்து பலம் கூட்டுவது.

ரஷ்ய வீரர்கள்

நடந்து முடிந்த யுத்தங்களை ஆய்வு செய்த புருசிலோவ், தீர்வை முன்வைத்தார். அடுத்த தாக்குதலை ரஷ்யா பரவலாகவும் துரித மாகவும் நடத்தவேண்டும். சுதாரிப்பதற்குக்கூட ஜெர்மனிக்கும் ஆஸ்திரியாவுக்கும் அவகாசம் கொடுக்கக்கூடாது. பலவீனமான நிலையில் ரஷ்யா இருப்பதாக எதிரிகள் நம்பிக்கொண்டிருக்கும் இந்தச் சூழலை நாம் சாமர்த்தியமாகப் பயன்படுத்திக் கொள்ளவேண்டும் என்றார் புருசிலோவ்.

ஜூன் 4ம் தேதி, தெற்கே, ப்ரிப்பெட் சதுப்பு நிலப்பகுதியில் புருசிலோவ் தாக்குதல் ஆரம்பமானது. ரஷ்யாவின் எட்டாவது படைப் பிரிவு ஆஸ்திரியப் படைகள் மீது பீரங்கித் தாக்குதலுடன் முன்னேறியது. புருசிலோவ் திட்டமிட்டபடி, இந்த திடீர்த் தாக்குதலை ஆஸ்திரியா எதிர்பார்க்கவில்லை. தடுமாறியது. தற்காப்பு முயற்சிகளில் ஈடுபடப் பார்த்தது. முடியாமல் போகவே, சரணடைய ஆரம்பித்தது. அதே சமயம் பிற ரஷ்ய படைகள் தெற்கில், இதே போல் திடீர்த் தாக்குதல்கள் நடத்தி வெற்றிபெற்றன. நாற்பது மைல், அறுபது மைல் என கணிசமான அளவுக்கு நிலப்பரப்பைக் கைப்பற்ற முடிந்தது. நான்கு லட்சம் ஆஸ்திரியர்களை ரஷ்யா சிறைபிடித்தது. இரண்டு லட்சம்

கிழக்கு முனை, 1915

ஆஸ்திரியர்கள் கொல்லப்பட்டனர், தாக்கப்பட்டனர். ஜெர்மனி, 3,50,000 வீரர்களை ரஷ்யாவிடம் இழந்தது.

முந்தைய தினம் ரஷ்யா இழந்த பிரதேசங்கள் மீட்டெடுக்கப் பட்டன. கார்பாத்தியன் மலைகளுக்கு அப்பால் முன்னேறிச் செல்லும் விருப்பம்கூட இருந்தது புருசிலோவுக்கு. ஆனால், இயலவில்லை. பரவலான, அதிரடியான இந்தத் தாக்குதல்கள் புருசிலோவின் படைகளைக் களைப்படையச் செய்தன.

கையிருப்பு காலியாகிக்கொண்டிருந்தது. நேர் எதிராக, ஜெர்மனி விரைவாக தம் வீரர்களுக்கு உணவுப் பொருள்களைக் கொண்டு வந்து கொடுத்துத் தைரியமூட்டிக்கொண்டிருந்தது.

அக்டோபர் இறுதியில், மேற்கு முனையில் ரஷ்யா தன் அதிகாரத்தை மீண்டும் நிறுவிக்கொண்டது போர் தொடக்கம் முதல் ரஷ்யா அடைந்த வெற்றிகளுள் இது பிரதானமானதாகக் கருதப்பட்டது.

16 ரஷ்யா / 1917-1918

லெனின்

புரட்சியின் அடிப்படை விதியை லெனின் இவ்வாறு விவரிக்கிறார். 'சுரண்டப்படும், ஒடுக்கப் படும் பெரும் திரளான மக்கள் இனிமேல் பழைய முறையில் வாழ்க்கை நடத்த முடியாது என்பதைப் புரிந்துகொண்டு மாற்றங்களைக் கோரினால் மட்டும் போதாது. சுரண்டுபவர்களும் பழைய முறையில் வாழ முடியாமல் போகவேண்டும். இது புரட்சிக்கு இன்றியமையாதது.' இரண்டு விஷயங் கள் சாத்தியமானால்தான் புரட்சி சாத்தியமாகும் என்றார் லெனின். வர்க்க, அரசியல் உணர்வுள்ள பெருமளவிலான தொழிலாளர்கள் புரட்சிக்காகப் பாடுபடவேண்டும். இதுவரை அக்கறை காட்டாத உழைக்கும் மக்களின் பிரதிநிதிகள் பல மடங்கு அதிகரிக்கவேண்டும். இந்த இரண்டும் நிகழ்வது, 'அரசாங்கத்தைப் பலவீனப்படுத்தி, புரட்சிக்காரர் கள் அதை வேகமாகத் தூக்கியெறிவதைச் சாத்திய மாக்கும்.'

ரஷ்யப் புரட்சியை வழிநடத்தியவராக லெனின் அறியப்படுகிறார். லெனினின் மூத்த சகோதரர், அலெக்சாந்தர், ஜார் மூன்றாம் அலெக்சாந்தரைக் கொல்ல எடுத்துக்கொண்ட முயற்சியின்போது கைது செய்யப்பட்டு, மரண தண்டனை விதிக்கப்

பெற்றார். இந்தச் சம்பவம் லெனினை ஆழமாகப் பாதித்தது. அதே சமயம், பயங்கரவாத முறை தீர்வு அல்ல, வேறு பாதை தேவை என்பதையும் அவர் உணர்ந்திருந்தார். அண்ணன் பயங்கர வாதியாக அறியப்பட்டதால், லெனினின் பள்ளிக் கல்வி பாதிப் படைந்தது. லெனினின் நடவடிக்கைகள் கண்காணிக்கப் பட்டன. பல்கலைக்கழகங்களில் அனுமதி மறுக்கப்பட்டது. மூன்று ஆண்டுகள் காத்திருந்து, செயின்ட் பீட்டர்ஸ்பர்க் பல்கலைக்கழகத்தில் தனிப்பட்ட முறையில் இணைந்து, சட்டப் படிப்பில் தேர்ச்சி பெற்றார்.

1888ம் ஆண்டு, மார்க்சிய நூல்களை ஆய்வு செய்யும் சட்ட விரோத மான ஒரு குழுவில் இணைந்துகொண்டார். பெயரளவுக்கு வக்கீலாக இருந்தார். 1893ம் ஆண்டு, மாஸ்கோவுக்குக் குடி பெயர்ந்து, அங்கிருந்த அறிவுஜீவிகள் குழுவில் இணைந்து கொண்டார். பிளாக்கனோவ் உள்ளிட்டவர்களின் உழைப்பால், மார்க்சியம் ரஷ்யாவில் ஆழமாகப் பரவியிருந்ததை லெனின் கண்டுகொண்டார். லெனின் பங்கு வகித்த குழு, ஆலைத் தொழிலாளர்களைச் சந்தித்து அவர்களுக்கு மார்க்சிய வகுப்புகள் எடுத்துக்கொண்டிருந்தது. ஒரு கட்டத்தில், இந்த அறிவுஜீவி குழுவின் மீது லெனின் அதிருப்தியுற்றார். பிரசங்கம் மட்டும் செய்துகொண்டிருப்பதில் பலனில்லை, அரசியல் ரீதியாகத் தொழிலாளர்களை ஒன்றிணைத்து பலமான ஓர் இயக்கத்தைக் கட்டமைக்கவேண்டும் என்று அவர் விரும்பினார்.

அடுத்த ஆண்டு, லெனின் ரஷ்யாவைவிட்டு வெளியேறி, சட்ட விரோதமான முறையில் இயங்கி வந்த ரஷ்யர்களைச் சந்தித்தார். அவர்களுள் பிளாக்கனோவும் ஒருவர். கட்சி அமைப்பது குறித்தும், மார்க்சிய நூல்களை ரஷ்யாவுக்குள் ரகசியமாக விநியோகிப்பது குறித்தும் அவர்களுடன் உரையாடினார். ரஷ்யா திரும்பியபோது, ஒரு செயல்திட்டம் உருவாகியிருந்தது. செயின்ட் பீட்டர்ஸ்பர்கில், தொழிலாளர்களின் விடுதலைப் போராட்டக் கழகத்தை ஆரம்பித்தார். பிற பகுதிகளிலும் இது போன்ற கழகங்கள் அமைக்கப்பட்டன. அரசாங்கத்தை விமரி சித்து கட்டுரைகள் பல எழுதினார்.

1895 டிசம்பர் மாதம் லெனின் கைது செய்யப்பட்டார். ஓராண்டு கால சிறை வாசத்தின்போது பல பிரசுரங்களையும் அறிக்கை களையும் ரகசியமாக எழுதினார். ரொட்டியைக் குவித்து, அதில் பால் ஊற்றி, மை புட்டியாக மாற்றி எழுதுவார். அதிகாரிகள்

உரையாற்றும் லெனின், மே 1920

யாராவது வருவது தெரிந்தால், ரொட்டியை விழுங்கி விடுவார். சைபீரியாவில் மூன்று ஆண்டுகள் கழிக்க வேண்டியிருந்தது. தப்பி வர முடியாத குளிர் பிரதேசம் அது. ரஷ்யாவில் முதலாளித்துவத்தின் வளர்ச்சி என்னும் நூலை இங்கிருந்து எழுதினார். நாடு கடத்தப்பட்டு இருந்த பெண் கைதியான குரூப்ஸ்கயாவை 1898ல் திருமணம் செய்து கொண்டார்.

பிப்ரவரி 1900ல் சைபீரியா சிறைவாசம் முடிந்தது. ஐந்து மாதங்கள் ரஷ்யாவில் தங்கியிருந்தார். டிசம்பர் மாதம் இஸ்க்ரா பத்திரிகையின் முதல் இதழ் வெளியானது. 1903ம் ஆண்டு கட்சியின் காங்கிரஸ் நடைபெற்றது. போல்ஷ்விக் கட்சி, மென்ஷ்விக் கட்சி இரண்டுக்கும் இடையில் பிளவு ஏற்பட்டது அப்போதுதான்.

1905 புரட்சி தோல்வியடைந்ததையொட்டி லெனின் ரஷ்யாவில் இருந்து வெளியேறினார். குழப்பமும் மனச்சோர்வும் ரஷ்யர்களை ஆக்கிரமித்துக்கொண்டது. வெளிநாடுகளில் வசித்த புரட்சி எண்ணம் கொண்ட குழுக்கள் மெல்ல மெல்ல உடைய ஆரம்பித்தன. மார்க்சியத்தின் மீது நம்பிக்கையிழக்கவும் ஆரம்பித்தார்கள். லெனின் தன் எழுத்துகளின் மூலம் அவர்களைத் தெளிவுபடுத்தும் முயற்சியில் ஈடுபட்டார். சமூக ஜனநாயகக் கட்சியை மீண்டும் கட்டியமைக்க ஆரம்பித்தார்.

முதல் உலகப் போரில் ரஷ்யா

ரஷ்யா அப்போது அந்நிய நாடுகளின் லாபகரமான சந்தையாக மாறியிருந்தது. 1906ம் ஆண்டு, பிரெஞ்சு வங்கிகள் ரஷ்யாவுக்கு 225 கோடி பிராங்குகள் கடன் கொடுத்தது. உலக வரலாற்றில் இத்தனை பெரிய தொகையை எந்த நாடும் கடனாகக் கொடுத்ததில்லை என்று ரஷ்யாவே வியப்புடன் ஒப்புக்

கொண்டது. முதல் உலகப் போர் தொடங்குவதற்கு முன்புவரை, பிரிட்டனும் பிரான்ஸும் ரஷ்யாவில் பெருமளவில் முதலீடு செய்து லாபம் ஈட்டிவந்தன. ரஷ்யாவில் இருந்த 90 சதவீத மின் உற்பத்தி நிலையங்களும், சுரங்கத் தொழிற்சாலைகளும் இந்த இரு நாட்டு முதலாளிகளின் வசம் இருந்தன. ரஷ்யாவில் ரயில்வே பாதைகளையும் இவர்கள்தான் உருவாக்கினார்கள். உக்ரேனில் நிலக்கரி மற்றும் உலோகத் தொழிலில் பிரான்ஸ் ஆதிக்கம் செலுத்தியது. காகசஸ் பகுதியில் பிரிட்டன் எண்ணெய் நிறுவனங்களை நிறுவியது. ஜெர்மனியும் ரஷ்யாவில் முதலீடு செய்திருந்தது என்றாலும், தனக்குப் போட்டியாளராக ரஷ்யா வந்துவிடக்கூடாது என்பதால் ஒரு கட்டத்தில், வர்த்தகங்களைக் குறைத்துக்கொண்டது.

முதல் உலகப் போர் மூண்டபோது, ஜார் மன்னர் இயல்பாக நேச நாடுகள் அணியுடன் இணைந்துகொண்டார். ரஷ்யாவில் ஏராளமான முதலீடுகளைச் செய்திருக்கும் பிரிட்டன் மற்றும் பிரான்ஸுடன் இணைந்திருப்பதே ரஷ்யாவுக்குப் பாது காப்பானது என்பது அவர் நம்பிக்கை. மேலும், இந்தப் போரின் மூலம், துருக்கியைப் பங்கு போட்டுக் கொள்ளவும், கான்ஸ் டாண்டிநோபிளை (இன்றைய இஸ்தான்புல்) கைப்பற்றிக் கொள்ளவும், கருங்கடலையும் மத்திய தரைக்கடலையும் இணைக்கும் டார்டலென்ஸ் நீரிணைப்பைப் பிடித்துக் கொள்ளவும், அத்துடன் ஆஸ்திரியா-ஹங்கேரியின் பகுதியான கலிஸியாவை ஆக்கிரமித்துக்கொள்ளவும் ரஷ்யா விரும்பியது.

போல்ஷ்விக் கட்சி தொடக்கம் முதலே யுத்தத்தை எதிர்த்தது. அன்னியப் பிரதேசங்களைக் கைப்பற்றுவதற்காக நிலப்பிரபுக் களும் முதலாளிகளும் நடத்தும் யுத்தம் இது என்றார் லெனின். இந்த யுத்தத்துக்கு எதிராகத் தொழிலாளிகள் போராட வேண்டும் என்று போல்ஷ்விக் கட்சி அறைகூவல் விடுத்தது. ஆனால் ரஷ்யாவின் பணக்கார விவசாயப் பகுதியினரிடமிருந்தும் சோஷலிச புரட்சிக்காரர்களிடமிருந்தும் மென்ஷ்விக்குகளிட மிருந்தும் ஜாருக்கு ஆதரவு கிடைத்தது. தந்தையர் நாட்டைக் காக்க நாம் போரிட்டே ஆகவேண்டும் என்று இவர்கள் ஜாருடன் இணைந்து குரல் கொடுத்தனர்.

போருக்கு எதிரான பிரசாரத்தை போல்ஷ்விக்குகள் தீவிரமாக மக்களிடம் கொண்டு சென்றனர். பொது மக்களிடம் மட்டுமின்றி

ராணுவ வீரர்களிடமும், கப்பல் படையினரிடமும் தீவிரமாகப் பிரசாரம் செய்தனர். யுத்தத்தினால் ஏற்பட்டுள்ள துன்பத்துக்கு, மக்கள் அவதிக்கு யார் காரணம் என்பதை விரிவாக எடுத்துரைத்தனர். புரட்சி ஒன்றே ரஷ்யாவை மீட்டெடுக்கும் என்று புரியவைத்தனர். ரஷ்யா யுத்தகளத்தில் தன் கவனத்தைக் குவித்திருக்கும் வேளையில், உள்நாட்டுப் புரட்சி நடத்தப்பட வேண்டும் என்று பிரசாரம் செய்தனர்.

போர் முனையில் ஜார் ராணுவம் தோல்வி மேல் தோல்வி அடைய ஆரம்பித்தது. ரஷ்யர்களிடம் போதுமான அளவு துப்பாக்கிகளோ, குண்டுகளோ, பீரங்கிகளோ இல்லை. ரஷ்யப் போர் வீரர்களுக்குப் போதுமான உணவு தரப்படவில்லை. அது மட்டுமல்ல. காலுக்குச் செருப்பு கூட இன்றி அவர்கள் பனியில் நடக்க வேண்டியிருந்தது. அவர்களது கிழிந்த ஆடைகளுக்கு மாற்று ஆடைகள் கூடத் தரப்படவில்லை. அதே நேரத்தில் ஜெர்மன் ராணுவம் ரஷ்யப் படை மீது குண்டுமாரி பொழிந்து ஏராளமானோரைக் கொன்றது. லட்சக்கணக்கான ராணுவ வீரர்கள் யுத்த முனையில் கொல்லப்பட்டனர். ஏராளமானோர் காயங்களால் மடிந்தனர், நோயால் மடிந்தனர்.

அழிந்துகொண்டிருந்தது ராணுவம் மட்டுமல்ல, பொது மக்களும்தான். கட்டாய ராணுவப் பணிகளுக்காக 140 லட்சம் ரஷ்யர்கள் ராணுவத்தில் இணைக்கப்பட்டிருந்ததால், தொழில்கள் நாசமடைந்தன. பொருளாதாரம் வீழ்ச்சியடைந்திருந்ததால் தொழிலாளர்களும் விவசாயிகளும் ஏழைகளும் பாதிக்கப்பட்டனர். பொது மக்கள், ராணுவ வீரர்கள், விவசாயிகள், அறிவுஜீவிகள் என்று அனைவரும் ஜார் மன்னர் மீது ஆத்திரம் கொண்டிருந்தனர். ரஷ்ய முதலாளிகளுமேகூட அதிருப்தியில்தான் இருந்தனர். அந்நிய முதலாளிகளை மட்டுமே ஜார் ஊக்குவிப்பார் என்னும் எண்ணம் அவர்கள் மனதில் அழுத்தமாகப் பதிந்து போயிருந்தது. ஜார் மன்னன் தன்னைக் காப்பாற்றிக் கொள்வதற்காக ஜெர்மனியுடன் தனியாக ஒப்பந்தம் செய்து கொள்ளக்கூடும் என்று அவர்கள் பயந்தனர். எனவே ஓர் அதிரடி அரண்மனைப் புரட்சி மூலம் ஜாரை அகற்றிவிட்டு அவர் சகோதரருக்கு முடிசூட்டலாம் என அவர்கள் கருதினர். அவ்வாறு செய்வதன் மூலம், அதிகாரத்தைக் கைப்பற்றிக் கொள்ளலாமென்று அவர்கள் நம்பினர்.

அதே சமயம், பிரிட்டன் மற்றும் பிரெஞ்சு அரசாங்கங்களும் ஜார் மன்னனைக் குறித்து ஐயம் கொண்டன. எப்போது வேண்டு மானாலும் ரஷ்யா அணி மாறலாம் என்று அவர்கள் சந்தேகித் தனர். ஜார் ஆட்சியைக் கவிழ்க்க விரும்பிய ரஷ்ய முதலாளி களுக்கு இந்த இரு நாடுகளும் முழு ஆதரவு கொடுத்தன.

புரட்சிப் பாதை

1917ம் ஆண்டு தொடக்கத்தில் இருந்தே ரஷ்யத் தொழிற் சாலைகள் பெரும் நெருக்கடியைச் சந்திக்கலாயின. அவற்றுக்கு வேண்டிய கச்சாப்பொருள்கள், நிலக்கரி கிடைக்கவில்லை. ஒரு வகையில், யுத்தத்தில் கலந்துகொண்ட அனைத்து நாடுகளுக்கும் இதுதான் நிலைமை. தொழிற்சாலைகள் செயல்பட முடிய வில்லை. உணவுப் பொருள்கள் பற்றாக்குறை உச்சத்தை அடைந் தது. பெட்ரோகிராட், மாஸ்கோ தொடங்கி ரஷ்யாவின் பல பகுதிகளில் போராட்டமும் எழுச்சியும் தீவிரமடைந்தன.

மார்ச் 10ம் தேதியன்று பெட்ரோகிராட் நகரின் தொழிலாளி வர்க்கம் முழுவதும் எழுச்சியில் இறங்கியது. அனைத்து அரசியல் வேலை நிறுத்தங்களும் சேர்ந்து அரசியல் பொது வேலை நிறுத்தமாக மாறியது. பல இடங்களில் தொழிலாளிகள், ஜாரின் காவல் துறையுடன் மோதினர். சிவப்புக் கொடிகள் பறந்தன. ஜாருக்கு எதிரான, யுத்தத்துக்கு எதிரான கோஷங்கள் கிளம்பின. மார்ச் 11ம் தேதி காலை ஆயுத எழுச்சி வெடித்தது. ஆயிரக்கணக்கான தொழிலாளர்கள் காவல்துறையினரையும், நகரக் காவல் படையினரையும் தாக்கி அவர்களிடமிருந்த ஆயுதங் களைப் பறித்தனர். இந்த எழுச்சிக்கு ஆதரவு அளிக்கும் வகையில் ராணுவத்தின் ஒரு பிரிவு கிளர்ச்சியார்களுடன் சேர்ந்தது. ஜாருடன் இணைந்திருப்பது அழிவைத் தேடித்தரும், மக்களுடன் இணைவதுதான் நல்லது என்னும் முடிவுக்கு அவர்கள் வந்திருந்தனர்.

போர் முனையிலும், ரஷ்யாவுக்குத் தொடர் தோல்விகள். போலந்தையும், பால்டிக் பகுதியில் சில இடங்களையும் ஜெர்மனி கைப்பற்றியிருந்தது. இந்தத் தோல்விகள் ராணுவத் தினரை யோசிக்க வைத்தது. மார்ச் 12ம் தேதியன்று பெட்ரோ கிராட் ராணுவத்தினர் ஜார் உத்தரவுக்குக் கீழ்படிய மறுத்தனர். அன்று காலை நடைபெற்ற எழுச்சியில் பத்தாயிரம் ராணுவத் தினர் பங்கேற்றனர். மாலைக்குள் எண்ணிக்கை அறுபதாயிர

மாகப் பெருகியது. மக்களுடன் இணைந்துகொண்ட ராணுவம், ஜார் மன்னரின் அமைச்சர்களையும் தளபதிகளையும் கைது செய்தது. சிறைகளில் அடைபட்டிருந்த புரட்சிக்காரர்கள் விடுதலை செய்யப்பட்டனர். அவர்களும் இந்த எழுச்சியில் இறங்கினர். பெட்ரோகிராட் புரட்சியின் வெற்றி ரஷ்யாவின் இதரப் பகுதிகளுக்கும் போர் முனைக்கும் கொண்டு செல்லப் பட்டது.

தாற்காலிக அரசாங்கம்

இந்த வெற்றியை போல்ஷ்விக் கட்சி தொகுத்து புரட்சியை வென்றெடுப்பதற்கு முன்பு, முதலாளிகள் இடைமறித்துக் கைப்பற்றிக்கொண்டனர். கடுமையாகப் போராடி, ஜார் மன்னரை வீழ்த்தி மக்கள் பெற்ற அரசியல் அதிகாரத்தை சோஷலிஸ்ட் புரட்சித் தலைவர்களும் மென்ஷ்விக் தலைவர்களும் முதலாளிகளின் காலடியில் சேர்ப்பித்தனர். போல்ஷ்விக் கட்சி நடந்த நிலைமைகளைப் பரிசீலித்தது. தொழிலாளர்களுக்கும் விவசாயிகளுக்கும் முதிர்ச்சியான அரசியல் கண்ணோட்டம் இல்லாததே இந்தப் பின்னடைவுக்குக் காரணம் என்னும் முடிவுக்குக் கட்சி வந்தது.

மார்ச் 15, 1917 அன்று ஜியார்ஜி வோவ் (Georgi Lvov) என்பவர் தலைமையில் தாற்காலிக அரசாங்கம் அமைக்கப்பட்டது. ஆட்சியில் அமர்ந்தவுடன் புதிய அரசாங்கம் தன் நிஜ முகத்தை வெளிப்படுத்த ஆரம்பித்துவிட்டது. முந்தைய ஜார் ஆட்சியின் எந்தவொரு தவறையும் இந்த அரசு சரிசெய்ய முயலவில்லை. மாறாக, அதே தவறுகளைத் தொடர்ந்தது. போர் நிறுத்தப் படவில்லை. அலெக்ஸாண்டர் கெரன்ஸ்கி (Alexander Kerensky) என்பவர் போர் அமைச்சராக நியமிக்கப்பட்டார். இவர் ராணுவத்தை மேலும் தீவிரமாகப் போரில் ஈடுபடுத்தினார். ஜார் மன்னருடன் சமாதானம் செய்து கொள்வதிலும், அவர் சகோதரர் மைக்கேலிடம் அதிகாரத்தை ஒப்படைப்பதிலும் மட்டுமே தாற்காலிக அரசு அக்கறை காட்டியது.

ரஷ்யப் புரட்சி

பெட்ரோகிராட் வந்திறங்கிய லெனின், கைது செய்யப்படும் சூழல் நிலவியதால் பின்லாந்து தப்பிச் சென்றார். அங்கிருந்தவாறு ரஷ்ய நிலைமைகளை ஆராய்ந்தார். மாஸ்கோ,

பெட்ரோகிராட் இரு நகரங்களிலும் போல்ஷ்விக்குகள் பெரும்பான்மை பலம் பெற்றிருந்தனர். இதைப் பயன்படுத்திக் கொண்டு, அவர்கள் அரசாங்க அதிகாரத்தைக் கைப்பற்ற வேண்டும் என்றார் லெனின். ராணுவம், கடல் படை மற்றும் செம்படைகளை எவ்வாறு பயன்படுத்த வேண்டும், எந்தெந்த முக்கிய இடங்களை முதலில் கைப்பற்றவேண்டும் என்று லெனின் போல்ஷ்விக் கட்சியின் மத்தியக் குழுவுக்கும், போல்ஷ் விக் அமைப்புகளுக்கும் அறிவுறுத்தினார். 'ஒரு பார்வையாளரின் ஆலோசனை' என்ற தலைப்பிலான கடிதத்தில் லெனின் பின்வருமாறு கூறினார்.

புரட்சியில் ஒருபோதும் அசிரத்தையாக இருக்கக்கூடாது. ஒருமுறை தொடங்கி விட்டால் இறுதிவரை உறுதியாக இருக்க வேண்டும். சரியான சூழலில், சரியான நேரத்தில் மிக அதிகமான ராணுவத்தினரைப் பயன்படுத்த வேண்டும். இல்லாவிட்டால், சாதகமான நிலையில் இருக்கும் எதிரி, எழுச்சியை அடக்கி விடுவான். எழுச்சி ஒருமுறை தொடங்கி விட்டால் மிக உறுதி யுடன் செயல்பட வேண்டும். உறுதியுடன் தாக்குதலில் இறங்க வேண்டும். எதிரியின் படைகள் சிதறிக் கிடக்கும்போது அவனைத் திக்குமுக்காடச் செய்து அந்த வாய்ப்பைப் பயன் படுத்திக் கொள்ள வேண்டும். சிறிய முயற்சிகள் எடுத்தாலும் பரவாயில்லை. வெற்றி பெறுவதற்குத் தினமும் ஏதாவது செய்ய வேண்டும்.

லெனின் முன்வைத்த திட்டம் இது. பெட்ரோகிராட் மீது போல்ஷ்விக்குகள் துரிதமான தாக்குதல் நடத்த வேண்டும். நகருக்குள்ளும், நகருக்கு வெளியேயும் ஒரே நேரத்தில் அதை நடத்த வேண்டும். தொலைபேசி நிலையங்கள், தந்தி அலு வலகங்கள், ரயில்வே நிலையங்கள், பாலங்கள் ஆகியவற்றைக் கைப்பற்றுவதற்குக் கப்பல் படையின் உதவி தேவைப்படும். தொழிலாளர்களையும் ராணுவப் பிரிவுகளையும் கடல்படை யோடு ஒன்றிணைக்கவேண்டும். முக்கிய இடங்கள் கைப்பற்ற அதிரடிப் படைகள் தேவைப்படும். இளம் தொழிலாளர் களையும் கடல் படையினரையும் சிறு அணிகளாகப் பிரித்து தாக்குதலில் ஈடுபடுத்தவேண்டும்.

அக்டோபர் 20ம் தேதி பெட்ரோகிராட் நகருக்கு லெனின் ரகசியமாகத் திரும்பி வந்தார். அக்டோபர் 23-ம் தேதியன்று போல்ஷ்விக் கட்சியின் மத்தியக் குழுக் கூட்டம் நடைபெற்றது.

செஞ்சதுக்கத்தில் போல்ஷ்விக் படைகள், 1917

இக்கூட்டத்துக்கு லெனின் தலைமை தாங்கினார். புரட்சிக்கான தகுந்த சூழல் ஏற்பட்டுள்ளதையும் சர்வதேச நிலைமை அதற்கு அனுகூலமாக இருப்பதையும் மத்தியக் குழு சுட்டிக்காட்டியது. 'ஆகவே, ஆயுதம் தாங்கிய எழுச்சியைத் தவிர்க்க முடியாது என்பதையும், அதற்கு வேண்டிய நிலைமைகள் பக்குவப் பட்டிருக்கின்றன என்பதையும் கவனித்து இதற்கு ஏற்றவாறு நடந்து கொள்ள வேண்டும் என்று கட்சி அமைப்புகள் அனைத் துக்கும் மத்தியக் குழு கட்டளையிடுகிறது.'

மத்தியக் குழுவின் பிரதிநிதிகள் ரஷ்யா முழுவதும் அனுப்பி வைக்கப்பட்டனர். புரட்சி ராணுவக் குழு பெட்ரோகிராடில் அமைக்கப்பட்டது. போல்ஷ்விக்குகள் தாற்காலிக அரசைக் கவிழ்க்கத் திட்டமிடுகிறார்கள் என்னும் செய்தி அறிந்து கெரன்ஸ்கி படைகளை பெட்ரோகிராட் பகுதிக்குத் திருப்பினார். லெனின் எச்சரிக்கையடைந்தார். நவம்பர் 6ம் தேதி மாலை லெனின் புரட்சியின் தலைமை இடமான ஸ்மோல்னிக்கு வந்து சேர்ந்தார். புரட்சியை இனியும் தாமதப்படுத்தக்கூடாது.

ஸ்மோல்னி விளக்குகளால் ஜொலித்துக் கொண்டிருந்தது. செம்படை காவலர்களும், ராணுவப் பிரிவினரும் ஆலைப் பிரதி நிதிகளும் திரண்டிருந்தனர். புரட்சி ராணுவக் குழு, அடுத்தக் கட்ட நடவடிக்கை குறித்து விவாதித்துக் கொண்டிருந்தது.

காவலர்கள் காவலுக்கு நிறுத்தப்பட்டனர். நிலவரம் குறித்த தகவல்கள் அவ்வப்போது உள்ளே வந்துகொண்டிருந்தன. அங்கிருந்த அரங்கத்தில், இரண்டாவது அகில ரஷ்ய சோவியத் மாநாட்டுக்கான பிரதிநிதிகள் கூடியிருந்தனர். லெனின் வந்து சேர்ந்ததும், எழுச்சியைத் தொடங்குவதற்கான உத்தரவு ஆலைகளுக்கும் மாவட்டங்களுக்கும் ராணுவப் பிரிவுகளுக்கும் தனித் தனியாக அனுப்பப்பட்டன.

பெட்ரோகிராடின் தொழிலாளர் செம்படைப் பிரிவுகள், மாலுமிகள் மற்றும் ராணுவப் பிரிவினர் செயலில் இறங்கினர். அதிரடி வேகத்தில் அவர்கள் நகரின் முக்கிய சாலைகளில் தடையரண்களை ஏற்படுத்தினர். முக்கிய இடங்களையும், அரசாங்க அலுவலகங்களையும் கைப்பற்றினர். நவம்பர் 7ம் தேதி காலை முக்கிய இடங்கள் கைப்பற்றப்பட்டன. நேவா ஆற்றின் மீதிருந்த பாலங்கள், மத்திய தொலைபேசி நிலையம், தந்தி அலுவலகம், பெட்ரோகிராட் தந்தி நிறுவனம், வயர்லஸ் நிலையம், ரயில்வே நிலையம், மின் நிலையங்கள், அரசாங்க வங்கி மற்றும் இதர முக்கிய இடங்கள் இதில் அடக்கம்.

தாற்காலிக அரசாங்கம் தஞ்சம் புகுந்திருந்த குளிர்கால அரண்மனையும் பெட்ரோகிராட் பகுதி ராணுவத் தலைமையகமும் மட்டும் விட்டுவைக்கப்பட்டது.

ரஷ்யப் புரட்சி வெற்றிபெற்றுவிட்டதை லெனின் அறிவித்தார். 'தொழிலாளர்களின், விவசாயிகளின் புரட்சி நிறைவேற்றப் பட்டுவிட்டது. ரஷ்ய வரலாற்றில் ஒரு புதிய கட்டம் தொடங்குகிறது. இந்தப் புரட்சி முடிவில் சோஷலிசத்தின் வெற்றிக்கு இட்டுச் செல்லும். உலக சோஷலிசப் புரட்சி நீடுழி வாழ்க!'

1917 நவம்பர் 8ம் தேதி அதிகாலை 3 மணி அளவில், குளிர்கால அரண்மனை முற்றிலுமாகக் கைப்பற்றப்பட்டது. தாற்காலிக அரசாங்கத்தின் அமைச்சர்கள், அதிகாரிகள் கைது செய்யப் பட்டனர். கெரன்ஸ்கி தப்பியோடினார். புதிய சோவியத் அரசாங்கத்தின் முதல் பிரகடனத்தை லெனின் படித்தார். சமாதானம் குறித்த பிரகடனம் அது. போரில் ஈடுபடும் நாடுகள் மூன்று மாதங்களுக்குப் போரை நிறுத்திவைக்கவேண்டும் என்று அந்தப் பிரகடனம் கேட்டுக்கொண்டது. இந்த மூன்று மாதங்களில் இந்த நாடுகள் பேச்சு வார்த்தை நடத்தவேண்டும். இது பற்றிய ஒப்பந்தத்தைப் போட்டுக்கொள்ளவேண்டும்.

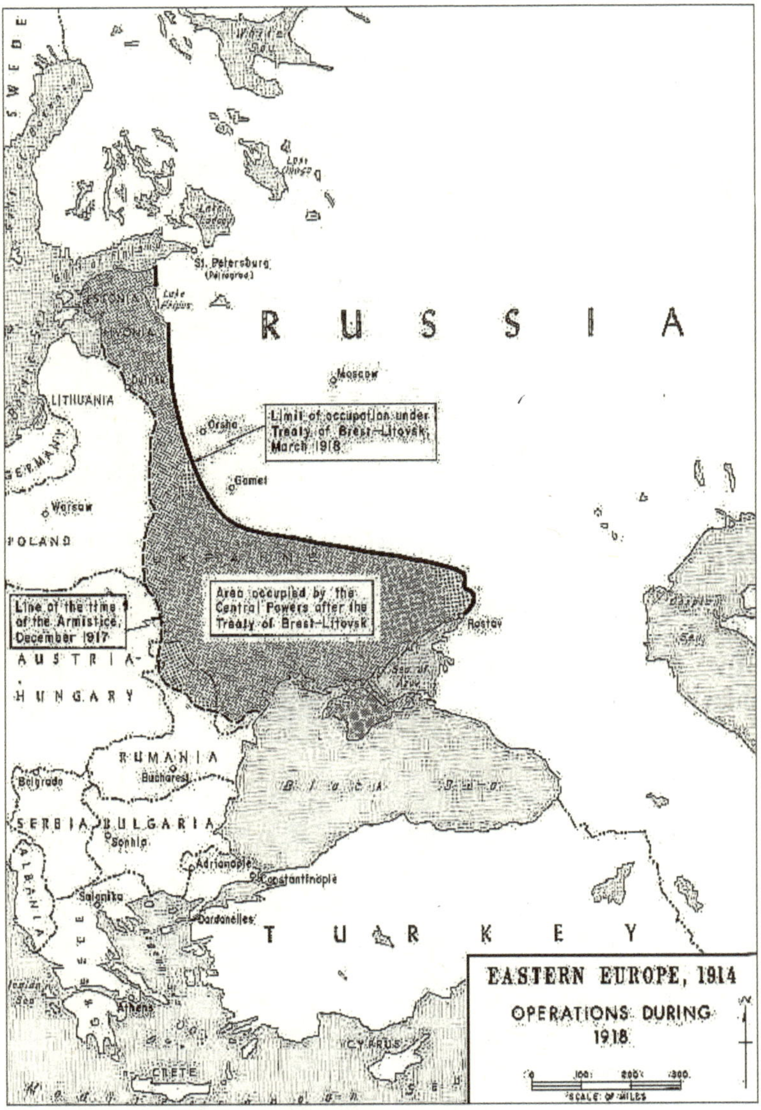

கிழக்கு ஐரோப்பா, 1914

இந்த அமைதி பிரகடனம் பிரிட்டன், பிரான்ஸ், ஜெர்மனி ஆகிய நாடுகளைச் சேர்ந்த தொழிலாளி வர்க்கத்துக்கு வேண்டுகோள் ஒன்றை விடுத்தது. 'சமாதான உடன்பாட்டை வெற்றிகரமாக நிறைவேற்ற நீங்கள் ரஷ்யத் தொழிலாளி வர்க்கத்துக்கு அனைத்து வித உறுதியான ஆதரவையும் தர வேண்டும்.' மேலும்,

‘சுரண்டப்பட்டு அவதியுறும் தொழிலாளர்கள் அனைவரும் சகலவிதமான அடிமைத்தனத்திலிருந்தும் விடுதலை அடைவ தற்கு உதவி செய்யுங்கள்’ என்று இந்தப் பிரகடனம் கேட்டுக் கொண்டது.

போர் வேண்டாம்!

ஜெர்மனியுடன் தொடர்பு கொண்ட ரஷ்யா முதல் காரியமாக சமாதான உடன்படிக்கை பற்றி பேச ஆரம்பித்தது. உடனடி யாகப் போர் நிறுத்தத்தைக் கொண்டு வரும் ஒப்பந்தம் ஒன்றை உருவாக்கிக்கொள்ளும் விருப்பத்தையும் தெரிவித்தது. ரஷ்யாவின் சார்பாக உரையாடுவதற்கு பிரெஸ்ட்-லிடோவ்ஸ்க் பகுதிக்கு டிராட்ஸ்கியும் குழுவினரும் அனுப்பிவைக்கப் பட்டார். ஒரே ஒரு முன்நிபந்தனையை ரஷ்யா விதித்திருந்தது. போரில் இருந்து விலகிக்கொள்வதற்கு எந்தவிதமான நஷ்ட ஈட்டையும் ஜெர்மனி கோரக்கூடாது. ஜார் ஆட்சியின் ஏகாதி பத்தியப் போருக்கு புதிய சோவியத் நஷ்ட ஈடு அளிக்காது. ஏகாதிபத்தியவாதிகளின் தவறுகளுக்காக நாட்டின் மீதும் மக்கள் மீதும் சுமைகளை ஏற்றுவது சரியல்ல.

ஜெர்மனி ஒப்புக்கொள்ளவில்லை. உண்மையில், ரஷ்யாவுடன் சமாதான ஒப்பந்தம் போட்டுக்கொள்ளும் நிலை ஜெர்மனிக்கு ஏற்படவில்லை. எனவே, பின்லாந்து, போலந்து, பால்டிக் பகுதிகள் உள்ளிட்ட பிரதேசங்களை ரஷ்யாவிடம் இருந்து கேட்டது ஜெர்மனி. டிராட்ஸ்கி ஒப்புக்கொள்ளவில்லை. ஜெர்மனி கேட்டுக்கொண்ட பிரதேசங்களை அளிப்பது என்பது கிழக்கு ஐரோப்பாவில் ரஷ்யா அதுவரை வகித்து வந்த இடத்தை இழப்பதற்குச் சமமானதாகும். ஒன்பது வாரங்கள் ஜெர்மனி யுடனும் ஆஸ்திரியாவுடனும் ரஷ்யா பேச்சு வார்த்தை நடத்தியது. பலனில்லை. மார்ச் 3, 1918 அன்று ஜெர்மானியப் படைகள் பெட்ரோகிராடை நோக்கி முன்னேற ஆரம்பித்தன. மீண்டும் போரைத் தொடர்வதை விரும்பாத லெனின், ஜெர்மனியின் கோரிக்கைகளுக்கு ஒப்புக்கொண்டார். மார்ச் 3ம் தேதி, பிரெஸ்ட்-லிடோவ்ஸ்க் ஒப்பந்தம் கையெழுத்தானது. பிரதேசங்களை இழந்த ரஷ்யா, போருக்கு விடைகொடுத்தது.

17 கிழக்கு முனை / 1917-1918

உடையும் கிழக்கு முனை

ஆஸ்திரிய மன்னர் பிரான்ஸ் ஜோசப், நவம்பர் 21, 1916 அன்று மரணமடைந்தார். அவர் இடத்துக்கு வந்த முதலாம் சார்லஸுக்குப் போரின் போக்கு மட்டுமல்ல, ஆஸ்திரியா-ஹங்கேரியின் போக்கும் பிடிபடவில்லை. தமது சாம்ராஜ்ஜியத்தில் வசிக்கும் பல்வேறு வகைப்பட்ட மக்களின் அரசியல், தேசிய எதிர்பார்ப்புகள், கோரிக்கைகள் எதையும் அவர் அறிந்திருக்கவில்லை. போருக்கு எதிராக மக்கள் திரண்டு வந்து செய்த ஆர்ப்பாட்டங்களை அவர் அச்சத்துடன் பார்த்தார். ஒன்று மட்டும் புரிந்தது. தான் ஆளப்போகும் சாம்ராஜ்ஜியம் சிதறிக்கொண்டிருக்கிறது. இதைத் தடுக்க, முதல் காரியமாக ராணுவத்தை ஜெர்மனியிடம் ஒப்படைத்தார் சார்லஸ்.

கிழக்கு முனையில் தெற்குப் பகுதியில், பல்கேரியா சிறிது காலம் அமைதியாக இருந்தது.

நேச நாடுகளின் சிறிய படையொன்று கிரேக்க நகரமான சலோனிகாவில் இருந்தபடி பார்வையிட்டு வந்தது. பல்கேரியாவில், மைய நாடுகளின் படைகள் குவிந்திருந்தன. அவர்களைப் போரிட்டுத் தாக்கவேண்டுமானால், கிரீஸின் உதவி தேவை. 1917ம் ஆண்டு வரை கிரீஸ் இதற்கு ஒப்புக்

கொள்ளவில்லை. 1917 மத்தியில், கிரீஸ் மன்னர் கான்ஸ்டண்டைன் பதவியில் இருந்து கீழிறக்கப்பட்டு, புதிய அரசாங்கம் அமைக்கப்பட்டது. நேச நாடுகளுடன் இணைந்துகொண்ட அரசாங்கம்.

இணைந்துகொண்டதில் தடை எதுவும் இருக்கவில்லை. நேச நாடுகளுக்கு எதிராகப் போர்ப் பிரகடனம் செய்வதிலும்கூட சிக்கல் இல்லை. ஆனால், போரிடவேண்டும் என்றபோது தயங்கியது கிரீஸ். பல்கேரியாவில் திரண்டிருந்த ஜெர்மானியர்களுக்கு எதிராக கிரேக்க ராணுவத்தை அனுப்ப அரசு தயாராக இல்லை. கிரீஸ், பிரான்ஸின் வரவை எதிர்நோக்கியிருந்தது. நேச நாடுகளே, உங்களுடன் இணைந்துகொண்டதற்குக் காரணம் உங்களுடன் இணைந்து போரிட அல்ல, உங்கள் உதவியுடன் அமைதியாக வாழ. கிரீஸின் அணுகுமுறை இப்படித்தான் இருந்தது.

1918 இறுதியில், 7 லட்சம் பிரெஞ்சு வீரர்கள் (ஜெனரல் Franchet d'Esperey என்பவர் தலைமையில்) பல்கேரியாவுக்கு எதிராகப் போர் தொடுத்தனர். செப்டெம்பர் 14 தொடங்கி, நேச நாடுகள் படை பல்கேரியாவுக்கு எதிராக சலோனிகாவில் போர் தொடுத்தது. செப்டெம்பர் இறுதிக்குள், கிரீஸ், பிரான்ஸ், செர்பியா, பிரிட்டன், மொராக்கோ படைகள் ஒன்றிணைந்து பல்கேரியாவைத் தாக்கத் திட்டமிட்டன. பல்கேரிய ராணுவத்தினர் ஏற்கெனவே குழப்பத்திலும் கலக மனப்பான்மையிலும் இருந்ததால், அவர்களால் நேச நாடுகளை எதிர்கொள்ள முடியவில்லை. செப்டெம்பர் 28ம் தேதி, பல்கேரியா ஒப்பந்தத்தில் கையெழுத்திட்டது. மைய நாடுகள் அணியில் முதலில் சரணடைந்த நாடு இதுவே. செப்டெம்பர் 30ம் தேதி, மைய நாடுகளின் கூட்டணியில் அங்கம் வகித்த துருக்கி சரணடைந்தது.

பல்கேரியாவுக்குக் கைகொடுத்து நேச நாடுகளை முறியடிக்கும் நிலையில் ஜெர்மனி இல்லை. முழு ராணுவ பலத்தையும் ஜெர்மனி மேற்கு முனையில் குவித்திருந்தது. கடுமையான இழப்புகளையும் சந்தித்து வந்தது. இந்நிலையில், கிழக்கு முனையில் படைகளைத் திருப்புவது சாத்தியமில்லை. அவ்வாறு செய்வது, ஏற்கெனவே நெருக்கடியில் இருக்கும் மேற்கு முனைக்கு மேலும் நெருக்கடி கூட்டுவதாக அமைந்துவிடும்.

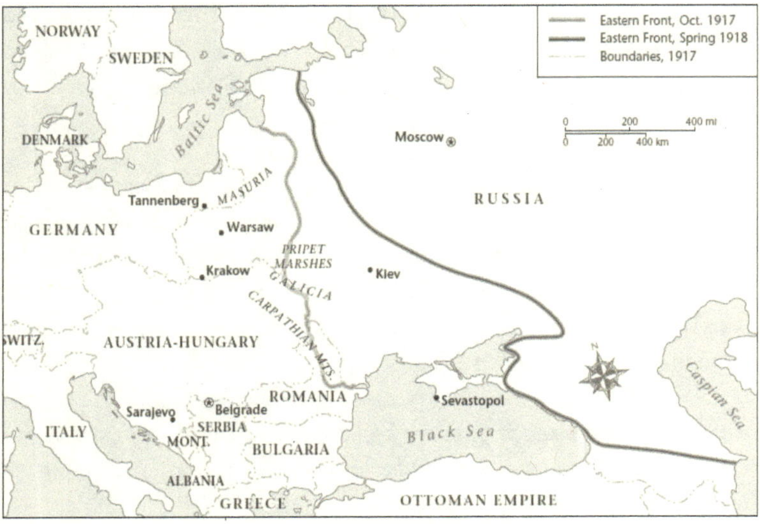

கிழக்கு முனை, 1917-1918.

முடிவுக்கு வரும் போர்

ஆஸ்திரியா-ஹங்கேரி உடைந்து சிதற தயாராகயிருந்தது. போர் ஒரு பக்கம் வளர்ந்துகொண்டிருந்தபோது, சுதந்தரப் போராட் டத்துக்கான அழைப்புக் குரல் இந்நாடுகளில் ஒலிக்க ஆரம் பித்திருந்தது. ஆஸ்திரியா-ஹங்கேரியில் வசித்து வந்த போலிஷ் மக்கள், போலந்து என்னும் தனிநாடு கோரிக்கையை முன் வைத்தனர். ஜெர்மனி, ரஷ்யா, ஆஸ்திரியா-ஹங்கேரி ஆகிய நாடுகளின் கட்டுப்பாட்டில் தொடர்ச்சியாக இருந்த வந்த போலந்து, தனி நாடு வேட்கையுடன் போராட்டத்தை முன்னெடுத்துச் சென்றது.

செக் மக்களுக்கும் தனி நாடு தேவைப்பட்டது. போஸ்னியா, ஹெர்சகோவ்னியா, செர்பியா ஆகிய பகுதிகளைச் சேர்ந்த ஸ்லாவிய மக்கள் ஒன்றிணைந்து யுகோஸ்லாவியாவை உரு வாக்க விரும்பினர். உள்நாட்டுக் குழப்பங்களும் போரும் ஒன்று சேர்ந்து ஆஸ்திரியா-ஹங்கேரிய சாம்ராஜ்ஜியத்தை உலுக்கி யெடுத்தது. 1918 இறுதியில், ஆஸ்திரியா-ஹங்கேரி உடைந்தது. அக்டோபர் 21ம் தேதி செக்கோஸ்லாவாக்கியாவுக்கு சுதந்தரம் கிடைத்தது. அதே மாதம் 29ம் தேதி, யுகோஸ்லாவியா உரு பெற்றது. ஆஸ்திரியாவும், ஹங்கேரியும் தனித்தனியே பிரிந்து, சாம்ராஜ்ஜியத்தில் இருந்து வெளியே வந்தன.

நவம்பர் 3ம் தேதி, ஆஸ்திரியா-ஹங்கேரிய சாம்ராஜ்ஜியம் சரணடைந்து நேச நாடுகளிடம் உடன்படிக்கை செய்துகொண்ட போது, அந்தப் பெயரில் சாம்ராஜ்ஜியம் எதுவும் இருக்கவில்லை.

ஜெர்மனி பலமிழந்துகொண்டிருந்த அதே சமயம், நேச நாடுகள் அணியின் பலம் அமெரிக்காவின் வரவால் பல மடங்கு கூடிப் போனது.

நவம்பர் *11, 1918* அன்று ஜெர்மனி தோல்வியை ஒப்புக் கொண்டது.

18

பிற போர்முனைகள் / 1914-1918

முதல் உலகப் போர், கிழக்கு ஐரோப்பாவில் ஒரு சிறு தீப்பொறியாகப் பிறந்தது. பிறகு, ஐரோப்பா முழுவதும் பரவி கொழுந்து விட்டு எரிய ஆரம்பித்தது. அந்த வகையில், முதல் உலகப் போர் என்பது பெருமளவில் ஐரோப்பியப் போர். மைய நாடுகளும் நேச நாடுகளும் அணி பிரிந்து கிழக்கு முனையிலும் மேற்கு முனையிலும் தொடுத்துக் கொண்ட போர். தங்கள் பிரதேசங்களை எதிரிகளிடம் இருந்து காப்பதற்காகவும், புதிய பிரதேசங்களைக் கைப்பற்றவும் அவர்கள் போரிட்டனர். ஐரோப்பிய பெருநாடுகள் அதிகம் குவிந்து போரிட்டது மேற்கு முனையில். பிறகு, கிழக்கு முனையில்.

ஆனால், போர் தொடங்கிய பிறகு, ஐரோப்பாவைத் தாண்டி பிற பகுதிகளுக்கும் போர் பரவியது. இத்தாலிய எல்லையில். பசிபிக் கடல் பகுதியில் இருந்த ஐரோப்பிய காலனிகளில். ஆப்பிரிக்காவில். மத்திய கிழக்கில். மேற்கு ஆசியாவில். பிறகு, துருக்கி என்று இன்று அழைக்கப்படும் ஒட்டமான் சாம்ராஜ்ஜியத்தில். குறிப்பாக, துருக்கியிலும் இத்தாலியிலும் நடைபெற்ற போர்கள் கடுமையானதாகவும், முதல் உலகப் போரைப் பாதிக்கும் வகையிலும் அமைந்திருந்தன. மேலே குறிப்பிடப்பட்ட பிற பகுதிகளில் நடைபெற்ற மோதல்கள், ஐரோப்பியப் போரை உலகப் போராக

மாற்றியமைக்க உதவின. அந்த வகையில், அவை கவனத்துக்கு உரியவை.

பசிபிக் நாடுகள்

முதல் உலகப் போரில் கலந்துகொண்ட பிரிட்டன், ஜெர்மனி, பிரான்ஸ் உள்ளிட்ட ஐரோப்பிய நாடுகளுக்கு உலகம் முழுவதும் காலனிகள் இருந்தன. ஜெர்மனி, முதல் உலகப் போர் தொடங்கு வதற்குச் சில ஆண்டுகளுக்கு முன்பு, காலனிகளைச் சிரமப்பட்டு உருவாக்கிக்கொண்டது. ஜெர்மானியத் தொழிற்சாலைகள் இயங்குவதற்குத் தேவைப்படும் மூலப்பொருள் காலனி நாடுகளிடம் இருந்து பெறப்பட்டன. இந்த நாடுகளில் உள்ள துறைமுகங்களை ஜெர்மனி பயன்படுத்திக்கொண்டது. இந்தக் காலனிகளில் முக்கியமானவை தெற்கு மற்றும் மத்திய பசிபிக் கடலில் அமைந்துள்ள தீவுத் தொகுதிகள். அதாவது. மரியனாஸ் (the Marianas), கரோலின்ஸ் (the Carolines), சாலமன் தீவுகள் (the Solomon Islands) மற்றும் மார்ஷல் தீவுகள் (the Marshall Islands). சீன விரிகுடாவில், கியோசோவ் (Kiaochow) என்னும் பிரதேசத்தையும் ஜெர்மனி தன் பிடியில் வைத்திருந்தது.

ஆகஸ்ட் 1914ல் உலகப் போர் தொடங்கியபோது, ஜெர்மனியின் காலனிகளைக் கைப்பற்றுவதற்கான ஒரு வாய்ப்பாக அதைச் சில நாடுகள் எடுத்துக்கொண்டன. ஜப்பான், ஆஸ்திரேலியா, நியூ சிலாந்து மூன்றும் பசிபிக் தீவுகளை ஜெர்மனிடம் இருந்து அபகரிக்கப் போட்டியிட்டன. ஆகஸ்ட் 23, 1914 அன்று ஜப்பான். ஜெர்மனி மீது போர்ப் பிரகடனம் செய்ததற்கு வேறு காரணம் இல்லை. போர் நடைபெறுவது ஐரோப்பாவில் என்பதால், மேற்கு முனையிலும் கிழக்கு முனையிலும்தான் ஜெர்மனி தன் ராணுவத்தைக் குவித்திருக்கும் என்று ஜப்பானுக்குத் தெரியும்.

ஜப்பான் எதிர்பார்த்தபடி, ஜெர்மனி தம் காலனிகளுக்கு அதிக பாதுகாப்பு வசதிகளைச் செய்யவில்லை. அக்டோபர் மாதம், ஜப்பானியப் படைகள் ஜெர்மானியப் படைகளை வீழ்த்தி, மரியனாஸ், மார்ஷல் மற்றும் கரோலின்ஸ் தீவுகளைக் கைப் பற்றிக்கொண்டன. இதேபோல் கியோசோவையும் சுலபமாகக் கைப்பற்றிவிடலாம் என்பது ஜப்பானின் திட்டம். ஆனால், அது பலிக்கவில்லை. பிரிட்டனையும் துணைக்கு அழைக்கவேண்டி யிருந்தது. நேச நாடுகளிடம் இருந்து கியோசோவை காப்பாற்ற, சிங்டோ (Tsingtao) என்னும் துறைமுக நகரத்தில் ஜெர்மனி 3000

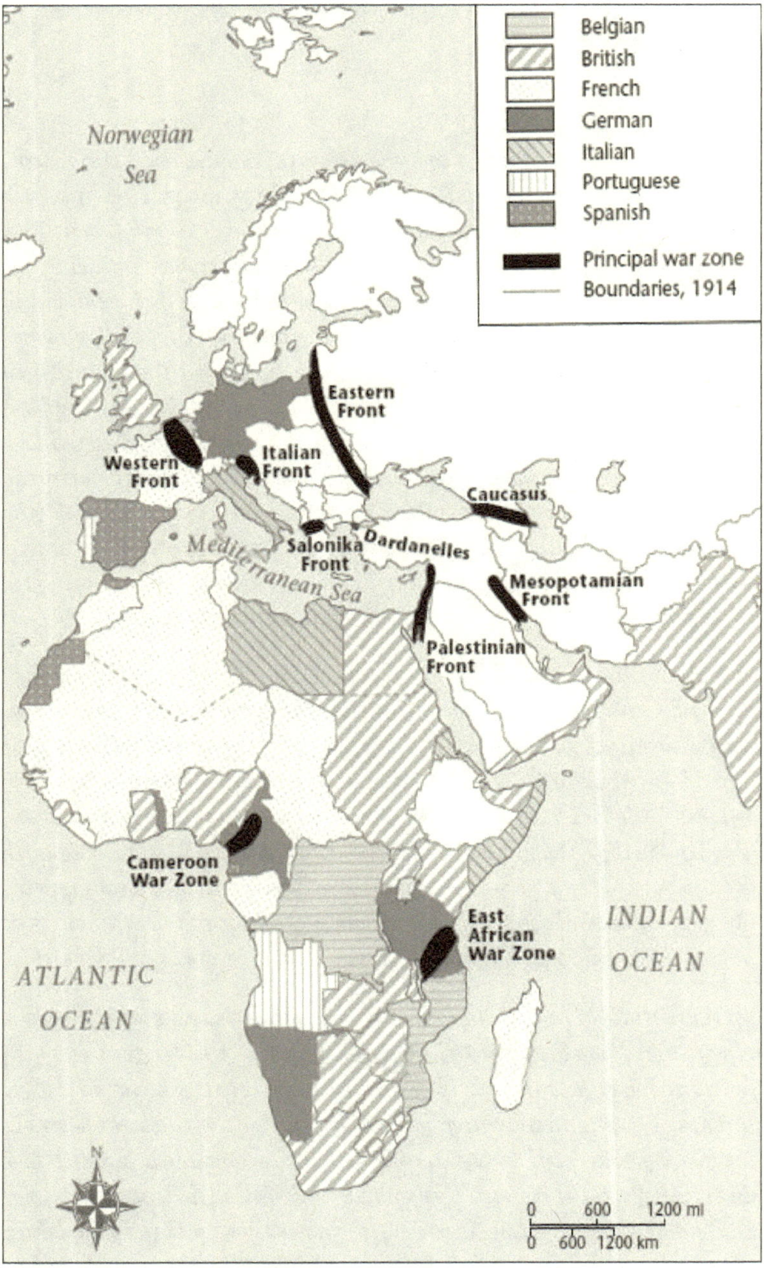

ஐரோப்பாவின் ஆப்பிரிக்கக் காலனிகள்

கப்பல் படை வீரர்களை நிறுத்தியிருந்தது. 25,000 பேர் கொண்ட பிரிட்டிஷ், ஜப்பானியப் படைகளால் ஜெர்மனியை வீழ்த்த முடியவில்லை. இறுதியில், பீரங்கித் தாக்குதலையும் விமானத் தாக்குதலையும் நடத்தி வெற்றிபெற்றார்கள். நவம்பர் 7ம் தேதி ஜெர்மனி சரணடைந்தது.

ஜெர்மனியின் காலனிகளைக் கைப்பற்றிக்கொண்டதன் மூலம், பசிபிக் பிரதேசத்தில் இப்போது ஜப்பானின் பலம் கூடியிருந்தது. ஜப்பானின் பிடி பசிபிக்கில் இறுகுவதை ஆஸ்திரேலியா, நியூ சிலாந்து இரண்டும் விரும்பவில்லை. ஜப்பானின் பலத்தைக் குறைக்கமுடியாது. எனவே, நம் பலத்தை அதிகரித்துக்கொள்ள லாம் என்று முடிவு செய்தார்கள். அதற்கு ஒரே வழி, ஜெர்மனி யின் பிடியில் இருந்த பிற காலனிகளைக் கவர்வது. ஜெர்மனி தன் காலனிகளைப் பாதுகாக்கவில்லை என்பது கண்கூடாகத் தெரிந்துவிட்டது. ஜப்பானைப் போல் நாமும் ஏன் முயற்சிக்கக் கூடாது?

சமோவா என்னும் பகுதியை ஜெர்மனியிடம் இருந்து நியூ சிலாந்து கைப்பற்றியது. செப்டெம்பர் மத்தியில், ஜெர்மன் நியூ கினியா, சாலமன் தீவுகள், பிஸ்மார்க் தீவுக்கூட்டம் ஆகிய பகுதிகள் ஆஸ்திரேலியாவுக்குக் கிடைத்தன. 1914 முடிவடை வதற்குள், ஜெர்மனி தன் காலனிகளில் பெரும் பகுதியை இழந்துவிட்டது. மேற்கு முனையில் போர் மும்முரமாகத் தொடங்கியபோது, ஜெர்மனி ஏற்கெனவே தோற்கடிக்கப்பட்ட ஒரு நாடாக இருந்தது. இப்படியும் பார்க்கலாம். மேற்கு மற்றும் கிழக்கு முனைகளுக்கு கொடுத்த முக்கியத்துவத்தில் ஒரு பகுதியைக் கூட ஜெர்மனி தமது பசிபிப் காலனி நாடுகளுக்குக் கொடுக்கவில்லை. ஐரோப்பிய சக்திகளின் ஆதிக்கத்தை வீழ்த்துவது ஒன்றே அதன் குறிக்கோள். அதற்கு இந்தச் சிறிய விலையை அளிக்க ஜெர்மனி தயங்கவில்லை. போர்க்களத்துக்கு வந்துவிட்ட பிறகு, இழப்பதற்குத் தயங்கமுடியுமா?

ஆப்பிரிக்கா

பிரிட்டனும் பிரான்ஸும் ஆப்பிரிக்காவைத் தங்களுக்குள் பிரித்துக்கொண்டு நீண்ட காலமாக ஆதிக்கம் செலுத்திவந்தன. ஜெர்மனி, நான்கு நாடுகளுக்குச் சொந்தம் கொண்டாடியது. டோகோ, காமரூன், ஜெர்மன், தென்மேற்கு ஆப்பிரிக்கா (இப்போதைய நமீபியா) மற்றும் ஜெர்மன் கிழக்கு ஆப்பிரிக்கா

(இப்போது, டான்ஸானியா). காலனிகள் இருந்ததே தவிர, காலனிகளைப் பாதுகாக்க, பெரிதாகப் படைகள் எதுவும் நிறுத்தப்படவில்லை. பிரான்ஸுக்கும் இதே நிலை. பிரிட்டன் மட்டும் பெரிய படையொன்றை ஆப்பிரிக்காவில் வைத்திருந் தது. இந்நிலையில், போர் ஆப்பிரிக்காவுக்கு எடுத்துச்செல்லப் பட்டால், அனைவருக்கும் இழப்பு ஏற்படும் என்பதால் ஆப்பிரிக்காவை இந்தப் போரில் இழுக்கமாட்டார்கள் என்று பலர் யூகித்தனர். சம்பந்தப்பட்ட அனைவருக்கும் அது லாப கரமாக இருக்கும் என்பதால்.

ஆனால், பிரிட்டனும் பிரான்ஸும் வேறு திட்டங்கள் வைத்திருந் தன. இந்தப் போரின் நோக்கங்களில் ஒன்று புதிய நிலப்பரப்பு களை அபகரிப்பது என்பதால், இந்த வாய்ப்பை இரு நாடுகளும் பயன்படுத்திக்கொள்ள முடிவு செய்தன. ஆப்பிரிக்காவில் இருந்த சொற்ப படைகளையும் ஜெர்மனி மேற்கு மற்றும் கிழக்கு முனைக்குக் கொண்டுசென்றுவிட்டதால், காலனிகள் பாதுகாப் பற்று இருந்தன. இப்படிப்பட்ட வாய்ப்பை ஏன் தவறவிட வேண்டும்? ஆகஸ்ட் 26, 1914 அன்று இருவரும் இணைந்து தாக்குதல் தொடுத்து ஜெர்மனியின் பிடியில் இருந்து டோகோவை அபகரித்தனர். பிரிட்டனுக்கும் பிரான்ஸுக்கும் இடையில் அமைந்திருந்த பிரதேசம் இது. எனவே சமமாகப் பங்கு போட்டுக்கொண்டனர்.

தென்மேற்கு ஆப்பிரிக்கா அளவில் பெரியது. பிரிட்டனைக் காட்டிலும் பல மடங்கு பெரிய நிலப்பரப்பு கொண்டது. அதிக மான பாலைவனங்களும் சொற்ப குடியிருப்புகளும் கொண்ட பிரதேசம். அதே சமயம், வைரச் சுரங்கங்கள் அதிகம் இருக்கும் பகுதியும்கூட. இந்தக் காரணத்துக்காகத்தான் ஜெர்மனி தென் மேற்கு ஆப்பிரிக்காவைத் தன் காலனியாக வைத்திருந்தது. பிரிட்டன் கணக்குப் போட்டது. ஐக்கிய தென் ஆப்பிரிக்காவில் அப்போது பிரிட்டனிடம் கிட்டத்தட்ட 60,000 வீரர்கள் இருந்தனர். இவர்களைக் கொண்டு ஒரு தாக்குதல் தொடுத்தால் ஜெர்மனியை விரட்டியடித்து, வைரச் சுரங்க நிலத்தைக் கைப்பற்றிக்கொள்ள முடியும் அல்லவா?

அதற்கு முன்னால் தென் ஆப்பிரிக்காவில் அவர்களுக்கு ஒரு பிரச்னை இருந்தது. பிரிட்டன் வெளியேறவேண்டும் என்னும் முழக்கத்துடன் ஆப்பிரிக்கர்கள் கலகத்தில் ஈடுபட்டு வந்தனர். 1914 முடிவில் இந்தக் கலகம் முறியடிக்கப்பட்டது. உடனே,

துருப்புகள் தென்மேற்கு ஆப்பிரிக்காவுக்கு அனுப்பப்பட்டன. ஜூலை 9, 1915 அன்று ஜெர்மனி முறியடிக்கப்பட்டது.

அடுத்து, காமரூன். டோகோவைப் போலவே இங்கும் குறைவான ஜெர்மானியர்களே பாதுகாப்புக்கு நிறுத்தப்பட்டிருந்ததால், பிரிட்டன் விரைந்து சென்று தாக்குதல் தொடுத்தது. ஆனால், டோகோவைப் போல் காமரூனின் நிலப்பரப்பு பயணத்துக்கு இலகுவானதாக இருக்கவில்லை. மோசமான வானிலையும், தொடர் மழையும் கூடுதல் சங்கடத்தை அளித்தன. ஆகஸ்ட் 1914 இறுதியில் நைஜீரியாவில் இருந்தபடி காமரூனைத் தாக்கியது பிரிட்டன். அங்கிருந்து பல நூறு மைல்கள் கடந்த பிறகே ஜெர்மானிய வீரர்களைக் கண்ணில் காண முடிந்தது. சேறும், பள்ளமும், சகதியும் பொறுமையைச் சோதித்தன. பிரான்ஸ் உதவிக்கு வந்தது. வடக்கில் இருந்து பிரிட்டனும், தெற்கில் இருந்து பிரான்ஸும் தாக்குதல் தொடுத்தன. ஜெர்மனியை முழுமையான முறியடித்து காமரூனைக் கைப்பற்றுவது பிப்ரவரி 1916ல் சாத்தியமானது. எதிர்பார்த்ததைவிட நீண்டுபோன போர் இது. பிறகு, இரு நாடுகளும் காமரூனைப் பங்கிட்டுக்கொண்டன.

இருப்பதிலேயே கடினமான போர் ஜெர்மானியக் கிழக்கு ஆப்பிரிக்காவில் நடைபெற்றது. ஜெர்மனியின் காலனி என்று சொல்லிக்கொள்ள இருந்த ஒரே நிலப்பரப்பு. பிரான்ஸ் அளவுக்குப் பெரியது. எண்பது லட்சம் மக்கள் தொகை கொண்ட, செழிப்பான நிலம். கிழக்கு ஆப்பிரிக்காவைக் கைப்பற்ற இந்தியத் துருப்புகளை அனுப்பி வைத்தது நேச நாடுகள் அணி. (போரில் இந்தியாவின் பங்கு தனியே விவரிக்கப்பட்டுள்ளது.) முக்கிய பகுதிகளைக் கைப்பற்றி தாக்குதல் தொடுக்கவேண்டும் என்று உத்தரவிடப்பட்டிருந்தது. ஆனால், இந்தியத் துருப்புகள் தவறான பகுதியில் கால் பதித்தனர். 1915 முழுக்க ஜெர்மனி மீது தாக்குதல்கள் தொடுக்கப்பட்டன என்றாலும் எதுவும் தீர்மானமான வெற்றியைக் கொண்டு வரவில்லை. தடுமாற்றமே மிஞ்சியது.

1916ம் ஆண்டு, ஜெர்மானியக் கிழக்கு ஆப்பிரிக்காவுக்குள் பிரிட்டன் நுழைந்து போரை ஆரம்பித்தது. தொடர்ந்து தாக்குதல்கள் மேற்கொள்ளப்பட்டன. ஆனால், ஜெர்மனி சளைக்கவில்லை. பிரிட்டன் திகைத்துவிட்டது. ஆப்பிரிக்க காலனிகளை

ஜெர்மனி அவ்வளவாகப் பாதுகாக்கவில்லை என்பதுதான் ஊர்ஜிதமான தகவல். எனில், ஏன் ஜெர்மனியை முறியடிக்க இவ்வளவு காலம் பிடிக்கிறது? அதற்குக் காரணம் ஜெர்மானிய ஜெனரல் பால் வோர்பெக் (முழுப்பெயர், Paul von Lettow-Vorbeck) என்பவரின் தலைமை என்பது பின்னரே தெரியவந்தது.

பிரிட்டனின் திட்டங்களை ஜெனரல் வோர்பெக் தொடர்ந்து முறியடித்து வந்தார். இவர் படையில் 3500 ஜெர்மானியர்களும் 12,000 ஆப்பிரிக்கர்களும் இருந்தனர். பிரிட்டனோ பெரும் படையுடன் திரண்டு வந்திருந்தது. ஆனால், ஜெனரலின் போர் தந்திரம் பிரிட்டனின் முயற்சிகளைத் தொடர்ந்து முறியடித்து வந்தது. எதிர்பாராத சமயங்களில், பிரிட்டிஷ் மற்றும் தென் ஆப்பிரிக்க ராணுவத்தின் மீது வோர்பெக் திடீர் தாக்குதல் நடத்தி திகைக்க வைத்தார். பாலங்களையும் சாலைகளையும் வெடி வைத்துத் தகர்த்தார். வழித்தடங்கள் அழிக்கப்பட்டதால், பிரிட்டன் முன்னேற முடியாமல் தடுமாறியது.

இரண்டு ஆண்டுகள் அலைக்கழிக்கப்பட்ட பிறகும் பிரிட்டனுக்கு வெற்றி கிடைக்கவில்லை. நவம்பர் 1918ல் ஜெர்மனி சரணடைந்தபோது, ஆப்பிரிக்கா மீது யுத்தம் தொடுப்பது தேவையற்றதாகிவிட்டது.

ஒட்டமான் சாம்ராஜ்ஜியம்

ஐரோப்பாவுக்கு வெளியே தொடுக்கப்பட்ட போர்களில், முக்கியமானது ஒட்டமான் சாம்ராஜ்ஜியத்தில் நிகழ்த்தப்பட்ட போர். அன்றைய ஒட்டமான் சாம்ராஜ்ஜியம், துருக்கி; இப் போதைய சிரியா; எகிப்து, இராக், பாலஸ்தீன்; ரஷ்யா, ஹங்கேரி, அரேபியா ஆகியவற்றின் சில பகுதிகள், பால்கன் நாடுகள் ஆகியவற்றை உள்ளடக்கியது. பதினாறாம் நூற்றாண்டு தொடங்கி ஒட்டமான் சாம்ராஜ்ஜியம் சிறிது சிறிதாக தன் பகுதிகளை இழந்து, சரிவை நோக்கிச் சென்றுகொண்டிருந்தது. முதல் உலகப் போர் சமயத்தில், ஒட்டமான் சாம்ராஜ்ஜியம் மிகவும் சுருங்கியிருந்தது. இப்போதைய துருக்கியையும் மத்தியத் தரைக்கடல் பகுதியில் உள்ள சில நிலப்பரப்புகளையும் மட்டுமே கொண்டதாக இந்த மாபெரும் சாம்ராஜ்ஜியம் திகழ்ந்தது. அதுவும்கூட, சிதறி உடைவதற்குத் தயாரான நிலையில் இருந்தது.

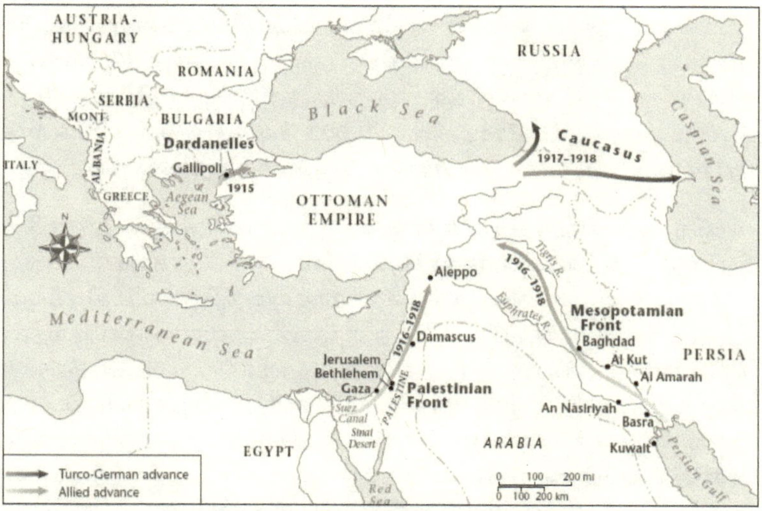

ஒட்டமான் சாம்ராஜ்ஜியம், 1917-1918

அதே சமயம், பூகோள ரீதியில் ஒட்டமான் சாம்ராஜ்ஜியம் முக்கியத்துவம் பெற்றிருந்தது. ரஷ்யாவையும் மத்தியத்தரைக் கடலையும் ஒட்டமான் சாம்ராஜ்ஜியம் பிளவுபடுத்தியது. மேலும், உலகின் முக்கியமான எண்ணெய் கிணறுகளையும் பஸ்ரா (இன்றைய இராக்கில் உள்ளது) போன்ற துறைமுக நகரங்களையும் கொண்டிருந்தது ஒட்டமான் சாம்ராஜ்ஜியம். எனவே, துருக்கியைக் கட்டுப்பாட்டுக்குள் கொண்டு வருவது மிகவும் உபயோகமாக இருக்கும் என்று நேச நாடுகளும் மைய நாடுகளும் நினைத்தன. போரை வெல்வதற்கு துருக்கி ஒரு முக்கியத் துருப்புச் சீட்டு என்று இவர்கள் நம்பினர். ஆனால், துருக்கி எந்த அணியிலும் சேராமல் இருந்தது. 1913ல் ஆட்சி மாற்றம் நிகழ்ந்து என்வர் பாஸா (Enver Pasa) புதிய தலைவராகப் பொறுப் பேற்றபோது, அவர் ஜெர்மனியுடன் நட்புறவு கொண்டார். துருக்கிய ராணுவத்தைச் சீரமைக்கும் பொறுப்பையும் அவர் ஜெர்மனியிடம் வழங்கினார். போர் தொடங்கியபோது, இயல்பாக துருக்கி மைய நாடுகள் அணியில் இணைந்தது.

ரஷ்யாவுக்கு எதிராக துருக்கி மேற்கொண்ட முதல் முக்கியப் போர், காகசஸ் மலைகளில் நடைபெற்றது. துருக்கிக்கும் ரஷ்யா வுக்கும் மத்தியில், எல்லைப் பகுதியில் காகசஸ் மலைகள் அமைந்திருந்தன. கடினமான நிலப்பரப்பு. என்வர் பாஸா போரைத் தொடங்கிய சமயம், கடும் குளிர். மோசமான இந்த

முடிவால், இரு அணியினரும் பாதிக்கப்பட்டனர். 80,000 வீரர்கள் கொண்ட ஒரு துருக்கிய படைப் பிரிவில் 40,000 பேர் குளிருக்குப் பலியானார்கள். இருந்தாலும் போர் தொடர்ந்தது. 95,000 துருக்கிய வீரர்களில், 30,000 பேர் குளிருக்கு மாண்டு போயினர். காயமடைந்தவர்களால் குணம் பெற முடியவில்லை.

மற்றொரு பக்கம், துருக்கிய இஸ்லாமியர்களுக்கும், துருக்கிய கிறிஸ்தவ ஆர்மேனியர்களுக்கும் இடையில் மோதல்கள் நடந்து வந்தன. ஆர்மேனியர்கள், சாம்ராஜ்ஜியத்தின் வடகிழக்குப் பகுதியில் ஒரு மூலையில் வசித்து வந்தனர். அவர்களுடைய மதம், கலாசாரம், பழக்க வழக்கம் ஆகியவை துருக்கியர்களிடம் இருந்து வேறுபட்டவை. இளம் துருக்கியர்கள் என்று அழைக்கப்பட்ட ஒரு பிரிவினர் பதவிக்கு வந்தபோது, அவர்கள் ஆர்மேனியர்களை அரசியல் எதிரிகளாகப் பாவித்தனர். ஏற்கெனவே எரிந்துகொண் டிருந்த பிரச்னைக்கு முதல் உலகப் போர் எண்ணெய் ஊற்றியது. காகசஸ் மலைகளில் நடைபெற்ற போரில் சில ஆர்மேனிய ராணுவப் பிரிவுகள் ரஷ்யாவுடன் கைகோர்த்து, துருக்கிக்கு எதிராகப் போரிட்டன.

இதுதான் சாக்கு என்று துருக்கியர்கள் இந்த வாய்ப்பை கெட்டி யாகப் பிடித்துக்கொண்டனர். ஆர்மேனியர்கள் துருக்கியின் எதிரிகள் என்றும் அவர்கள் துருக்கியில் இருந்து வெளியேற்றப் படவேண்டியவர்கள் என்றும் பிரசாரம் செய்யப்பட்டது. ஆர்மேனியர்கள் கும்பல் கும்பலாகத் திரட்டப்பட்டு படுகொலை செய்யப்பட்டனர். ஏப்ரல் 24, 1915 அன்று தலைநகரம், கான்ஸ்டாண்டிநோபல் உள்பட பல நகரங்களில் பல நூற்றுக் கணக்கான ஆர்மேனியர்கள் கடத்திவரப்பட்டுக் கொல்லப் பட்டனர்.

படுகொலை ஒரு கட்டத்தில், இனவொழிப்பாக மாறியது. ஆனால், உலகம் கண்டுகொள்ளவில்லை. போர் முடிவடையும் வரை எதுவும் செய்யமுடியாது என்று பல அரசாங்கங்கள் சொல்லிவிட்டன. ஆர்மீனியப் படுகொலைகளை ஹிட்லர் ஒரு முன்மாதிரியாக எடுத்துக்கொண்டார். ஒவ்வாதவர்களை ஒழிப் பது தவறில்லை என்று முடிவு செய்து யூதர்களை அவர் பின்னாள்களில் இனப்படுகொலை செய்தார். தன் செயல்களுக்கு நியாயமும் கற்பித்தார். 'இப்போது யார் ஆர்மீனியாவை நினைவில் வைத்திருக்கிறார்கள்?'

ரஷ்யர்களுக்கும் துருக்கியர்களுக்கும் இடையிலான போர் 1916 வரை நீடித்தது. ரஷ்யாவின் முழுக் கவனமும் கிழக்கு முனையில் இருந்தாலும், துருக்கியின் தாக்குதல்களை ரஷ்யா தொடர்ந்து முறியடித்து வந்தது. வெற்றியும் இல்லை, தோல்வியும் இல்லை என்னும் தேக்கநிலையில் இந்தப் போர் முடிவுக்கு வந்தது.

கலிபோலி போர், துருக்கி

துருக்கியை எதிர்க்கக் கப்பல் படையைப் பிரயோகிக்கலாம் என்றார் வின்ஸ்டன் சர்ச்சில். பின்னாளில், பிரிட்டனின் பிரதம மந்திரியாகப்போகும் ஃபர்ஸ்ட் லார்ட் ஆஃப் தி அட்மிரால்டி. மேற்கு முனையிலும் அப்போது தேக்கநிலை உருவாகியிருந்தது. போரின் போக்கை மாற்றியாகவேண்டிய சூழல். துருக்கியில் இருந்து தொடங்கலாம் என்றார் சர்ச்சில். பிரிட்டனின் தனிப்பெரும் பலமாகத் திகழும் கப்பல்படையைக் களத்தில் இறக்கினால், வெற்றி சுலபமாகும் என்பது அவர் கருத்து.

மத்தியத் தரைக்கடலையும் கருங்கடலையும் இணைக்கும் டார்டநெலாஸ் (Dardanelles) என்னும் நீர்நிலையில் துருக்கியை எதிர்க்கலாம் என்று முடிவானது. குறிப்பாக இந்த இடத்தைத் தேர்ந்தெடுத்ததற்கு இன்னொரு காரணமும் உண்டு. கருங் கடலுடன் ரஷ்ய துறைமுகங்களை இணைக்கும் பகுதியாகவும் இது இருந்தது. இந்தப் பகுதியைக் கைப்பற்றிவிட்டால், துருக்கியை முறியடிக்கலாம், நேச நாடுகளுடன் கடல் தொடர்பு கொள்ளலாம், மிக முக்கியமாக, ஜெர்மனியைச் சுற்றி வளைக்கலாம்.

பிப்ரவரி 19, 1915 அன்று பிரான்ஸ், பிரிட்டன் இரண்டும் இணைந்து கப்பல் படைத் தாக்குதலை மேற்கொண்டன. துருக்கியர்களை முறியடித்து, அங்கிருந்த முக்கிய நகரமான கலிபோலியைக் (Gallipoli) கைப்பற்றலாம் என்று திட்டம். மோசமான வானிலை, பயணத்தைத் தாமதப்படுத்தியது. ஷெல் கள் சரியான திசையில் பறக்கவில்லை. மேலும், துருக்கியர்களின் வெடிச்சுரங்கம் முன்னேற்றத்தைத் தாமதப்படுத்தின. உச்ச கட்டமாக, நேச நாடுகளின் கப்பல்கள் தகர்க்கப்பட்டபோது, அதிர்ந்துபோனார்கள்.

மார்ச் 18ம் தேதி இன்னொரு கப்பல் படை தாக்குதல் மேற் கொள்ளப்பட்டது. கப்பல்கள் முன்னேறுவதற்கு முன்பே,

ஜெருசலத்தல் பிரிட்டிஷ் படை

மீண்டும் வெடிச் சுரங்கங்கள் வெடித்தன. பிரெஞ்சு கப்பல் ஒன்று (Bouvet) நடுக்கடலில் வெடித்துச் சிதறியது. 700 பேர் கடலில் மூழ்கி இறந்தனர். இதைத் தொடர்ந்து மூன்று பிரிட்டிஷ் கப்பல்கள் (the Inflexible, the Irresistible, the Ocean) பயன்படுத்த முடியாத அளவுக்குச் சேதமடைந்தன. கனவிலும் நினைத்துப் பார்க்கமுடியாத பெரும் தோல்வி.

நவீன துருக்கியின் தந்தை, முஸ்தபா கமாலின் தலைமையில் துருக்கியப் படைகள் நேச நாடுகளின் கப்பல் படைகளைத் தொடர்ந்து முறியடிக்க ஆரம்பித்தன. சில ஆயிரம் வீரர்களைக் கொண்டு, முஸ்தபா கமால் வெளிப்படுத்திய வீரமும் தீரமும் நேச நாடுகளை ஆச்சரியப்பட வைத்தன. தோல்வியை ஒப்புக் கொள்ள மனமில்லை பிரான்ஸுக்கும் பிரிட்டனுக்கும். குறைந்த வீரர்கள், குறைந்த ஆயுதங்கள், குறைந்த வசதிகளை வைத்துக் கொண்டு துருக்கி ஐரோப்பாவின் இரு பலம்பெற்ற ராணுவங் களை முறியடித்ததைப் பலரும் நம்ப மறுத்தனர்.

ஏப்ரல் 25ம் தேதி, நேச நாடுகள் கலிபோலி கடற்கரையில் மீண்டு மொரு தாக்குதலை நிகழ்த்தினார்கள். இந்த முறை, நியூ சிலாந்து ராணுவப் பிரிவும் (Anzacs என்று அழைக்கப்பட்டது), ஆஸ்திரேலிய படைகளும் இணைந்துகொண்டன. பாலைவனங் களில் இறங்கி துருக்கியர்களைத் தேடினார்கள். அகப்பட்ட போது, இயந்திரத் துப்பாக்கிகள் சீறின. உயரமான பகுதிகளில் அமர்ந்து அவர்கள் காத்திருந்தார்கள். கப்பல்கள் முழுவதும் வந்து சேர்ந்த பிறகு, வீரர்கள் தேட ஆரம்பித்த பிறகு பொறுமை யாகத் தாக்குதலை ஆரம்பித்தார்கள். கடல் நீர் சிவப்பாகும்வரை தாக்குதல் தொடர்ந்தது.

ஆகஸ்ட் 6ம் தேதி கலிபோலியில் இறுதி தாக்குதல் நடந்தது. ஆயிரக்கணக்கான புதிய வீரர்களை நேச நாடுகள் அணி வெறி யுடன் களமிறக்கியது. களைத்துச் சேர்ந்து போன துருக்கியர் களை, புதிய வீரர்கள் முறியடித்துவிடமாட்டார்களா என்றால், முடியவில்லை. ஜனவரி 9, 1916 அன்று புத்திசாலித்தனமான முடிவை நேச நாடுகள் எடுத்தன. பின்வாங்கினார்கள்.

முதல் உலகப் போரில் ஐரோப்பாவுக்கு வெளியே நிகழ்த்தப் பட்ட மிகப் பெரிய போர் கலிபோலி யுத்தம். கடைசி வீரர் வரை ஒருவரையும் விட்டுவைக்காமல் பின்னிழுத்துக்கொண்டது நேச நாடுகள் அணி. இப்போரில் நேச நாடுகளின் இழப்பு, 2,65,000. துருக்கியர்களின் இழப்பு 3 லட்சம்.

கட் போர், பாக்தாத்

துருக்கியர்களைக் கண்டு நேச நாடுகள் அஞ்சியதற்கு கலிபோலி தோல்வி மட்டும் காரணமல்ல. பெர்ஷியன் வளைகுடாவில் புதிதாகப் பல எண்ணெய்க் கிணறுகள் கண்டுபிடிக்கப்பட்டிருந்தன. துருக்கி இப்பகுதியில் ஆதிக்கம் செலுத்துவது, அதன் செழிப்பையும் பலத்தையும் கூட்டுவதாக அமைந்துவிடும். போரில் தோற்ற அவமான உணர்வும் சேர்ந்துகொண்டதில், நேச நாடுகள் துருக்கியை அழித்தொழிக்கத் தீவிரமாகத் திட்டமிட ஆரம்பித்தனர்.

போர்த் தொடக்கத்தில், பிரிட்டன் மத்திய கிழக்கில் ஆதிக்கம் செலுத்தி வந்தது. வளைகுடாவில் மிகப் பெரிய நகரமான பஸ்ராவை, பிரிட்டன் 1914 இறுதியில் துருக்கியை முறியடித்துக் கைப்பற்றியிருந்தது. அடுத்து, பாக்தாத்தை நோக்கி பிரிட்டன் மற்றும் இந்தியத் துருப்புகள் முன்னேறின. டைக்ரிஸ் மற்றும் யூஃப்ரடிஸ் நதிகளைக் கடந்து பாக்தாத்தை நெருங்கிய துருப்புகளைப் பாலைவனப் புயல்கள் அலைக்கழித்தன. An Nasiriya, Amara ஆகிய நகரங்களை இவர்கள் கைப்பற்றினார்கள். இந்த வெற்றியால் உந்தப்பட்ட நேச நாடுகள், பாக்தாத்தையும் கைப்பற்ற விரும்பின.

1916 முடிவில் ஜெனரல் சி.வி.எஃப். டவுன்ஷென்ட் என்பவர் தலைமையில், பிரிட்டிஷ் படைகள், டைக்ரிஸ் நதியைக் கடந்து, துருக்கியர்களை வீழ்த்தி, கட் (Kut) என்னும் நகரைக் கைப் பற்றின. பாக்தாத்தை நெருங்கிவிட்டார்கள்.

ஆனால், துருக்கியர்களின் எதிர் தாக்குதல் நேச நாடுகளை முறியடித்தது. கையிருப்பு உணவும் காலாவதியாகிவிட்ட நிலையில், பிரிட்டிஷ் படைகள் கட் நோக்கித் திரும்ப ஆரம் பித்தன. துருக்கியர்கள் விடாமல் விரட்டி வந்து, சுற்றி வளைத்து, பிரிட்டிஷ் படைகளைச் சிறைவைத்தார்கள். நான்கு மாதங்கள். எந்தப் படையாலும் இவர்களை மீட்கமுடியவில்லை. இவர் களாலும் தப்ப முடியவில்லை. ஏப்ரல் 29, 1917 அன்று தோல்வியை ஒப்புக்கொண்டு ஜெனரல் டவுன்ஷெண்ட் பத்தா யிரம் வீரர்களுடன் சரணடைந்தார். பிரிட்டனின் ராணுவ வர லாற்றில் இத்தனை வீரர்கள் மொத்தமாக ஒரு போரில் சரணடைந்தது அதுவே முதல் முறை.

கட் தாக்குதலை பிரிட்டனால் மறக்க முடியவில்லை. துருக்கியர்களை வீழ்த்த முடியவில்லையே என்னும் ஏக்கம் பல பிரிட்டிஷ் ஜெனரல்களை வாட்டி வதைத்தன. போரின் போக்கில், ஒட்டமான் சாம்ராஜ்ஜியத்தின் பலம் படிப்படியாகக் குறைந்தபோது, நேச நாடுகள் அடைந்த மகிழ்ச்சிக்கு அளவே யில்லை. 1917ம் ஆண்டு, பலவீனமான ஒரு பொழுதில் பாக்தாத் மீது தாக்குதல் தொடுத்து, மெசபடோமியாவைக் கைப்பற்றிக் கொண்டது நேச நாடுகள் அணி.

சூயஸ் கால்வாய்

எண்ணெய் வளத்துக்காக மெசபடோமியா தேவைப்பட்டது. எகிப்துக்கும் பாலஸ்தீனத்துக்கும் இடைப்பட்ட பகுதியை நேச நாடுகள் அபகரிக்க விரும்பியதற்குக் காரணம், சூயஸ் கால்வாய். மத்தியத்தரைக்கடல், செங்கடல் இரண்டையும் சூயஸ் கால்வாய் இணைத்ததால், நேச நாடுகளுக்கு அது முக்கியச் சந்திப்பாகத் திகழ்ந்தது. சூயஸ் கால்வாய் மூலம் இந்தியா, ஆஸ்திரேலியா, நியூ சிலாந்து, தூரக் கிழக்கு நாடுகள் ஆகியவற்றோடு கடல் தொடர்பு கொள்ளமுடியும்.

போர் தொடங்கியபோது, எகிப்து பிரிட்டனின் கட்டுப்பாட்டில் இருந்தது. எனவே, மைய நாடுகள் சூயஸ் கால்வாய் மூலம் பலனடைந்துவிடக்கூடாது என்னும் நோக்கில், கால்வாய் மூடப் பட்டது. கால்வாயின் முக்கியத்துவத்தை உணர்ந்த ஜெர்மனி, அதனை நேச நாடுகளிடம் இருந்து கைப்பற்றும் பொறுப்பைத் துருக்கியிடம் வழங்கியது. நான்காவது ஒட்டமான் படைப் பிரிவு, ஜெனரல் முஸ்தபா கமால் தலைமையில், சினாய் பாலைவனத்தைக் கடந்து சூயஸ் கால்வாய் பகுதியைத் துணிச்சலுடன் தாக்கியது. ஆனால், பிரிட்டன், துருக்கியின் தாக்குதலை முறியடித்தது.

துருக்கி மீண்டும் தாக்கும் என்று தெரியும். எனவே, சூயஸ் கால்வாயைப் பாதுகாக்கப் பெரும் எண்ணிக்கையிலான பிரிட்டிஷ் துருப்புகள் தயார் நிலையில் நிறுத்தி வைக்கப்பட்டன. கால்வாயைப் பாதுகாப்பதற்குப் படைகளை நிறுத்தி வைப் பதற்குப் பதிலாக, துருக்கியர்களைத் தாக்கி நிரந்தரமாக அவர்களைத் துரத்திவிடலாம் என்பது ஜெனரல் ஆர்ச்சிபால்ட் முரேயின் அபிப்பிராயம். அவர் முடிவு ஏற்றுக்கொள்ளப் பட்டது. பிரிட்டன் படைகள் சினாய் தீபகற்பத்தைக் கைப்பற்றி,

செப்பனிடத் தொடங்கின. காஸா வரை முன்னேறிச் செல்லலாம் என்பது திட்டம். ஆனால், இத்திட்டம் வெற்றிபெறவில்லை. அதே சமயம், துருக்கியர்களுக்கு எதிராக அராபிய இனக் குழுக்கள் போராட்டத்தில் இறங்கினர். பிரிட்டன் இந்த வாய்ப்பைப் பயன்படுத்திக்கொண்டது. பாலஸ்தீனத்தைக் கைப் பற்றும் நோக்கத்தில், ஜெனரல் எட்மண்ட் ஆலென்பி என்பவர் 1917ம் ஆண்டு துருக்கி மீது தாக்குதல் தொடுத்தார். முடிவில், துருக்கியர்கள் பின்தள்ளப்பட்டனர். புனித இடங்களாகக் கருதப்பட்ட ஜெருசலேம், பெத்லஹேம் இரண்டும் நேச நாடு களால் கைப்பற்றப்பட்டன. அக்டோபர் 1918ல் சிரியாவின் தலை நகரம், டமாஸ்கஸ் பிரிட்டனால் கைப்பற்றப்பட்டது. துருக்கி பின்வாங்கியது.

அக்டோபர் 30ம்தேதி துருக்கி, ஒப்பந்தத்தில் கையெழுத்திட்டது. புகழ் பெற்ற, பலம் வாய்ந்த ஒட்டமான் சாம்ராஜ்ஜியத்திடம் இப்போது துருக்கி மட்டுமே எஞ்சியிருந்தது. ஒட்டமான் வீழ்ச்சியைத் தொடர்ந்து ஜெர்மனியும் வீழ்த்தப்பட்டு, போர் முடிவுக்குக் கொண்டு வரப்பட்டது.

இத்தாலியின் போர்

போருக்கு முன்னால் இத்தாலி, மைய நாடுகளுடன்தான் அணி சேர்ந்திருந்தது. பின்னர், ஒப்பந்தத்தை முறித்துக்கொண்டு, நேச நாடுகள் அணியில் இணைந்துகொண்டதற்கு ஒரே ஒரு காரணம் தான் இருக்கமுடியும். நேச நாடுகள் அளித்திருந்த வாக்குறுதி. இத்தாலிய எல்லையில் அமைந்திருந்த ஆஸ்திரிய நிலங்களைக் கையகப்படுத்தி இத்தாலிக்கு அளிப்பதாக நேச நாடுகள் வாக்களித்திருந்தன. இத்தாலிய பிரதம மந்திரி அண்டோனியோ சலண்ட்ரா (Antonio Salandra – 1853–1931) அணி மாறினார்.

இத்தாலியுடனான ஆஸ்திரியாவின் எல்லை, ஆங்கில எஸ் எழுத்து வடிவில் அமைந்திருந்தது. வளைவின் மேற்குப் பகுதியில், Trentino என்னும் இத்தாலியப் பகுதி அமைந்திருந்தது. கிழக்குப் பகுதி ஆஸ்திரியாவை நோக்கி மேலே திரும்பி யிருந்தது. ஆஸ்திரியாவைத் தாக்க தோதான இடமாக இத்தாலி கருதியது, வெனிஸ் வளைகுடாவையொட்டி அமைந்திருந்த இசோன்ஸோ ஆறு (Isonzo River) மற்றும், ஆஸ்திரிய நகரான, கோரிசியா (Gorizia).

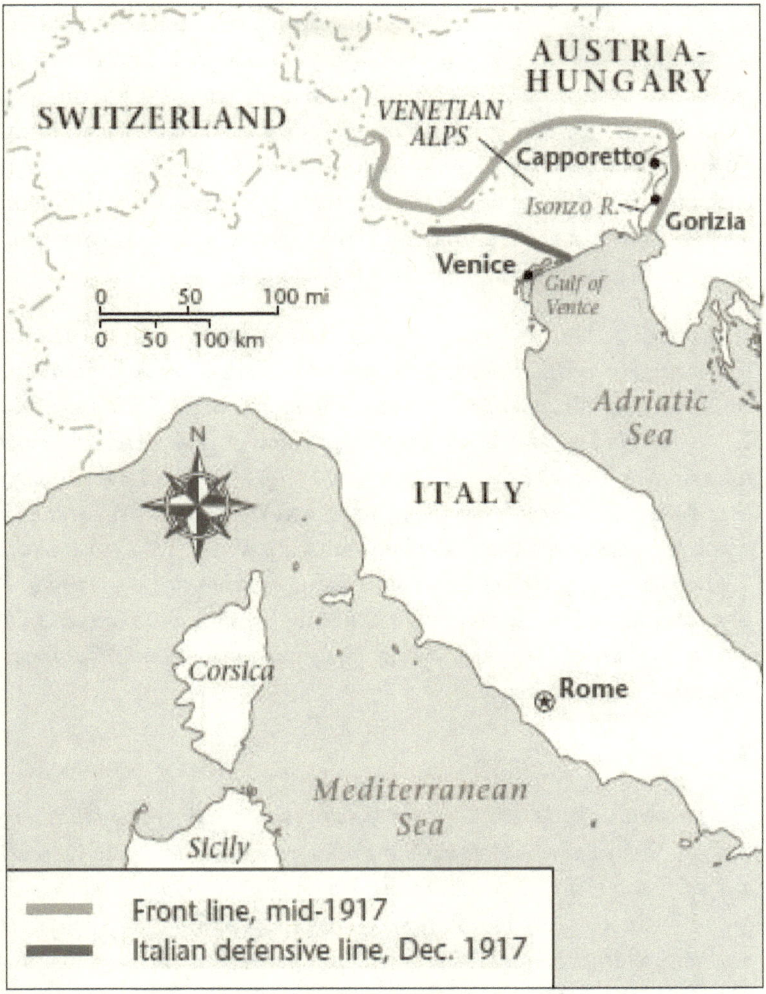

இத்தாலி 1917

இசோன்ஸோ ஆற்றுக்குக் கிழக்கில் உள்ள மலைப்பகுதிகளில் முன்னேறி, ஆஸ்திரியாவைத் தாக்கியது இத்தாலி. லுய்கி கடோர்னா (Luigi Cadorna) என்பவர் இத்தாலியப் படைகளை வழிநடத்தினார். 1915ல் முதல் தாக்குதல் தொடங்கியது. மொத்தம் 12 போர்கள் இசோன்ஸோவில் நடைபெற்றன. மலைப்பிரதேசத்தில் முன்னேறி, ஆஸ்திரியர்களைத் தாக்குவது சிரமமானதாக இருந்தாலும், கடோர்னா அசரவில்லை. ஆஸ்திரியா-ஹங்கேரிக்கு இத்தாலியின் தொடர் தாக்குதல்கள்

மிகப் பெரிய தலைவலியாக அமைந்தன. போதுமான துருப்புகளை ஆஸ்திரியாவுக்கு அளிக்கமுடியாமல் தடுமாறினார்கள். அதே சமயம், இருக்கும் படைகளை வைத்துக்கொண்டு தொடர்ந்து தற்காப்பு யுத்தம் நடத்திக்கொண்டிருந்தார்கள். இத்தாலிக்கு அவ்வப்போது சிறு நிலப்பிரதேசங்கள் கிடைத்து வந்தாலும், இழப்புகள் பெருமளவில் இருந்தன. ஆஸ்திரியர்களை அலைக்கழிப்பதிலும் களைப்படையச் செய்வதிலும் மட்டும் தொடர்ந்து வெற்றி கிடைத்து வந்தது.

கபோரிட்டோ யுத்தம் என்று அழைக்கப்பட்ட 12வது இசோன்ஸோ போரில், ஜெர்மனி தலையிட்டு ஆஸ்திரியாவை மீட்டது. அக்டோபர் 24, 1917ல் எதிர்பாராத விதமாகக் களத்தில் இறங்கி தாக்குதல் தொடுத்த ஜெர்மனி, இத்தாலியர்களை பின்வாங்க வைத்தது. 2,75,000 இத்தாலியர்கள் சிறைபிடிக்கப்பட்டனர். பல இத்தாலியர்கள் தாமாகச் சரணடைந்தனர். எழுபத்தைந்து மைல் பின்னோக்கி நகர்ந்த இத்தாலியர்கள், வெனிஸ் நகருக்கு வடக்கில், தடையரண்கள் ஏற்படுத்திக் கொண்டார்கள். அக்டோபர் 1918ல் ஆஸ்திரியா-ஹங்கேரி சாம்ராஜ்ஜியம் உடையும் வரை இத்தாலியால் ஆஸ்திரியாவை வெல்லமுடியவில்லை.

★

இத்தாலி மட்டுமல்ல, நேச நாடுகள் ஒவ்வொன்றும் ஐரோப்பாவுக்கு வெளியில் தோல்வியையே சந்தித்தன. கலிபோலி யுத்தத்தில், பிரிட்டன், பிரான்ஸ் உள்ளிட்ட பெரும் நாடுகள் துருக்கியிடம் தோல்வியடைந்தன. ஆஸ்திரியா-ஹங்கேரி சாம்ராஜ்ஜியமும், துருக்கிய சாம்ராஜ்ஜியமும் உடைந்து சிதறிய பிறகே, அப்பகுதிகளை நேச நாடுகளின் படைகள் போட்டி போட்டுக்கொண்டு அபகரித்துக்கொண்டன.

பசிபிக் மற்றும் ஆப்பிரிக்கப் பகுதிகளில் போர் நடைபெற்றதற்குப் பிரதான காரணம், காலனிகளை அபகரிப்பது. ஆஸ்திரியாவை அபகரிக்க அணி மாறிய இத்தாலியைப் போல், ஒவ்வொரு நாட்டுக்கும் ஒவ்வொரு ஆக்கிரமிப்பு நோக்கம் இருந்தது. மேற்கு முனையிலும் கிழக்கு முனையிலும் நடைபெற்ற போரைச் சாக்கிட்டு, ஐரோப்பாவுக்கு வெளியில் இந்நாடுகள் மறைமுக காலனிய போர்களில் ஈடுபட்டன. மைய

நாடுகளின் பிடியில் இருந்த காலனிகளை நேச நாடுகள் அபகரிக்க எடுத்துக்கொண்ட முயற்சிகளே இந்தப் போர்களாக உருப் பெற்றன. முதல் உலகப் போரை இந்தப் போர்கள் எந்த வகை யிலும் பெரிதாகப் பாதிக்கவில்லை. இந்தப் பகுதிகளில் நேச நாடுகள் மீண்டும் மீண்டும் அடைந்த தோல்விகளே இதற்கு உதாரணம்.

ஜெர்மன் கப்பல்கள், 1917

19 கடல் போர் / 1914-1918

முதல் உலகப் போர் பெரும்பாலும் நிலப் பரப்பில்தான் நடைபெற்றது. முக்கியமான பெரிய யுத்தங்கள் என்று கருதப்படும் அனைத்தும் மேற்கு மற்றும் கிழக்கு முனையில் நிகழ்த்தப்பட்டன. அதே சமயம், கடலுக்கும் போர் கொண்டு செல்லப் பட்டது. ஜெர்மனியை வீழ்த்த, கடல் படையைப் பயன்படுத்துவது பிரிட்டனின் முக்கியமான போர்த் திட்டமாக இருந்தது. நேச நாடுகளின் சவாலை முறியடிக்க, ஜெர்மனியும் நிலத்தில் இருந்து கடலுக்குத் தன் கவனத்தைத் திருப்ப வேண்டி வந்தது.

க்ரூஸர் போர்கள்

போர்களுக்காக அல்ல சிறு மோதல்களுக்காகத்தான் கப்பல்கள் முதல் முதலில் இந்தப் போரில் பயன் படுத்தப்பட்டன. ஜெர்மனியிடம் க்ரூஸர்கள் என்று அழைக்கப்பட்ட சிறிய போர்க் கப்பல்கள் இருந்தன. ஜெர்மனியின் கட்டுப்பாட்டின் கீழ் இருந்த சீனத் துறைமுகத்தில் (Tsingtao) இருந்த சில க்ரூஸர்களை ஜெர்மனி முதல் முதலாக இந்தப் போரில் பயன்படுத்தியது. ஜெர்மானிய அட்மிரல் மாக்ஸிமிலன் (முழுப்பெயர், Maximilian Graf von Spee) கிழக்கே, பசிபிக் கடலில் தனது இரு க்ரூஸர் களைச் செலுத்தினார். இரண்டும் (Scharnhorst,

Gneisenau) பெரியவை. திறன் வாய்ந்தவை. ஒவ்வொன்றிலும், 8 அங்குல துப்பாக்கிகள் எட்டும், 6 அங்குல துப்பாக்கி ஆறும் பொருத்தப்பட்டிருந்தன. தெற்கு பசிபிப் பகுதியில் இருந்த பிரெஞ்சு கையிருப்புகள் மீது இவை தாக்குதல் தொடுத்தன. நோக்கம், அச்சுறுத்துவது.

பிறகு, தென் அமெரிக்காவின் தெற்குக் கரையில் ஊர்ந்து சென்ற இந்தக் கப்பல்கள், நவம்பர் 1, 1914 அன்று, பிரிட்டிஷ் கப்பல் களை எதிர்கொண்டன. இருட்டிக்கொண்டிருந்த சமயம் அது. முன்னால் நிற்பது எதிரி கப்பல் என்பது தெரிந்தவுடன், ஜெர்மனி தாக்குதல் தொடுத்தது. இரண்டு பிரிட்டிஷ் கப்பல்கள் (Good Hope, Monmouth) சேதமடைந்து நீரில் மூழ்கின. 1,500 பிரிட்டிஷார் கொல்லப்பட்டனர். முந்தைய நூறு ஆண்டுகளில், பிரிட்டன் கப்பல் படை சந்தித்த முதல் பெரும் தோல்வி இது. Battle of Coronel என்று இது அழைக்கப்படுகிறது. சுதாரிப்பதற்கு அவகாசம்கூட அளிக்காமல் ஜெர்மனி தொடுத்த தாக்குதல் இது.

புதிய, துரித கப்பல் படைப் பிரிவு ஒன்றை உடனடியாக இறக்கி விட்டது பிரிட்டன். Invincible, Inflexible என்னும் இரு க்ரூஸர் கப்பல்களும் இதில் அடக்கம். பிரிட்டனின் பெருமிதத்தைச் சிதைத்த ஜெர்மானிய க்ரூஸர்களை சிதைத்த பிறகே இவை துறைமுகம் திரும்பவேண்டும் என்று உத்தரவானது. ஜெர் மானியக் கப்பல்களைப் பிரிட்டன் தேடிக்கொண்டிருந்தபோது, அவை தாமாகவே ஃபால்க்லாண்ட் தீவில் மிதந்து வந்தன. டிசம்பர் 8, 1915 அன்று இரண்டு கப்பல்களும் பிரிட்டனால் வெடித்துத் தகர்க்கப்பட்டன. 1,800 ஜெர்மானியர்கள் உயிரிழந் தனர். பிரிட்டன் தன் பெருமிதத்தை மீட்டுக்கொண்டது.

அழிந்துபோன இரு க்ரூஸர்களோடு சேர்த்து இன்னொரு இலகு ரக க்ரூஸரையும் ஜெர்மனி கடலில் மிதக்கவிட்டது. இதன் பெயர், எம்டன் (Emden). எம்டன், இரு மாதங்களுக்கு இந்து மகா சமுத்திரத்தைச் சுற்றி வந்து நேச நாடுகளை அச்சுறுத்தியது. கண்ணில் தட்டுப்பட்ட சில கப்பல்களை எம்டன் மூழ்கடித்தது. சிலவற்றை, கைப்பற்றியது. செப்டெம்பர் 22, 1914 அன்று எம்டன் மெட்ராஸ் மீது குண்டு வீசியது. நோக்கம், பிரிட்டனுக்கு எதிராக இந்தியர்களைக் கிளர்ந்தெழச் செய்வது. அக்டோபர் இறுதியில், பினாங்கில், ஒரு ரஷ்ய க்ருஸரையும் பிரெஞ்சு டெஸ்ட்ராயர் கப்பலையும் எம்டன் சிதறடித்தது. நவம்பர் 1914ல், சிட்னி என்று அழைக்கப்பட்ட ஆஸ்திரேலிய க்ரூஸர், எம்டனை

எதிர்த்துப் போராடி, வீழ்த்தியது. தனது குறுகிய வாழ்நாளில் எம்டன், நேச நாடுகளுக்குச் சொந்தமான 70,000 டன் கணக்கு பெறும் கப்பல்களை மூழ்கடித்தது. (ஒரு கப்பல் எத்தனை டன் நீரை வெளியேற்றுகிறது என்பதை வைத்து, கப்பலின் எடை கணக்கு மதிப்பிடப்படுகிறது).

பின்தங்கிய ஜெர்மனி

இந்தச் சிறிய சாகஸங்கள் தவிர்த்து, ஜெர்மனியின் கப்பல் படை மேலதிகம் சாதிக்கவில்லை. புவியியல் அமைப்பு, தயக்கம், எதிரியின் (பிரிட்டனின்) பலம் ஆகிய அம்சங்கள் ஜெர்மனியைக் கப்பல் போரில் பின்னுக்குத் தள்ளின. பிரிட்டனிடம் 29 பெரிய நாவல் வெஸல்ஸ் இருந்தன. ஜெர்மனியிடம் 17. பிரிட்டனுடன் நிலப்பரப்பில் மோதுவதற்குத் தயாராக இருந்த ஜெர்மனி, கடல் என்றதும் பின்வாங்கியது. பிரம்மாண்டமாகக் கட்டிய புதிய கப்பல்களை எதற்காகப் போரில் இழக்கவேண்டும் என்னும் எண்ணம் கெய்ஸருக்குக்கூட இருந்தது. எனவே, பிரிட்டனின் கடல் படையோடு போட்டிப்போடுவதை ஜெர்மனி தவிர்த்தது. முடிந்த வரை தவிர்த்தது என்றாலும் சில மோதல்களில் பிரிட்டனை எதிருக்கு எதிராகச் சந்திக்கவும் செய்தது.

முதல் முதலாக, பிரிட்டனை ஜெர்மனி கடலில் எதிர்கொண்டது, ஆகஸ்ட் 28, 1914 அன்று. ஜெர்மானியக் கரைக்கும் ஹெலிகோ லேண்ட் என்னும் தீவுக்கும் இடையிலுள்ள ஹெலிகோலேண்ட் பைட் (Heligoland Bight) என்னும் பகுதியில் பிரிட்டன், ஜெர்மனிக்குத் தூண்டில் போட்டது. ஜெர்மனி பிரிட்டனை எதிர்கொண்டு போரிட்டு, ஒரு டெஸ்ட்ராயர் கப்பலையும், மூன்று க்ரூஸர்களையும் இழந்தது. இந்த அனுபவம் ஜெர் மனியைப் பாதித்தது. பிரிட்டனை எதிர்க்க போர்க் கப்பல்களை அனுப்புவதற்கு பதில், மிதக்கும் வெடிகுண்டுகளைப் பயன்படுத்த ஆரம்பித்தது ஜெர்மனி.

அதே சமயம், பிரிட்டனைப் பழிவாங்கவேண்டும் என்னும் விருப்பம் மறையவில்லை. ஜனவரி 1915ம் ஆண்டு புதிய தாக்குதல் திட்டத்தை வகுத்தது ஜெர்மனி. ஆனால், ஜெர்மனின் சங்கேதக் குறிப்புகள் பிரிட்டனுக்கு முன்கூட்டியே கிடைத்து விட்டன. திட்டப்படி, டோகர் பேங்க் என்னும் பகுதியில் (வடக்குக் கடலில் உள்ள மத்திய பாகம்), ஜெர்மனி பிரிட்டிஷ் கப்பலைத் தூண்டிவிடவேண்டும். பிறகு, மறைந்திருந்து

HMS Dreadnought

தாக்கவேண்டும். திட்டம் முன்கூட்டியே பிரிட்டனுக்குத் தெரியும் என்பதால், பிரிட்டன் ஜெர்மனி எதிர்பாராதபடி மிகப் பெரும் தாக்குதலைத் தொடுத்து, ஜெர்மானியர்களை ஓட வைத்தது. ஜெர்மானிய க்ரூஸர் ஒன்று மூழ்கடிக்கப்பட்டது. 1915 முழுக்க ஜெர்மனி கடல் யுத்தங்களை முன்னெடுத்துச் செய்யவில்லை.

ஜட்லாண்ட் போர்

1916ம் ஆண்டு பயம் மறைந்துவிட்டது. மேலும், நிலப்பரப்பில் இரு அணிகளாலும் வெற்றி பெறமுடியாத நிலை நிலவியதால், நிலைமையை மாற்றவேண்டிய அவசியம் ஏற்பட்டது. எதிர் பாராத பெரும் தாக்குதலைக் கடலில் நடத்தவேண்டும் என்று ஜெர்மனி திட்டமிட்டது. பிரிட்டனின் திட்டமும் அதுவேதான்.

இருப்பதிலேயே பெரிய போர்க்கப்பலான ட்ரெட்நாட்டை (dreadnoughts) இந்தப் போரில் இரு நாடுகளும் பயன்படுத்தின. பிரிட்டன் 28 ட்ரெட்நாட்டுகளை அனுப்பியது. பிறகு, 9 க்ரூஸர்கள். 11 ஆயுதம் தாங்கிய க்ரூஸர்கள். 26 இலகு ரக க்ரூஸர்கள். 78 டெஸ்ட்ராயர்கள். ஒரு கடல் விமான தாங்கி. ஒரு மைன்ஸ்வீப்பர். ஜெர்மனி, தன் பங்குக்கு, 16 ட்ரெட் நாட்டுகளையும், 6 ப்ரீட்ரெட்நாட்டுகளையும், 5 போர் க்ரூஸர்

களையும், 11 இலகு க்ரூஸர்களையும், 61 டெஸ்ட்ராயர்களையும் களத்தில் இறக்கியது.

மே 31, 1916 அன்று டென்மார்க்குக்கு வடக்கே உள்ள ஜட்லாண்ட் என்னும் பகுதியில் பிரிட்டனும் ஜெர்மனியும் சந்தித்துக் கொண்டன. உலகின் மிக முக்கியமான, மிகப் பிரம்மாண்டமான கப்பல்கள் இங்கே மோதிக்கொண்டன. ஜெர்மனி இனி கடல் பக்கம் நெருங்கக்கூடாது என்னும் முனைப்புடன் பிரிட்டனின் போர்க் கப்பல்கள் சீறித் தாக்கின. பிரிட்டனை எதிர்கொள்ள முடியாத சமயங்களில் ஜெர்மனி தன் கப்பல்களைப் பின்னுக்கு இழுத்துக்கொண்டது. அந்த வகையில், பலத்த இழப்புகளைச் சந்திக்காமல் தப்பியது. அதே சமயம், வேவு பார்க்கும் பல கப்பல் களை ஜெர்மனி இழந்தது. அதிசயிக்கத்தக்க பலம் இருந்த போதிலும், பிரிட்டன் பல போர்க் கப்பல்களையும் வீரர்களையும் இந்தப் போரில் இழந்தது. இந்தப் போரில் இறுதி வெற்றி யாருக்கு என்பது பற்றி ஒருமித்த கருத்து உருவாகவில்லை. பிரிட்டன் வென்றது என்பது பலருடைய கருத்து.

நீர்மூழ்கிக் கப்பல்கள்

போர்க் கப்பல்கள் மூலம் பிரிட்டனை வீழ்த்தமுடியாது. எனவே, இனியும் கடல் யுத்தத்தை முயற்சி செய்யவேண்டாம். தன் அனுபவத்தில் இருந்து ஜெர்மனி படித்துக்கொண்ட முக்கியப் பாடம் இது. ஜெர்மானியக் கப்பல்களை வீழ்த்தியதோடு நில்லாமல், ஜெர்மனின் கடல் போக்குவரத்துக்கும் பிரிட்டன் தடை போட்டிருந்தது. கடல் உலகை மறந்துவிடவேண்டிய கசப்பான சூழலுக்கு ஜெர்மனி தள்ளப்பட்டது. நீர்மூழ்கிக் கப்பல்களை மட்டும் ஜெர்மனி பயன்படுத்தாமல் இருந்திருந்தால், எப்போதோ ஜெர்மனியின் கதை முடிந்துபோயிருக்கும்.

கடலுக்கு மேலே பிரிட்டன் ஆளும்போது, கடலுக்கு அடியில் ஏன் நாம் நுழையக்கூடாது? நீர்மூழ்கிக் கப்பலை ஜெர்மனி முதல் முறையாக யுத்தத்துக்குப் பயன்படுத்த ஆரம்பித்தது. நீர்மூழ்கிக் கப்பலை ஜெர்மனி யூபோட் என்று அழைத்தது. யூ என்பது அண்டர்கிரவுண்ட் என்னும் ஆங்கில வார்த்தையின் முதல் எழுத்து. யூ போட்டை பயன்படுத்தி ஜெர்மனி முதல் முதலில் வெற்றி கண்டது வடக்குக் கடலில். அப்போது ஜெர்மனியிடம் மொத்தம் 18 நீர் மூழ்கிக் கப்பல்கள் இருந்தன. செப்டெம்பர் 5, 1914 அன்று U-21 என்னும் நீர்மூழ்கிக் கப்பல் பாத்ஃபைண்டர்

பிரிட்டிஷ் போர்க் கப்பல், HMS Irresistible.

என்னும் பிரிட்டிஷ் க்ரூஸரை மூழ்கடித்தது. இந்த வெற்றிக்குப் பிறகு, மேலும் சில பிரிட்டிஷ் க்ரூஸர்கள் மூழ்கடிக்கப்பட்டன. நீர்மூழ்கிகளின் பலத்தை ஜெர்மனி புரிந்துகொண்டது. எப்போது வேண்டுமானாலும் எதிரி கடலுக்குக் கீழிருந்து தாக்குவான் என்னும் பயத்தை பிரிட்டன் கப்பல்களிடம் ஜெர்மனி உண்டாக்கியது.

1915ம் ஆண்டு, ஜெர்மனி நீர்மூழ்கிக் கப்பல்களைப் பயன்படுத்தி போருக்குத் தொடர்பில்லாத பிரிட்டிஷ் பயண மற்றும் சரக்குக் கப்பல்களையும் வீழ்த்த ஆரம்பித்தது. இது கடல் வாணிபச் சட்டத்துக்கு விரோதமானது என்பது ஜெர்மனிக்குத் தெரியும். ஆனாலும், வெளிப்படையாகத் தெரியாத ரகசிய ஆயுதம் என்பதால் ஜெர்மனி தயக்கமின்றி முன்னேறியது. 1915ம் ஆண்டு, பிரிட்டிஷ் லைனர் கப்பல் ஒன்று (Lusitania) வீழ்த்தப்பட்டபோது, 128 அமெரிக்கர்கள் இறந்துபோனார்கள். ஜெர்மனி தயங்கியது. அமெரிக்காவை அநாவசியமாக சீண்டி போருக்கு இழுப்பது ஆபத்தானது என்று ஜெர்மனிக்குத் தெரியும். எனவே, சரக்குக் கப்பல்களை, குறிப்பாக அமெரிக்கக் கப்பல்களைத் தாக்காமல் பார்த்துக்கொண்டது. ஒரு கட்டத்தில், நீர்மூழ்கிக் கப்பல்களைப் பயன்படுத்துவதையும் நிறுத்திக்கொண்டது.

ஆனால் நிலத்தில் நடைபெற்ற போரில் எந்தவித முன்னேற்றமும் இல்லை என்னும் நிலையில் கடலுக்குத் தாவுவதைத் தவிர அவர்களுக்கு வேறு வழி இருக்கவில்லை. பிப்ரவரி 1, 1917 அன்று ஜெர்மனி நீர்மூழ்கிக் கப்பலிடம் தஞ்சம் புகுந்தது. பிரிட்டனைப் போலவே எதிரிகளின் சரக்குப் போக்குவரத்தைக் குலைக்க விரும்பியது ஜெர்மனி. பார்த்தவுடன் மூழ்கடி என்பது தான் நீர்மூழ்கிகளுக்கு இடப்பட்ட கட்டளை. கைவசம் 148 நீர் மூழ்கிகளை வைத்துக்கொண்டு ஏன் நேரத்தை வீணடிக்க வேண்டும்?

1917ம் ஆண்டு மட்டும் 1,000 பிரிட்டிஷ் கப்பல்கள் மூழ்கடிக்கப் பட்டன. பிப்ரவரி மாதம், 5,20,412 டன் சரக்கு மூழ்கடிக்கப் பட்டது. மார்ச் மாதம், 5,64,497 டன். ஏப்ரல், 8,60,334 டன். மாதத்துக்கு 6 லட்சம் டன் சரக்கை மூழ்கடிக்க முடிந்தால் பிரிட்டனைப் பட்டினியில் தள்ளிவிடலாம் என்று கணக்கிட்டது ஜெர்மனி. நீருக்கு மேலே மிதக்கும் எதிரிகளைத் திறமையாக மூழ்கடித்த பிரிட்டனால், நீருக்குக் கீழே ரகசியமாக இயங்கும் நீர்மூழ்கிகளை ஒன்றும் செய்யமுடியவில்லை. கடல்

வாணிபத்தைப் பெரிதும் நம்பியிருந்த பிரிட்டன் இந்தத் தாக்கு தல்களால் கிட்டத்தட்ட செயலிழந்துவிட்டது. கையிருப்பில் உள்ள உணவுப்பொருள்கள் ஆறு வாரங்களுக்குத்தான் வரும் என்று தெரியவந்தபோது பிரிட்டன் அதிர்ந்துவிட்டது. ஒட்டு மொத்த பிரிட்டனின் எதிர்காலத்தையே அல்லவா நீர்மூழ்கிகள் கேள்விக்கு உள்ளாக்கிவிட்டன?

ஏப்ரல் 1917ல் அமெரிக்கா உதவிக்கு வந்தது. கான்வாய் (convoy) எனப்படும் கப்பல் தொகுதிகளைப் பயன்படுத்தலாம் என்று முடிவானது. கப்பல்கள் குழுவாகக் கடலில் மிதந்து வரும். அனைத்துப் பக்கங்களிலும் ஆயுதம் தாங்கிய சிறு கப்பல்கள் பாதுகாப்புக்கு இருக்கும். கண்காணிக்கும் பலூன்கள் மேலே பொருத்தப்பட்டிருக்கும். நீர்மூழ்கிகளின் வரவை இவை தொலைவில் இருந்தே கண்காணித்து காட்டிக்கொடுத்துவிடும். ஏப்ரல் 28, 1917 அன்று முதல் கான்வாய் அமெரிக்காவில் இருந்து பிரிட்டனுக்குப் பாதுகாப்பாக வந்து சேர்ந்தது.

பிரிட்டனின் சரக்குக் கப்பல்கள் அனைத்தும் கான்வாய் பாதுகாப்போடு பயணம் செய்ய ஆரம்பித்தன. எதிர்பார்த்தபடி, ஜெர்மானியத் தாக்குதல்கள் குறைந்தன. 5,11,730 டன் சரக்கை ஆகஸ்ட் மாதம் வீழ்த்திய ஜெர்மனி, டிசம்பர் மாதம், 3,99,110 டன்னை மட்டுமே மூழ்கடித்தது. கூடுதலாக, கண்காணிப்பு விமானங்களையும் நேச நாடுகள் பயன்படுத்தின. நீர்மூழ்கி களையும் மிதக்கும் குண்டுகளையும் இவை கண்டறிந்து செயலிழக்கவைத்தன. மேலும் மேலும் அமெரிக்கத் துருப்புகள் பிரிட்டனுடன் இணைந்தபோது, ஜெர்மனி தாக்குதலை நிறுத்திக்கொண்டது. பிரிட்டனும் அமெரிக்காவும் கைகோர்த்த போதே ஜெர்மனிக்குப் புரிந்துவிட்டது. விடைபெறவேண்டிய தருணம் இது.

பாகம் நான்கு

அழிவு

'...நாங்கள் வெர்ஸைல்ஸை அடைந்தபோது, கூட்டம் அதிகரித்திருந்தது... உள்ளே அரங்கில், மூன்று பிரிவுகள் ஏற்படுத்தப்பட்டிருந்தன. கடைசி பிரிவில் பத்திரிகை யாளர்கள் அடர்த்தியாக நிறைந்திருந்தனர். மத்தியில். அரசாங்கப் பிரதிநிதிகள் அமர்வதற்காகக் குதிரை லாடம் வடிவில் மேஜை அமைக்கப்பட்டிருந்தது. அதற்கு முன்னால் கில்லடின் இயந்திரம் போல் ஒரு மேஜை. கையெழுத்து இடுவதற்காக... இன்னொரு பிரிவில் வரிசை வரிசையாக முக்கியஸ்தர்கள்... 'அமைதி ஒப்பந்தத்தில் கையெழுத்திடுவதற்காக நாம் இங்கே திரண்டிருக்கிறோம்!' என்றார் கிளமென்கியூ. ஜெர்மானியர்கள் அந்த மேஜைக்கு அழைத்து வரப் பட்டார்கள். ஒவ்வொருவரும் வரிசையில் நின்று கையெழுத்துப் போட ஆரம்பித்தார்கள். வெளியில் துப்பாக்கிகள் முழங்கும் சத்தம் கேட்டது. இரண்டா வது வெர்ஸைல்ஸ் ஒப்பந்தம் கையெழுத்தானதற்கான அறிவிப்பு... நாங்கள் அமர்ந்திருந்தோம். ஜெர்மானி யர்கள் சிறைக் கைதிகள் போல் நடத்தப்பட்டனர். அவர்கள் கண்கள் எங்கோ தொலைவில் பார்த்தபடி நிலைகுத்தி நின்றன...'

Harold Nicolson, *பிரிட்டிஷ் தூதர்*

ஜூன் 28, 1919 அன்று கையெழுத்தான
வெர்ஸைல்ஸ் ஒப்பந்தம் பற்றி.

20 இந்தியாவின் போர்

அறிமுகம்

பிரிட்டன் இந்தியாவை மூன்று முக்கிய ஆயுதங்கள் மூலம் அடிமைப்படுத்தியிருந்தது. ஆக்கிரமிக்கவும் அடக்கியாளவும் ராணுவம். ஆட்சி செய்ய, நிர்வாகம். லாபம் கொழிக்க, வர்த்தகம். இடையூறு இல்லாமல் வர்த்தகத்தை முன்னெடுத்துச் செல்ல, ராணுவத்தையும் நிர்வாகத்தையும் பிரிட்டன் பயன்படுத்திக்கொண்டது. இந்தியாவை அடிமைப் படுத்துவதற்கும், இந்தியாவின் வளங்களை அப கரிப்பதற்கும் பிரிட்டன் வர்த்தகத்தைப் பயன்படுத் தியது. பிரிட்டனின் வெற்றிகரமான காலனிகளுள் ஒன்றாக இந்தியா திகழ்ந்ததில் வியப்பில்லை.

இருபதாம் நூற்றாண்டின் தொடக்கத்தில், பிரித் தாளும் திட்டத்தின் ஒரு பகுதியாக, 1905ம் ஆண்டு வங்காளப் பிரிவினை, இந்தியர்களைக் கலந்தாலோ சிக்காமல் மேற்கொள்ளப்பட்டது. நிர்வாக வசதி களுக்காக என்று காரணம் சொல்லப்பட்டாலும், அடிப்படை நோக்கத்தைப் புரிந்துகொண்ட வங்காளியர்கள் தொடர் போராட்டங்களை ஆரம் பித்தனர். வீதிகளில் பிரிட்டனுக்கு எதிரான கோஷங் கள் முன்வைக்கப்பட்டன. எழுச்சியை அடக்க, 1909ம் ஆண்டு பிரிட்டன் சில அரசியலமைப்புச் சலுகைகளை அளித்தது. 1911ம் ஆண்டு ஐந்தாம்

ஜார்ஜ் பேரரசர் இந்தியாவுக்கு வருகை தந்தார். வங்காளப் பிரிவினை திட்டம் கைவிடப்பட்டதாகவும் இந்தியாவின் தலைநகரம் கல்கத்தாவில் இருந்து புதிதாக உருவாகும் டெல்லிக்கு மாற்றப்படும் என்றும் அறிவித்தார். டிசம்பர் 23, 1912ம் தேதி இந்த விழா ஏற்பாடு செய்யப்பட்டிருந்தது. அதே நாள், வைஸ்ராய் ஹார்டிங்கே பிரபுவைக் கொல்லும் முயற்சி மேற்கொள்ளப்பட்டது. இந்தக் கொலை முயற்சியில் சம்பந்தப் பட்டவர்களைத் தண்டிக்க டெல்லி, லாகூர் சதி வழக்குகள் தொடுக்கப்பட்டன. இந்தப் பின்னணியில் முதல் உலகப் போர் தொடங்கியது.

ஜெர்மன் சதிகள்

மைய நாடுகளுக்கு எதிரான போரில் பிரிட்டன் இந்திய ராணுவத்தையே நம்பியிருந்தது. மிகப் பெரிய நிலப்பரப்பும், மிகப் பெரிய ராணுவமும் கொண்டிருந்த இந்தியாவை இந்தப் போரில் ஈடுபடுத்திக்கொள்வது பிரிட்டனின் திட்டம். ஆனால், போர் தொடங்கிய 1914ம் ஆண்டு, இந்தியாவில் இருந்து வந்த செய்திகள் திருப்திகரமாக இல்லை. இந்திய தேசிய காங்கிரஸ் தன் அடையாளத்தை மாற்றிக்கொள்ள ஆரம்பித்திருப்பதாகவும், சுயாட்சி குறித்து இப்போது அதிகம் விவாதிப்பதாகவும் செய்திகள் வந்தன.

இரண்டாவது கவலை, இந்தியாவில் ஜெர்மனி மூக்கை நுழைத் திருப்பதாக வந்த செய்திகள். பிரிட்டனுக்கு எதிராக இந்தியர் களைத் தூண்டிவிடும் பணியை ஜெர்மனி மேற்கொண்டிருந்தது. முதல் உலகப் போரில் பிரிட்டன் கலந்துகொண்டால், அந்த வாய்ப்பை இந்தியா பயன்படுத்திக்கொள்ளும் என்றும், போர் முனையில் பிரிட்டன் தன் கவனத்தைச் செலுத்தும் தருணத்தைக் கைப்பற்றி பிரிட்டனுக்கு எதிரான போராட்டங்களை இந்தியா தீவிரப்படுத்தும் என்றும் அரசியல் நோக்கர்கள் கணித்தனர். பிரிட்டனுக்கு எதிராக இந்தியர்களைத் திரட்டும் பணியை ஜெர்மனி மேற்கொண்டு வருவதை பிரிட்டிஷ் உளவுத்துறையும் உறுதி செய்தது.

இந்து-ஜெர்மன் சதித்திட்டம் என்று இது அழைக்கப்படுகிறது. 1914 முதல் 1917 வரை, ஜெர்மனி இந்தியாவில் மேற்கொண்ட நடவடிக்கைகள் இவ்வாறு அழைக்கப்பட்டது. இந்தியாவில் உள்ள தீவிரவாத இயக்கங்கள் ஜெர்மனியுடன் நெருங்கி உறவாடி

வந்ததாக உளவுச் செய்திகள் வெளிவந்தன. பிரிட்டிஷ் உளவு நிறுவனம் கண்டறிந்த மேலும் பல தகவல்கள் பின்வருமாறு. 'ஜெர்மனியின் இந்த நடவடிக்கைக்கு இந்தியாவுக்கு வெளியிலும் பலத்த ஆதரவு இருந்தது. பிரிட்டனுக்கு எதிராகப் போராடிக்கொண்டிருந்த அயர்லாந்து சுதந்தரப் போராட்ட வீரர்களும் சான் பிரான்ஸிஸ்கோவில் உள்ள ஜெர்மானியத் தூதரகமும் இந்து-ஜெர்மன் சதித்திட்டத்துக்கு ஆதரவு அளித்துள்ளன. துருக்கிக்கும் கூட இதில் பங்குண்டு. பிரிட்டிஷ் இந்திய ராணுவத்தைப் பயன்படுத்தி கலகம் செய்வதற்கும் ஜெர்மனி திட்டமிட்டிருந்தது. பிப்ரவரி 1915ம் ஆண்டு பஞ்சாப் தொடங்கி சிங்கப்பூர் வரை மாபெரும் எழுச்சிகள் நடத்தி, பிரிட்டனை வீழ்த்துவதற்கும் திட்டமிட்டிருந்தனர்.' இந்தத் தகவல்கள் கிடைத்ததும், பிரிட்டன் உடனடியாகத் தலையிட்டு, சதிக்காரர்களைக் கைது செய்து இந்த எழுச்சியைத் தடுத்தது.

அமெரிக்க உளவு நிறுவனங்களும்கூட இந்த ஜெர்மானிய சதியை 1917ம் ஆண்டு கண்டறிந்ததாகவும் அமெரிக்காவில் இருந்த கலகக்காரர்கள் கைது செய்யப்பட்டதாகவும் தெரிவித்தது. இந்தியாவில் நடைபெற்ற லாகூர் சதி வழக்கு இதன் தொடர்ச்சியே. அதே போல் அமெரிக்காவில், இந்து-ஜெர்மன் சதி வழக்கு நீண்ட காலமாக நடைபெற்றது.

பிரிட்டனுக்கு ஆதரவு

போர் தொடங்கியபோது, இந்தியா, பிரிட்டனை எதிர்க்கவில்லை என்பது மட்டுமல்ல, பிரிட்டனுக்கு ஆதரவு அளிக்கவும் முன் வந்தது. பிரிட்டனுக்கு இரட்டிப்பு மகிழ்ச்சி. இந்திய தேசிய காங்கிரஸைத் தவறாகக் கணித்துவிட்டதை பிரிட்டன் உணர்ந்து கொண்டது. பிரிட்டனின் போருக்கு பிரிட்டிஷ் மக்கள் கொடுத்த ஆதரவைக் காட்டிலும் இந்தியர்கள் கொடுத்த ஆதரவு அழுத்தமாகவும் கணிசமாகவும் இருந்தது. ராணுவ உதவி, பொருள் உதவி இரண்டும் இந்தியா முழுவதிலும் இருந்து வந்து குவிந்தது.

ராணுவத்தில் இணைவதற்குப் பொது மக்களுக்கு அழைப்பு விடுத்து பிரசாரங்கள் மேற்கொண்டபோது, இந்தியாவுக்கே முதலிடம் கொடுத்தது பிரிட்டன். இக்கட்டில் சிக்கியிருக்கும் பிரிட்டனுக்குக் காலனிகள் கைகொடுத்து உதவவேண்டும் என்று பிரிட்டன் கேட்டுக்கொண்டது. பிரிட்டனின் அழைப்பை இந்தியா மனமுவந்து ஏற்றுக்கொண்டது. லட்சக்கணக்கான

தன்னார்வலர்கள் திரண்டு வந்து பெயர் கொடுத்தனர். இந்திய சமஸ்தானங்களைச் சேர்ந்த அரசர்களும் இளவரசர்களும் பிரிட்டனுக்கு அதிக அளவில் பொருளுதவியும் பண உதவியும் செய்தனர். சிப்பாய்களுக்காக உணவு தனியே அனுப்பிவைக்கப் பட்டது. நேபாளம், ஒரு லட்சம் கூர்க்கா வீரர்களை அனுப்பி வைத்தது. திபெத்தில் இருந்து தலாய் லாமா ஆயிரம் வீரர்களை அனுப்பினார். பிரிட்டனுக்கு ஆதரவாக தோள் கொடுத்த முதல் காலனிய நாடாக இந்தியா திகழ்ந்தது.

போர்க்களத்தில் இந்தியர்கள்

1914ம் ஆண்டு நடைபெற்ற மேற்கு முனை யுத்தங்களுக்கு இந்திய வீரர்கள் அனுப்பிவைக்கப்பட்டனர். முதல் வெய்பிரஸ் யுத்தத்தில் இந்தியர்கள் கலந்துகொண்டனர். 1915ம் ஆண்டு தொடங்குவதற்குள் இந்தியர்களின் இழப்பு எண்ணிக்கை அதிகரிக்க ஆரம்பித்தது. இத்துடன் நோய்களும் சேர்ந்து கொள்ள, ஆண்டு இறுதியில் இந்தியப் படைகளை மேற்கு முனையில் இருந்து திரும்பப்பெற்றுக்கொண்டது பிரிட்டன். கலிபோலி, கிழக்கு ஆப்பிரிக்கா மற்றும் மத்திய கிழக்குப் பகுதிகளில் இந்தியர்கள் குவிக்கப்பட்டனர்.

மொத்தம் எட்டு லட்சம் இந்திய வீரர்கள் பிரிட்டன் சார்பாகப் போரிட்டனர். கொல்லப்பட்டவர்கள் மற்றும் காணாமல் போன வர்களின் எண்ணிக்கை 47,746. காயமடைந்தவர்கள், 65,000. மொத்தம், 13000 விருதுகளை இந்தியர்கள் பிரிட்டனிடம் இருந்து பெற்றுக்கொண்டனர். விக்டோரியா கிராஸ், 12. குதாபத் கான் என்பவர் முதல் விக்டோரியா கிராஸ் பெற்றுக்கொண்டார். இந்தியர்களின் பங்களிப்பை தி டைம்ஸ் வியந்து எழுதியது. 'இந்திய சாம்ராஜ்ஜியம் தமது முழுமுற்றான, ஒன்றுபட்ட ஆதரவு மூலமும் உற்சாகமான பங்கேற்பு மூலமும் பிரிட்டனை உணர்ச்சி வசப்பட வைத்துவிட்டது. '

காந்தியும் முதல் உலகப் போரும்

ஆகஸ்ட் மாதம் போர்ப் பிரகடனம் செய்யப்பட்டபோது, காந்தி பிரிட்டனில் இருந்தார். போயர் யுத்தத்தின்போது, என்ன செய்தாரோ அதையே இப்போதும் செய்தார் காந்தி. ஆம் புலன்ஸ் சேவை குழு ஒன்றை உருவாக்கினார். போரில் காயமடைந்த பிரிட்டிஷ் சிப்பாய்களுக்கு சிகிச்சை அளிப்பது

இதன் பணி. பிரிட்டனின் இந்தப் போருக்கு இந்தியர்கள் ஒத்துழைப்பு தரவேண்டும் என்றும் காந்தி கேட்டுக்கொண்டார். பிரிட்டனுக்கு ஆதரவாக காந்தி எடுத்த இந்த முடிவுக்கு அப்போதே எதிர்ப்புகள் கிளம்பின. ஆனால், காந்தி அவற்றைப் பொருட்படுத்தவில்லை. பிரிட்டன் போர்க்களத்தில் மும்முர மாக இருக்கும் சமயத்தில் விடுதலைப் போராட்டத்தைத் தீவிரப் படுத்தலாம் என்னும் யோசனையை அவர் நிராகரித்தார். 'பிரிட்டிஷ் பிரஜை என்னும் முறையில், நமது கடமையை நாம் சரியாக ஆற்றினால்தான், நம் உரிமைகளைக் கேட்டுப் பெற முடியும்' என்றார். ஓர் அடிமை நாடு தன் எஜமான நாட்டுக்கு விசுவாசமாக இருக்கவேண்டும் என்னும் நீதியை அவர் போதித்தார்.

போரில் ஈடுபடுவது அகிம்சைக்கு எதிரானது அல்லவா என்று கேட்கப்பட்டபோது, காந்தி மறுத்தார். 'போரில் பங்கேற்பது என்பது அகிம்சையோடு ஒருக்காலும் பொருந்தாது என்பதை நானறிவேன். ஆனால், ஒருவருக்கு அவரது கடமைகள் குறித்து, எல்லாச் சமயங்களிலும் தெளிவான பார்வை பெற வாய்ப்புகள் இருப்பதில்லை. சத்தியத்தின் பாதையில் பயணிப்பவன் பல சமயங்களில் இருட்டில்தான் செல்ல வேண்டியிருக்கிறது.'

இடையில், காந்தியின் உடல் நிலை மோசமடைந்துவிட்டதால் அவர் ஆம்புலன்ஸ் சேவையைப் பாதியில் விட்டுவிட்டு இந்தியா திரும்பவேண்டியிருந்தது. தென் ஆப்பிரிக்க சத்தியாகிரகம் குறித்தும் சத்திய சோதனைகள் குறித்தும் அறிந்திருந்த இந்தியர் கள், காந்தியை ஓர் அபூர்வமான துறவியாகக் கருதி வரவேற் றனர். ஓராண்டுக்கு முன்புதான் ரவீந்திரநாத் தாகூர், மகாத்மா என்று அவரை அழைத்திருந்தார்.

கோபால கிருஷ்ண கோகலே மரணமடைந்ததையடுத்து, காந்தி தகுந்த வழிகாட்டுதல் இல்லாமல் தவித்தார். இந்திய தேசிய காங்கிரஸில் இருந்த சில பிரிவினர், சுயாட்சி (சுவராஜ்யா) கொள்கையை முன்வைத்தனர். காந்தி இதனை ஏற்கவில்லை. மே 25, 1915 அன்று அகமதாபாத் அருகில் தனது முதல் சத்தியா கிரக ஆசிரமத்தை ஆரம்பித்தார். காந்தியின் அரசியல் பிரவேசம் பிப்ரவரி 1916ல் ஏற்பட்டது. பெனாரஸில் புதிய இந்து பல்கலைக் கழகத்தைத் திறந்து வைத்து உரையாற்றினார் காந்தி. சுயாட்சிக்கு இந்தியர்கள் இன்னமும் தகுதி பெறவில்லை என்றும்

தீண்டப்படாதவர்களை நாம் சரிசமானமாக நடத்தவேண்டும் என்றும் அவர் கேட்டுக்கொண்டார்.

முதல் உலகப் போரின்போது பிரிட்டனுக்கு இந்தியா கை கொடுக்கவேண்டும் என்று விண்ணப்பித்துக்கொண்டதற்கும், அதற்கு முன்னுதாரணமாக. தானே களத்தில் குதித்து பிரிட்டிஷ் சிப்பாய்களுக்கு உதவியதற்கும் பின்னால் ஒரு தந்திரோபாயம் இருக்கிறது என்றார் காந்தி. அதாவது, இப்போது நாம் பிரிட்டனுக்கு உதவினால், பிரிட்டன் போர் முடிந்ததும் நமக்கு உதவி செய்யும். ஆனால், காந்தியின் நம்பிக்கை பொய்த்தது. காந்தி மட்டுமல்ல காங்கிரஸ் கட்சியினரும் வேறு பலரும்கூட பிரிட்டனை நம்பினர். சுதந்தரம் இல்லாவிட்டாலும், பிரிட்டனின் அதிகாரத்துக்கு உட்பட்ட சுயாட்சி உரிமையாவது அளிக்கப்படும் என்று அவர்கள் எதிர்பார்த்தனர். போருக்குப் பிறகான பிரிட்டனின் அணுகுமுறை ஏமாற்றமளித்தது.

1919ம் ஆண்டு கொண்டுவரப்பட்ட இந்திய அரசு சட்டம் சில புதிய மாற்றங்களைக் கொண்டுவந்தது. 'இரு சபைகள் கொண்ட நாடாளுமன்றம் அமைக்கப்படும். ஐந்து மில்லியன் இந்தியர்களுக்கு, அதாவது செல்வந்தர்களுக்கு வாக்களிக்கும் உரிமை வழங்கப்படும். உள்ளூர் அரசாங்கங்களிலும், கல்வி, சுகாதாரம், பொதுப்பணித்துறை ஆகிய துறைகளிலும் இந்தியர்கள் பங்கேற்கலாம். 1929ம் ஆண்டு, பரிசீலனை மேற்கொள்ளப்படும். இன்னும் எவ்வளவு சலுகைகள், சீர்திருத்தங்கள் கொண்டுவரலாம் என்பது பற்றி யோசிக்கப்படும்.'

இதன் பொருள், பிரிட்டன் இந்தியாவை விட்டு அகலப் போவதில்லை. எந்தவிதமான சலுகைகளும் பொது மக்களுக்குக் கிடையாது. வரி, சட்டம், ஒழுங்கு, மத்திய, மாநில அதிகாரம் உள்ளிட்ட அனைத்தும் வழக்கம் போல் பிரிட்டனிடம் குவிந்திருக்கும். 1921ம் ஆண்டு, காந்தி யங் இந்தியாவில் வருத்தத்துடன் எழுதினார். 'என் கண்கள் திறந்துவிட்டன. பிரிட்டிஷ் அரசு நம்மை அதன் பிரஜைகளாகக் கருதவில்லை.' உரிமைகள் ஏதும் அற்ற இரண்டாந்தர வாழ்க்கையை இந்தியர்கள் மேற்கொள்வதாக அவர் அதில் குமுறியிருந்தார். அதே சமயம், முதல் உலகப் போரில் இந்தியர்களைத் திரட்டியதற்கு அவர் வருத்தம் தெரிவிக்கவில்லை. தன் நிலைப்பாட்டையும் மாற்றிக்கொள்ளவில்லை. என்ன செய்வது, நமக்குப் பிடிக்காத பல விஷயங்களை நாம் செய்யவேண்டியிருக்கிறதே என்று வருத்தப்பட்டார்.

பிரிட்டனைக் காயப்படுத்தி அதன் மூலம் கிடைக்கும் சுதந்தரம் வேண்டவே வேண்டாம் என்றார். இரண்டாம் உலகப் போர் மூண்டபோது, காந்தி மீண்டும் பிரிட்டனுக்காக இந்தியர்களைத் திரட்டினார். இரண்டாம் உலகப் போரிலும் இந்தியா பிரிட்டன் சார்பில் கலந்துகொண்டது.

விளைவுகள்

காந்தி ஆசிரமத்தில் தங்கியிருந்தபோது, முதல் உலகப் போர் முடிவுக்கு வந்தது. முதல் உலகப் போர் இந்தியாவுக்கு உயிர் இழப்பை மட்டுமின்றி கடுமையான பொருளாதார இழப்பையும் கொண்டு வந்தது. வர்த்தகம் பாதிக்கப்பட்டது. தொழிலாளர் களும் விவசாயிகளும் அடித்தட்டு மக்களும் வேலையின்றி, உணவின்றி திண்டாடிக்கொண்டிருந்தனர். மைய நாடுள் வீழ்த்தப்பட்டுவிட்டாலும், பிரிட்டிஷ் சாம்ராஜ்ஜியம் கடுமை யான இழப்புகளால் தடுமாறிக்கொண்டிருந்தது. பிரிட்டிஷ் சாம்ராஜ்ஜியத்தின் வீழ்ச்சி தொடங்கியிருந்தது. ஆனால், பிரிட்டன் தன் இந்தியக் கொள்கைகளை மாற்றிக்கொள்ள வில்லை.

ஒட்டமான் சாம்ராஜ்ஜியத்தை சிதறடித்ததன் மூலம், இந்தியா வில் உள்ள இஸ்லாமியர்களின் கடுமையான எதிர்ப்புக்கு ஆளாகியிருந்தது பிரிட்டன். உள்நாட்டிலும் கடும் எதிர்ப்புகள். லட்சக்கணக்கான வீரர்கள் அநாவசியமாக போருக்கு இழுத் தடிக்கப்பட்டு சாகடிக்கப்பட்டுவிட்டதாக பிரிட்டிஷ் மக்கள் வெளிப்படையாக அரசை விமரிசனம் செய்தார்கள். சிறிய நாடுகளின் சுதந்தரத்தைக் காப்பதற்காகவே இந்தப் போரில் கலந்துகொண்டதாக பிரிட்டன் காரணம் சொல்லி தற்காத்துக் கொள்ள முயன்றது. இந்தக் காரணம் இந்தியர்களைக் கோபமுறச் செய்தது. சிறிய நாடுகளின் சுதந்தரம் அத்தனை முக்கியம் என்றால், பெரிய நாடான இந்தியாவை ஏன் பிரிட்டன் இன்னமும் அடிமைப்படுத்தி வைத்திருக்கிறது?

இரண்டாம் உலகப் போர் முடிவடைந்து, பிரிட்டிஷ் சாம்ராஜ்ஜியம் இயல்பாக மரணம் அடையும்வரை, காந்தி சுதந்தரத்துக்காகக் காத்திருந்தார்.

21 அமெரிக்காவின் போர்

நடுநிலை

முதல் உலகப் போரில் கலந்துகொள்வதற்கான எந்த முகாந்திரமும் இல்லாததால், அமெரிக்கா தள்ளி நின்று வேடிக்கை பார்த்துக்கொண்டிருந்தது. சிந்தனையிலும் செயலிலும் நாம் நடுநிலை வகிப்போம் என்று அறிவித்தார் அமெரிக்க அதிபர் உட்ரோ வில்சன். போரை நாங்கள் எக்காலத்திலும் விரும்பியது இல்லை என்று பலர் கட்டுரை எழுதி னார்கள். அமெரிக்காவின் அடிப்படை குணநலன் களுக்கு எதிரானது போர் என்று வரலாற்று ஆதாரங்களை அடுக்கினார்கள். ஐரோப்பாவை ஆட்டிப்படைக்கும் போர் நம்மைத் தீண்டாமல் விட்டது நம் பாக்கியம் என்று அரசியல்வாதிகள் நிம்மதியடைந்தார்கள். ஜனநாயகத்தின் மீது நம்பிக்கை இல்லாததால்தான் ஐரோப்பிய நாடுகள் இவ்வாறு போரிட்டுக்கொள்கின்றன என்றும் மக்கள் போரை எக்காலத்திலும் விரும்புவதில்லை என்றும் பிரிட்டிஷ் வரலாற்றாசிரியர்கள் பத்தி எழுதினார்கள்.

அதிகாரபூர்வமாக, அமெரிக்கா நடுநிலை வகித்தது. நேச நாடுகளுடன் மட்டுமல்ல மைய நாடுகளுட னும் அமெரிக்கா வர்த்தக உறவுகள் கொண்டி ருந்தது. அந்த உறவுகளைத் தொடர விரும்புவ

தாகவும் தெரிவித்தது. ஆனால், மறைமுகமாக அமெரிக்கா நேச நாடுகளுக்கு ஆதரவு அளித்து வந்தது. பிரிட்டனுடன் அமெரிக்கா நெருக்கமான கலாசார, வர்த்தக உறவுகள் கொண்டிருந்தது. எனவே, இயல்பாக தன் ஆதரவை பிரிட்டனுக்கும் நேச நாடுகளுக்கும் அளித்தது. வர்த்தக உறவுகளும் வாய்ப்புகளும் சமமாக இருக்கும் என்று அமெரிக்கா அறிவித்திருந்தாலும், மைய நாடுகளுடன், குறிப்பாக ஜெர்மனியுடன் அமெரிக்கா அவ்வாறு நடந்துகொள்ளவில்லை. அமெரிக்க சந்தை அனைத்து நாடுகளுக்கும் ஒன்றுபோல் திறந்துவிடப்படவில்லை. பின்னர், பிரிட்டன் ஜெர்மனி மீது பொருளாதாரத் தடை விதித்தபோது, அமெரிக்கா பிரிட்டனுக்கு உதவியது.

நீர்மூழ்கிகள்

அமெரிக்காவோடு பிரிட்டன் உள்ளிட்ட நேச நாடுகள் வர்த்தக மற்றும் ஆயுதப் பரிமாற்றங்கள் செய்துகொண்டிருந்தபோது, ஜெர்மனியால் அமைதியாக இருக்கமுடியவில்லை. பிரிட்டனை எதிர்க்க நீர்மூழ்கிக் கப்பலைக் களத்தில் இறக்கியது ஜெர்மனி. 1915 தொடங்கி போர்க் கப்பல்களை மட்டுமின்றி, சரக்குக் கப்பல்களையும் ஜெர்மனி தாக்கி மூழ்கடித்தது. ஜெர்மனியின் இறக்குமதியை பிரிட்டன் கட்டுப்படுத்தியதால் பதிலுக்கு பிரிட்டனின் பொருளாதாரத்தைக் குலைக்க ஜெர்மனி மேற் கொண்ட நடவடிக்கை இது. மார்ச் 28, 1915 அன்று, பிரிட்டிஷ் லைனர் கப்பலான Falaba தாக்கப்பட்டபோது கொல்லப் பட்டவர்களுள் ஓர் அமெரிக்கரும் அடங்குவார். ஆறு வாரங்கள் கழித்து, மே 7, 1915 அன்று Lusitania என்னும் கப்பலை ஜெர்மனி தாக்கியபோது, 1200 பேர் இறந்துபோனார்கள். அவர்களில் 128 பேர் அமெரிக்கர்கள்.

அமெரிக்கா அதுவரை வகித்து வந்த நடுநிலை பாத்திரம் முடிவுக்கு வந்தது. ஜெர்மனிக்கு எதிரான தன் கண்டனங்களை அமெரிக்கா பதிவு செய்தது. வில்சன் அரசாங்கம் இனி போருக்கு தான் ஆயத்தமாகப்போகிறது என்று செய்திகள் வெளியாக ஆரம்பித்தன. அமெரிக்காவுக்கும் ஜெர்மனிக்கும் இடையில் பேச்சுவார்த்தைகள் நடைபெற்றன. அமெரிக்கா போருக்கு வந்தால் நிச்சயம் நமக்கு எதிராகத் திரும்பும் என்பதை உணர்ந்த ஜெர்மனி, அமெரிக்க கப்பல்களைத் தவிர்க்க ஆரம்பித்தது. எச்சரிக்கை அளிக்காமல் எந்தவொரு சரக்குக் கப்பலையும் தாக்குவதில்லை என்று மே 4, 1916 அன்று ஓர் உறுதி

மொழியையும் (Sussex pledge) வழங்கியது. ஆனால், ஜெர்மானிய அரசியல்வாதிகளோடு ஜெர்மானிய ராணுவத்தினர் ஒத்துப்போகவில்லை. நேச நாடுகளை வீழ்த்த அறிமுகப்படுத்திய நீர்மூழ்கிகளைத் திரும்பப்பெற அவர்களுக்கு விருப்பமில்லை. தங்கள் கைகள் கட்டப்பட்டுவிட்டதாக வருந்தினர்.

போர்

போரில் இருந்து அமெரிக்காவை விலக்கி வைப்பேன் என்று உட்ரோ வில்சன் அளித்த வாக்குறுதியின் பேரில் 1916ம் ஆண்டு, இரண்டாவது முறையாக அவர் அதிபராகத் தேர்ந்தெடுக்கப்பட்டிருந்தார். 1916-17 ஆண்டுகளில் அமெரிக்கா நேச நாடுகளுடன் பேச்சுவார்த்தை நடத்தி பார்த்தது. முழுமையான வெற்றியைத் தவிர வேறு எதையும் ஒப்புக்கொள்ளும் நிலையில் அவர்கள் இல்லை. முன்பைவிடத் தீவிரமாகப் போரைத் தொடர்ந்தனர்.

பிப்ரவரி 1917ல் ஜெர்மனி தன் நிலையை மாற்றிக்கொண்டது. மீண்டும் நீர்மூழ்கிக் கப்பல்களைப் பயன்படுத்துவதைத் தவிர வேறு வழி தெரியவில்லை. அமெரிக்கா போரில் குதிப்பதைத் தடுக்கமுடியாது என்பதும் தெரிந்தது. ஜெர்மனி தயாரானது. மார்ச் மாதம், ஜிம்மர்மேன் தந்தி விவரங்களை அமெரிக்கா அறிந்துகொண்டது. மெக்சிகோவை அமெரிக்காவுக்கு எதிராகப் போரிடுமாறும், ஜெர்மனி இந்தப் போருக்கு ஆதரவு தருவதாகவும் இந்தத் தந்தியில் குறிப்பிடப்பட்டிருந்தது. அதே மாதம், ஜெர்மனி மூன்று அமெரிக்கக் கப்பல்களை மூழ்கடித்தது.

ஏப்ரல் 2, 1917 அன்று வில்சன் காங்கிரஸ் சபையின் சம்மதத்தைப் பெற்றார். நான்கு நாள் கழித்து, அமெரிக்கா போரில் இறங்கியது. ஜனநாயகத்தைப் பாதுகாப்பதற்காக இந்தப் போரில் இறங்குவதாக அறிவிப்பு வெளியானது. முன்பு, ஜனநாயகத்தின் பெயரால் போரை மறுத்த அதே அமெரிக்கா.

தயாரிப்புகள்

ஏப்ரல் 6, 1917 அன்று நேச நாடுகளுக்கு ஆதரவாகப் போர்க்களத்தில் இறங்கியபோது, அமெரிக்க அரசு தன் மக்களுக்கு விளக்கங்கள் அளிக்கவேண்டியிருந்தது. மைய நாடுகள் வில்லன்களாகச் சித்தரிக்கப்பட்டனர். குறிப்பாக, ஜெர்மனி. அமெரிக்கா இந்தப் போரில் கலந்துகொண்டு நேச நாடுகள் அணிக்குத் தன் ஆதரவைத் தெரிவிக்க வேண்டிய தருணமிது என்று பத்திரிகைகள்

கண்காணிக்கும் ஜெர்மன் வீரர்கள்

எழுதின. அமெரிக்கர்களின் ஆதரவைப் பெறுவதற்கான அனைத்து முயற்சிகளும் உட்ரோ வில்சன் அரசால் மேற்கொள்ளப்பட்டன.

பல அமெரிக்கர்கள் அழைப்பை ஏற்று, போருக்கு ஆதரவு அளித்தனர். ஆதரவு அளிக்காதவர்களை உட்ரோ வில்சன் இப்படி விமரிசனம் செய்தார். நம் வழிக்குக் குறுக்கே நிற்கும் நபர்களுக்கும் குழுக்களுக்கும் துன்பம் உண்டாகக் கடவது. உண்மையில் நடந்தது அதுதான். ஜெர்மானிய, ஆஸ்திரியஹங்கேரிய, துருக்கிய பின்புலம் கொண்ட அமெரிக்கர்கள் தனிமைப்படுத்தப்பட்டனர். அவர்கள் மீது அடக்குமுறை ஏவப்பட்டது.

ஜூன் *1917*ம் ஆண்டு உருவாக்கப்பட்ட The Espionage Act எதிர் கருத்துகளை முறியடிப்பதற்கான சட்டப்பூர்வமான அதிகாரத்தை அரசுக்கு வழங்கியது. தொழிலாளர் கட்சியைச் சேர்ந்தவர்களும் சோஷலிச குழுக்களில் இருந்தவர்களும் போருக்கு எதிராகப் பிரசாரம் மேற்கொண்டு வந்தனர். இந்தச் சட்டம் இவர்களைக் கட்டுப்படுத்தியது. அரசின் போர் முயற்சிகளுக்கு எதிராக குரல் கொடுப்பவர்கள் கண்காணிக்கப்பட்டனர். அவர்கள் மீது நடவடிக்கை எடுக்கப்பட்டது. அமெரிக்காவுக்கு எதிரானவர்களைத் தாக்குவதற்கும் மிரட்டுவதற்கும் அரசு ஆதரவு பெற்ற

குண்டர் படைகள் அமைக்கப்பட்டன. அதிலொன்று, American Protective League. இதில் 2,50,000 பேர் உறுப்பினர்களாக இருந்தனர். சந்தேகத்துக்கு உள்ளானவர்களை இவர்கள் வேவு பார்த்தனர். அவர்களுடைய தபால்களைப் பிரித்துப் படித்தனர். பின்தொடர்ந்து நடவடிக்கைகளை ஆராய்ந்தனர். கைது செய்தனர். மிரட்டினர். தொல்லை தந்தனர்.

மதிக்கத்தக்க, செல்வந்தர்களாக வலம் வந்த ஜெர்மானிய அமெரிக்கர்கள் இப்போது கடுமையான வெறுக்கப்பட்டனர். புறக்கணிப்பு தொடங்கி வன்முறை வரை அனைத்தும் அவர்கள் மீது பிரயோகிக்கப்பட்டது. மிஸோரியில் உள்ள செயிண்ட் லூயிஸ் என்னும் பகுதியில் ராபர்ட் பிரேஜர் என்னும் ஜெர்மானிய அமெரிக்கரைக் கட்டி இழுத்துவந்து அவர் உடலில் அமெரிக்க தேசியக் கொடியைச் சுற்றினார்கள். ஐந்நூறு பேர் கொண்ட கும்பல் வேடிக்கை பார்த்துக்கொண்டிருக்க, ராபர்ட் அடித்துக் கொல்லப்பட்டார். சம்பந்தப்பட்டவர்கள் மீது வழக்குத் தொடரப்பட்டது. தள்ளுபடியும் செய்யப்பட்டது.

போர்ச் செய்திகளை வெளியிடும் நிறுவனம் என்று சொல்லித் தொடங்கப்பட்ட Committee on Public Information (சுருக்கமாக சிபிஐ), போர் குறித்து எப்படிப்பட்ட கருத்துகளை மக்கள் கொண்டிருக்கவேண்டும் என்பதை அறிவுறுத்தியது. 75,000 உறுப்பினர்களைக் கொண்ட பேச்சாளர் குழு, அமெரிக்கா முழுவதும் பயணம் செய்து சுருக்கமான உரைகள் நிகழ்த்தி மக்களின் மனநிலையை மாற்றும் பணியைச் செய்துவந்தது. சந்தேகப்படும் நபர்களை, எங்களிடம் அழைத்து வாருங்கள் நாங்கள் விசாரிக்கிறோம் என்று அறிவிப்புகள் வெளியிட்டார் கள். பிறகு, ஜெர்மனிக்கு எதிரான கதைகளைச் செய்திகளாகப் பரப்பினார்கள்.

வாய்ப்புகள்

போர் என்றால் லாபம் என்பதை அமெரிக்கா தெளிவாகக் கண்டுகொண்டது முதல் உலகப் போரில்தான். நேச நாடுகளின் ராணுவங்களுக்கு ஆயுதங்கள் ஏற்றுமதி செய்ததன் மூலம் அமெரிக்கத் தொழிற்சாலைகள் கொள்ளை லாபம் சம்பாதித்தன. அமெரிக்க விவசாயிகள் உணவுப் பொருள்களை நல்ல விலைக்கு ஏற்றுமதி செய்தனர். அமெரிக்க வங்கிகள், நேச நாடுகளுக்கு மகிழ்ச்சியுடன் கடனை வாரி வழங்கின. போரில் செய்யப்படும்

முதலீடு பல மடங்கு லாபத்தை ஈட்டித் தரும் என்று வங்கிகளுக்குத் தெரியும்.

ஜெர்மனி, பிரான்ஸ் ஆகிய நாடுகளில் உள்ள தொழிற்சாலைகள் அரசாங்கத்தால் போர் தேவைகளுக்காகப் பயன்படுத்திக் கொள்ளப்பட்டன. முதலாளித்துவமும் சந்தை பொருளாதாரமும் தழைத்தோங்கிய அமெரிக்காவில் இது சாத்தியமல்ல. ஒரு தொழிற்சாலை என்ன தயாரிக்கவேண்டும் என்பதை அரசாங்கம் நிர்ணயம் செய்யமுடியாது. ஆலை முதலாளிகள் மட்டுமே முடிவெடுக்கலாம். எனவே, அமெரிக்க அரசு, முதலாளிகளுடன் இணைந்து, அவர்களுக்கு வழிகாட்டும் பணியை மேற்கொண்டது. அரசுக்கும் முதலாளிகளுக்கும் இடையில் வெற்றிகரமான, வலுவான பந்தம் உருவானது.

ஜெர்மனி, பிரிட்டன், பிரான்ஸ் ஆகியவை சந்திக்க நேர்ந்த உணவுப் பற்றாக்குறையை அமெரிக்கா சந்திக்கவில்லை. எதிர்கால அதிபர், ஹெர்பர்ட் ஹூவரின் தலைமையில் உணவு நிர்வாகம் புத்திசாலித்தனமாகச் செயல்பட்டது. இன்ன பயிர்களைத்தான் நீங்கள் விளைவிக்கவேண்டும் என்று அவர் விவசாயிகளிடம் கட்டளையிடவில்லை. இன்ன விலைக்குதான் நீங்கள் கொள்முதல் செய்யவேண்டும் என்று விநியோகிப்பவர்களுக்கு அவர் உத்தரவு பிறப்பிக்கவில்லை. அதே சமயம், அரசு தரப்பு ஊக்குவிப்பு மூலமும் வெகுமதி மூலமும் தேவையான அளவுக்குக் குறிப்பிட்ட உணவுப் பயிர்கள் விளைவதை அவர் உறுதி செய்தார். அமெரிக்காவின் எதிர்கால நலன் கருதி அவற்றுக்குக் கூடுதல் விலை நிர்ணயிக்கவேண்டாம் என்று விநியோகிப்பவர்களிடம் கேட்டுக்கொண்டார்.

வீரர்கள்

அமெரிக்காவின் போர் அறிவிப்பைக் கேட்டு நேச நாடுகள் குதூகலமடைந்தன. செழுமையான பொருளாதாரமும், பலமான ராணுவமும் கொண்ட ஒரு நாடு உதவிக்கு வரும்போது, போர்ச் சுமை குறையும் அல்லவா? ஆனால், செனட்டில் அமெரிக்கர்கள் இந்த முடிவைச் சுலபத்தில் ஏற்றுக்கொள்ளவில்லை. பொருளாதார உதவிகள் அளித்தால் போதாதா, ராணுவத்தையும் அனுப்பவேண்டுமா என்று வருந்தினார்கள். அப்படியே அவசியமிருந்தாலும், கப்பல் படையை மட்டும் அனுப்பினால் போதாதா?

மே 1917ம் ஆண்டு, அரசாங்கத்தின் ஒரு பிரிவு (Selective Service Administration) ராணுவத்துக்கு ஆள்கள் எடுக்கும் வேலையைத் தொடங்கியது. 21 வயது முதல் 30 வயது வரையிலான ஆண்கள் இணைத்துக் கொள்ளப்பட்டனர். தேர்ந்தெடுக்கப்பட்டவர்களுக்கு உடனடி பயிற்சிகள் அளிக்கப்பட்டன.

1917ல் முதல் பிரிவு, பிரான்ஸுக்கு அனுப்பிவைக்கப்பட்டது. 1917 இறுதியில், 1,75,000 அமெரிக்க வீரர்கள் போர்க்களத்துக்கு அனுப்பப்பட்டனர். ராணுவ எண்ணிக்கையில் இது சிறியது. 1918 ஜூலை மாதத்துக்குள் 10 லட்சம் வீரர்கள் அனுப்பி வைக்கப்பட்டனர். அப்போது, ரஷ்யா போரில் இருந்து விடை பெற்றிருந்தது. ஜெர்மனி தன் இறுதித் தாக்குதலுக்குத் திட்டமிட்டுக்கொண்டிருந்தது. அமெரிக்காவின் இந்தப் பங்களிப்பு நேச நாடுகளுக்கு மிகப் பெரிய பலத்தை அளித்தது.

மேற்கு முனையில் 1918ம் ஆண்டு, ஜெர்மனி பிரான்ஸையும் பிரிட்டனையும் பின்னுக்குத் தள்ளிக்கொண்டிருந்தபோது, பிரான்ஸ் ஜெனரல் ஃபெர்டினாண்ட் ஃபோக், அமெரிக்க ஜெனரல் ஜான் பெர்ஷிங்கிடம் ஒரு விண்ணப்பம் வைத்தார். தயவு செய்து உங்கள் வீரர்களை எங்கள் குழுவில் இணைத்து விடுங்கள். அவர்களுக்கு நாங்கள் தலைமை தாங்குகிறோம். பெர்ஷிங் மறுத்துவிட்டார். அமெரிக்கா நேச நாடுகளுக்கு உதவும். ஆனால், நேச நாடுகளின் ஜெனரல்களுக்குக் கீழே போரிடாது. கடைசி வரை, அமெரிக்கா இந்தக் கொள்கையில் இருந்து மாறவில்லை. அமெரிக்கர்கள் தங்கள் ஜெனரல்களுக்கு மட்டுமே கட்டுப்பட்டனர். அதன் மூலம் போரின் போக்கு மாறியபோதும், அமெரிக்கா விட்டுக்கொடுக்கவில்லை.

அமெரிக்கா போரில் கலந்துகொண்ட சில மாதங்களில் போர் முடிவுக்கு வந்துவிட்டது. அமெரிக்க வீரர்களைக் கண்ணில் கண்டதுமே ஜெர்மனிக்குப் போரின் போக்கு புரிந்துவிட்டது. சோர்ந்து களைத்திருக்கும் வீரர்களுக்கு மத்தியில், புதிதாக வந்து சேர்ந்த இளம் அமெரிக்க வீரர்களைக் கண்டதுமே ஜெர்மனிக்குத் தெரிந்துவிட்டது. பட்டினியில் கிடக்கும் நம்மால் இவர்களை வெல்லமுடியாது. நவம்பர் 11, 1918 அன்று ஜெர்மனி சரணடைந்த பிறகு, அமெரிக்கா மீண்டும் ஜனநாயகம் பற்றி பேச ஆரம்பித்தது.

ஆப்பிரிக்க அமெரிக்கர்கள்

ஏப்ரல் 1917ம் ஆண்டு அமெரிக்கா ஜெர்மனி மீது போர்ப் பிரகடனம் செய்தபோது, ஆப்பிரிக்க அமெரிக்கர்கள் அமெரிக்கா வுக்கு ஆதரவு அளிக்க முன்வந்தனர். அமெரிக்காவின் போரை அவர்கள் வெள்ளையர்களின் போராகப் பார்க்கவில்லை. கறுப்பர்களாகிய நாமும் அமெரிக்கர்களே, இது நம் நாட்டின் போர் என்று எடுத்துக்கொண்டார்கள். பத்து லட்சம் பேர் உடனடி யாகப் போர் சேவையில் இணைந்துகொண்டனர். நான்கு லட்சம் பேர் தேர்வு செய்யப்பட்டனர். காலாட் படை, குதிரைப் படை, பொறியியல் பிரிவு, ஆம்புலன்ஸ், மருத்துவம் என்று அனைத்துப் பிரிவுகளிலும் அவர்கள் இணைத்துக்கொள்ளப்பட்டனர்.

போருக்குப் பிறகு அமெரிக்கா

போருக்குப் பிறகு, உலகின் சக்தி வாய்ந்த பொருளாதாரமாக அமெரிக்கா உருப்பெற்றது. போர் அமெரிக்காவுக்கு மட்டும் லாபகரமான ஓர் எதிர்காலத்தை அளித்திருந்தது. இறுதியில் கலந்துகொண்டு, பெரும் பொருளாதார சேதங்களோ உயிர் சேதங்களோ இல்லாமல், அமெரிக்கா தப்பித்துக்கொண்டது. போருக்குப் பிறகு வலிமையான ராணுவத்தையும் கப்பல் படையையும் அமெரிக்கா கட்டியமைத்தது. போர் அனுபவங்கள் அமெரிக்க ஜெனரல்களுக்கு உதவிகரமாக இருந்தன.

இருபதுகளில் ஐரோப்பா பொருளாதார நெருக்கடிகளில் சிக்கித் தவித்துக்கொண்டிருந்தபோது, அமெரிக்கா நான்கு கால் பாய்ச்சலில் முன்னேறியது. அதுவரை காணாத செல்வத்தை அமெரிக்கா கண்டது. இருபதுகளிலும் முப்பதுகளிலும் ஐரோப்பிய விவகாரங்களில் அதிகம் தலையிடாமல் இருந்த அமெரிக்கா, நாற்பதுகளில் இன்னொரு போருக்குத் தயாரானது.

22 முடிவு / 1918-1919

போர் நிறுத்தம்

போர் முடிவுக்கு வந்துவிட்டது என்று சில தினங்கள் முன்பே வதந்திகள் பரவ ஆரம்பித்துவிட்டன. அதை நம்பி அமெரிக்கர்கள் கொண்டாடவும் ஆரம்பித்துவிட்டனர். பிறகு உண்மை தெரிந்ததும் கோபம் கொண்டவர்கள், செய்தித்தாள்களைக் கிழித்துப்போட்டுக் கொளுத்தினார்கள். கடைகளைச் சூறையாடினார்கள். நவம்பர் 11, 1918 காலை ஜெர்மனியின் 425வது காலாட்படையைச் சேர்ந்த வீரர்கள் அமெரிக்கர்களின் துப்பாக்கிகளுக்கு இரையாகிக்கொண்டிருந்தனர். துணிச்சலுடன் அமெரிக்கர்களின் பகுதிக்குள் நுழைந்துவிட்ட ஒரு ஜெர்மானிய அதிகாரியின் தலையில் குண்டு பாய்ந்தது. எதிரிகளை விடவேண்டாம், இறுதி வரை கொல்லுங்கள் என்று ஜெர்மானியர்களுக்கும் அமெரிக்கர்களுக்கும் உத்தரவாகியிருந்தது.

காலை 11 மணிக்குப் போர் முடிவுக்கு வந்தது. துப்பாக்கிகள் அமைதியாக்கப்பட்டன. சட்டென்று இறுக்கம் கலைந்த உணர்வு. சில ஜெர்மானியர்கள் துப்பாக்கிகளைக் கீழே போட்டுவிட்டு எச்சரிக்கை உணர்வுடன் கம்பி வேலிகளைத் தாண்டி பொதுவில் பிரவேசித்தனர். அமெரிக்கர்களுடன் கைகுலுக்கி சிகரெட்டுகள், உணவுப் பொருள்கள் பெற்றுக்

கொண்டனர். சில அமெரிக்கர்கள் ஜெர்மானியர்களுக்கு எதுவும் அளிக்காமல் திருப்பியனுப்பினார்கள். சில ஜெர்மானியர்கள் தங்கள் பிஸ்டல்களை அமெரிக்கர்களுக்கு அளித்து சிகரெட்டுகள் பெற்றுக்கொண்டனர்.

பிரான்ஸில் இருந்து அமெரிக்கா வரை, ஆஸ்திரேலியாவில் இருந்து நியூசிலாந்து வரை மக்கள் வீதிகளில் திரண்டு கொண்டாட ஆரம்பித்தனர். பள்ளிகளுக்கு விடுமுறை அறிவிக்கப்பட்டிருந்தது. Yankee Doodle Dandy அமெரிக்காவின் தேசிய கீதம் என்று புரிந்துவைத்திருந்த பிரெஞ்சு மக்கள் வீதிகளில் இந்தப் பாடலைப் பாடி அமெரிக்காவுக்கு நன்றி கூறினர். லண்டனில் பிக் பென் கடிகாரம் 1914ம் ஆண்டுக்குப் பிறகு முதல் முறையாக இடைவிடாமல் சத்தம் எழுப்பியது. ட்ரஃபால்கர் சதுக்கத்தில் மூன்று தினங்கள் கொண்டாட்டங்கள் நடைபெற்றன. அமெரிக்கா சுதந்தர தேவி சிலைக்கு ஒளியூட்டி தன் மகிழ்ச்சியைப் பகிர்ந்து கொண்டது.

போர் முடிவுக்கு வந்த நவம்பர் 11ம் தேதி ராணுவத்தில் இணைந்த அமெரிக்க வீரர்களுக்கு அன்றைய தினமே நிரந்தர விடுப்பும் அளிக்கப்பட்டது. கார் தயாரிப்பில் ஈடுபட்டு வந்த ஃபோர்ட் நிறுவனம், போர் தொடங்கிய பிறகு, போருக்குத் தேவையான தயாரிப்புகளில் மட்டும் கவனம் செலுத்த ஆரம்பித்தது. போர் முடிவுக்கு வந்ததையடுத்து அமைதிக் காலத்தில் தேவைப்படும் டிராக்டர்களைப் பெருமளவில் உற்பத்தி செய்ய ஆரம்பித்தது. ஓபராக்களும் தேவாலயங்களும் பூங்காக்களும் விழாக்கோலம் பூண்டிருந்தன. புகழ்பெற்ற பிரிட்டிஷ் கவிஞர் வில்ஃப்ரெட் ஓவனின் குடும்பத்தினர் குதூகலத்தில் இருந்தபோது, தந்தி வந்தது. ஒரு வாரம் முன்பு ஓவன் இறந்துபோயிருந்தார்.

ஜெர்மானியர்கள் அச்சத்தின் பிடியில் இருந்து இன்னமும் விடுபடவில்லை. தோல்வி அவர்களை அழுத்திக்கொண்டிருந்தது. கடினமான நேரம் இன்னும் முடிவடையவில்லை என்று பேசிக்கொண்டார்கள். போர் முடிந்துவிடவில்லை, வேறு வடிவம் எடுத்திருக்கிறது. உலகம் கொண்டாடிக்கொண்டிருந்த போது, ஜெர்மானியர்கள் வேலை தேடிக்கொண்டிருந்தார்கள். பலர், பட்டினியில் இருந்தார்கள். போருக்குப் பிந்தைய அமைதி பலரது இதயங்களை அறுத்துக்கொண்டிருந்தது.

வெளியேறும் படைகள்

முதலில் வீடு திரும்பியவர்கள் ஜெர்மானியர்கள். அனைத்து அந்நியப் பகுதிகளில் இருந்தும் ஜெர்மானியர்கள் உடனடியாக வெளியேறவேண்டும் என்று நேச நாடுகள் உத்தரவிட்டிருந்தன. மேற்கு முனையிலும் பிற போர்முனைகளிலும் இருந்த ஜெர்மன் வீரர்கள் வெளியேற ஆரம்பித்தனர். பலர் போர் முடிவடைவ தற்கு முன்பே வீடு திரும்ப ஆரம்பித்துவிட்டனர். விடுப்பு எடுத்துக்கொண்டு சென்ற வீரர்கள் போர்க்களத்துக்குத் திரும் பவேயில்லை. பசியும் இழப்பும் தோல்வியும் மனச்சோர்வும் அவர்களை அலைக்கழித்திருந்தது.

பிரான்ஸ், பெல்ஜியம், லக்ஸம்பர்க், ஆல்சேஸ்-லோரெயின் ஆகிய பகுதிகளில் இருந்து வெளியேற ஜெர்மனிக்கு 15 தினங்கள் அவகாசம் அளிக்கப்பட்டிருந்தது. பெரும்பாலான பிரிவுகள் எந்தவித சிக்கலுமின்றி வெளியேறின. பகல், இரவு பாராமல் வீரர்கள் 12 மணி நேரங்கள் தொடர்ச்சியாக நடைபயணம் மேற்கொண்டனர். கடைசிப் பிரிவு ஜனவரி 1919ல் ஜெர்மனி வந்து சேர்ந்தது. பெல்ஜியம் மக்கள் தங்கள் தேசியக் கொடியை உயர்த்திப் பிடித்து நடந்து சென்ற ஜெர்மானியர்களைக் கேலி செய்தனர். நவம்பர் மாதம் ஜெர்மனியின் எல்லைக்குள் வீரர்கள் பிரவேசித்தபோது, அவர்கள் குடும்பத்தினரிடமிருந்து மகிழ்ச்சி யான வரவேற்பு கிடைத்தது. பலர் பூங்கொத்துகளுடன் திரண் டிருந்தனர். பலர் சிகரெட்டுகள், உணவுப் பொருள்களுடன் காத்திருந்தனர். உயிருடன் திரும்பியதே பெரிது என்பதால் தோல்வியை அவர்கள் மறந்திருந்தனர்.

பல்லாயிரக்கணக்கான ஜெர்மானியர்கள் சிறைபிடிக்கப்பட்டிருந் தனர். அமைதி ஒப்பந்தம் கையெழுத்தாகி ஓராண்டுக்குப் பிறகே பலர் விடுவிக்கப்பட்டனர். அமெரிக்கா, பிரிட்டன், பிரான்ஸ் ஆகிய நாடுகளில் கைதிகளாக இருந்த ஜெர்மானியர்கள் புணர் நிர்மாணப் பணிகளில் ஈடுபடுத்தப்பட்டனர். இவர்கள் 1920ம் ஆண்டு திருப்பியனுப்பப்பட்டனர். கைதிகள் வீடு திரும்பிய போது, அவர்களுக்கு அரசாங்க வரவேற்பு அளிக்கப்பட்டது.

அட்லாண்டிக் தாண்டி வெளியேறுவதற்கு அமெரிக்க வீரர்களுக்கு நேரம் பிடித்தது. சுலபமான போக்குவரத்து எதுவும் கிடைக்க வில்லை. ஜெர்மானிய வீரர்கள் பலர் சிவிலியன் வாழ்க்கைக்குத் திரும்பி வெகு நாள்கள் கழித்தே அமெரிக்க வீரர்கள் இறுதியாக வீடு வந்து சேர்ந்தனர்.

பிரிட்டனுக்கும் பிரான்ஸுக்கும் இந்தக் கவலை இல்லை. வீரர்கள் உடனடியாக வெளியேற ஆரம்பித்தனர். ஆனால் அவர்களுடைய கவலை வேறு. லட்சக்கணக்கில் இணைத்துக் கொண்ட ராணுவ வீரர்களை என்ன செய்வது? தொடர்ந்து பணியில் வைத்திருப்பதா அல்லது திருப்பியனுப்புவதா? அல்லது நாட்டை மறுகட்டுமானம் செய்யும் பணிக்கு அவர் களைப் பயன்படுத்திக்கொள்ளலாமா? எனில், அழிக்கத் தெரிந்த வர்களுக்கு அழிவைச் சீராக்கத் தெரிந்திருக்குமா? முடிவெடுக்க முடியாமல் இந்த இரு நாடுகளும் திணறின. அதற்குள் ராணுவ வீரர்கள் போராட்டத்தில் ஈடுபட ஆரம்பித்துவிட்டனர். வீரர் களைத் திருப்திப்படுத்த இரு நாட்டு அரசாலும் முடியவில்லை.

போர் முடிவுக்கு வந்த தேதியில் இருந்து ஏப்ரல் 1919 வரை, தினமும் 4000 அமெரிக்கர்கள் திருப்பியனுப்பப்பட்டனர். மறுகட்டுமானப் பணிகளுக்கு அவர்களைப் பயன்படுத்திக்கொள்ள நேச நாடுகள் விரும்பின. ஆனால், அமெரிக்கா இதற்கு ஒப்புக்கொள்ளவில்லை. ஆக்கிரமிக்கப்பட்ட நாடுகளில் ராணுவம் மேற்கொள்ளும் பணிகளுக்கு Occupation duty என்று பெயர். டிசம்பர் 1, 1918 அன்று Trier, Coblenz ஆகிய ஜெர்மானிய நகரங்களுக்கு அமெரிக்கர்கள் இந்தப் பணிகளுக்காக அனுப்பிவைக்கப்பட்டனர். 1919ல் ஒரு லட்சம் பேர் ஜெர்மனியில் இருந்தனர். பிறகு, படிப்படியாக இந்த எண்ணிக்கை குறைந்தது. நாடு திரும்பும் ஒவ்வொரு வீரருக்கும் 60 டாலரும் பயணச்சீட்டும் அளிக்கப்பட்டன. ஒரு கோட்டும் ஒரு ஜோடி பூட்ஸும் வைத்துக்கொள்ள வீரர்களுக்கு அனுமதி அளிக்கப்பட்டது. பெரும்பாலான அமெரிக்க வீரர்கள் தங்கள் வீடுகளில் ஹெல்மெட், தலைக்கவசம் ஆகியவற்றை நினைவுப் பொருள்களாக வைத்திருந்தனர்.

பிரெஞ்சு வீரர்கள் அவர்களுடைய வயது, அனுபவம் ஆகிய வற்றின் அடிப்படையில் பணியில் இருந்து விடுவிக்கப்பட்டனர். டிசம்பர் மாதம் தொடங்கி, 50 முதல் 52 வயதானவர்களைப் பணியில் இருந்து விடுவித்தது. பத்து நாள்களுக்கு ஒருமுறை இளைஞர்கள் வீட்டுக்கு அனுப்பப்பட்டனர். ஏப்ரல் 1919ல், 20 லட்சம் பேர் சிவிலியன் வாழ்க்கைக்குத் திரும்பினர்.

வில்சன் திட்டம்

போர் குறித்துப் பேசி ஓய்ந்திருந்த நிலையில், அமைதி குறித்துப் பேசத் தொடங்கியிருந்தார் உட்ரோ வில்சன். ஜனவரி 8, 1918

அன்று அமெரிக்க காங்கிரஸ் சபையில் தன் திட்டத்தை அறிவித்தார் உட்ரோ வில்சன். பதினான்கு அம்சங்களைக் கொண்டிருந்தது அந்தத் திட்டம். போரை முடிவுக்குக் கொண்டு வருவது குறித்தும் எதிர்காலத்தில் அமைதியைப் பேணவேண்டிய அவசியம் குறித்தும் அவர் உரையாற்றினார். பிரான்ஸ், பிரிட்டன் ஆகிய ஐரோப்பிய சக்திகள் பலவீனமான நிலையில் இருந்த சமயம் அது. அமெரிக்கா மட்டுமே செழிப்பாக இருந்தது. அமைதி குறித்துப் பேசுவதற்கும் எதிர்காலத்துக்குத் திட்டமிடு வதற்கும் அமெரிக்காவுக்கு மட்டுமே உரிமை இருக்கிறது என்று வில்சன் நினைத்தார். போர் முடிவடைவதற்கு முன்பே வில்சன் தன் திட்டத்தை அறிவித்துவிட்டார்.

வில்சன் திட்டத்தின் முதல் ஐந்து அம்சங்கள், பொதுவான விதிகளை முன்வைத்தது. போரிடும் நாடுகள் தங்களுக்குள் கலந்து பேசி ஒரு தீர்மானத்தைக் கொண்டுவரவேண்டும். பழைய ரகசிய ஒப்பந்தங்களுக்கு மாற்றாக புதிய ஒப்பந்தம் செயல் படவேண்டும். நாடுகள் தங்களுக்குள் சுதந்தரமாக வர்த்தகப் பரிவர்த்தனைகள் செய்துகொள்ளவேண்டும். கடல் சுதந்தர மாகப் பயன்படுத்தப்படவேண்டும். காலனிய பிரதேசங்கள் குறித்து முடிவெடுக்கவேண்டும்.

ஆறு முதல் பதிமூன்று வரையிலான அம்சங்கள், பிரதேசப் பங்கீடு பற்றியவை. வேறு வார்த்தைகளில் சொல்வதானால், மைய நாடுகளுக்கு அளிக்கப்படவேண்டிய தண்டனைகள் பற்றியது. பிரான்ஸ், இத்தாலி ஆகிய நாடுகளுக்குக் குறிப்பிட்ட பிரதேசங்கள் அளிக்கப்படவேண்டும். ஆஸ்திரியா-ஹங்கேரி, ஒட்டமான் சாம்ராஜ்ஜியம் ஆகியவற்றில் வசிக்கும் மக்களுக்கு சுயாட்சி உரிமை வழங்கப்படவேண்டும். அதாவது, இந்த இரு சாம்ராஜ்ஜியங்களையும் உடைக்கவேண்டும்.

பதினான்காவது அம்சம், 'நாடுகள் ஒன்றிணைந்து உருவாக்கப் போகும் பொதுவான ஓர் அமைப்பு' பற்றியது. சிறிய, பெரிய நாடுகள் அனைத்தும் ஒன்றிணைந்து இந்த அமைப்பை உருவாக்க வேண்டும் என்றும் எதிர்காலத்தில் இன்னொரு போர் மூளாமல் பார்த்துக்கொள்ளவேண்டியது இந்த அமைப்பின் பணி என்றும் வரையறுக்கப்பட்டது.

நவம்பர் 11, 1918 அன்று ஜெர்மனி நேச நாடுகளிடம் சர ணடைந்தது. போர் முடிவுக்கு வந்தது. அப்போது ஜெர்மனியின்

கைவசம், பெல்ஜியம், பிரான்ஸ் ஆகிய நாடுகளில் கைப்பற்றிய சில பிரதேசங்கள் இருந்தன. ஜெர்மனி சில விஷயங்களைத் தெளிவுபடுத்த விரும்பியது. எங்களைத் தோற்றுப்போன நாடாகக் கருதமுடியாது. போரை நிறுத்தலாம் என்று நாம் அனைவரும் சேர்ந்து முடிவு செய்துள்ளோம். அவ்வளவுதான். ஆனால், ஜெர்மனியின் இந்த வாதத்தை பிரிட்டன், பிரான்ஸ், இத்தாலி ஆகிய நாடுகள் நிராகரித்தன. வில்சனின் பதினான்கு அம்ச திட்டத்தையும் இவர்கள் ஏற்றுக்கொள்ளவில்லை.

பழி

இந்தப் போருக்கான பழியை யார் மீது சுமத்துவது என்பது 1914க்கு முன்னரே முடிவாகிவிட்டது. அனைத்து நாடுகளும் தங்களை நிரபராதியாக முன்னிறுத்தின. நாங்கள் நடத்தியது தாக்குதல் போர் அல்ல, தற்காப்பு போர்தான் என்று நிரூபிக்க முயன்றன. பிரிட்டன், பிரான்ஸ், ரஷ்யா, பெல்ஜியம் ஆகிய நாடுகள் தங்கள் எதிரிகளைத் தெளிவாக அடையாளம் காட்டின. ஜெர்மனி, ஆஸ்திரியா. இந்த எதிரிகளிடம் இருந்து எங்களைக் காப்பாற்றிக் கொள்ளவும், அவர்களிடம் சிக்கிக்கொண்ட சிறு நாடுகளைக் காப்பாற்றவும் இந்தப் போரில் இறங்கியதாக அவர்கள் வாதிட்டனர். பெல்ஜியத்தையும் லக்ஸம்பர்கையும் ஜெர்மனி ஆக்கிரமித்த சம்பவங்கள் போதாதா அந்நாட்டை ஆக்கிரமிப் பாளராகக் காட்டுவதற்கு? ஆனால், ஜெர்மனி ரஷ்யாவைச் சுட்டிக்காட்டியது. ஜாரின் ஆக்கிரமிப்பைத் தடுக்கவே போரில் இறங்கியதாக ஜெர்மனி வாதம் புரிந்தது.

ஒவ்வொரு நாடும் தங்கள் வாதத்தை எடுத்துரைக்கும் 'வண்ணப் புத்தகங்களை' வெளியிட்டன. (ஜெர்மனியின் White Book, பிரிட்டனின் Blue Book, ரஷ்யாவின் Orange Book, ஆஸ்திரியா-ஹங்கேரியின் Red Book, பிரான்ஸின் Yellow Book.) இதில் சில புத்தகங்கள் போருக்கு முன்பே எழுதப்பட்டுவிட்டன. உதாரணத்துக்கு, ஜெர்மனியின் புத்தகம். ஜெர்மனியின் வளம் மீதும் தொழில் முன்னேற்றத்தின் மீதும் ரஷ்யாவுக்குப் பொறாமை இருந்ததாகவும் அதன் காரணமாக, ஜெர்மானியர் களை அழிக்க போர் ஒன்று திட்டமிடப்பட்டுள்ளதாகவும் ஜெர்மனி குற்றம்சாட்டியது. இன்று எங்கள் மீது கொண்ட வெறுப்பு நாளை அமெரிக்கா மீதும் திரும்பலாம் என்று ஜெர்மனி சுட்டிக்காட்டியது. ஆனால், அமெரிக்கா இதைக் கண்டு கொள்ளாமல், ரஷ்யாவுடன் கூட்டு சேர்ந்தது.

அமைதிப் பேச்சுவார்த்தை

1919ம் ஆண்டு ஆரம்பமான பாரீஸ் அமைதி பேச்சுவார்த்தையில் 27 நாடுகள் கலந்துகொண்டன. சிறிய நாடுகளின் விண்ணப்பங் களை முதலில் எடுத்துக்கொண்டார்கள். அவர்களது குறைகள், எதிர்பார்ப்புகள் உடனுக்குடன் விவாதிக்கப்பட்டன. தீர்வுகள் அளிக்கப்பட்டன. சிக்கலான விஷயங்களை முடிவுசெய்யும் பொறுப்பு நான்கு பெரிய மனிதர்களிடம் ஒப்படைக்கப்பட்டது. அமெரிக்காவின் உட்ரோ வில்சன். பிரிட்டனின் டேவிட் லாயிட் ஜார்ஜ். பிரான்ஸின் பிரீமியர், ஜார்ஜஸ் கிளமென்செயூ (Georges Clemenceau). இத்தாலியின் பிரீமியர், விட்டோரியோ ஓர்லாண்டோ (Vittorio Orlando). போருக்குப் பிந்தைய உலகம் எப்படி இருக்கவேண்டும் என்பதை இந்த நால்வர் முடிவு செய்ய வேண்டும். ஆனால், ஒவ்வொருவரும் ஒவ்வொரு விதமாகச் சிந்தித்தனர். ஒவ்வொரு விதமான தீர்வை முன்வைத்தனர்.

வில்சன் தனது பதினான்கு அம்ச திட்டத்தைச் சிபாரிசு செய்தார். மற்ற தலைவர்களின் கோரிக்கைகளை அவர் அசுவாரஸ்யமாக கேட்டுக்கொண்டார். தன்னுடைய திட்டம் மட்டும்தான் அனைவருக்குமான தீர்வாக இருக்கமுடியும் என்றார் வில்சன். வில்சனின் திட்டத்தை லாயிட் ஜார்ஜ் நிராகரித்தார். 'ஜனநாயகம் குறித்தும், எது சரி எது தவறு என்பது குறித்தும் அமெரிக்க பிரதமர் கோடிட்டுக்காட்டும் கருத்துகள் மிகவும் எளிமையானவை' என்றார் ஜார்ஜ். 'தன்னை ஒரு மதப்பிரசாரகராக அவர் கருதிக் கொள்கிறார். தவறான, பழமையான கடவுள்களை வணங்கும் ஐரோப்பியர்களை நன்னெறிப்படுத்தும் நோக்கில் அவர் திட்டங்களை அளிக்கிறார்' என்றும் ஜார்ஜ் கிண்டலடித்தார். நான்தான் உயர்ந்தவன், நான் சொல்வதைத்தான் நீங்கள் கேட்கவேண்டும் என்னும் அதிகாரத் தொனி உட்ரோ வில்சனின் திட்டத்தில் பரவியிருந்ததை அவர் கண்டித்தார்.

அமெரிக்கா முன்வைத்த பிரதேசப் பங்கீடுகளை இத்தாலி ஏற்றுக்கொள்ள மறுத்தது. பிரெஞ்சு பிரீமியர் கோபத்தில் சீறினார். 'கடந்த இரண்டாயிரம் ஆண்டுகளில், அமைதி குறித்து யோசிக்கத் தெரிந்தவன் நான் மட்டும்தான் என்று நினைப் பவரிடம் நான் என்ன பேசமுடியும்?'

உட்ரோ வில்சன் எதுபற்றியும் கவலைகொள்ளவில்லை. செய்தித் தாள்கள் விரும்பி எடுத்தாளும் வகையில் பல வண்ணமயமான

விளக்கங்களையும், திட்டங்களையும் அவர் அளித்துக்கொண்டே இருந்தார். அமைதி, ஜனநாயகம், எதிர்காலம், மானுடம், நம்பிக்கை போன்ற வார்த்தைகளை அள்ளித் தெளித்தார். பிரிட்டனும் இத்தாலியும் பிரான்ஸும் தெளிவாக இருந்தன. நாங்கள் அனுபவித்த துயரங்களுக்கு, தக்க இழப்பீடு அளிக்கவேண்டும். அது மட்டும்தான் எதிர்கால அமைதியை உறுதி செய்யும். அதுதான் நீதியும்கூட.

பிரான்ஸின் எதிர்பார்ப்பும் கோரிக்கையும் விரிவானது. நடந்து முடிந்த போரில் அதிகம் பாதிக்கப்பட்டவர்கள் நாங்கள்தான். போரின் போது அதிக உயிரிழப்புகளைச் சந்தித்திருக்கிறோம். பொருள் சேதமும் பிரம்மாண்டமானது. ஈடு செய்ய முடியாத பெரும் இழப்புகள் இவை. எங்கள் முதல் கோரிக்கை, ஆல்சேஸ்-லோரெயின். பிஸ்மார்க்கின் ஜெர்மனி அபகரித்த ஆல்சேஸ்-லோரெயின் பிரதேசங்கள் திருப்பி அளிக்கப்பட வேண்டும். எங்களுக்கு இழப்பை ஏற்படுத்திய ஜெர்மனியின் பலம் அடக்கப்படவேண்டும். இன்னொரு யுத்தத்தைத் தொடுக்க முடியாதபடி ஜெர்மனி கட்டுப்படுத்தப்பட வேண்டும். மேலும், ஜெர்மனி போருக்கான செலவை எங்களுக்கு அளிக்கவேண்டும்.

இத்தாலியின் கோரிக்கை வெளிப்படையானது. நாங்கள் போரில் ஈடுபட்டதன் நோக்கம், ஆஸ்திரியா-ஹங்கேரியிடம் இருந்து நிலப்பரப்பைப் பெறுவது. இதனை நிறைவேற்றுவதாக நேச நாடுகள் அணி எங்களுக்கு வாக்குறுதி அளித்துள்ளது. கொடுத்த வாக்குறுதி காப்பாற்றப்படவேண்டும்.

பிரிட்டனின் எதிர்பார்ப்பு, கலவையானது. பிரான்ஸைப் போலவே பிரிட்டனும் கடுமையான இழப்புகளைச் சந்தித் திருந்தது. பிரான்ஸைப் போலவே பிரிட்டனும் ஜெர்மனியிடம் இருந்து இழப்பீடு எதிர்பார்த்தது. ஆனால், அவ்வாறு செய்வது ஜெர்மனியின் பொருளாதாரத்தைக் கடுமையாகப் பாதிக்கும் என்று பிரிட்டன் அஞ்சியது. அக்கறை காரணமல்ல. போருக்கு முன்புவரை, பிரிட்டனின் தொழில்துறை கூட்டாளியாக ஜெர்மனி திகழ்ந்து வந்தது. ஜெர்மனியின் பொருளாதாரம் நொடிந்துபோனால், பிரிட்டனுக்கும் அது இழப்புதான். அதே சமயம், ஐரோப்பாவைப் பெரும் புயலில் சிக்கவைத்த ஜெர்மனி தண்டிக்கப்படவேண்டியதும் அவசியமே.

வெர்ஸைல்ஸ் ஒப்பந்தம்

நான்கு நாடுகளும் ஒன்றிணைந்து வில்சனின் பதினான்கு அம்ச திட்டத்தை நிராகரித்தன. மற்ற விஷயங்கள் குறித்துப் பேச்சு வார்த்தைகள் தொடர்ந்துகொண்டிருந்தன. மே 1919ம் ஆண்டு, இந்நாடுகள் தங்கள் கோரிக்கைகளைத் தனித்தனியே தயார் செய்தன. அதில் ஒன்று ஜெர்மனியுடனான ஒப்பந்தம் பற்றியது. வெர்ஸைல்ஸ் ஒப்பந்தம் என்று அது அழைக்கப்பட்டது.

ஒப்பந்தத்தின் முக்கிய அம்சங்கள் இவை. 227வது பிரிவு, ஜெர்மானியப் பேரரசர் கெய்ஸர் வில்லியம், சர்வதேச மனித குலத்துக்கு எதிராகக் குற்றச்செயல்கள் புரிந்தவர் என்று குற்றம் சாட்டியது. போர்க் குற்றவாளியாக அவர் விசாரிக்கப்பட வேண்டும் என்று கோரியது. 228 தொடங்கி 230 வரையிலான பிரிவுகள் பிற ஜெர்மானிய போர் குற்றவாளிகள் பற்றியது.

231வது பிரிவு. 'ஜெர்மனியும் அதன் கூட்டு நாடுகளும் நேச நாடுகள் மீதும் அந்நாட்டு மக்கள் மீதும் ஏற்படுத்திய பாதிப்பு களுக்கும் இழப்புகளுக்கும் ஜெர்மனி பொறுப்பேற்கிறது. இந்தப் போர் மூண்டதற்கும் இந்தப் பாதிப்புகள் ஏற்பட்டதற்கும் ஜெர்மனியும் அதன் கூட்டணி நாடுகளும் பொறுப்பேற்கும்.' அதாவது, போர் தொடங்கியதற்கான பொறுப்பையும் அதற் குண்டான அவமானத்தையும் ஜெர்மனி சுமக்கவேண்டும்.

ஒப்பந்தத்தின் 231வது பிரிவு இழப்பீடுகள் பற்றியது. ஜெர்மனி நேச நாடுகளுக்கு உண்டாக்கிய சேதத்துக்கு இழப்பீடு அளிக்க வேண்டும் என்கிறது இந்தப் பிரிவு. தொடக்கத்தில் கோரப்பட்ட தொகை, 226 பில்லியன் ஜெர்மன் மார்க். 1921ம் ஆண்டு இது 132 பில்லியனாக குறைக்கப்பட்டது. அன்றைய மதிப்பில், 31.4 பில்லியன் டாலர். (2010 கணக்கில், 438 பில்லியன் டாலர்).

இந்த இழப்பீடுகளைச் செலுத்த முப்பது ஆண்டு அவகாசம் அளிக்கப்படும். ஜெர்மனியின் காலனிகள் முழுமுற்றாகப் பிடுங்கிக்கொள்ளப்படும். மேற்குப் பகுதியில் (ரைன்லாந்தில்) ஜெர்மனி ராணுவம் வைத்துக்கொள்வது தடைசெய்யப்படும். ஆஸ்திரியாவுடன் யூனியன் சேரக்கூடாது. போர் தொடர்பான பொருள்கள் எதையும் எந்த நாட்டில் இருந்தும் இறக்குமதி செய்யக்கூடாது. நீர்மூழ்கிகளைத் தயாரிக்கவோ வாங்கவோ கூடாது. விமானப்படை வைத்துக்கொள்ள அனுமதியில்லை.

நிரந்தர அவமானத்தையும் குற்றவுணர்வையும் திணிக்கும் இந்த ஒப்பந்தத்தில் கையெழுத்திட ஜெர்மனி மறுத்தது. கோப மடைந்த நேச நாடுகள் சில தினங்களில் ஜெர்மனி மீது போர்ப் பிரகடனம் செய்தன. ஜெர்மனி மீது கூட்டாகப் படையெடுக்கும் திட்டத்தையும் நேச நாடுகள் வெளிப்படுத்தின. வேறு வழியின்றி, ஜெர்மனி ஒப்பந்தத்தை ஏற்றுக்கொண்டது.

ஜூன் 28, 1919 அன்று பிரான்ஸில் உள்ள வெர்ஸைல்ஸில், ஹால் ஆஃப் மிரர்ஸ் என்னும் அரங்கில் ஜெர்மனி ஒப்பந்தத்தில் கையெழுத்திட்டது. கிட்டத்தட்ட 50 ஆண்டுகளுக்கு முன், ஜனவரி 18, 1871ம் ஆண்டு, இதே வெர்ஸைல்ஸில், ஒன்றுபட்ட ஜெர்மனியை பிஸ்மார்க் உருவாக்கினார். ஜெர்மன் வரலாற்றில் பெருமிதத்தின் அடையாளமாகக் கருதப்பட்ட வெர்ஸைல்ஸ், இன்று அவமானத்தின் சின்னமாக மாறிப்போனது.

மைய நாடுகளின் நிலை

ஜெர்மனி மட்டுமல்ல, மைய நாடுகள் அணியில் இருந்த ஆஸ்திரியா-ஹங்கேரி, துருக்கி, பல்கேரியா ஆகிய நாடுகளும் 1920ம் ஆண்டு தனித்தனியே ஒப்பந்தத்தில் கையெழுத்திட்டன. ஒவ்வொரு நாடும் தனித்தனியே இழப்பீடு அளிக்கவேண்டி யிருந்தது. ஆஸ்திரியா-ஹங்கேரி அதிகபட்ச இழப்பை ஏற்கெனவே சந்தித்திருந்தது. இரு நாடுகளும் கூட்டமைப்பில் இருந்து உடைந்திருந்தன. ஆஸ்திரியா-ஹங்கேரி என்றொரு சாம்ராஜ்ஜியமே இல்லை என்றாகிவிட்ட நிலையிலும், ஆஸ்திரியாவும் ஹங்கேரியும் தனித்தனியே இழப்பீடுகள் தர வேண்டியிருந்தது.

ஆஸ்திரியா தனது நிலப்பரப்பின் பெரும் பகுதியை இத்தாலிக்கு அளித்தது. எஞ்சியிருந்த தெற்குப் பிரதேசம் யுகோஸ்லாவியாவாக உருப்பெற்று தனிநாடானது. (1990களில் நடைபெற்ற பால்கன் யுத்தங்களின்போது, யுகோஸ்லாவியா உடைந்து போஸ்னியா மற்றும் ஹெர்சகோவ்னியா, க்ரோஷியா, செர்பியா ஆகிய நாடுகளாகப் பிரிந்தன). போலந்தும் புதிதாக உருவான செக்கோஸ்லாவாக்கியாவும்கூட, ஆஸ்திரியா-ஹங்கேரி சாம் ராஜ்ஜியத்தில் இருந்து பங்கு எதிர்பார்த்தன. பல்கேரியா உடைக்கப்பட்டு, அதன் சில பாகங்கள் ரொமேனியாவுக்கும் யுகோஸ்லோவியாவுக்கும் கிரீஸுக்கும் அளிக்கப்பட்டன. Treaty of Sèvres ஒட்டமான் சாம்ராஜ்ஜியத்தைப் பிளவுபடுத்தியது.

உடையும் ஆஸ்திரியா-ஹங்கேரி

ஜெர்மனியின் காலனி நாடுகள் குறித்தும் முடிவெடுக்க வேண்டியிருந்தது. பிரான்ஸும் பிரிட்டனும், இந்தப் போரில் கைப்பற்றிக்கொண்ட ஜெர்மனியின் காலனிகளைத் தக்க வைத்துக்கொள்ள விரும்பின. வில்சனும் சிறிய நாடுகளைச் சேர்ந்த தலைவர்களும் இந்தக் காலனிகளுக்கு சுதந்தரம் அளித்துவிடலாம் என்று அபிப்பிராயப்பட்டனர். இறுதியில், லீக் ஆஃப் நேஷன்ஸ் அமைப்பு இந்தக் காலனிகளைக் கட்டுப் படுத்தும் என்று முடிவானது. ஜெர்மனியின் இரு முன்னாள் காலனிகள் (இன்றைய டான்ஸானியா, நமீபியா) பிரிட்டனின் அதிகாரத்துக்கு உட்படுத்தப்பட்டது. காமரூன், பிரான்ஸின் கட்டுப்பாட்டின் கீழ் வந்தது.

துருக்கியில் நிலவிய அரசியல் குழப்பங்கள், அதன் சுல்தானை பதவியில் இருந்து கீழிறக்கியது. முஸ்தபா கமால் அதாதுர்க் தலைமையில் நவீன துருக்கி உருப்பெற்று எழுந்தது.

போருக்குப் பிறகு ஜெர்மனி

நேச நாடுகள் ஜெர்மனி மீது திணித்த வெர்ஸைல்ஸ் ஒப்பந்தம், ஜெர்மனி மீது பழி சுமத்துவதற்கும் ஜெர்மனியின் பிரதேசங்களை அபகரிப்பதற்கும் நஷ்ட ஈடு பெறுவதற்கும் மட்டுமே பயன் பட்டது. 1919ம் ஆண்டு அமைதிப் பேச்சுவார்த்தையின்

விளைவாக கிழக்கு ஐரோப்பாவின் வரைபடம் மாற்றியமைக்கப் பட்டது. பகைமை கொண்டிருந்த வெவ்வேறு இன மக்கள் யுகோஸ்லோவியா என்னும் ஒரு சட்டத்துக்குள் அடைக்கப் பட்டனர். ஜெர்மானியர்கள், போலந்து, செக்கோஸ்லா வாக்கியா ஆகிய நாடுகளுக்குச் சிதறடிக்கப்பட்டனர்.

வெர்ஸைல்ஸ் ஏற்படுத்திய அவமான உணர்ச்சி, ஜெர்மனியைக் கடுமையாகப் பாதித்தது. ஜெர்மானியர்களுக்கு மிகப் பெரிய தலைகுனிவை ஏற்படுத்தியது. ஐரோப்பாவுக்கு நம் தேசத்தை அடமானம் வைத்துவிட்டார்கள் என்று அரசாங்கத்தை ஜெர்மானி யர்கள் விமரிசனம் செய்தார்கள். எதிர்க் கட்சிகள் இந்த வாய்ப்பைப் பயன்படுத்தி அரசாங்கத்தைக் கடுமையாகத் தாக்கி, ஆட்சியைப் பிடிக்க முயன்றது. ரஷ்யாவில் நடைபெற்றதைப் போன்ற ஒரு புரட்சியை ஏற்படுத்த ஜெர்மானிய சோஷலிஸ்டு களும் கம்யூனிஸ்டுகளும் முயன்றனர். வலதுசாரிகளின் திட்டம் மாறுபட்டிருந்தது. ஐரோப்பாவின் பலம் வாய்ந்த ராணுவ சக்தியாக ஜெர்மனியை மாற்றினால்தான் இதுபோன்ற அவமானம் எதிர்காலத்தில் தடுக்கப்படும் என்பது அவர்கள் வாதம். மீண்டும் ஜெர்மனியை ராணுவமயமாக்கவேண்டும் என்றனர்.

ஜெர்மானியத் தொழிலாளர் கட்சியின் நோக்கமும் இதுதான். ஜெர்மனியைத் தலைமை தொழில் சக்தியாக மாற்றவேண்டும் என்று இந்தக் கட்சி துடித்தது. முன்னாள் ராணுவ வீரரான ஹிட்லர், இந்தக் கட்சியில் இணைந்து, அதன் பெயரை, National Socialist German Workers' Party (சுருக்கமாக, நாஜி) என்று மாற்றியமைத்தார். நாஜிக் கட்சியின் தலைவராகப் பொறுப் பேற்றுக்கொண்ட ஹிட்லர், ஜெர்மனியின் எதிர்காலம் குறித்துச் சூடுபறக்கும் உரைகள் நிகழ்த்தினார்.

வெர்ஸைல்ஸ் ஒப்பந்தம் ஏற்படுத்திய அவமானம், ஹிட்லர் என்னும் மனிதரை உருவாக்கி வளர்த்தது. நாஜி கட்சி வளர்ச்சி பெற்று இரண்டாம் உலகப் போர் வெடித்ததற்கும் வெர்ஸைல்ஸ் ஒப்பந்தத்துக்கும் நேரடித் தொடர்பு இருக்கிறது. வேறு வார்த்தைகளில் சொல்வதானால், இரண்டாம் உலகப் போர் என்பது வெர்ஸைல்ஸ் ஒப்பந்தத்தின் விளைவு. முதல் உலகப் போரில் ஜெர்மனி அனுபவித்த அவமானத்தைத் துடைப்பேன் என்று சொல்லியே ஹிட்லர் ஆட்சியில் அமர்ந்தார். முதல் உலகப் போரில் ஜெர்மனியால் சாதிக்கமுடியாததை இரண்டாம்

உலகப் போர் சாதிக்கும் என்று ஹிட்லர் நம்பினார். ஜெர்மானிய அரசியல்வாதிகளின், தொழிற்சாலை முதலாளிகளின் கனவும் இதுதான்.

ஜெர்மானிய ராணுவத்துடன் ஒன்றிணைந்து யூத இன வெறுப்பையும் படுகொலைகளையும் ஹிட்லர் ஆரம்பித்தார். 1933ம் ஆண்டு, பாராளுமன்றத்தின் ஒப்புதலுடன், ஹிட்லர் ஜெர்மனியின் சான்சிலர் ஆனார். முழுஅதிகாரத்தையும் தன்னிடம் குவித்துக்கொண்டார். தொழில்முனையிலும் ராணு வத்திலும் ஜெர்மனி முன்னணியில் திகழவேண்டும் என்னும் வெறியுடன் இயங்கினார் ஹிட்லர். ஜெர்மனியின் ராணுவம் வளர ஆரம்பித்தது. பொருளாதாரம் செழிக்க ஆரம்பித்தது. முதல் உலகப் போர் முடிந்து இருபது ஆண்டுகள், 67 தினங்கள் கழிந்த பிறகு, ஜெர்மனி தாக்குதலை ஆரம்பித்தது. இரண்டாம் உலகப் போர் ஆரம்பமானது.

லீக் ஆஃப் நேஷன்ஸ்

வெர்ஸைல்ஸ் ஒப்பந்தத்தின் விளைவாக 1919-1920ல் ஏற் படுத்தப்பட்ட அமைப்பு, லீக் ஆஃப் நேஷன்ஸ். அமைப்பின் நோக்கம், இன்னொரு போர் மூளாமல் பார்த்துக்கொள்வது. அதற்கு முன்நிபந்தனையாக, ஐரோப்பிய நாடுகள் எதுவொன்றும் ஆயுதங்கள் குவித்துக்கொள்ளாமல் இருக்கச்செய்வது. ஒட்டு மொத்த பாதுகாப்பு அளிப்பது. சர்வதேச சச்சரவுகளை பேச்சு வார்த்தைகள் மூலமாகவும், மத்தியஸ்தம் மூலமாகவும் தீர்த்து வைப்பது.

இதுபோக வேறு சில சர்வதேசக் கடமைகளையும் இந்த அமைப்பு கொண்டிருந்தது. ஆயுதக் கடத்தல், போதை மருந்து கடத்தல் ஆகியவற்றைத் தடுப்பது. போர்க்கைதிகள், தொழி லாளர்கள், பூர்விகக் குடிமக்கள், ஐரோப்பிய சிறுபான்மையினர் ஆகியோரின் நலன் காப்பது. போருக்குப் பிந்தைய ஐரோப்பா இந்தப் புதிய அமைப்பை நம்பிக்கையுடன் பார்த்தது. இது போன்ற கோரமான ஒரு யுத்தத்தை இனி மனித குலம் சந்திக்கக் கூடாது என்று பலர் மானசீகமாக வேண்டிக்கொண்டனர்.

சர்வதேச அமைப்பு ஒன்று உருவாக்கப்படவேண்டும் என்னும் சிந்தனை வெகு காலத்துக்கு முன்பே தோன்றியதுதான். பலரும் பல்வேறு சமயங்களிலும் இந்தத் திட்டத்தை முன்

வைத்துள்ளனர். லீக் ஆஃப் நேஷன்ஸ் முன்வைத்த நோக்கங்களைக் கிட்டத்தட்ட அப்படியே 1795ல் இம்மானுவேல் காண்ட் வரையறுத்தார். இவர் பதினெட்டாம் நூற்றாண்டு ஜெர்மானிய தத்துவ அறிஞர். அதே சமயம், ஒரு சர்வதேச அரசாங்கம் அனைத்து நாடுகளையும் மேற்பார்வையிடுவது சாத்தியமில்லை என்றார் காண்ட். அதற்கு பதில், ஒவ்வொரு நாடும் தாமாக முன்வந்து சில பொறுப்புகளை வகிக்கவேண்டும் என்று அவர் விரும்பினார். மற்ற நாடுகளுக்கு அச்சுறுத்தலாக இருக்க மாட்டேன், எங்கள் குடிமக்களை நல்ல விதமாக நடத்துவோம், அயல்நாட்டு மக்களை நம்மில் ஒருவராக வரவேற்போம் என்பது போன்ற வாக்குறுதிகளை அளிக்கவேண்டும் என்பது அவர் எதிர்பார்ப்பு. அவர் கனவு வேறு வடிவில் நிறைவேறுவதற்கு ஒரு யுத்தம் வரவேண்டியிருந்தது.

சுவிட்ஸர்லாந்தில் உள்ள ஜெனிவாவில் புதிய லீக் கட்டடம் நிர்மாணிக்கப்பட்டது. சுவிட்ஸர்லாந்து தேர்ந்தெடுக்கப்பட்டதற்குக் காரணம் அந்நாடு போரில் பங்கேற்காமல் நடுநிலை வகித்தது. நாடுகளுக்கு இடையில் ஏதேனும் பிரச்னை மூண்டால், லீக் வளாகத்தில் அந்நாட்டுப் பிரதிநிதிகள் வரவழைக்கப்படுவார்கள். அவர்களுடன் லீக் பேச்சுவார்த்தை நடத்தும். ஏதேனும் ஒரு நாடு குற்றம் செய்திருப்பது ஊர்ஜிதமானால், அந்நாடு கண்டிக்கப்படும். மீறினால், லீக் அந்நாட்டின் மீது பொருளாதாரத் தடைகள் விதிக்கும். லீகில் உறுப்பினராக இருக்கும் எந்தவொரு நாடும் தவறிழைத்த நாட்டுடன் பொருளாதாரத் தொடர்புகள் வைத்துக்கொள்ளாது. இவ்வாறு தனிமைப்படுத்துவதன் மூலம், அந்நாடு மனம் திருந்தும் என்பது லீகின் நம்பிக்கை.

லீகிடம் ராணுவம் இல்லை. பிரிட்டன் மற்றும் பிரான்ஸின் ராணுவத்தையே அது நம்பியிருந்தது. ஆனால், இந்த இரு நாடுகளும் போரின் இழப்பில் இருந்து இன்னமும் மீளாமல் இருந்தது. எனவே, லீகின் பலம் கேள்விக்குரியதாக இருந்தது. இப்படிப்பட்ட ஓர் அமைப்பு உருவாகவேண்டும் என்று தொடக்கத்தில் இருந்தே சொல்லிவந்த உட்ரோ வில்சன் லீகில் இணைந்துகொள்ள மறுத்தார். கும்பலில் ஒருவராக இருப்பதற்கு அமெரிக்காவுக்கு விருப்பமில்லை.

ஜெர்மனியால் லீகில் இணையமுடியவில்லை. வெர்ஸைல்ஸ் ஒப்பந்தத்தின்படி எந்தவொரு சர்வதேச அமைப்பிலும் ஜெர்மனி

யால் அங்கம் வகிக்கமுடியாது. கம்யூனிஸ்ட் ரஷ்யாவை இணைத்துக்கொள்ள லீகுக்கு விருப்பமில்லை. அந்த வகையில், மூன்று முக்கிய நாடுகளான அமெரிக்கா, ரஷ்யா, ஜெர்மனி மூன்றும் அமைப்புக்கு வெளியில் இருந்தன. பின்னர், இந்நாடு கள் சேர்த்துக்கொள்ளப்பட்டன. 1926ம் ஆண்டு லீகில் இணைந்த ஜெர்மனி, 1933ல் வெளியேறியது. லீகின் சட்ட விதிகள் ஜெர்மனியின் இறையாண்மைக்கு எதிராக இருப்பதாக அந்நாடு குற்றம் சாட்டியது. 1934 தொடங்கி 1940 வரை சோவியத் யூனியன் லீகில் அங்கம் வகித்தது. பிரிட்டனும் பிரான்ஸூம் லீகில் நிரந்தரமாக அங்கம் வகித்தன. செப்டெம்பர் 1934 முதல் பிப்ரவரி 1935 வரை, லீகில் அங்கம் வகித்த நாடுகளின் எண்ணிக்கை, 58.

இரண்டாம் உலகப் போர் மூண்டபோது, திட்டவட்டமாகத் தெரிந்துவிட்டது. எதற்காகத் தொடங்கப்பட்டதோ அந்த நோக்கமே நிறைவேறவில்லை என்னும்போது, லீக் மட்டும் இருந்து என்ன பயன்? ஏப்ரல் 1946ல் லீக் கலைக்கப்பட்டது. முன்னதாக, 1945ம் ஆண்டு, லீகுக்கு மாற்றாக, ஐக்கிய நாடுகள் சபை உருவாக்கப்பட்டிருந்தது.

23 தொழில்நுட்பம், ஆயுதங்கள்

அறிமுகம்

இதற்கு முன் நடைபெற்ற எந்தப் போரிலும் இல்லாத அளவுக்கு முதல் உலகப் போர் பலத்த இழப்புகளை ஏற்படுத்தியது. சேற்றிலும் புழுதி யிலும் முயல்களைப் போல் வீரர்கள் விரட்டப் பட்டு வேட்டையாடப்பட்டனர். சீறி வெடிக்கும் பீரங்கிகளுக்கு முன் நூற்றுக்கணக்கில் வரிசை வரிசையாக அணி வகுத்து சிதறி வெடித்தனர். மனிதர்கள் கண்டறிந்து மேம்படுத்திய தொழில் நுட்பம், பல லட்சக்கணக்கான மனிதர்களைக் காவு கொண்டது துயரமானது மட்டுமல்ல, பயங்கர மானதும்கூட.

ரைஃபிள்

மேற்கு முனையில் காலாட்படைகள் அதிகம் பயன் படுத்திய எளிமையான ஆயுதம், ரைஃபிள். தோளில் மாட்டிக்கொண்டு எடுத்துச்செல்ல ஏதுவான துப்பாக்கி. பிரிட்டனின் அடிப்படை ரைஃபிள், Short Magazine Lee Enfield (SMLE). பயன்படுத்து வதும் நிரப்புவதும் எளிது. போல்ட்டை பின்னுக்கு இழுத்து, ஐந்து ரவுண்ட் கார்ட்ரிஜ் இரண்டை மேலிருந்து பெட்டி போன்ற கீழ்ப் பகுதிக்கு நுழைக்கவேண்டும். பேரலுக்குக் கீழே, ரைஃபி ளின் டிரிக்கருக்கு முன்னால் மேகஸின் இருக்கும்.

இது ஒரு சேமிப்பு அறை. ஜெர்மனி, ஐந்து ரவுண்ட் Mauser Gewehr 98 (G98) ரைஃபிளைப் பயன்படுத்தியது. அமெரிக்கா, ஐந்து ரவுண்ட் 1903 Springfield ரைஃபிளைப் பயன்படுத்தியது. பிரான்ஸ், 1886ல் உருவாக்கப்பட்ட 8-mm Lebel ரைஃபிளைப் பயன்படுத்தியது. அனைத்தின் இயக்கமும் ஒன்றுபோலவே இருக்கும். ஒருமுறை சுட்டபிறகு, போல்ட்டை பின்னுக்கு இழுத்தால் பயன்படுத்தப்பட்ட கார்ட்ரிட்ஜ் கீழே உதிரும். போல்ட்டை முன்னுக்கு நகர்த்தினால் புதிய ரவுண்ட் முன்னுக்கு வரும்.

துப்பாக்கி முனை ஈட்டி

துப்பாக்கியின் முனையில் கூரான ஒரு குறுங்கத்தி அல்லது ஈட்டி செருகப்பட்டிருக்கும். ஆங்கிலத்தில், bayonet. 17ம் நூற்றாண்டு பிரெஞ்சு தயாரிப்பு. நவீன தொழில்நுட்பத்தையும் ஆயுதங்களையும் பயன்படுத்தியவர்கள் இதை ஏன் கொண்டு செல்ல வேண்டும்? போரில் கலந்துகொண்டவர்களும்கூட இந்தத் துப்பக்கியைச் சற்றே கிண்டலுடன்தான் குறிப்பிடுகிறார்கள். 'ஓ, மிக நன்றாகப் பயன்படுத்தினோம். இரும்பு டின்னைத் திறப்பதற்கும், ரொட்டியை நெருப்பில் வாட்டுவதற்கும் நன்றாகப் பயன்பட்டது.' பிரிட்டனும் நீண்ட காலமாக இதைப் பயன்படுத்திவந்துள்ளது. ஆயுத பலம் குறைந்தவர்களுடன் போரிடுவதற்கு இந்த ஈட்டி துப்பாக்கி போதுமானதாகவும் பயமூட்டுவதாகவும் இருந்திருக்கிறது. முதல் உலகப் போரில் ஒவ்வொரு சிப்பாய்க்கும் இந்த வகை துப்பாக்கி அளிக்கப்பட்டதன் காரணம், எதிரிகளை மனோதத்துவ ரீதியில் தாக்குதலுக்கு உள்ளாக்குவதற்காக என்கிறார்கள் சிலர். மிக அருகில் மோதிக்கொள்ளும்போது மட்டுமே இது உபயோகமாக இருந்தது. இந்தப் போரில் ஜெர்மானியர்கள் வகை, வகையாக ஈட்டி துப்பாக்கிகளை உருவாக்கி பயன்படுத்தியிருக்கிறார்கள்.

இயந்திரத் துப்பாக்கிகள்

முதல் உலகப் போரின் போக்கை இயந்திரத் துப்பாக்கியைப் போல் வேறு எந்த ஆயுதமும் மாற்றியமைக்கவில்லை. துல்லியமாகக் குறி பார்த்து இயக்கினாலும் ரைஃபிள் ஒரு நேரத்தில் ஒருவரை மட்டுமே கொல்லும். ஆயிரம் அடிகளுக்குள் மட்டுமே இதனை இயக்கமுடியும். இயந்திரத் துப்பாக்கியின் இலக்கு ஒருவர் அல்ல, பலர்.

பிரிட்டிஷ் vickers இயந்திரத் துப்பாக்கிகள்

இயந்திரத் துப்பாக்கியின் முக்கியத்துவத்தை ராணுவம் முதலில் உணரவில்லை. பல்வேறு விதமான ரைஃபிள்களை இயக்கு வதற்குக் காலாட்படையை ராணுவம் தயார் செய்தது. பிரிட்டன் போருக்குத் தயாராகிக்கொண்டிருந்தபோது, இயந்திரத் துப்பாக்கி பக்கம் தன் பார்வையைத் திருப்பியது. ஒரு பட்டாலியனுக்கு இரண்டு இயந்திரத் துப்பாக்கிகள் அளிக்கலாம் என்று முடிவு செய்தார்கள். அதுவும்கூட முயன்று பார்க்கலாம் என்னும் நோக்கில்தான். இரண்டுக்கு மேல் தேவைப்படாது என்றும் தீர்மானமாக மறுத்துவிட்டார்கள்.

அக்டோபர் 1915 வரை பிரிட்டன் இயந்திரத் துப்பாக்கிகளை அதிகம் பயன்படுத்தவில்லை. 1915ம் ஆண்டு நடைபெற்ற லூஸ் போரில் முதல் முறையாக இயந்திரத் துப்பாக்கியின் பயனை பிரிட்டன் கண்கூடாகக் கண்டது. மூவாயிரம் அடி தொலைவில் ஜெர்மானியப் படையை எதிர்கொண்டபோது, பிரிட்டன் இயந்திரத் துப்பாக்கிகளைத்தான் பயன்படுத்தியது. நூற்றுக் கணக்கான வீரர்கள் ஒரே நேரத்தில் கண் முன்னால் துளைக்கப் பட்டதைக் கண்ட பிரிட்டன் சிலிர்த்துக்கொண்டது. அந்தப் போரில் ஜெர்மனியை பிரிட்டன் வீழ்த்தியதற்கு முக்கியக் காரணம், இயந்திரத் துப்பாக்கிகள். இயந்திரத் துப்பாக்கியின் முக்கியத்துவத்தை ஜெர்மனியும் புரிந்துகொண்டு பயன்படுத்த

ஆரம்பித்தது. ஒரு பட்டாலியனுக்கு இரண்டு என்று பிடிவாதம் பிடித்த பிரிட்டன் இப்போது 32 துப்பாக்கிகளை அளித்தது. போர் முடிவுக்கு வந்தபோது, இயந்திரத் துப்பாக்கிகள் கொன்றொழித்த வீரர்களின் எண்ணிக்கை சில லட்சங்களைத் தாண்டியிருந்தது.

1914ம் ஆண்டு தயாரிக்கப்பட்ட இயந்திரத் துப்பாக்கியைச் சமபிரதேசத்தில் நிறுத்தி வைத்து இயக்கலாம். நான்கு முதல் ஆறு வீரர்கள் தேவைப்படுவார்கள். ஒரு நிமிடத்துக்கு 400 முதல் 600 (சிறிய காலிபர்) ரவுண்டுகள் வெடிக்கும். போரின் முடிவில் இது இரட்டிப்பானது. தொடக்கத்தில், இயந்திரத் துப்பாக்கிகளில் சில பிரச்னைகள் இருந்தன. அதிகம் சூடாகிவிட்டால் இயக்க முடியாது. குளுமைப்படுத்தவேண்டும். நீரையும் காற்றையும் பயன்படுத்தி குளிரூட்டும் முயற்சிகள் மேற்கொள்ளப்பட்டன. ஆனால், இதுவும் சிரமமாக இருந்தது. போர்க்களத்துக்கு வண்டி வண்டியாக நீர் கொண்டு செல்வது சாத்தியமில்லை அல்லவா?

இந்தப் பிரச்னைகளைக் களைந்து புதிய இயந்திரத் துப்பாக்கி மாடலை ஜெர்மனி உருவாக்கியது. உண்மையில், Hiram Maxim என்பவர் சில மாடல்களை உருவாக்கி பிரிட்டனுக்கு அளித்திருந்தார். ஆனால், பிரிட்டன் அவற்றில் ஆர்வம் செலுத்தவில்லை. மாக்ஸிமின் மாடலை ஜெர்மனி, செம்மைப்படுத்தி அறிமுகப்படுத்தியது.

அதற்குப் பிறகு, பிரிட்டன், பிரான்ஸ், அமெரிக்கா என அனைத்து நாடுகளும் ஜெர்மானிய எம்ஜி 08 இயந்திரத் துப்பாக்கியை அதிகம் பயன்படுத்தின. ஜெர்மன் ராணுவம் கிட்டத்தட்ட 72,000 இயந்திரத் துப்பாக்கிகளைப் பயன்படுத்தியது. ஒரு நிமிடத்துக்கு 450 ரவுண்டுகள் வெடிக்கமுடியும். இதன் எடை, 70 பவுண்ட். சமமான பலம் கொண்ட பிரிட்டன் தயாரிப்பு, Vickers .303. 1918 முடிவில் ஒருவர் சுலபமாக சுமந்து சென்று இயக்கக்கூடிய Bergmann MP18 அறிமுகப்படுத்தப்பட்டது. இதன் எடை, 9 முதல் 14 கிலோ.

நச்சு வாயு

ஏப்ரல் 22, 1915 அன்று ஜெர்மனி முதல் முறையாக நேச நாடுகளுக்கு எதிராக நச்சு வாயுவைப் போர்க்களத்தில் பயன்படுத்தியது. பிரிட்டனின் இயந்திரத் துப்பாக்கிகளை எதிர்கொள்ள இந்தப் புதிய ஆயுதம் உதவும் என்று ஜெர்மனி நம்பியது.

ஜெர்மானிய விமானங்கள் வானத்தில் பறந்தபடி மெல்லிய தகரப் பெட்டிகளை (canisters) கீழே வீசின. கீழே விழுந்த அதிர்ச்சியில் இந்தப் பெட்டிகள் உடைய, உள்ளிருந்து மஞ்சளும் பச்சையும் கலந்த வாயு வெளிப்பட்டது. பெல்ஜிய நகரமான வெய்பிரஸில், இந்த வாயு புகை போல் பரவி, நேச நாடுகள் படையினரைத் தாக்கியது.

ஒரு பிரெஞ்சு மருத்துவர் தன் அனுபவத்தை விவரிக்கிறார். 'பச்சை நிற கண்ணாடி கொண்டு பார்ப்பது போல் இருந்தது. சிகிச்சை அளிக்கும்போதே, நானும் வாயுவால் தாக்கப்பட்டதை உணர்ந்தேன். தொண்டை எரிந்தது. நெஞ்சு வலித்தது. எத்தனை முயன்றும் சுவாசிக்கமுடியவில்லை. வாயில் இருந்து ரத்தம் வழிந்தது. மயக்கமடைந்தேன். நாங்கள் அனைவரும் இறந்து விட்டோம் என்றுதான் நினைத்தேன்.'

பல்வேறு விதமான வாயுக்கள் பயன்படுத்தப்பட்டன. உடனடி யாக மரணம் விளைவுக்கும் வாயு தொடங்கி கண்களைக் குருடாக்கி, பகுதியளவில் முடமாக்கும் வாயு வரை பலவும் பிரயோகிக்கப்பட்டன. ஜெர்மனியோடு போட்டி போட்டுக் கொண்டு பிரிட்டன் உள்ளிட்ட நேச நாடுகளும் நச்சு வாயுவை அதிகம் உபயோகித்தன. பிரான்ஸ், மரணம் விளைவிக்கும் வாயுக்களைப் பயன்படுத்தியது. எரிச்சலை உண்டாக்கும் பாஸ்ஜீன் பரவலாக அனைவராலும் பயன்படுத்தப்பட்டது. கண் எரிச்சல், தோல் எரிச்சல் தாண்டி நுரையீரலையும் பாஸ்ஜீன் பாதித்தது. மஸ்டார்ட் கேஸ், நீண்ட நாள்களுக்குக் களத்தில் தங்கி யிருந்து பாதிப்பை ஏற்படுத்தியது.

குளோரினில் இருந்து தப்பிக்க, இரு அணிகளும் முகமூடிகள் உருவாக்கிக்கொண்டன. முதலில், ரசாயனத்தில் தோய்த்து எடுக்கப்பட்ட பஞ்சுப் பட்டைகளை மூக்குக்கு அருகிலும் வாயிலும் கட்டிக்கொண்டார்கள். பிறகு, ரசாயனம் கலந்த துணி முகமூடிகள் பயன்படுத்தப்பட்டன. இறுதியில், சார்கோல் ஃபில்டர்ஸ் பொருத்தப்பட்ட முகமூடிகளைக் கண்டுபிடித் தார்கள். குதிரைகளுக்கு மாட்டக்கூடிய நீண்ட கவசங்களும் தயாரிக்கப்பட்டன.

நச்சு வாயுக்கள் மூலமாக மட்டும் இப்போரில் 8 லட்சம் வீரர்கள் பாதிக்கப்பட்டனர். நவீன போர்முறைகளில் மிகவும் ஆபத்தான, கொடூரமான ஆயுதமாக நச்சு வாயு கருதப்பட்டது. புத்திசாலித்

ஜெர்மானிய டாங்கிகள்

தனம், வீரம் எதுவும் தேவைப்படாமல் மிருகத்தனமாகக் கொல்வதற்கு வாயு சிறந்த ஆயுதம் என்று அப்போதே விமரிசனங்கள் எழுந்தன. விமரிசனங்களைப் ஒதுக்கிவைத்து விட்டு, இரு அணிகளும் வாயுக்களைத் தொடர்ந்து பயன் படுத்தின.

நாடு	**நச்சு வாயுவால் இறந்தவர்கள் எண்ணிக்கை**
ஆஸ்திரியா-ஹங்கேரி	3000
பிரிட்டன்	8109
பிரான்ஸ்	8000
ஜெர்மனி	9000
இத்தாலி	4627
ரஷ்யா	56,000
அமெரிக்கா	1462
பிற	1000

டாங்கி

18ம் நூற்றாண்டு முதல் டாங்கி வெவ்வேறு வடிவங்களில் பயன்பாட்டில் இருந்து வந்துள்ளது. முதல் உலகப் போரில் பயன்படுத்தப்பட்ட டாங்கியின் மாதிரி 1907ம் ஆண்டே உருவாக்கப்பட்டுவிட்டது என்றாலும் 1915ம் ஆண்டுதான் பிரிட்டன் அதனை உற்பத்தி செய்து, போரில் பயன்படுத்தியது. பிரிட்டன் உருவாக்கிய டாங்கி (Mark I prototype) பிக் வில்லி என்று அழைக்கப்பட்டது. செப்டெம்பர் 15, 1916ம் ஆண்டு இந்த டாங்கி போர்முனைக்குக் கொண்டு செல்லப்பட்டது. இருபத்தாறு அடி நீளம், இருபத்தெட்டு டன் எடை கொண்ட இந்த டாங்கியை நகர்த்த, இயக்க எட்டு பேர் தேவைப்பட்டனர். ஒரு மணி நேரத்துக்கு மூன்று மைல் பயணம் செய்யக்கூடிய டாங்கி இது.

முதல் தாக்குதலிலேயே வெற்றிகரமான ஆயுதமாகக் கருதப் பட்டது டாங்கி. அதனை மேம்படுத்துவதற்கான வழிகளை ஆராயத் தொடங்கியது பிரிட்டன். பின்னர் உருவாக்கப்பட்ட

மார்க் 4 டாங்கி முந்தைய மாடல்களைக் காட்டிலும் பலமானதாக இருந்தது. கம்பி வேலிகளையும் தடையரண்களையும் மிதித்துத் தகர்த்து முன்னேறியது இந்த டாங்கி. 12 மணி நேரங்களில், ஜெர்மனியின் இரட்டை கம்பி வேலித் தடைகளை முறியடித்தது. பதுங்கு குழிகள் உருவாக்குவதிலும், பாதுகாப்பு அரண்கள் அமைப்பதிலும் சாமர்த்தியமாக இருந்த ஜெர்மனி, டாங்கியின் பலத்தைக் கண்டு திகைத்துப்போனது. 1916ம் ஆண்டு போரில் டாங்கியை இயக்கிய பிரைவேட் ஏ. ஸ்மித் என்பவருக்கு ராணுவ விருது வழங்கப்பட்டது.

மேலும் சில புதிய மாதிரிகளை பிரிட்டன் அறிமுகப்படுத்தியது. 15.7 டன் எடையும் இருபது அடி நீளமும் கொண்ட விப்பட் டாங்கி (Whippet tank) ஜெர்மனியைச் செயலிழக்கச் செய்ததில் முக்கியப் பங்கு வகித்தது. ஏப்ரல் 24, 1918ம் ஆண்டு ஜெர்மனி 13 விதமான டாங்கிகளை (A7V) அறிமுகப்படுத்தியது. இந்தப் போரில் பிரிட்டனின் மார்க் 4 டாங்கிகள், ஜெர்மனியின் H7Â டாங்கியை முதல் முறையாக எதிர்கொண்டது. பிரிட்டன் இதில் வெற்றிபெற்றது. போர் முடிவுக்கு வந்தபோது, பிரிட்டன் 2636 டாங்கிகளை உருவாக்கியிருந்தது. பிரான்ஸ், பிரிட்டனைக் காட்டிலும் அதிகமாக 3870 டாங்கிகளை உருவாக்கியது. அபார மான தொழில்நுட்பத் திறன் பெற்றிருந்தபோதிலும், ஜெர்மனி 20 டாங்கிகளை மட்டுமே தயாரித்து அறிமுகப்படுத்தியது.

பீரங்கிகள், கையெறி குண்டுகள்

19ம் நூற்றாண்டு பீரங்கிகள் இரு வகைப்படும். இலகு மற்றும் கன ரகம். முதல் உலகப் போர் தொடக்கத்தில், பிரிட்டன் நீண்ட பேரல் கொண்ட துப்பாக்கிகளைப் பயன்படுத்தியது. மறைந் திருந்து தாக்குவதற்கும், குறிப்பாக, பதுங்கு குழிகளில் இருந்து வெளிப்பட்டு தாக்குதல் தொடுப்பதற்கும் வாகாக, howitzers பீரங்கிகள் உருவாக்கப்பட்டன. 1914ம் ஆண்டு, பிரான்ஸைக் காட்டிலும் பிரிட்டன் பீரங்கி தாக்குதலில் முன்னணியில் இருந்தது. ஜெர்மானிய 105 எம்எம் பீரங்கிக்கு ஈடுகொடுக்கும், 4.5 அங்குல howitzers பீரங்கிகள் பிரிட்டனிடம் இருந்தன. ஆனால் பீரங்கிகளுக்கான ஷெல்கள் உடனுக்குடன் கிடைப் பதில் பிரிட்டனுக்குத் தாமதம் ஏற்பட்டது. நிலம் அதிர கடும் சத்தத்துடன் முழங்கும் பீரங்கிகள் முதல் உலகப் போரில் அதிகம் பயன்படுத்தப்பட்டன. பீரங்கித் தாக்குதலுக்குச் சிக்குண்ட

வீரர்கள் செயலிழந்து சிதறினர். குண்டு தாக்குவதற்கு முன்பே வெடி சத்தம் காதைத் துளைத்தது.

போர் தொடங்கும்போதே, ஜெர்மனியிடம் தகுந்த கையெறி குண்டுகள் இருந்தன. ஆரம்பத்தில், பிரிட்டன், பதுங்கு குழிகளுக்கு அருகில் கிடைக்கக்கூடிய தகரப் பெட்டிகளில் வெடிமருந்தை நிரப்பி சிறு கையெறி குண்டுகளைத் தயாரித்து தன் குறையைப் போக்கிக்கொண்டது. ஓராண்டு கழிந்த பிறகு, Mills bomb எனப்படும் குண்டுகளை பிரிட்டன் அறிமுகப்படுத்தியது. எதிரிகளின் பதுங்கு குழிகளை நோக்கி இந்தக் கைக் குண்டுகள் வீசப்பட்டன. ரைஃபிள்களில் நிரப்பியும் குண்டுகள் வெடிக்கப்பட்டன. மற்ற ஆயுதங்கள் போலின்றி, கையெறி குண்டுகள், பயன்படுத்துபவருக்கே ஆபத்து விளைவிக்கக் கூடியது. திரி பொருத்தப்பட்ட இந்தக் குண்டுகளை எடுத்து வீசுவதற்குள் வெடித்துவிட்ட சம்பவங்கள் பற்பல.

நெருப்பைக் கக்கும் கருவி

அப்படியொன்றும் பிரமாதமான கண்டுபிடிப்பு அல்ல. ஆனால், 1914-15 ஆண்டுகளில் ஜெர்மனி பிரிட்டனுக்கும் பிரான்ஸுக்கும் எதிராக ஃப்ளேம்த்ரோயரைப் (Flamethrower) பயன்படுத்திய போது, அந்நாடுகள் அதிர்ச்சியடைந்தன. நெருப்பு மூட்டப் பட்ட எரிபொருளை நிரப்பி எதிரிகளின் மீது வீசும்போது, தீப்பற்றி பெரும் கொழுந்து உருவாகிறது. அவ்வளவுதான் இதன் இயக்கம்.

இருபதாம் நூற்றாண்டின் தொடக்கத்தில் ஜெர்மனியில், ரிச்சர்ட் ஃபீல்டர் என்பவர் Flammenwerfer என்னும் தீக்கருவியைக் கண்டறிந்தார். சிறியதும் பெரியதுமாக இரண்டு வகைகள். சிறியதை ஒருவர் சுலபத்தில் கையில் கொண்டுசென்று விடமுடியும். அழுத்தப்பட்ட காற்றும் கரியமில வாயுவும் (அல்லது நைட்ரஜன்) பயன்படுத்தப்படும். வீசும்போது, 18 மீட்டர் வரை கொழுந்து எரிந்து படரும். கையெறி குண்டு களுக்கு இருக்கும் அதே பிரச்னைதான் இதற்கும். கையில் எடுத்து வீசுவதற்குள் வெடித்துவிடும் அபாயம் உண்டு. ஜெர்மனியைப் பார்த்து பிற நாடுகளும் வெவ்வெறு வடிவங்களில் இதனைப் பயன்படுத்த ஆரம்பித்தனர். முதல் உலகப் போரில் ஜெர்மனி 650 தாக்குதல்களை இதைக் கொண்டு நடத்தியது.

போர் விமானங்கள்

இயந்திரத் துப்பாக்கிகள், டாங்கிகள், நச்சு வாயுக்கள் போன்றவற்றைப் பயன்படுத்துவதில் ஒரு குறைபாடு இருந்தது. இவற்றை இயக்குபவர்கள் யாரும் கதாநாயகர்களாகக் கருதப் படவில்லை. எவ்வளவு மரணங்களை விளைவித்தாலும், நச்சு வாயு வெளியேற்றியவரை, சிறந்த வீரராக ஏற்றுக்கொள்ள யாரும் முன்வரவில்லை. அந்தக் குறையை விமானிகள் தீர்த்து வைத்தார்கள். புதிதாக வடிவமைக்கப்பட்ட குண்டு வீசும் விமானங்களை இயக்கிய விமானிகள், தனித்து அடையாளம் காணப்பட்டனர். புகழ் அவர்களை நாடி வந்தது.

போர் தொடக்கத்தில், விமானத்தின் முக்கியத்துவத்தை ஐரோப் பிய நாடுகள் உணரவில்லை. பிரான்ஸிடம் 120 விமானங்களும், பிரிட்டனிடம் 113 விமானங்களும் இருந்தன. ஜெர்மனி, போர் விமானம், பொது விமானம் இரண்டும் சேர்த்து. இருநூறுக்கும் அதிகமான வாகனங்களை வைத்திருந்தது. கண்காணிப்பதற்கும் வேவு பார்ப்பதற்கும் மட்டும் விமானங்கள் ஆரம்பத்தில் பயன்படுத்தப்பட்டன. பீரங்கிப் படைகளின் நடமாட்டத்தை இவை முன்கூட்டியே கண்டறிந்து, புகைப்படம் எடுத்து, அதிகாரிகளுக்கு அனுப்பி வைக்கும். புகைப்படங்களின் உதவி யுடன், எதிரியின் பலத்தையும் திட்டத்தையும் கணக்கிட்டு

அதற்கேற்றாற் போல் தாக்குதல், தற்காப்பு நடவடிக்கைகள் மேற்கொள்ளப்பட்டன. பெரும் படையால் சாதிக்கமுடியாத காரியத்தை விமானம், பாதுகாப்பான முறையில் சாதித்துக் கொடுத்தது. இந்த விமானங்கள் விமானியையும் எரி பொருளையும் மட்டுமே ஏற்றிக்கொண்டு பறக்கும்.

தாக்குதலுக்கும் விமானங்களைப் பயன்படுத்தலாம் என்பது பின்னரே கண்டறியப்பட்டது. 1914ம் ஆண்டு ஜெர்மனி zeppelins வகை விமானங்களைக் குண்டு வீச பயன்படுத்தியது. இங்கிலாந்தை இலக்காகக் கொண்டு இந்த விமானங்கள் சுற்றி வந்தன. 1916ம் ஆண்டு, 126 முறை இங்கிலாந்து தாக்கப்பட்டது. போர் வீரர்கள் மட்டுமின்றி பொது மக்களும் விமானத் தாக்குதலுக்கு உள்ளாயினர். போர் விமானத்தை இயக்கும் விமானிகளுக்கு துப்பாக்கியே முக்கிய ஆயுதமாக இருந்தது. தாக்குதலுக்கு உள்ளாகாதவாறு கவனமாக விமானங்களில் துப்பாக்கிகள் பொருத்தப்பட்டு, இயக்கப்பட்டன.

அக்டோபர் 5, 1914 அன்று பிரெஞ்சு விமானி ஜோசப் பிராண்ட்ஸ் (Joseph Frantz), துப்பாக்கி வீரர் லூயிஸ் (முழுப்பெயர், Louis Quénault) இருவரும் முதல் ஆகாயத் தாக்குதலை மேற்கொண்டு புகழ்பெற்றனர். ஒரு ஜெர்மானிய விமானத்தை இவர்கள் சுட்டு வீழ்த்தியபோது, விமானியும் உடனிருந்த வீரரும் கொல்லப் பட்டனர். மற்றொரு பிரெஞ்சு விமானியான, அடோல்ஃப் (முழுப்பெயர், Adolphe Pégoud) முதல் உலகப் போர் நாயகனாகக்

கொண்டாடப்பட்டார். இவர் 1915ம் ஆண்டு ஆறு ஜெர்மன் விமானங்களை வீழ்த்தினார். ஜனவரி 1915ல், மற்றொரு பிரெஞ்சு விமானியான, ரோலண்ட் கரோஸ் (Roland Garros), டிஃப்ளெக்டர் எனப்படும் பாதுகாப்புக் கவசத்தை விமானத்துக்குப் பொருத்தினார். குறிப்பிட்ட இந்த விமானத்தை ஜெர்மனி கைப்பற்றிய போது, அதன் தொழில்நுட்பத்தை ஆராய்ந்தது. டச்சு தொழில் நுட்ப வல்லுனர்கள் இந்த விமானத்தை மேலும் நவீனமாக்கினர்.

குறைந்தது ஐந்து விமானங்களை வீழ்த்திய விமானிகள் நாயகர்களாக அந்தந்த நாட்டினரால் கொண்டாடப்பட்டனர். பிரெஞ்சு விமானி ஃபோன்க் (Paul-René Fonck), அதிகபட்சமாக 75 எதிரி விமானங்களை வீழ்த்தி சாதனை படைத்தார். அமெரிக்க விமானியான எட்டி ரிக்கன்பேக்கர் (Eddie Rickenbacker) 22 விமானங்களையும் நான்கு பலூன்களையும் வீழ்த்தி கதாநாயகன் ஆனார். ஜெர்மன் விமானி ரிச்டோஃபனின் (முழுப்பெயர், Manfred von Richthofen) புகழை இவர்கள் யாரும் அடைய வில்லை. இவர் ரெட் பேரன் என்று பட்டப்பெயர் வைத்து அழைக்கப்பட்டார். 1916 தொடங்கி 1918 வரை இவர் வீழ்த்திய விமானங்களின் எண்ணிக்கை, 80.

சூழ்நிலைகள் சில முக்கியப் படிப்பினைகளைக் கற்றுக் கொடுத்தன. தாக்கப்பட்ட ஒரு விமானம் வேகமாக விழுந்து கொண்டிருந்தது. எந்த நிலையிலும் மரணம் என்னும் நிலையில், அந்த விமானி, விமானத்தின் வேகத்தை அதிகபட்சமாகக் கூட்டினார். சிறிது சிறிதாக விழுவதற்குப் பதில், விரைவில் விழுந்து வெடித்து இறந்துவிடலாம் என்பது அவர் எண்ணம். ஆனால், ஆச்சரியமூட்டும் வகையில், விமானம் திடீரென்று கட்டுப்பாட்டுக்கு வந்தது. இந்தப் பாடத்தை விமானிகள் உடனே கற்றுக்கொண்டனர். அரை வட்டம் அடிப்பது, திடீரென்று வேகத்தைக் கூட்டுவது, தலைகீழாகப் பறப்பது ஆகிய போர் முறைகளை இவர்கள் பயன்படுத்த ஆரம்பித்தனர்.

பதுங்கு குழிகள்

மிக எளிமையான கண்டுபிடிப்பு. ஆனால், பதுங்கு குழியைப் போன்ற மற்றொரு சிறந்த தற்காப்புக் கருவியை இந்தப் போர் கண்டுபிடித்து அளிக்கவில்லை. ஒளிந்துகொள்வதற்கு, சுதாரிப்பதற்கு, தாக்குதலுக்குத் தயாராவதற்கு ஒரு மறைவிடம் தேவைப் பட்டபோது, பதுங்கு குழி தோன்றியது. பதுங்கு குழியைக்

கண்டறிந்து திறமையாக இந்தப் போரில் பயன்படுத்திய நாடு, ஜெர்மனி. நேச நாடுகளின் படைகளை எதிர்கொள்ளவும் எதிர் தாக்குதல் தொடுக்கவும் இந்தக் குழிகளை ஜெர்மனி பயன் படுத்திக்கொண்டது.

நேச நாடுகளும் மைய நாடுகளும் பல குழிகளைத் தோண்டின. முக்கிய போர்க்கள குழிகள், ஏற்ற இறக்கமான வடிவில் தோண்டப்பட்டன. துணை குழிகளும் கூடவே அமைக்கப் பட்டன. செய்தி பரிமாற்றத்துக்கும், உணவு கொண்டு வருவதற் கும், பாதுகாப்பாக இருப்பதற்கும் இந்தத் துணை குழிகள் பயன் படுத்தப்பட்டன. சில பதுங்கு குழிகள் மேல்பாகம் திறந்திருந்த நிலையில் இருந்தன. சிலவற்றை, மரப்பலகைகள் கொண்டு மூடியிருந்தார்கள். பதுங்கு குழிகளைப் பாதுகாக்க, நிலத்தில் முதல் நிலையில் இயந்திரத் துப்பாக்கிகள் நிறுத்திவைக்கப் பட்டன. இரண்டாவது மற்றும் மூன்றாவது நிலையில் உள்ள பதுங்கு குழிகளில் வீரர்கள் தங்கியிருந்தனர். சுருளான கம்பி வேலிகளால் குழிகள் பாதுகாக்கப்பட்டன. கட்டளைகள் வராத வரை, குழிகளில் இருந்து வெளியில் வரக்கூடாது. தலையை உயர்த்தக்கூடாது.

மார்டர் துப்பாக்கி

சுமார் 250 ஆண்டுகளாகப் பயன்பாட்டில் இல்லாத மார்டர் துப்பாக்கியை முதல் உலகப் போர் தூசு தட்டி மறுஅறிமுகம் செய்து வைத்தது. கோட்டைகளைத் தாக்குவதற்காகத் தயா ரிக்கப்பட்ட துப்பாக்கி இது. 1673ம் ஆண்டு உருவாக்கப்பட்ட இந்தத் துப்பாக்கி குறைந்த அளவு இலக்குகளை மட்டுமே தாக்கும். ஜெர்மனி, 150 மார்டர் துப்பாக்கிகளைத் தங்கள் படை யரண்களைப் பாதுகாக்க தயார் நிலையில் வைத்திருந்தது.

மேற்கு முனையில் நடைபெற்ற யுத்தத்தில் பதுங்கு குழிகள் அதிகம் பயன்படுத்தப்பட்டதால், ஜெர்மனி தனது மார்டர்களைக் குழிகளுக்கு எடுத்துச்சென்றது. சில நூறு அடிகள் தொலைவில் இருந்த நேச நாடுகளின் பதுங்கு குழிகளைத் தாக்க மார்டர் பயன்படுத்தப்பட்டது. முள்கம்பி வேலிகளைத் தாக்கியழிக்க மார்டர் உபயோகமாக இருந்தது.

பிரிட்டனும் பிரான்ஸும் பல பதுங்கு குழிகளை அமைத்துக் கொண்டன என்றாலும், ஜெர்மனியின் பதுங்கு குழிகள்

சிறப்பானதாகவும் வலிமையானதாகவும் இருந்ததற்குக் காரணம் மார்டர்கள். பதுங்கு குழியும் மார்டரும் இணைந்தே இருக்க வேண்டிய சங்கதிகள் என்பதை அவர்கள்தான் கண்டறிந்து திறமையாகப் பயன்படுத்தினர். இதைக் கண்ட நேச நாடுகள், தங்களுக்கும் மார்டர் வேண்டும் என்று தேடியலைந்தன. அருங்காட்சியகங்களில் இருந்த சில மார்டர்களை மாதிரியாக வைத்துக்கொண்டு தயாரிப்புப் பணிகளில் இறங்கினார்கள். பிரான்ஸ் பின்னர் 58 எம்எம் மார்டரை களத்தில் இறக்கியது என்றாலும் ஜெர்மானிய மார்டரைப் போல் (Minenwerfer) நகர்த்துவதற்கும் பயன்படுத்துவதற்கும் இலகுவான ஒரு மாடலை நேச நாடுகளால் உருவாக்கமுடியவில்லை.

★

முதல் உலகப் போரில் முதல் முறையாக, விமானம் ஒரு கப்பலில் தரையிறங்கியது. முதல் முறையாகப் போர் விமானம் ஒன்று கப்பலைச் சுட்டு வீழ்த்தியது. நவீன தொழில்நுட்பமும் புதிய கண்டுபிடிப்புகளும் இதுவரை இல்லாத அளவில் முதல் உலகப் போரில் பயன்படுத்தப்பட்டன. இரண்டாம் உலகப் போர் மூண்டபோது, இந்தத் தொழில்நுட்ப கண்டுபிடிப்புகள் மேலும் பல மடங்கு நவீனப்படுத்தப்பட்டன. முந்தைய போர்களைக் காட்டிலும் முதல் உலகப் போர் அதிக அழிவுகளைக் கொண்டு வந்தது போல், இரண்டாம் உலகப் போர், முதல் உலகப் போரில் ஏற்பட்டதைக் காட்டிலும் அதிகமான இழப்புகளைக் கொண்டு வந்தது. இது தொழில்நுட்பத்தின் வெற்றி. அழிவின் வெற்றி.

24 ராணுவமும் மக்களும்

அறிமுகம்

முதல் உலகப் போருக்கு முன்புவரை, ராணுவத்தினர் மட்டுமே போர்களால் பாதிப்படைந்தனர். காரணம், போர்க்களம் என்பது மக்களின் வாழ்விடங்களைவிட்டுத் தொலைவில் அமைக்கப்பட்டிருந்தது. போரிடும் நாடுகள் அல்லது அணிகள் இங்கே சந்தித்து, ஒருவரையொருவர் தாக்கிக் கொள்வர். வெற்றியும் தோல்வியும் மரணமும் இழப்பும் களத்தில் தொடங்கி களத்தில் முடிந்துவிடும். களத்துக்கு வெளியே பாதிக்கப்பட்டவர்கள், மரணமடைந்த வீரர்களின் குடும்பத்தினர் மட்டுமே. மேலும், ராணுவத்தின் அளவு சிறியதாகவும் வீரர்களின் எண்ணிக்கை குறைவாகவும் இருந்ததால், யுத்தங்கள் பெரும்பாலும் விரைவில் முடிந்துவிடும். ஆண்டுக்கணக்கில் நீளாது.

முதல் உலகப் போர் அனைத்தையும் மாற்றியது. மக்கள் குடியிருப்புகளுக்கு அருகில் ராணுவங்கள் மோதிக்கொண்டன. ராணுவத்தோடு சிறிதும் சம்பந்தப்படாத சிவிலியன்கள் போரின் விளைவுகளால் பீடிக்கப்பட்டனர். போர்க்களத்தில் சிப்பாய்கள் அனுபவித்த துயரங்களுக்குச் சற்றும் குறையாதது சிவிலியன்கள் அனுபவித்த துயரங்கள். ராணுவ வீரர்களுக்கு நேர்ந்ததைப் போன்ற கொடூரமான

மரணங்களை இவர்கள் அனுபவிக்கவில்லை என்பது நிஜம். ஆனால், சுழற்றியடிக்கப்பட்ட பந்தாக இவர்கள் போரால் அலைக்கழிக்கப்பட்டார்கள். உடலளவிலும் மனத்தளவிலும் கடுமையாகப் பாதிக்கப்பட்டார்கள். உறைவிடம், உணவு, எதிர்கால வாழ்க்கை அனைத்தும் கேள்விக்கு உள்ளாக்கப்பட்டது. அச்சமும் குழப்பமும் நிச்சயமற்ற தன்மையும் வாட்டின.

சிப்பாய்கள்

The Empire Needs Men! கீழே ஒரு கம்பீரமான, வயதான சிங்கத்தின் படம். அந்தச் சிங்கத்தைச் சுற்றி குட்டி சிங்கங்கள். கீழே சில வரிகள். 'ஆஸ்திரேலியா, கனடா, இந்தியா, நியூ சிலாந்து. அனைவரும் இந்த அழைப்புக்குச் செவி கொடுங்கள். குட்டி சிங்கங்கள் கைகொடுத்தால் வயதான சிங்கத்தைக் காப்பாற்ற முடியும்.' ராணுவச் சேவைக்கு அழைப்பு விடுத்து பிரிட்டன் வெளியிட்ட பிரகடனத்தில் ஒன்று இது.

பிரிட்டனின் ராணுவம் மிகவும் சிறியது. இந்த ராணுவமும் காலனிகளைப் பாதுகாப்பதற்காகவே பயன்படுத்தப்பட்டு வந்தது. தேசப் பாதுகாப்புக்குப் பிரதானமாக கப்பல் படையை பிரிட்டன் நம்பியிருந்தது. ராணுவ அதிகாரிகளாக முன்னாள் ராணுவ வீரர்களின் வாரிசுகள், பிரபுக்களின் வாரிசுகள், துறை சார்ந்த வல்லுனர்கள் ஆகியோர் தேர்ந்தெடுக்கப்பட்டனர். ராணுவ அமைச்சர், ஃபீல்ட் மார்ஷல் Horatio Kitchener 1914ம் ஆண்டு எச்சரிக்கையடைந்து ராணுவ பலத்தை அவசரமாக அதிகரிக்கும் முயற்சியைத் தொடங்கினார். ஆனால், 1915ம் ஆண்டுதான் ராணுவத்துக்கு ஆள்கள் சேர்க்கும் பணி தீவிரமடைந்தது.

பிரிட்டிஷ் பெண்களுக்கு ஒரு பிரத்தியேக அறிவிப்பை பிரிட்டன் வெளியிட்டது.

பிரிட்டனின் பெண்களுக்கு.

1. பெல்ஜியத்தில் ஜெர்மானியர்கள் என்னென்ன செய்தார்கள் என்பதை நீங்கள் படித்திருப்பீர்கள். நம் நாட்டை அவர்கள் முற்றுகையிட்டால் என்னென்ன செய்வார்கள் தெரியுமா? அதைப் பற்றி நினைத்துப் பார்த்தீர்களா?

2. உங்கள் வீட்டின் பாதுகாப்பும் நாட்டின் பாதுகாப்பும் மேலும் பல ஆண்களை ராணுவத்தில் இணைத்துக்கொள்வதில்தான்

அடங்கியுள்ளது என்பதை நீங்கள் அறிவீர்களா? இப்போதே இந்தப் பணி நடைபெறவேண்டும் என்பதை உணர்வீர்களா?

3. போ என்று நீங்கள் ஒரு வார்த்தை சொன்னால், நம் அரசருக்காகவும் நாட்டுக்காகவும் பணியாற்ற இன்னொரு வீரர் கிடைப்பார் என்பதை நீங்கள் அறிவீர்களா?

4. நீங்கள் போருக்காக என்ன செய்தீர்கள் என்று போர் முடிந்த பிறகு, உங்கள் கணவரையோ மகனையோ யாராவது கேட்டால், நீங்கள் சம்மதிக்கவில்லை என்னும் காரணத்தால் அவர் தன் தலையைக் குனிய வேண்டிய நிலை வருமா?

ராணுவத்துக்கு ஒரு வீரரை அனுப்பி ஏன் நீங்கள் உதவக்கூடாது?

1915-16 ஆண்டுகளில் ராணுவச் சேவைக்காகத் திரண்டவர்களின் எண்ணிக்கை போதுமானதாக இல்லை. ஈடன், வின்செஸ்டர் ஆகியவற்றில் படித்தவர்கள் முன்வந்தால் அவர்களுக்குச் சிறிதளவு பயிற்சி அளித்து இளநிலை அதிகாரிகளாக நியமிக்கலாம் என்று பிரிட்டன் எதிர்பார்த்தது. ஆனால், எதிர்பார்த்த அளவுக்கு தன்னார்வலர்கள் முன்வரவில்லை. எனவே, கட்டாய ராணுவச் சேவை கொண்டுவரப்பட்டது.

ஜெர்மனிக்கு இந்தப் பிரச்னை இல்லை. இளைஞர்கள் பலரும் முன்னரே ராணுவத்தில் இணைந்திருந்தனர். போர் அறிவிப்பு வெளியானதையடுத்து லட்சக்கணக்கானவர்கள் தன்னார்வலர்களாகத் திரண்டனர். ஆகஸ்ட் 1914ல் மட்டும் 1,85,000 இளைஞர்கள் பெயர் பதிவு செய்துகொண்டனர். கல்லூரிகளில் பயின்றுகொண்டிருந்த, பயிற்சி எடுத்துக்கொண்டிருந்த 32,000 மாணவர்கள் ஒரே நேரத்தில் திரண்டு வந்தனர். ஜெர்மானியப் பல்கலைக்கழகத்தில் இருந்து 50 சதவித மாணவர்கள் ராணுவத்தில் இணைந்தனர். படித்து முடித்து வேலை கிடைக்காமல் இருந்தவர்கள், ராணுவத்தில் உடனே சேர்ந்துகொண்டனர். தேவைக்கும் அதிகமாக தன்னார்வலர்கள் திரண்டதால், சரியான நபர்களை மட்டும் தேர்வு செய்வதற்கான வாய்ப்பும் அவகாசமும் இருந்தது. ஆறு வார பயிற்சிக்குப் பிறகு வீரர்கள் போர்க்களத்துக்கு அனுப்பப்பட்டனர்.

ராணுவப் பணிகள் மீது ஜெர்மானியர்களுக்கு அபிமானமும் மதிப்பும் இருந்தது. படித்து முடித்து ராணுவத்தில் இணைய வேண்டும் என்னும் விருப்பம் பல இளைஞர்களுக்கு இருந்தது.

ஆகஸ்ட் 1914ம் ஆண்டு போர்க்களத்துக்குச் சென்ற ஜெர்மானியர் களில் பெரும்பாலானோர் இருபதுகளின் மத்தியில் இருந்தனர். போர்க்களத்தில் கடுமையான இழப்புகள் ஏற்பட்டபோதும், இளைஞர்கள் கலங்கவில்லை. முதல் வரிசை முறியடிக்கப் பட்டால், அடுத்த வரிசை வெறியுடன் முன்னுக்கு நகரும். அவர்களுக்கு அளிக்கப்பட்டிருந்த பயிற்சியின் தீவிரத்தை இது வெளிப்படுத்தியது. உடல் ரீதியாக மட்டுமின்றி மன ரீதியாகவும் அவர்கள் பலம் பெற்றிருந்தனர். பிரிட்டன், பிரான்ஸ் உள்ளிட்ட நாடுகள் களத்தில் ஜெர்மானிய இளைஞர்கள் வெளிப்படுத்திய பலத்தையும் பண்புகளையும் கண்டு பல சமயம் வெளிப்படை யாக ஆச்சரியம் கொண்டன.

ஜெர்மன் ராணுவப் பள்ளி அளிக்கும் ஆறு வார பயிற்சி ஜெர்மானிய இளைஞர்களைத் தக்க முறையில் போருக்குத் தயார்படுத்தியது. J.M. de Beaufort என்ற டச்சு நாட்டுப் பத்திரிகை யாளர், 1916ம் ஆண்டு முனிச் சென்றபோது தன் அனுபவத்தை ஆச்சரியத்துடன் விவரித்தார். 'அவர்களுடைய ஒவ்வொரு அசைவும், துல்லியமாக, திட்டமிட்டபடி அமைந்திருந்தது. மேலதிகாரிகள் கட்டளை பிறப்பித்தபோது, அவர்கள் சத்தமாக உரத்த குரலில் பதில் அளித்தார்கள். அரை மைல் தள்ளி இருப்பவர்களுக்கும் அது கேட்கும்.' உண்மையில், அமைதியாக இருக்கவும் சன்னமான குரலில் பேசியும் பழகியும் வந்தவர்கள் அவர்கள். ஒரு ஜெர்மானிய உயர் அதிகாரி குறிப்பிடுவது போல், 'அம்மா பிள்ளைகளாக அவர்கள் உள்ளே வந்தனர். இப்போது உரத்த குரலில் பேசவும் கட்டளைகளுக்குக் கீழ்படியவும் அவர்கள் கற்றுக்கொண்டுவிட்டனர்.'

1870-71 போரில் ஜெர்மனியிடம் இருந்து பெற்ற தோல்வியை பிரான்ஸ் இன்னமும் மறக்கவில்லை. எனவே பிரான்ஸின் ராணுவ அழைப்புக்கு எதிர்பார்த்த அளவு ஆதரவு கிடைக்க வில்லை. 1913ம் ஆண்டு தொடங்கி பிரான்ஸ் தீவிரமாக ராணுவச் சேவைக்கான பிரசாரத்தைத் தொடங்கியது. ராணுவத் தின் மீதும் ராணுவச் சேவை குறித்தும் பிரெஞ்சு இளைஞர் களிடம் ஆரோக்கியமான மனோபாவம் இருக்கவில்லை. ராணுவத்தில் பணியாற்றவேண்டும் என்னும் உத்வேகம் பொது விருப்பமாக இல்லை. நிலைமையை மோசமாக்கும் வகையில், ராணுவத்தை அவர்கள் ஊழல் நிறைந்த ஒரு நிறுவனமாகவே கண்டனர். ராணுவ வீரர்களும் தங்கள் பணி குறித்துப் பெருமிதம்

கொள்ளவில்லை. 1907ம் ஆண்டு பயிற்சிக்கான அழைப்பு விடுத்த போது, 100 வீரர்களில் 36 பேர் அழைப்பை நிராகரித்தனர். போர்க் காலத்தில் ராணுவத்தில் இணைந்து பணியாற்றியவர்களின் எண்ணிக்கை 70.8 லட்சம் பேர். மொத்த மக்கள்தொகையில், ஐந்தில் ஒரு பங்கு.

பதுங்கு குழி வாழ்க்கை

வசதியாக மறைந்து கொள்வதற்கான இடமாக மட்டும் அல்ல, மரணத்தின் தோற்றுவாயாகவும் பதுங்கு குழிகள் இருந்தன. எதிரிகள் அமைதி காத்த சமயத்திலும்கூட வீரர்கள் பதுங்கு குழிகளில் இறந்துகொண்டுதான் இருந்தார்கள். நேச நாடுகள் படையில் மூன்றில் ஒரு பங்கு பேர் பதுங்கு குழிகளில் இறந்து போனதாகக் குறிப்புகள் உள்ளன.

லட்சக்கணக்கான எலிகளின் இருப்பிடம் அது. பழுப்பு மற்றும் கறுப்பு நிற எலிகள் பிரதானம். இரண்டுமே வீரர்களால் வெறுக்கப்பட்டன. குறிப்பாக பழுப்பு, அச்சமூட்டுவதாக இருந் தது. கிட்டத்தட்ட பீரங்கிகளுக்கு இணையாக இந்த எலிகள் பயத்தைத் தோற்றுவித்தன. இந்த எலிகள் பூனை அளவுக்கு வளரக்கூடியவை. காயமடைந்த அல்லது இறந்துபோன வீரர்களின் உடல்கள்தான் இவற்றின் பிரதான உணவு. கண்கள் தொடங்கி நுரையீரல் வரை துளைத்து சாப்பிட்டுவிடும். அருவருப்பும் பீதியும் ஊட்டும் இந்தக் காட்சிகளை பல வீரர்கள் கண்டிருக்கிறார்கள். இரவு நேரங்களில், வீரர்களின் உடல் மீது எலிகள் பாய்ந்து செல்லும். அலறியடித்துக்கொண்டு எழுந்து நிற்பார்கள். குறுங்கத்திகளாலும், குத்தீட்டி பொருத்தப்பட்ட துப்பாக்கிகளாலும் சில சமயம் கையால் அடித்தும் இவற்றைக் கொன்றிருக்கிறார்கள். என்றாலும், ஒவ்வொன்றும் வருடத்துக்கு 900 குட்டிகளுக்குக் குறையாமல் போடுவதால், என்ன செய்தும் சமாளிக்கமுடியாமல் போனது.

பிறகு, மூட்டைப் பூச்சிகள். அழுக்கு ஆடைகளில் பூச்சிகள் அடர்த்தியாக வளர்ந்து தொல்லை கொடுத்தன. பலமுறை ஆடை களைத் துவைத்த பிறகும்கூட அவை அகலவில்லை. அணிந்து கொண்ட சில மணி நேரங்களில், உடல் சூட்டில் முட்டைகள் உடைந்து பெருக ஆரம்பித்தன. இந்தப் பூச்சிகளால் ஏற்பட்ட காய்ச்சலுக்கு பதுங்கு குழி காய்ச்சல் என்று பெயரிடப்பட்டது. கடுமையான வலியும் மன உளைச்சலும் காய்ச்சலும்

பதுங்கு குழியில் சிப்பாய்கள்

கொண்டதாக இது இருந்தது. குணம் பெற சில சமயம் 12 வாரங்கள் ஆயின. 1918ம் ஆண்டு வரை, அதாவது போர் முடிவடைவதற்குச் சிறிது காலம் முன்புதான் இந்தக் காய்ச்சலுக்குக் காரணம் பூச்சிகள் என்பது கண்டறியப்பட்டது.

Trench Foot என்று அழைக்கப்பட்ட மற்றொரு நோய், கால்களைக் குறிவைத்தது. பனியிலும் குளிரிலும் மழையிலும் சகதியிலும் தொடர்ந்து பணியாற்றியதால் ஏற்பட்ட கிருமித் தொற்று இது. பல சமயங்களில், கால்களை வெட்டி எடுக்கவேண்டிய நிலை ஏற்பட்டது. 1915ல் இந்த நிலை சற்றே மாறி, சிகிச்சைகள் நவீனமடைந்தன.

சிப்பாய் வாழ்க்கை

சுழற்சி முறையில் வீரர்கள் போர்முனைக்கு அனுப்பிவைக்கப் பட்டனர். முதல் வரிசைப் பணி. முதல் வரிசைகளுக்கு உதவி யாக நிற்கும் பணி. சிறிது ஓய்வு. மீண்டும், முன்னணியில் பணி. பொதுவான பணிக் கணக்கு இதுதான். ஒரு வீரர் தோராயமாக, ஓராண்டில் 70 தினங்கள் முதல் வரிசையில் நின்று போரிடுகிறார். 30 தினங்களை முன்னணி வீரர்களுக்குப் பலம் சேர்க்கும் பணியில் ஈடுபடுகிறார். அழைக்கப்படுவதற்குத் தோதாக 120

தினங்கள் தயார் நிலையில் இருக்கிறார். ஓய்வுக்கு 70 தினங்கள். பல சமயங்களில் இந்தச் சுழற்சி சரியாக வேலை செய்யவில்லை. வீரர்கள் தொடர்ந்து பல மணி நேரங்கள் முதல் வரிசையில் நிறுத்தப்பட்டனர். ஓய்வு நேரம் குறைக்கப்பட்டது. கிடைத்த ஓய்வு நேரத்திலும் வேறு பணிகள் அளிக்கப்பட்டன.

விடிவதற்கு ஒரு மணி நேரத்துக்கு முன்னால் அனைவரும் எழுந்துவிடவேண்டும். Stand to என்று அழைக்கப்பட்ட பதுங்கு குழி காவல் பணி ஆரம்பிக்கப்படும். எதிரிகள் இருட்டைச் சாதமாக்கிக் கொண்டு அதிகாலையிலும் இரவிலும் தாக்கலாம் என்பதால் இந்த ஏற்பாடு. குத்தீட்டி பொருத்தப்பட்ட கத்தியுடன் ஒவ்வொரு சிப்பாயும் பதுங்கு குழியின் முன் பக்கம் வந்து நடமாட்டத்தை வேவு பார்க்கவேண்டும். இரு தரப்பினரும் இவ்வாறு செய்து வந்தனர். Morning hate என்று அழைக்கப்படும் அதிகாலை துப்பாக்கிச் சூடு அடுத்த பணி. சரியாக வெளிச்சம் பரவாத சூழலில், எதிரி திசை பார்த்து இரு தரப்பினரும் துப்பாக்கிகளால் சுட்டுக்கொள்வார்கள்.

இந்தப் பணிகள் முடிந்ததும் சில பகுதிகளில் உள்ள வீரர்களுக்கு அருந்துவதற்கு ரம் அளிக்கப்படும். பிறகு, அவரவர் ரைஃபிளை சுத்தப்படுத்தும் பணி. சீராக வேலை முடிந்திருக்கிறதா என்பதை ஓர் அதிகாரி பரிசோதிப்பார். பிறகு, காலை உணவு. உணவருந்தும் வேளையில் மோதல்கள் இருக்காது. இது ஒரு வகை ஏற்பாடு. காலை உணவுக்குப் பிறகு, பிளாட்டூன் கமாண்டர் வீரர்களை மேற்பார்வையிடுவார். தேவைப்படுபவர்களுக்கு, தகுந்த காரணங்கள் இருந்தால் ஓய்வு அளிக்கப்படும். பிறகு, அன்றைய பணிகள் அளிக்கப்படும். மணல் மூட்டைகளை அடுக்குவது, பதுங்கு குழிகளைச் சுத்தப்படுத்துவது, ஆயுதங்களைச் சரி செய்வது ஆகிய பணிகளும் இதில் அடக்கம். மழைக் காலங்களில் குழிகளில் நீர் அதிகம் நிரம்பிவிடும் என்பதால் நீரை அகற்றுவது முக்கியமான பணியாக இருந்தது. எதிரிகள் தொடர்ந்து கண்காணித்துக் கொண்டிருப்பார்கள் என்பதால் நள்ளிரவு வரை நடமாடக்கூட முடியாது. கொடுக்கப்பட்ட பணியை முடித்துவிட்டால், தனிப்பட்ட வேலைகளைச் செய்து கொள்ளலாம். கடிதம், டைரி எழுதலாம். புத்தகம் படிக்கலாம்.

போர்க்களத்தைவிடவும் ஆபத்தானது, No man's land என்று அழைக்கப்படும் பொது இடம். இரு நாட்டு பதுங்கு குழிகளுக்கு

இடைப்பட்ட பகுதி இது. நூறு அடி தொடங்கி மைல் கணக்கில் நீளக்கூடிய அளவுக்கு இந்தப் பகுதியின் பரப்பளவு மாறுபட்டது. இதன் இரு தரப்பிலும் பதுங்கு குழியில் வீரர்கள் ஆயுதங்களைக் குவித்து தயார் நிலையில் இருப்பார்கள். வெளிச்சம் இருக்கும் போது, இந்தப் பகுதியில் ஆள் நடமாட்டமே இருக்காது. இரவு நேரங்களில், எல்லையை விஸ்தரிக்கும் நோக்கில் சில படைகள் வேலியை நகர்த்தி இந்தப் பொது இடத்தில் பிரவேசிக்கும். போர்க்களத்தில் இறந்தவர்களைக் காட்டிலும் இங்கே இறந்தவர்கள் அதிகம்.

சில சமயம் இங்கே இரு நாட்டு வீரர்களும் எதிர்பாராதவிதமாகச் சந்தித்துக்கொள்வதுண்டு. அவ்வாறு நடந்தால், இருவரும் அவசரமாக அவரவரர் பகுதிக்கு நகர்ந்துவிடுவார்கள். அல்லது, நேருக்கு நேராக மோதிக்கொள்வார்கள். இதுபோன்ற சமயங் களில் கைத்துப்பாக்கியைப் பயன்படுத்துவது சாத்தியமில்லை. துப்பாக்கிச் சத்தம் கேட்டு பீரங்கிகள் வெடிக்க ஆரம்பித்து விட்டால் பிரச்னை என்பதால் ஆயுத உதவியின்றி அடித்துப் பிடித்து சண்டையிட்டுக்கொள்வார்கள்.

தாற்காலிகமாக ஏற்படுத்தப்பட்ட மலக்குழிகள் நிரம்பி வழியும் போது வீரர்கள் மனச்சோர்வு கொள்வார்கள். சிதறிக்கிடக்கும் உடல்கள் சிதைய ஆரம்பிக்கும்போது கடுமையான உளைச்ச லுக்கு ஆளாவார்கள். வாரக்கணக்கிலும் மாதக்கணக்கிலும் குளிக்கமுடியாமல் போவது சகஜமே. எனவே, அருவருக்கத் தக்க நாற்றம் ஏற்படுவதை தவிர்க்கமுடியாது. நச்சு வாயுவின் நாற்றமும் போர்க்களத்தில் சுற்றி வந்துகொண்டே இருக்கும். புதிதாக களத்துக்கு வரும் வீரர்களால் இதைத் தாக்குப்பிடிக்க முடியாது. பழைய வீரர்களுக்கு இவை பழகிப்போயிருக்கும்.

பொருளாதாரம்

ஆகஸ்ட் 4, 1914 அன்று பெல்ஜியம் எல்லையை ஜெர்மனி கடந்தபோது, சீட்டுக்கட்டு மாளிகையின் முதல் சீட்டு சுண்டி விடப்பட்டது. ரயில் வண்டிகளும் டிரக்குகளும் குதிரை வண்டி களும் நகர ஆரம்பித்தன. சீருடை அணிந்த வீரர்கள் அணிவகுக்க ஆரம்பித்தனர். ஜெர்மனி, பிரான்ஸ், பிரிட்டன் ஆகிய நாடுகள் போருக்குத் தயாராக ஆரம்பித்தன. அதற்கான முன்னேற்பாடுகள் இந்நாட்டு மக்களைக் கடுமையாகப் பாதித்தது. மறைமுகமாக அல்ல, நேரடியாகவே.

முழுக்க முழுக்கப் போருக்குத் தயாரான முதல் நாடு ஜெர்மனி. அதன் பொருளாதாரம் போருக்கு ஒத்திசைவாக இருக்கும் வகையில் திட்டமிட்டு மாற்றப்பட்டிருந்தது. ஏற்கெனவே தொழில்மயமாக்கப்பட்ட நாடு என்பதால் துருப்புகளையும் தளவாடங்களையும் தயார் நிலையில் வைத்திருப்பது சுலபமாக இருந்தது. போர்த் தேவைகளைப் பிரத்தியேகமாகக் பிரத்தியேக மாகக் கவனித்துக்கொள்ள, போர் அமைச்சகத்தில் தனியொரு பிரிவு (War Raw Materials Division) உண்டாக்கப்பட்டது. முன்னணி தொழிலதிபரான வால்த்தர் ரதேனோ (Walther Rathenau) என்பவர் இந்தப் பிரிவுக்குத் தலைமை தாங்கினார். ஜெர்மானிய நிறுவனங்களும் தொழிற்சாலைகளும் இந்தப் பிரிவின் கீழ் ஒன்றிணைக்கப்பட்டன. போருக்குத் தேவைப்படும் அத்தனை பொருள்களும் தாமதமின்றித் தயாரிக்கப்பட்டன.

பிரிட்டனும் பிரான்ஸும் ஜெர்மனியைப் போல் தயார் நிலையில் இல்லை. ஜெர்மனியில் இருப்பதைப் போன்ற கனரக தொழிற் சாலைகள் இந்நாடுகளில் அதிகம் இல்லை. போருக்குத் தேவைப்படும் துப்பாக்கிகள், குண்டுகள், கனரக இயந்திரங்கள் போன்றவற்றை இந்நாடுகளால் விரைவாக உற்பத்தி செய்யமுடியவில்லை. அதே சமயம் ஜெர்மனிக்கு இல்லாத ஒரு வசதி நேச நாடுகள் அணியிடம் இருந்தது. கடல் வழியில் இந்நாடுகள் ஒன்றுடன் ஒன்று தொடர்பு கொண்டிருந்ததால், தேவைப்படும் பொருள்களை உடனடியாகத் தருவித்துக்கொள்ள முடிந்தது. உதாரணத்துக்கு, அமெரிக்காவிடம் இருந்து பல ஆயுதப் பொருள்களை இந்நாடுகள் இறக்குமதி செய்து கொண்டன.

போர் ஆரம்பித்த பிறகு, சிறிது சிறிதாக இந்நாடுகள் போருக்குத் தேவையான பொருள்களைத் தயாரிக்க ஆரம்பித்துவிட்டன. அதற்கேற்ப, பொருளாதாரக் கொள்கைகளும் அணுகுமுறையும் மாற்றியமைக்கப்பட்டன. சொகுசு, ஆடம்பரப் பொருள்களை உற்பத்தி செய்யும் தொழிற்சாலைகள் போருக்கான அடிப்படைத் தயாரிப்புகளில் ஈடுபடுத்தப்பட்டன. அல்லது, இழுத்து மூடும் படி கேட்டுக்கொள்ளப்பட்டன. பிரெஞ்சு ஒயின் தயாரிப்பு ஆலைகளும் ஜெர்மானிய சாக்லேட் தயாரிப்பு ஆலைகளும் தேய்ந்து சுருங்கின.

எது தேவை, எது தேவையில்லை என்பதை அரசாங்கம் முடிவு செய்தது. தொழிலாளர்கள் தேவைக்கேற்றபடி வேலை மாற்றம்

செய்யப்பட்டனர். போர் தயாரிப்புகளில் ஈடுபட்ட தொழிலாளர்களின் பணி அதிக வேலை நேரம் கொண்டதாகவும் குறைந்த ஊதியம் கொண்டதாகவும் அமைந்திருந்தது. மறுப்பதற்கு உரிமை இல்லை. ராணுவப் பணி கட்டாயமாக்கப்பட்டது. குறிப்பாக, பிரான்ஸிலும் ஜெர்மனியிலும் அதிக எண்ணிக்கையில் சிவிலியன்கள் ராணுவத்தில் வலுக்கட்டாயமாகச் சேர்த்துக் கொள்ளப்பட்டனர்.

பணிமாற்றங்களுக்கும் பணி திணிப்புகளுக்கும் எதிராக, பொது மக்கள் ஆங்காங்கே குரல் கொடுக்க ஆரம்பித்தனர். 1917ம் ஆண்டு, பிரான்ஸ் தொழிலாளர் போராட்டங்களைச் சந்தித்தது. வெர்டூனில், ராணுவ வீரர்கள் ஒத்துழையாமையில் ஈடுபட்டனர். உயர் அதிகாரிகளின் கட்டளைகள் காற்றில் பறக்கவிடப்பட்டதால், போர்த் திட்டங்கள் சிதைந்துபோயின. பிரெஞ்சுத் தொழிலாளர்களில் பலர் சோஷலிஸ்டுகளாக இருந்ததால், அரசாங்கத்தின் தொழிலாளர் விரோத மனோபாவத்தை அவர்கள் எதிர்த்தனர். ராணுவ வீரர்கள் தொடங்கி தொழிலாளர்கள் வரை, அனைத்துப் பிரிவுகளிலும் போராட்டத்தீ பரவியது. 1917ம் ஆண்டு மட்டும், பிரான்ஸில் 689 வேலை நிறுத்தங்கள் நடைபெற்றன. 2,93,000 தொழிலாளர்கள் இவற்றில் பங்கேற்றனர்.

ஜெர்மனியிலும் இதே நிலைமைதான். கடினமான, மோசமான சூழலில் பணியாற்றும்படி தொழிலாளர்கள் நிர்ப்பந்திக்கப்பட்டனர். பிரிட்டன் ஜெர்மானிய வழித்தடங்களைக் கைப்பற்றி, போக்குவரத்தைத் தடைசெய்தபோது, உணவு கிடைக்காமல் ஜெர்மன் மக்கள் திண்டாடினார்கள். போதிய உணவு உட்கொள்ளாமல் வேலை செய்ய இயலாது என்று தொழிலாளர்கள் குரல் கொடுத்தனர். நிலக்கரி சுரங்கங்களிலும் இரும்பு ஆலைகளிலும் பணியாற்றிய தொழிலாளர்கள் வேலையைத் துறந்தனர். ஏப்ரல் 16, 1917 அன்று 2,20,000 தொழிலாளர்கள் பெர்லினில் ஒன்றுதிரண்டு அமைதிப் போராட்டத்தில் ஈடுபட்டனர். அனைவருக்கும் உணவு வேண்டும், போர் நிறுத்தப்படவேண்டும் என்று இவர்கள் கோரினர்.

பிரான்ஸிலும் ஜெர்மனியிலும் மக்கள் போருக்கு எதிரான போராட்டங்களில் ஈடுபட்டபோது, இரு நாடுகளும் அடக்குமுறையைக் கையாண்டு இந்தப் போராட்டங்களைச் செயலிழக்க வைத்தது. மிரட்டினார்கள். படைகளை அனுப்பினார்கள். கைது செய்தார்கள். ஒரு கட்டத்தில், ஜெர்மனியில் போக்குவரத்து

பிரச்னைக்குள்ளானது. சாலைகளையும் ரயில் பாதைகளையும் நிர்வகிக்கும் தொழிலாளர்கள் வேறு பணிகளுக்கு மாற்றப் பட்டிருந்தனர். சரக்குப் பரிமாற்றம் கடுமையாகப் பாதிக்கப் பட்டது.

பிரசாரம்

போரிட வீரர்கள் மட்டும் போதாது, பொது மக்களும் தேவை என்பதால், பிரசாரம் தேவைப்பட்டது. மக்களின் ஆதரவு பெறாமல் போரிடுவது சாத்தியமல்ல என்பதை இந்நாடுகள் உணர்ந்திருந்தன. எனவே, பிரசார இயந்திரம் சுழலவிடப் பட்டது. முதலில், இந்தப் போர் ஏன் அவசியம் என்பதை உணர்த்தினார்கள். 'இது மிகவும் அவசியமான போர். நாம் இந்த வாய்ப்பைப் பயன்படுத்திக்கொள்ளாவிட்டால் எதிரிகள் நம்மைக் கைப்பற்றிக்கொள்வார்கள்.' மக்கள் எப்படிப்பட்ட சிரமங்களுக்கு ஆளாவார்கள் என்பது விளக்கப்பட்டது. இந்தச் சிரமங்களை ஏன் அவர்கள் பொறுத்துக்கொள்ளவேண்டும் என்பது தெளிவுபடுத்தப்பட்டது. 'உங்கள் நாடு, உங்கள் ஒத் துழைப்பைக் கோருகிறது. மக்கள் ஒன்றிணைந்து தேசத்துக்குத் தோள் கொடுக்கவேண்டும்.' மக்கள் தியாகம் செய்யவேண்டிய தன் அவசியம் குறித்தும், தியாகத்தின் மகத்துவம் குறித்தும் அறிவுறுத்தப்பட்டது.

போருக்கு ஆதரவான செய்திகள் உடனுக்குடன் மக்களிடம் கொண்டு செல்லப்பட்டன. எதிரான செய்திகள் அல்லது அச்சுறுத்தல்கள் தணிக்கை செய்யப்பட்டன. மக்கள் எதைத் தெரிந்துகொள்ளவேண்டும், எதைத் தெரிந்துகொள்ளக்கூடாது என்பதை அரசு நிர்ணயித்தது. பிரசார நாணயத்தின் இரு பக்கங்களாக தேசபக்தியும் வெறுப்பும் இருந்தன. உன் தேசத்தை நேசி. அதற்காக உன் உயிரையும் மனமுவந்து கொடு. இது ஒரு பக்கம். உன் உயிரைக் கொடுத்தாவது எதிரிகளை அழித்துவிடு. நீ அழிக்காவிட்டால் எதிரி உன்னை அழித்துவிடுவான். இது இன்னொரு பக்கம். ஜெர்மனி, பிரான்ஸ், பிரிட்டன் ஆகிய நாடுகள் இந்தப் பிரசாரக் கொள்கையைச் செவ்வனே அமல் படுத்தி வந்தன. கெய்ஸருக்கு பிரிட்டனும் பிரான்ஸும் எதிரிகள் என்றால் ஜெர்மானியர்களுக்கும் அவ்வாறே. பிரிட்டிஷ் அரசைப் போலவே பிரிட்டிஷ் மக்களும் ஜெர்மனியை வெறுக்க வேண்டும். எனவே தேவை, பிரசாரம்.

ஜெர்மனியை வெறுக்க பிரான்ஸும் பிரிட்டனும் தம் மக்களுக்குக் கற்றுக்கொடுத்தன. ஜெர்மனியைப் பற்றிய பல கட்டுக்கதைகள் ஊடகங்களில் தொடர்ந்து வெளிவந்தன. ஒவ்வொரு ஜெர்மானியரும் ஒரு பயங்கர மிருகம் என்று மக்கள் ஏற்றுக் கொள்ளும்வரை பிரசாரம் முடியவேயில்லை. ஜெர்மானிய வீரர்கள் ஒரு பெல்ஜியன் செவிலியரைக் கடத்தி வந்து அவர் மார்புகளை வெட்டியெடுத்து சித்திரவதை செய்து கொலை செய்ததை ஒரு பத்திரிகை 'ஆதாரபூர்வமாக' விவரித்தது. மற்றொரு பத்திரிகை, இறை ஊழியம் செய்யும் பெண்களை ஜெர்மானியர்கள் எப்படி மானபங்கப்படுத்தினார்கள் என்பதை விளக்கி செய்தி கட்டுரை வெளியிட்டது. பலர், இந்தக்கதைகளை வரிக்கு வரி நம்பி, ஜெர்மானி யர்களை வெறுத்தனர். ஜெர்மனி அழித்தொழிக்கப்படவேண்டிய நாடுதான் என்று ஒப்புக்கொண்டனர். இது பிரசாரத்தின் வெற்றி.

பிரிட்டனையும் பிரான்ஸையும் வெறுக்க ஜெர்மனி தன் மக்களுக்குக் கற்றுக்கொடுத்தது. பிரிட்டன் ஜெர்மனியின் உணவு போக்குவரத்தைத் தடை செய்தபோது, பிரிட்டனுக்கு எதிரான மாபெரும் பிரசாரப் போரை ஜெர்மனி மேற்கொண்டது. ஆங்கிலம் தடை செய்யப்பட்டது. தெருக்களுக்கு இடப்பட் டிருந்த ஆங்கிலப் பெயர்கள் மாற்றியமைக்கப்பட்டன. பிரிட்ட னுக்கு எதிரான வெறுப்புப் பாடல்கள் இசைக்கப்பட்டன. அதில் ஒரு வரி இது. 'நாங்கள் ஒன்றாக நேசிப்போம், ஒன்றாக வெறுப்போம். எங்கள் எதிரியும் ஒன்றுதான். இங்கிலாந்து.'

ஜெர்மனியிலும் பிரான்ஸிலும் செய்தித்தாள்கள் ராணுவத்தின் நேரடிக் கட்டுப்பாட்டில் இயங்கின. போர் எப்படிச் செல்கிறது, நம் நிலை என்ன, எதிரிகள் பலம் என்ன என்பது பற்றிய செய்திகளை ராணுவமே வழங்கியது. போர்க்களத்தில் நிஜத்தில் என்ன நடக்கிறது என்பதை மக்களால் தெரிந்துகொள்ளவே முடியாது. சுதந்தரம், ஜனநாயகம் என்று பெருமிதம் பேசிய பிரிட்டனிலும் இதே நிலைமைதான். அரசாங்கத்தின் ஒப்புதல் இல்லாமல் செய்திகள் வெளியிடமுடியாது. தேவைப்படும் போது, சிறு முன்னேற்றமும் மாபெரும் வெற்றியாகக் கொண் டாடப்படும். மாபெரும் தோல்விகள்கூட சிறு சறுக்கலாகச் சுருங்கிவிடும். அல்லது, முற்றிலுமாகத் தவிர்க்கப்படும். 1917ம் ஆண்டு பிரெஞ்சு ராணுவத்தினர் கலகத்தில் ஈடுபட்ட செய்தி பிரெஞ்சு மக்களைச் சென்றடையவில்லை.

ஜெர்மனியை முறியடிக்க நேச நாடுகள் அணி கடைபிடித்த ஆயுதங்களுள் முக்கியமானது பிரசாரம். எதிரி நாடு குறித்த பிரசாரங்களைக் கவனித்துக்கொள்ள பிரிட்டன் தனியொரு பிரிவை (Director of Propaganda in Enemy Countries) உருவாக்கியிருந்தது. இந்தப் பிரசாரப் பிரிவு பிரிட்டிஷ் எழுத்தாளர்களைப் பணியில் அமர்த்தி, சில கற்பனை செய்திகளை ஜெர்மன் மொழியில் உருவாக்கியது. நேச நாடுகள் அணி மாபெரும் வெற்றிகளைக் களத்தில் ஈட்டி வருவதாகவும், பிரிட்டனுக்கு அமெரிக்கா முழுமூச்சில் ராணுவ உதவிகள் செய்து வருவதாகவும் செய்திகளை உருவாக்கினார்கள். இந்தச் செய்திகள், துண்டறிக்கைகளாக அச்சிடப்பட்டு பலூன்களில் கட்டிவிடப்பட்டு ஜெர்மனி முழுவதும் கொண்டு சேர்க்கப்பட்டன. மறைமுகமாக பிரிட்டன் தொடுத்த போர் இது. இந்த அறிக்கைகளை வாசித்த ஜெர்மானியர்கள் மனத்தளவில் பாதிக்கப்பட்டனர். தங்கள் தேசம் தோற்றுவிட்டதாக வருந்தினார்கள். ஒரு நாளைக்கு 1,67,000 துண்டறிக்கைகள் எதிரிகளைச் சென்றடைந்தன. பொது மக்கள் மட்டுமல்ல, இதை வாசித்த ராணுவ வீரர்கள்கூட மனத்தளவில் சோர்ந்து போயினர்.

உணவு, எரிபொருள்

இரண்டுமே அத்தியாவசியத் தேவைகள். ஆனால், போர் தொடங்கிவிட்டால் காணாமல் போகும் முதல் இரண்டு பொருள்கள், இவைதான். உணவுக்காகவும் எரிபொருளுக்காகவும் நடைபெற்ற போராட்டங்கள், யுத்தங்களைக் காட்டிலும் சவாலானவை. ஒவ்வொரு நாடும் ஒவ்வொரு விதமாகப் பாதிக்கப்பட்டது. தட்டுப்பாடு அதிகம் இன்றி தப்பித்த நாடு பிரான்ஸ். தனக்குத் தேவையான உணவுப் பொருள்களை பிரான்ஸ் பெரும்பாலும் தானே உற்பத்தி செய்துகொண்டது ஒரு காரணம். இறக்குமதியை எதிர்பார்த்து அந்த நாடு இருக்கவில்லை. மேலும், அந்நாட்டின் வேளாண்மை, உற்பத்தி முறைகள் நவீனமடைந்திருந்தன.

தடைகள் மூலம் ஜெர்மானியர்களைப் பட்டினியில் தள்ளியதில் பிரிட்டன் பெருமிதம் கொண்டிருந்தது. 1914 தொடங்கி 1916ம் ஆண்டு வரை பிரிட்டனில் உணவு, எரிபொருள் தட்டுப்பாடு பெரிதாக இல்லை. ரொட்டியும் இறைச்சியும் எப்போதும் போல் கிடைத்து வந்தன. விலை சற்றே அதிகமாக கூடிபோனதை

யாரும் பெரிதாக எடுத்துக்கொள்ளவில்லை. 1917 வசந்த காலத்தில், ஜெர்மனி நீர்மூழ்கிக் கப்பல்களைப் பயன்படுத்தி பிரிட்டனின் சரக்குக் கப்பல்களைப் பெரிய அளவில் கடலில் மூழ்கடித்தபோது, பிரிட்டன் மிகக் கடுமையான தட்டுப்பாட்டைச் சந்திக்க நேர்ந்தது.

உணவை அளந்து சாப்பிடும்படி 1917 மத்தியில் இருந்தே, பிரிட்டன் அரசாங்கம் விண்ணப்பித்துக்கொள்ள ஆரம்பித்து விட்டது. ரொட்டி, இறைச்சி, உருளைக்கிழங்கு ஆகியவற்றை எப்படிச் சிக்கனமாகப் பயன்படுத்தவேண்டும் என்று அரசு சொல்லிக்கொடுத்தது. சர்க்கரை குறைந்த அளவே கிடைத்தது. பயன்பாட்டில் இல்லாத நிலங்கள் என்று ஒரு பிரிவை உண்டாக்கி அவற்றைத் தோட்டங்களாக மாற்றியமைத்தது பிரிட்டன். மக்கள் தங்கள் உணவுத் தேவைகளைப் பூர்த்தி செய்ய இத்தோட்டத்தில் காய், கனிகளைப் பயிரிட்டுக்கொள்ளுமாறு கேட்டுக்கொள்ளப் பட்டனர். 1918ம் ஆண்டு நிலைமை மேலும் மோசமடைந்தது. அறிவுரைகளையும், ஆலோசனைகளையும் மூட்டை கட்டி வைத்துவிட்டு, உத்தரவுகள் பிறப்பிக்க ஆரம்பித்தது பிரிட்டன். கிட்டத்தட்ட அனைத்து உணவுப் பொருள்களும் கட்டாயமாக ரேஷன் செய்யப்பட்டன.

அனைவருக்கும் உணவு அட்டை அளிக்கப்படும். அத்தியாவசிய மான சில பொருள்களை வாங்கிய பிறகு அந்த அட்டையில் துளையிடப்படும். அடுத்த அட்டையைப் பெற்றுக்கொண்டால் தான் அடுத்த வேளை உணவு. உணவுக்கு அரசு விதித்த இந்தக் கட்டுப்பாடு பிரிட்டிஷ் மக்களை நம்பிக்கையிழக்கச் செய்தது. ஒருவேளை, 1918ம் ஆண்டு போர் முடிவுறாமல் இருந்திருந்தால், உணவுப் பிரச்னை பெரும் கலகமாக வெடித்திருக்கும்.

ஜெர்மனியில், போர் தொடங்கியதில் இருந்தே கிட்டத்தட்ட இதே நிலைதான். குளிர் அதிகம் இருந்த பிரதேசம் என்பதால் வேளாண்மையில் ஜெர்மனி பின்தங்கியிருந்தது. பிரிட்டன் விதித்த தட்டுப்பாடு காரணமாக, வெளிநாடுகளில் இருந்து உணவுப் பொருள்களை இறக்குமதி செய்யவும் முடியாமல் போனது. ஜனவரி 1915 முதலே, ரொட்டி ரேஷன் செய்யப்பட்டது. பத்து உணவுக் கட்டளைகள் என்னும் தலைப்பில் அரசு ஒரு பிரசார அறிக்கையை வெளியிட்டது. உணவை எப்படிப் பாதுகாப்பது, எப்படிச் சிக்கனமாகப் பயன்படுத்துவது ஆகியவற்றைப் போதிக்கும் அறிக்கை அது. The War Food Office என்றொரு பிரிவு

தொடங்கப்பட்டு, உணவுப் பொருள்கள் ரேஷனிங் தொடர்பாக 250 சட்டங்கள் கொண்டுவரப்பட்டன.

உணவு குறைந்த அளவே கிடைத்தபோது, பெண்கள் தங்கள் பங்கை கணவருக்கும் குழந்தைகளுக்கும் அளித்து பட்டினி கிடந்தனர். தொழிலாளர்களுக்கு உணவில்லை. வேலை செய்யும் துடிப்பும் இல்லை. பலர் ரொட்டிக்குப் பதிலாக, வறுகடலை, பீன்ஸ் ஆகியவற்றை உட்கொண்டனர். மேலும் பலர், குதிரை, எலி மாமிசங்களைச் சமைத்து உண்டனர். பால் கொடுக்கும் மாடுகளை விவசாயிகள் பசி தாங்க முடியாமல் கொன்றனர். பொதுவாகக் கால்நடைகளுக்கு அளிக்கப்பட்டு வந்த டர்னிப் காய்களை ஜெர்மானியர்கள் உட்கொள்ள ஆரம்பித்தனர். போதிய ஆகாரம் இல்லாமல் குழந்தைகள் இறந்துபோயின. சுகாதாரமற்ற உணவு உட்கொண்டதால் நோய்கள் பெருகின. பொதுவாகச் சட்டத்தை மதித்து நடக்கும் ஜெர்மானியர்கள், திருட ஆரம்பித்தார்கள். இதற்கிடையில், போரில் வெற்றியா தோல்வியா என்பது பற்றி பொது மக்களால் சிந்திக்கமுடியவில்லை. பலருக்கு அதன் முடிவு தெரியும். அதன் விளைவுகளை அவர்கள் அனுபவித்துக்கொண்டிருந்தார்கள்.

பெண்கள்

போர் ஏற்படுத்திய மிகப் பெரிய சமூக மாற்றம், பெண்களை வீட்டைவிட்டு வெளியில் அழைத்து வந்தது. போருக்கு முன்னால் வெகு குறைவான பெண்களே வீட்டுக்கு வெளியில் பணியாற்றிக்கொண்டிருந்தனர். ஓட்டுரிமை அவர்களுக்கு வழங்கப்பட்டிருக்கவில்லை. போர் ஆரம்பித்தபிறகு, தேவைகளும் அதிகரித்துவிட்டதால், அதிக எண்ணிக்கையில் தொழிலாளர்கள் தேவைப்பட்டனர். கடினமான சூழலில் பொறுப்புடன், அமைதியாகப் பணியாற்ற பெண்களே ஏற்றவர்கள் என்பதை முதலாளிகள் கண்டுகொண்டனர். பொருளாதார வளர்ச்சிக்குப் பெண்களின் பங்கு இன்றியமையாதது என்பது உணரப்பட்டது. பிரிட்டனிலும் அமெரிக்காவிலும் போர் முடிவடைந்த பிறகு, பெண்களுக்கு ஓட்டுரிமை வழங்கப்பட்டது.

போர்த் தேவைகளுக்குப் பெண்களை அதிகம் பயன்படுத்திக் கொண்ட நாடு, ஜெர்மனி. ஆண்களில் கணிசமானோர் போர் முனைக்கு அனுப்பப்பட்டுவிட்டதால் பெண்களைத் தொழிற்சாலைகளில் நியமித்தார்கள். இன்ன வேலை என்றில்லாமல்

அனைத்தையும் பெண்களுக்கு ஒதுக்கியது அரசு. சாலை அமைத்தார்கள். இயந்திரங்களோடு பணியாற்றினார்கள். டிராம் ஓட்டினார்கள். சுரங்கங்களில் இறங்கினார்கள். பெண்கள் குறித்துப் பொதுபுத்தியில் காலம் காலமாக உறைந்துபோயிருந்த சமூக அடையாளத்தை ஜெர்மனி ஆச்சரியமூட்டும் வகையில் தகர்த்து எறிந்தது. பெண்களின் பங்களிப்பு இல்லாமல் போயிருந்தால் ஜெர்மனியின் பொருளாதாரம் முறிந்துபோயிருக்கும். இதை அந்நாடு நன்கு உணர்ந்திருந்தது.

பிரிட்டனில் இந்தச் சமூக மாற்றம் நடைபெறவில்லை. ஆண்களின் வேலைகள் என்று அறியப்பட்டவற்றைப் பெண்கள் அதிகம் செய்யவில்லை. அதே சமயம், பல பெண்கள் தன்னார்வலர்களாக அரசுக்கு உதவ முன்வந்தனர். 1915ம் ஆண்டு அரசு கோரிக்கை விடுத்தபோது, 1,24,000 பெண்கள் உடனடியாக முன்வந்து பொறுப்புகளை ஏற்றுக்கொண்டனர். அரசுப் பணிகள், ஆடை தயாரிக்கும் ஆலைகள், விவசாயம், வர்த்தகம் உள்ளிட்ட துறைகளில் அவர்கள் இணைந்துகொண்டனர். வீட்டு பணிகளில் ஈடுபட்டு வந்த 4 லட்சம் உழைக்கும் பெண்கள், தங்கள் வேலையைத் துறந்து போர் பணிகளில் ஈடுபட்டனர். பெண்களின் பங்களிப்புக்கு நன்றி தெரிவிக்கும் வகையில், 1918ம் ஆண்டு பிரிட்டன், ஓட்டுரிமை அளித்தது.

போர் காலம் முழுவதும் பிரெஞ்சு பெண்கள் விவசாயத்தில் அதிக கவனம் செலுத்தினர். பலர் செவிலியர்களாக மாறினர். ஆயுதத் தொழிற்சாலையிலும் இணைந்துகொண்டனர். 1915 இறுதியில், சுமார் 75,000 பெண்கள் அரசு தொழிற்சாலைகளில் பணியாற்றிக்கொண்டிருந்தனர். வீட்டுக்கு வெளியில் பணியாற்றுவது அவர்களுக்குப் புதிய அனுபவமாக இருந்தது. இதற்கு முன் அனுபவித்திராத சுதந்தர உணர்வை முதல் முதலில் அனுபவித்ததாகப் பல பெண்கள் நினைவுகூர்ந்தனர். திருமணம் குறித்தும், அரசியல் பங்கேற்பு குறித்தும், சுதந்தரம் குறித்தும் ஐரோப்பிய பெண்கள் உரக்கச் சிந்திக்க ஆரம்பித்த தருணம் இது. பெண்ணியம் சார்ந்த மேற்கத்திய சிந்தனை முறை வளர்வதற்கு இந்த அனுபவம் உதவியாக இருந்தது.

நோய்

ஜெர்மனி சரணடைவதற்கு சற்று முன்னால், ஐரோப்பிய மக்கள் விநோதமான முறையில் திடீரென்று மரணமடைய ஆரம்பித்

தார்கள். ஆரோக்கியத்துடன் இருந்த பலர், படுக்கையில் விழுந்தனர், இறந்தனர். பிரிட்டனில், வாரத்துக்கு 4000 பேர் வரை இறந்தனர். பாரீஸில் 1200 பேர் ஒரு வாரத்தில் இறந்துபோனார்கள். மனிதர்கள் போர் தொடுத்ததால், கடவுள் சாபமிட்டுவிட்டார் என்று ஒரு சாரார் பிரசாரம் மேற்கொள்ள ஆரம்பித்த சமயம், நோய் பற்றிய உண்மைகள் வெளிவர ஆரம்பித்தன.

இந்த மரணங்களுக்குக் காரணம் ஸ்பானிஷ் ஃப்ளூ எனப்படும் வைரஸ். 1918 மத்தியில் தொடங்கி 1919 வரை இந்த வைரஸ் பல ஆயிரக்கணக்கானவர்களைக் கொன்றொழித்தது. பிரான்ஸில் இந்நோயால் பலியானவர்களின் எண்ணிக்கை, 1,66,000. ஜெர்மனியில் 2,25,339. பிரிட்டனில் 2,28,900. அமெரிக்காவில் 5,50,000. இந்தியாவில் 70 லட்சம் பேர் இறந்துபோனார்கள். இந்த நோய் கிருமி எப்படித் தோன்றியது, எப்படி லட்சக்கணக்கானவர்களைக் கொன்றது என்பது தெரியவில்லை.

சவால்

போர் தொடுத்த சவால்களைச் சமாளிப்பதில் பிரான்ஸ், பிரிட்டன் ஆகிய நாடுகள் ஓரளவுக்கு வெற்றி பெற்றன. ஜெர்மானியர்கள் அதிகம் பாதிக்கப்பட்டனர். முழு அரசு இயந்திரமும் போரை மையப்படுத்தி சுழண்டுகொண்டிருந்ததால், பிற துறைகள் மீது கவனம் செலுத்தமுடியவில்லை. மேலும். இது அவர்களுக்கு வாழ்வா சாவா பிரச்னை. 1918ம் ஆண்டு ஜெர்மனி சரணடைந்த போது, அரசு மட்டுமல்ல பொது மக்களும் சரணடைந்தனர். பசியும் அமைதியின்மையும் அவர்களைத் தோற்கடித்திருந்தது.

உணவு, எரிபொருள் ஆகிய அடிப்படை பண்டங்கள் கிடைக்காமல் பிரிட்டனும் பிரான்ஸும்கூட ஒரு கட்டத்தில் திண்டாடின என்றாலும் போர் காரணமாக பட்டினி கிடந்தவர்கள் அங்கே அதிகம் பேர் இல்லை. ஆனால், ஜெர்மானியர்கள் கிட்டத்தட்ட போர் தொடங்கியபோதே திண்டாடவும் தடுமாறவும் ஆரம்பித்துவிட்டார்கள். பாரீஸை நெருங்கும் அளவுக்கு ஜெர்மனி களத்தில் வெற்றிகள் ஈட்டியிருந்தாலும் அதன் மக்கள் தொடர்ந்து பின்னடைவைச் சந்தித்துவந்தனர். தோல்வி அருகில் வந்ததும், கெய்ஸர் தப்பித்துச் சென்றுவிட்டார். அரசு நொறுங்கியது. போர்க்கால கொடுமைகளோடு சேர்த்து, அவமானமும் தோல்வியும் மக்களின் நினைவுகளை வாட்டியது. அழிக்க முடியாத தடமாக அவர்கள் மனத்தில் போர் நிரந்தரமாகப் பதிந்து போனது.

25 பார்வைகள்

முதல் உலகப் போர் பற்றிய ராணுவ வரலாறுகளில் பெரும்பாலானவை மேற்கு முனைக்கு அதிக முக்கியத்துவம் கொடுக்கின்றன. ஐரோப்பிய பெரும் நாடுகள் நடத்திய முக்கியமான யுத்தங்கள் அனைத்தும் இங்கே நடைபெற்றது ஒரு காரணம். பிரிட்டன், முதல் முறையாக, பெரும் எண்ணிக்கையில் சிவிலியன்களை ராணுவத்துக்குக் கொண்டு வந்தது மேற்கு முனை போரின்போதுதான். ஆஸ்திரேலியா, கனடா, நியூசிலாந்து ஆகிய நாடுகள் தன் படை பலத்தை முதல் முறையாக மேற்கு முனையில் வெளிப்படுத்தின. போர் அனுபவத்தைக் கொண்டே இந்த நாடுகள் தங்கள் அரசாங்கங்களைப் பின்னர் அமைத்துக்கொண்டன.

பிரிட்டிஷ் மக்கள் முதல் உலகப் போரில் பிரிட்டன் பங்கேற்றதை ஆரம்பம் தொட்டு விரும்பவில்லை. போர் முடிவில் நேச நாடுகளுக்கு வெற்றி கிடைத்திருந்தபோதும், பிரிட்டன் கடும் விமரிசனங்களை வீட்டில் சந்திக்கவேண்டியிருந்தது. 'தேவையற்ற போர்', 'தவிர்த்திருக்கவேண்டிய போர்', 'அநியாயமாக ஏராளமான பிரிட்டிஷ் வீரர்களைக் காவு கொண்ட போர்' என்று பிரிட்டிஷ் மக்கள் வருந்தினார்கள். ஏன் பிரிட்டன் போரில் கலந்து கொண்டது என்பதை அரசு மிகுந்த பிரயத்தனப் பட்டு விளக்கவேண்டிவந்தது. இழப்புகளையும்

மீறி பிரிட்டன் வெற்றிதான் பெற்றிருக்கிறது, இது அநாவசிய மான போர் அல்ல, இதைத் தவிர்த்திருக்கவே முடியாது என்று பிரிட்டன் தன் குடிமக்களுக்கு விளக்கியது.

வெற்றியைப் பங்கு போட்டுக்கொள்வதில் நேச நாடுகளுக் கிடையே கருத்து வேறுபாடுகள் எழுந்தன. அமெரிக்கா மட்டும் கடைசி நேரத்தில் கைகொடுக்காமல் இருந்திருந்தால் இழப்புகள் அதிகரித்திருக்கும் என்கின்றன அமெரிக்க நூல்கள். பிரிட்டிஷ் வரலாற்று ஆசிரியர்கள், பிரான்ஸின் பங்கைக் குறைத்து மதிப் பிட்டனர். போரில் பிரான்ஸ் அதிகமான இழப்புகளைச் சந்தித் தது நிஜம், ஆனால் அவர்களால்தான் நேச நாடுகள் அணி வெற்றி பெற்றது என்பது சரியல்ல என்கிறார்கள் இவர்கள். பிரிட்டிஷ் ராணுவ ஜெனரல்களின் திறமையின்மையைச் சுட்டிக்காட்டும் நூல்கள் பல வெளிவந்தன.

ஜெர்மனி : குற்றச்சாட்டுகள், விளக்கங்கள்

அனைத்துப் பழிகளையும் ஜெர்மனி மீது சுமத்தும் நூல்கள் மிக அதிகம் வெளிவந்தன. இன்னமும் வெளிவந்துகொண்டிருக் கின்றன. நவீன, ஒன்றுபட்ட ஜெர்மனி முதல் உலகப் போரைத் தொடங்கிவைத்தது. இரண்டாம் உலகப் போரின் சூத்திரதாரியும் ஜெர்மனியே. உலகின் இரு பெரும் போர்களைத் தொடங்கி வைத்த ஜெர்மனியை வேறு எப்படி மதிப்பீடு செய்வது? முதல் உலகப் போரில் ஜெர்மனியை வில்லனாக்கும் புத்தகங்கள் முன்வைக்கும் தட்டையான விளக்கம் இது. 'போரை ஆரம் பித்தது ஜெர்மனிதான் என்பதால் முதல் உலகப் போர் ஏற் படுத்திய அழிவுகளுக்கு அத்தேசமே பொறுப்பேற்கவேண்டும்.' பெல்ஜியத்தையும் பிரான்ஸையும் ஜெர்மனி நாசமாக்கியது. ஆனால், நேச நாடுகள் ஜெர்மனியை அவ்வாறு செய்யவில்லை.

வெர்ஸைல்ஸ் ஒப்பந்தம் வெற்றியாளர்களால் எழுதப்பட்ட ஒப்பந்தம் என்பது உண்மை. இந்த ஒப்பந்தம் சில காலனி களையும் நிலப்பரப்புகளையும் அதனிடமிருந்து துண்டித்தது உண்மை. ஆனால் அதற்காக இந்த ஒப்பந்தமே அநியாயம் என்று சொல்வது முறையல்ல. ஆம், அதிகமான இழப்பீடுகளை ஜெர்மனி அளிக்கவேண்டியிருந்தது. ஜெர்மனி ஏற்படுத்திய நாசத்துக்கு ஜெர்மனி தானே இழப்பீடு செய்யவேண்டும்? அந்நாட்டின் பொருளாதாரம் பாதிப்படையவேண்டும் என்பது தண்டனையின் நோக்கம் அல்ல. மீண்டும் ஜெர்மனி ராணுவத்

தவறுகள் செய்யக்கூடாது என்பதுதான் நோக்கம். இது பொது வான ஒரு பார்வை.

Germany, 1871-1945 A Concise History என்னும் நூலை எழுதிய Raffael Scheck ஜெர்மன் வரலாற்றைப் போதிக்கும் பேராசிரியர். ஒரு நாட்டின் வரலாற்றை மேலோட்டமாக வெளிப்படும் இப்படிப்பட்ட சில உண்மைகளை மட்டுமே வைத்து நிர்ண யிப்பது சரியான முறையல்ல என்கிறார் ரஃபேல் ஷெக். 1871ம் ஆண்டு ஜெர்மனி என்றொரு தேசமே உருவாகாமல் இருந்திருந் தால், இந்தப் பிரச்னைகளே இல்லாமல் இருந்திருக்கும் என்று சொல்வது தவறு. மேலும், 1871ல் உருவான ஒரு நாட்டை, 1945ம் ஆண்டை (இரண்டாம் உலகப் போர் முடிவுக்கு வந்து, ஜெர்மனி மீண்டும் ஒரு சீரழிவைச் சந்தித்த ஆண்டு) மட்டும் வைத்து மதிப்பீடு செய்வது முறையல்ல. முதல் உலகப் போருக்கு ஜெர்மனியைப் பொறுப்பாளியாக்குவது சரியல்ல என்கிறார் ரஃபேல் ஷெக். 'அது ஐரோப்பா அரங்கேற்றிய நாடகம்.'

ஜெர்மனிக்கு ஜனநாயகத்தின் மீது நம்பிக்கை இல்லை. ஒன்று பட்ட ஜெர்மனியை உருவாக்கிய பிஸ்மார்க் முதல் ஜெர்மனியை அழித்த ஹிட்லர் வரை சர்வாதிகாரிகளே ஜெர்மனியை ஆண் டிருக்கிறார்கள். சுதந்தரம், மனித உரிமை பற்றி அவர்களுக்கு அக்கறை இல்லை. பொதுவாக நிலவி வரும் மற்றொரு கருத்து இது. பிற ஐரோப்பிய நாடுகள் அனைத்தும் அதன் தோற்றம் முதல் ஜனநாயகத்தின் மீதும் தனிமனித சுதந்தரம் மீதும் அழுத்த மான நம்பிக்கையை வைத்திருந்தன என்னும் பார்வையை இந்தக் கருத்து முன்வைக்கிறது. இது பிழையானது.

பிரான்ஸ் 1848ம் ஆண்டுதான் அனைவருக்கும் ஓட்டுரிமையை வழங்கியது. 1870ம் ஆண்டுதான் ஜனநாயகத்தை ஏற்றுக்கொண் டது. அதாவது, ஒன்றுபட்ட ஜெர்மனி உருவாவதற்கு ஓராண்டுக்கு முன்னால். 17ம் நூற்றாண்டு தொடங்கி பிரிட்டனில் பாராளுமன்றம் இயங்கி வந்தது என்றாலும் 1884ம் ஆண்டுதான் அனைத்து ஆண்களுக்கும் வாக்குரிமை அளித்தது. ஆஸ்திரியா-ஹங்கேரி சாம்ராஜ்ஜியத்தில் அங்கம் வகித்த ஆஸ்திரியாவில், 1907ம் ஆண்டுதான் வாக்குரிமை கொண்டுவரப்பட்டது. ஹங்கேரி, சாம்ராஜ்ஜியம் உடைந்த 1918ம் ஆண்டுவரை தம் குடிமக்களுக்கு வாக்குரிமை அளிக்கவில்லை. ரஷ்யாவில் 1905ம் ஆண்டுக்கு முன்புவரை, பெயரளவில்கூட பாராளுமன்றம் என்றொரு அமைப்பு இல்லை. அடக்குமுறையை மட்டுமே

வெர்ஸைல்ஸ் ஒப்பந்தத்துக்குப் பிறகு ஐரோப்பா

நம்பி ஆட்சியை நடத்தினார் ஜார் மன்னர். 1871ம் ஆண்டு நிலைமையை ஒப்பிடும்போது, சுதந்தரம், ஜனநாயகம், தனி மனித சுதந்தரம் என்று எந்த அம்சத்திலும் கிழக்கு ஐரோப்பா ஜெர்மனியைவிட மேலான நிலையில் இல்லை.

ஜெர்மனியின் காலனிய, ஆக்கிரமிப்பு ஆசை கண்டிக்கத்தக்கது. அதில் சந்தேகமில்லை. அதே சமயம், நேச நாடுகளை இயக்கிய ஆதார சக்தி காலனிய ஆக்கிரமிப்புதான் என்பதை நாம் மறக்கக்கூடாது. உலகில் அதிகமான நிலப்பரப்பை அடிமைப் படுத்தி வைத்திருந்த பிரிட்டன்தான், ஜெர்மனியின் காலனி

யாதிக்கத்தை எதிர்த்துப் போரிட்டது என்பதையும் நினைவில் கொள்ளவேண்டும். ஜெர்மனியை எதிர்த்துப் போரிட்டதன் மூலம் நேச நாடுகள் புனித நாடுகளாக மாறிவிடவில்லை.

ஜெர்மனி : போரும் ஜனநாயகமும்

ஜெர்மனி போர் வெறி கொண்ட ஒரு நாடு என்று பொதுவில் விமரிசிப்பதும் சரியல்ல. போரின் இறுதிக்கட்டத்தில் ஜெர்மனியில் அரங்கேறிய முக்கியத்துவம் வாய்ந்த சில மாற்றங்களை ஆராயும்போது இந்த உண்மை தெளிவாகும்.

ஆரம்பத்தில், கெய்ஸரின் போர் அழைப்புக்குக் குறிப்பிடத்தக்க அளவில் மக்கள் ஆதரவு இருந்தது உண்மை. ஆனால், உணவுத் தட்டுப்பாடு அதிகரித்து, தொழிலாளர்கள் பெரிய அளவில் வேலையிழந்தபோது போருக்கு எதிரான குரல்கள் ஜெர்மனியில் வலுவாக ஒலிக்கத் தொடங்கின. அரசாங்கத்தின் விதிகளை மீறி விவசாயிகள் தங்கள் பொருள்களைக் கள்ளச் சந்தையில் கொண்டு சென்று விற்றனர். 1916 தொடங்கி 1919ம் ஆண்டு பிரிட்டன் கட்டுப்பாடுகளைத் தளர்த்திக்கொள்ளும் வரை, ஜெர்மனில் பஞ்சம் மேலோங்கியிருந்தது. கட்டுப்பாடுகள் அமலில் இருந்த காலகட்டத்தில், 8 லட்சம் பேர் உயிர் இழந்ததாக ஒரு பிரிட்டன் ஆய்வு மையம் குறிப்பிடுகிறது.

'ரொட்டி கலகம்' ஜெர்மனி முழுவதும் பரவலாக இருந்தது. நீண்ட வரிசைகளில் மக்கள் உணவுக்காகக் காத்திருந்தனர். கோபத்துடன் அரசாங்கத்தை அவர்கள் விமரிசித்தனர். பொறுமையற்ற ஜெர்மானியர்கள் நகர்ப்புறங்களுக்குச் சென்று உருளைக்கிழங்கு திருடினார்கள். உடனடி அமைதி தேவை என்று எழுதப்பட்ட பிரசுரங்கள் விநியோகிக்கப்பட்டன. அரசாங்கம் சில சீர்திருத்தங்களை உடனடியாக அமல்படுத்தவேண்டும் என்று ரீச்ஸ்டாக் உறுப்பினர்கள் அரசாங்கத்துக்கு நெருக்கடி தர ஆரம்பித்தனர்.

ஒட்டுமொத்த ஜெர்மனியும் போரை ஆதரித்தது என்பது உண்மையல்ல. உள்நாட்டு குழப்பங்களை உதாரணமாகச் சொல்லலாம். பவேரியா மாகாணம் போரைக் கடுமையாக எதிர்த்தது. போருக்காக ஜெர்மனின் பொருளாதாரம் விரயமாவதை பவேரியர்கள் சுட்டிக்காட்டினர். பவேரியாவுக்கு சுயாட்சி அதிகாரம் வழங்கப்படவேண்டும் என்று கோரிக்கைகள் எழுந்தன. ஜனவரி 1918ல் ஆயுதத் தொழிற்சாலைகளில் பணியாற்றிய தொழிலாளர்

கள் வேலை நிறுத்தத்தில் ஈடுபட்டனர். ராணுவத்திலும் அதிருப்தி பரவியது.

பல்கேரியா, ஒட்டமான் சாம்ராஜ்ஜியம் இரண்டும் போரில் இருந்து விலகிய சமயம், ஆஸ்திரியா-ஹங்கேரி உடைய ஆரம் பித்தது. ஜெர்மனி நேச நாடுகளுக்கு எதிராகத் தனித்து நின்றது. ஜெர்மனியில் ராணுவம்தான் சர்வாதிகாரம் செலுத்தி வருகிறது என்ற பிம்பம் உடைய ஆரம்பித்தது. ஹிண்டன்பர்க், லூடன் டார்ஃப் இருவரும் அமைதியாக ஜெர்மனியைச் சர்வாதிகாரம் செய்துவந்ததாக அதுவரை ஐரோப்பா நம்பி வந்தது. இந் நிலையில், ஜெர்மனியின் அரசியல் தளம் கொந்தளிக்க ஆரம் பித்தது. ரீச்ஸ்டாகின் அதிகாரமும் பங்களிப்பும் அதிகரிக்க ஆரம்பித்தது. போரை முடிவுக்குக் கொண்டுவரவேண்டும் என்றும் ஆக்கிரமிப்புகள், இழப்பீடுகள் எதுவும் கூடாது என்றும் ரீச்ஸ்டாக் கேட்டுக்கொண்டது.

அமைதி ஒப்பந்தம்தான் ஒரே வழி என்பது தெரிந்த பிறகும், லூடன்டார்ஃப் தன் போர் இயந்திரத்தை நிறுத்தவில்லை. நம்மைப் போலவே நேச நாடுகளும் சோர்ந்து போயுள்ளன. பலவீனத்துக்கு இடம் கொடுக்காமல், ஒரு முறை முழு சக்தியுடன் போரிட்டால் வெற்றி சாத்தியம் என்றார் லூடன்டார்ஃப். ஆனால், போரிட வீரர்கள் யாரும் தயாராக இல்லை. காயத்தைக் காக்க பிளாஸ்திரி இல்லாமல் வெற்று காகிதங்களைச் சுற்றிக்கொண்டிருந்தார்கள் வீரர்கள். தோல்வியடைவதற்கு முன்பே, ராணுவத்தினர் தோல்வி யைத் தரிசித்துவிட்டார்கள். ஒரு தற்கொலை முயற்சி செய்து பார்ப்பதில் என்ன தவறு என்றார் லூடன்டார்ஃப். போரிடும் துடிப்பைத் தொடர்ந்து வெளிப்படுத்தினால்தான், தோல்வி யடைந்த நாடு என்னும் அடையாளத்தைத் தவிர்க்கமுடியும் என்று அவர் நினைத்தார். அக்டோபர் 26, 1918 அன்று லூடன்டார்ஃபின் பதவியை கெய்ஸர் பறிமுதல் செய்தார். (ஹிண்டன்பர்க், சுப்ரீம் கமாண்டராக நீடித்தார்).

அதே சமயம், பிஸ்மார்க்கின் ஜெர்மனி பாராளுமன்ற சீர்திருத்தங் களை நோக்கி நகர்ந்துகொண்டிருந்தது. சான்சிலரையும் அவர் அரசாங்கத்தையும் கீழிறக்கும் அதிகாரத்தை ரீச்ஸ்டாக் பெற்றுக் கொண்டது. இனி ரீச்ஸ்டாகின் உறுப்பினர்கள் அமைச்சர்களாக லாம். இதற்கு முன்னால், சட்டப்படி அது சாத்தியமில்லை. அனைவருக்கும் வாக்குரிமை அளிக்கப்பட்டது. பிஸ்மார்க்கின்

மதிப்பிழந்த ஜெர்மானிய கரன்ஸிகள்

அரசியல் அமைப்புச் சட்டம் தேவைக்கேற்ப மாற்றியமைக்கப் பட்டது. ஆனால், இந்தச் சீர்திருத் தங்கள் போதாது என்று வீதியில் திரண்ட மக்கள் எதிர் குரல் கொடுத்தனர். இன்னமும் கெய் ஸரின் அதிகாரமே எல்லாவற் றுக்கும் மேலானதாக இருந்ததை அவர்கள் எதிர்த்தனர். சான் சிலரை கெய்ஸரே நியமிப்பார் என்னும் நிலை மாற்றப்பட வேண்டும் என்று மக்கள் கோரி னர். ஜனநாயகத்துக்குக் குறை வான எதையும் அவர்கள் ஏற்றுக் கொள்ளத் தயாராக இல்லை.

ஜெர்மனி மீது முன்வைக்கப்பட்ட மற்றொரு குற்றச்சாட்டு, இரண்டாம் கெய்ஸர் வில்லியம் பற்றியது. போர் வெறி மிகுந்த ஒரு சர்வாதிகாரியாக அவர் வரலாற்றில் சித்தரிக்கப்படுகிறார். உண்மையில், போர்க் காலம் முழுவதும் கெய்ஸர் வில்லியம், நிதானமாகவும் சமநிலையுடனும் இருந்திருக்கிறார். ஐரோப்பிய நாடுகள் தொடர்ந்து அவரைப் போர் குற்றவாளியாகச் சித்தரித்து வந்தன. ஜெர்மனியின் போர் நாட்டத்தின் அடையாளமாக கெய்ஸர் வில்லியம் முன்னிறுத்தப்பட்டார். அவருடைய முறுக்கிடப்பட்ட மீசை, ஹிட்லரின் குறுக்கப்பட்ட மீசை யுடன் ஒப்பிடப்பட்டது. முதல் உலகப் போரின் ஹிட்லராக, கெய்ஸர் முன்னிறுத்தப்பட்டார்.

பிரிட்டன், பிரான்ஸ், அமெரிக்கா ஆகிய நாடுகளில் மேற் கொள்ளப்பட்ட தீவிர அரசுப் பிரசாரங்கள், கெய்ஸரை படு பயங்கரமான, ரத்தக் காட்டேரியாக உயர்த்திக் காட்டியது. கெய்ஸர் வில்லியம் பதவியில் இருந்து கீழிறக்கப்படவேண்டும் என்றும் அவர் மீது சட்டப்படியான நடவடிக்கைகள் மேற் கொள்ளப்படவேண்டும் என்றும் நேச நாடுகள் கோரிக்கை விடுத்தன. ஏற்கெனவே ஜெர்மானியர்கள் கெய்ஸர் மீது அதிருப்தியில் இருந்தால், நேச நாடுகளின் இந்தக் கோரிக்கையை அவர்களும் வழிமொழிந்தனர்.

போர் முடிவடைவதற்கு முன்பே, வில்சனின் 14 அம்ச திட்டம் வெளியாகிவிட்டது. சோர்ந்து, களைத்துப்போயிருந்த ஜெர்மன் ராணுவத்தை இந்தத் திட்டம் மேலதிகம் தூண்டிவிட்டது. தோற்றுவிட்டால் ஜெர்மனியின் நிலை என்னவாக இருக்கும் என்பதை இந்தத் திட்டம் வெளிச்சம் போட்டுக் காட்டியது. இழப்பீடுகள், ஆக்கிரமிப்புகள் என்று ஜெர்மனியை நேச நாடுகள் சீரழித்துவிடுவார்கள் என்று ராணுவம் அஞ்சியது. கெய்ஸரின் ஒப்புதல்கூட இல்லாமல், சான்சிலருக்குச் செய்திகூட அனுப்பாமல், ஜெர்மன் ராணுவம் இன்னொரு முயற்சியை அக்டோபர் 1918ல் மேற்கொண்டது. கெய்ஸர் கிட்டத்தட்ட செயலற்ற நிலையில் இருந்தார். மக்கள் அதிருப்தியையும் ராணுவத்தின் அதிகாரத்தையும் அவரால் கட்டுப்படுத்த முடியவில்லை. கொலோன் பகுதியில் மக்கள் ரயில் பாதையை முற்றுகையிட்டனர். உள்நாட்டு போர் மூள்வதற்கான அத்தனை சாத்தியங்களும் வெளிப்பட்டன.

கெய்ஸரிடம் இருந்து பதில் வராததால், பிரின்ஸ் மாக்ஸிமில்லன் (Prince Max von Baden) அதிகாரத்தைக் கையில் எடுத்துக்கொண்டார். கெய்ஸரின் ராஜினாமாவை நவம்பர் 9ம் தேதி அவர் அறிவித்தார். கெய்ஸரின் அனுமதியை அவர் கோரவில்லை. SPD (German Socialist Party) கட்சியைச் சேர்ந்த Friedrich Ebert புதிய சான்சிலராக நியமிக்கப்பட்டார். மறுநாள், கெய்ஸர் ஜெர்மனிக்கு நிரந்தரமாக விடைகொடுத்துவிட்டு நெதர்லாந்துக்குச் சென்றார். USPD (Independent Social Democratic Party of Germany) கட்சியுடன் கூட்டுவைத்துக்கொண்ட SPD, நிலைமையைக் கட்டுக்குள் கொண்டு வர முயற்சித்தது. ரீச்ஸ்டாக் கட்டடத்தில் இருந்து புதிய ஜெர்மன் குடியரசு பிரகடனம் செய்யப்பட்டது.

ரஷ்யப் புரட்சியின் தாக்கத்துக்கு ஜெர்மனி அப்போது உள்ளாகியிருந்தது. போல்ஷ்விக் புரட்சி போல் ஜெர்மனியிலும் ஒன்று ஏற்படவேண்டும் என்னும் விருப்பம் நிலவியது. (ஏப்ரல் 1917ம் ஆண்டு ரஷ்ய ஃபின்லாந்துக்கு ஜெர்மனி வழியாகச் செல்ல லெனினுக்கு அனுமதி அளிக்கப்பட்டதை இங்கே நினைவுகூர வேண்டும்). ஜெர்மானிய கம்யூனிஸ்ட் கட்சியைச் சேர்ந்த Karl Liebknecht என்பவர் ஜெர்மன் சோஷலிச சோவியத் குடியரசு உதயமாகிவிட்டது என்றுகூட அறிவித்தார். ஆனால், புதிய சான்சிலர் எபெர்டுக்கு ஜெர்மனி கம்யூனிஸ்ட் தாக்கம் கொண்டிருப்பது பிடிக்கவில்லை. அவர் ராணுவத்துடன் கை

குலுக்கிக்கொண்டார். நவம்பர் 11ம் தேதி, ஜெர்மனி ஒப்பந்தத்தில் கையெழுத்திட்டது.

நான்கு ஆண்டுகளுக்கும் மேலாக உயிரைக் கொடுத்துப் போராடி, இத்தனை பெரிய தோல்வியையும் இழப்பையும் ஜெர்மனி அடைந்திருப்பதைக் கண்டு அந்நாட்டு மக்கள் அதிர்ச்சியும் கோபமும் கொண்டனர். பிரிட்டன் விதித்திருந்த கட்டுப்பாடுகள் போருக்குப் பிறகும் தொடர்ந்துகொண்டிருந்தன. (ஜூன் 1919ல் விலக்கிக்கொள்ளப்பட்டது).

இந்தப் போர் அனுபவம், ஜெர்மானியர்களுக்கு இரு விஷயங்களை உணர்த்தின. ஏகாதிபத்திய அரசின் ஆதிக்கத்துக்கு இனி நாம் இணங்கக்கூடாது. ஜெர்மனியை, குடியரசாக மாற்ற வேண்டும். 1919ம் ஆண்டு இது சாத்தியமானது. மன்னர்களுக்கும் ஏகாதிபத்தியவாதிகளுக்கும் விடைகொடுத்துவிட்டு, வீமர் என்னும் நகரத்தில் குடியரசு நிறுவப்பட்டது. Weimer Republic என்று இது அழைக்கப்பட்டது. வெர்ஸைல்ஸ் ஒப்பந்தத்தில் சிறையுண்டு கிடந்த ஜெர்மனி, மீள ஆரம்பித்தது.

ஜெர்மனியின் போர்கள்

முதல் உலகப் போர் முடிவுக்கு வந்த 1918ம் ஆண்டு தொடங்கி இரண்டாம் உலகப் போர் தொடங்கிய 1939 வரையிலான காலகட்டத்தைப் போர் நிறுத்தக் காலகட்டம் என்றுதான் அழைக்க முடியும். இது அமைதிக்காலம் அல்ல. மேலும், இரண்டும் தனித்தனி போர்களும் அல்ல. நடந்தது இடைவெளியுடன் நடத்தப்பட்ட ஒரே போர். 'முதல் உலகப் போரைப் புரிந்துகொள்ள இரண்டாம் உலகப் போரை நாம் ஆராயவேண்டும்' என்கிறார் ஹியூ ஸ்ட்ராச்சன் (The First World War Volume I : To Arms, Hew Strachan). முதல் உலகப் போர் மூண்டதற்கு ஜெர்மனிதான் காரணம் என்று சொல்லிவந்தவர்களுக்கு இரண்டாம் உலகப் போர் மேலும் வலு சேர்த்தது. 1914 போரைப் போல் 1939 போரில் சர்ச்சைகள் எதுவும் இல்லை. இரு வேறு அணிகள் இல்லை. ஒரே எதிரி. ஹிட்லர். ஒரே காரணம், ஜெர்மனி.

முதல் உலகப் போருக்கான முழுப் பொறுப்பையும் ஏற்றுக்கொள்ள ஜெர்மனி மறுத்தது. மே 27ம் தேதி, நான்கு பேராசிரியர்கள் ஒன்று சேர்ந்து ஓர் அறிக்கையை உருவாக்கினார்கள். அவர்களில் இருவர், பிரபலமானவர்கள். Hans Delbriick, ராணுவ

வரலாற்று ஆசிரியர், Max Weber, அரசியல் ஆய்வாளர். ரஷ்ய ஜார் ஆக்கிரமிப்புக்கு எதிராக ஜெர்மனி தற்காப்பு யுத்தம்தான் நடத்தியது. இது ஆக்கிரமிப்புப் போர் அல்ல என்று இவர்கள் ஆதாரபூர்வமாக இதில் விளக்க முயன்றனர். ஆனால், இந்த வாதம் நிராகரிக்கப்பட்டது. பிஸ்மார்க்கையும் பிரஷ்யாவின் ராணுவ நாட்டத்தையும் ஆய்வாளர்கள் பதிலுக்குச் சுட்டிக் காட்டினர். ஜெர்மனி எப்போதும் ஆக்கிரமிப்பாளராகவே இருந்து வந்துள்ளதாக அவர்கள் வாதாடினர். ஒருவரையொருவர் குற்றம்சாட்டும் வேலை ஆரம்பமானது.

கெய்ஸரின் போர் நாட்டம் வெளிப்படையானது. நாற்பது உயர் அதிகாரிகள் கொண்ட ராணுவத்தை இயக்குபவராக அவர் இருந்தார். ஒருமுறை இணைந்துவிட்டால், அதிகாரிகள் நீண்ட காலத்துக்குத் தங்கியிருந்தனர். கெய்ஸர் தன் ராணுவ பலம் குறித்துப் பெருமிதம் கொண்டவராக இருந்தாலும், அந்தப் பலத்தைப் பிரயோகிப்பதில் உள்ள சிக்கல்களை அவர் அறிந் திருக்கவில்லை என்கிறார் ஹியூ ஸ்ட்ராச்சன். தனக்குத் தேவைப் பட்ட அதிகாரத்தை அடையவும், அதிகாரத்தைத் தக்கவைத்துக் கொள்ளவும் அவர் ஏகாதிபத்தியத்தையே கருவியாகக் கை கொண்டார்.

1967ம் ஆண்டு, Immanuel Geiss என்பவர் ஜெர்மனியின் நோக்கத்தை இவ்வாறு வெளிப்படுத்தினார். 'ஜனநாயகத்துக்கு எதிராகப் போராடி எப்பாடுபட்டாவது முடியாட்சியைத் தக்க வைத்துக்கொள்ளவேண்டும் என்பதே ஜெர்மன் சாம்ராஜ் ஜியத்தின் விருப்பம். எனவே, போர் தவிர்க்கமுடியாததாக மாறிப்போனது.' உலக ஆதிக்கக் கனவுகளை ஜெர்மனி கொண் டிருப்பது ஆபத்தானது என்றார் மாக்ஸ் வெபர். சாம்ராஜ்ஜியக் கனவுகளை ஜெர்மனி உதறுவதுதான் அதன் நலனுக்கு உகந்தது என்று பலர் போருக்கு முன்பும் பின்பும் சுட்டிக்காட்டினர்.

லெனினும் முதல் உலகப் போரும்

போர் நடைபெற்றுக்கொண்டிருந்தபோது, போர் குறித்த இரண்டு எதிர்மறையான கருத்துகளை லெனின் எதிர்கொண்டார். முதல் கருத்து, போருக்கு ஆதரவானது. அனைவரும் தங்கள் தாய்நாட்டை, தந்தையர் நாட்டைக் காக்கவேண்டும். நம் நாட்டுக்கு எதிரிகளால் ஆபத்து நேரும்போது, கைகொடுக்க வேண்டியது நம் கடமை. சோஷலிஸ்டுகள், கம்யூனிஸ்டுகள்

அனைவருக்கும் இந்த உரிமை உள்ளது. ஒவ்வொருவருக்கும் அவர் நாடு முக்கியமானது. எனவே, வித்தியாசங்களையும் பேதங்களையும் மறந்துவிட்டு, அனைவரும் ஒன்றுபடுங்கள்.

இரண்டாவது வாதம் போருக்கு எதிரானது. மேற்கு நாடுகளில் உள்ள இடது சாரி சிந்தனையாளர்களின் வாதம் இது. 'உழைக்கும் மக்களுக்கு நாடு என்று எதுவும் இல்லை' என்னும் கம்யூனிஸ்ட் கட்சிஅறிக்கையின் வரியை இவர்கள் உயர்த்திப் பிடித்தார்கள். தாய்நாடு, தந்தையர்நாடு போன்ற மாயைகளில் தொழிலாளர்கள் சிக்கிக்கொள்ளக்கூடாது. தேசப்பற்று ஆபத்தானது. எனவே, இந்தப் போரை நீங்கள் ஆதரிக்கக்கூடாது. நாட்டுப்பற்றை முன்வைத்து நடத்தப்படும் எந்தவொரு போரையும் அதற்கான அழைப்பையும் நீங்கள் ஏற்கக்கூடாது.

லெனின் இரண்டு வாதங்களையும் நிராகரித்தார். இரண்டிலும் உள்ள குறைகளைச் சுட்டிக்காட்டினார். போர் சமயத்தில் அவர் எழுதிய நூல்கள் (Imperialism, the Highest Stage of Capitalism, Socialism and War, On the Slogan of a United States of Europe, The Junius Pamphlet. The Socialist Revolution and the Right of Nations to Self Determination, The State and Revolution, Philosophical Notebooks) இந்த வாதங்களுக்குப் பதில் அளிக்கும் வகையில் அமைந்திருந்தன. முதலாளித்துவம் குறித்தும் ஏகாதிபத்தியம் குறித்தும் காலனியாதிக்கம் குறித்தும் ஆய்வு மனப்பான்மை யுடன் எழுதப்பட்ட இந்நூல்கள், ஒரு போரை எப்படி அணுக வேண்டும், எப்படி மதிப்பீடு செய்யவேண்டும் என்பதையும் கற்றுக்கொடுத்தன. போர் குறித்த மார்க்சிய கண்ணோட்டத்தை முன்வைத்த லெனின், சோஷலிஸ்டுகள் போரை எப்படிப் புரிந்துகொள்ளவேண்டும் என்பதை எடுத்துரைத்தார்.

லெனின், போரை எதிர்த்தார். நடந்து கொண்டிருப்பது ஏகாதிபத்திய நாடுகள் நடத்தும் போர். இந்தப் போருக்கு அழைப்பு விடுத்திருப்பவர்கள் ஏகாதிபத்தியவாதிகள். இதில் நாம் பங்கேற்கவேண்டிய அவசியம் இல்லை என்றார் லெனின். முதலாளித்துவம் ஏற்படுத்திய சமமற்ற வளர்ச்சியின் காரணமாக அல்லது விளைவாக இந்தப் போர் மூண்டுள்ளது. ஏகாதிபத்திய நாடுகளின் பலம் ஏற்ற இறக்கமாக அமைந்திருப்பதால், அவர்களுடைய சந்தை வாய்ப்புகள் முடக்கப்பட்டதால், இந்தப் போர் மூண்டுள்ளது என்று தெளிவுபடுத்தினார்.

லெனின் ஜெர்மனியை விமரிசித்தார். கெய்ஸரின் நோக்கங்களை மட்டுமல்ல, கெய்ஸருக்கு ஆதரவு அளித்த சமூக, ஜனநாயக மற்றும் சோஷலிச அமைப்புகளையும். கெய்ஸரின் போர் முயற்சிக்கு ரீச்ஸ்டாக் அளித்த ஒப்புதலையும் விமரிசித்தார். ஏகாதிபத்தியப் போர் ஒன்றை ஆதரித்ததன் மூலம், இந்த அமைப்புகள் புரட்சிகர மார்க்சியத்துக்கும் சோஷலிச நோக்கங்களுக்கும் ஊறு விளைவித்துவிட்டன என்றார். ஜெர்மனி மட்டுமல்ல, பிரிட்டன், பிரான்ஸ் உள்ளிட்ட நாடுகளில் செயல்படும் சோஷலிச கட்சிகள் போருக்கு ஆதரவு அளித்திருந்ததை அவர் கண்டித்தார். பெல்ஜியன் சோஷலிஸ்டுகள், சர்வதேச சோஷலிச அமைப்பினர் (International Socialist Bureau), பிரெஞ்சு சோஷலிஸ்டுகள், ரஷ்யாவில் பிளேக்கனோவ் ஆகியோரின் போர் மனப்பான்மையை லெனின் சுட்டிக்காட்டி கண்டித்தார். சர்வதேச சோஷலிச அமைப்புகளிலும், தொழிலாளர் இயக்கங்களிலும் பரவியிருந்த தவறான, ஆபத்தான கண்ணோட்டத்தை இந்தப் போர் வெளிப்படுத்தியுள்ளது என்றார்.

போர்வெறிக்கு இரையாகாத இத்தாலிய சோஷலிச கட்சியை லெனின் பாராட்டினார். பல்கேரியாவிலுள்ள புரட்சிகர சோஷலிஸ்டுகள் இந்தப் போரை எதிர்த்திருப்பதை வரவேற்றார். செர்பியாவிலுள்ள சமூக ஜனநாயகவாதிகள், போருக்கு எதிராக வாக்களித்திருப்பதை அறிந்து மகிழ்ந்தார். 'பாட்டாளி வர்க்கக் கடமைகளை' செர்பியர்கள் சரிவர நிறைவேற்றிவிட்டனர் என்று மனம் திறந்து பாராட்டினார். பல்கேரிய, செர்பிய சோஷலிச அமைப்புகளுடன் தொடர்பு ஏற்படுத்திக்கொண்டு, அவர்களுக்கு வழிகாட்டும் பணிகளில் இறங்கினார்.

'இந்த ஏகாதிபத்தியப் போரை, சிவில் போராக மாற்றவேண்டும்' என்று லெனின் அறைகூவல் விடுத்தார். போரில் ரஷ்யா கலந்துகொண்டிருப்பது புதிய காலனிகளைக் கைகொள்வதற்காகத்தானே தவிர, ஜனநாயகத்தைக் கொண்டுவருவதற்காக அல்ல. போருக்கு அழைப்பு வந்தவுடன், என் தந்தை நாடு, தாய் நாடு என்று உணர்ச்சிவசப்பட்டு திரண்டுவிடுவது புத்திசாலித்தனமல்ல. 'அழைப்பு யாரிடமிருந்து வருகிறது என்பதை நாம் கவனிக்கவேண்டும்.' ஜார் மன்னரின் போர் அழைப்பு, ஏகாதிபத்தியத்தின் அழைப்பு. அதை நாம் பொருட்படுத்தவேண்டியதில்லை.

அதே சமயம், ஜார் ஆட்சியை முறியடிக்கவேண்டியது அவசியம் என்பதையும் லெனின் சுட்டிக்காட்டினார். 'நடந்துகொண் டிருக்கும் போரை நாம் நமக்குச் சாதகமாகப் பயன்படுத்திக் கொள்ளவேண்டும். முதலாளித்துவத்தின் பிடியில் இருந்தும் ஏகாதிபத்திய யுத்தத்தின் பிடியில் இருந்தும் தங்களை விடுவித்துக் கொள்ள மக்கள் புரட்சியில் ஒன்றிணையவேண்டும்' என்றார் லெனின். இதன் பொருள், ஜாரை வீழ்த்திவிட்டு, ரஷ்யாவைத் தொழிலாளர்கள் கைப்பற்றிக்கொள்ளவேண்டும் என்பது. லெனின் இதை அடுத்தக் கட்டத்துக்குக் கொண்டு சென்றபோது, இந்த வாதத்துக்குப் புதிய பரிணாமம் கிடைத்தது. 'ரஷ்யா மட்டுமல்ல, அனைத்து மக்களும் போரில் ஈடுபட்டுள்ள தங்கள் ஏகாதிபத்திய அரசாங்கத்தைத் தூக்கியெறியவேண்டும்.' புரட்சி கர மார்க்சியவாதிகள் இதற்கு மக்களைத் தயார்செய்யவேண்டும் என்று லெனின் பிரகடனம் செய்தார்.

உழைக்கும் மக்களுக்கு நாடு என்று எதுவும் இல்லை என்று சொல்லி போரை நிராகரிக்கச் சொல்பவர்களுக்கு லெனின் விளக்கமளித்தார். ஜார் மன்னர் வழிநடத்தும் போருக்கும் தொழி லாளர்களின் விடுதலைப் போராட்டப் போருக்கும் உள்ள வித்தியாசத்தை எடுத்துக்காட்டினார். 'விடுதலைக்கான போராட் டத்தில் தொழிலாளர் வர்க்கம் ஈடுபடும்போது, நாட்டைப் பாதுகாப்பதே நோக்கமாக இருக்கிறது. நாடு சுதந்தரம் அடை வதற்காக நடத்தப்படும் போரில் உழைக்கும் வர்க்கம் ஈடுபட வேண்டும். ஏகாதிபத்தியத்துக்கு எதிரான தேசிய விடுதலைப் போராட்டத்தின்போது தந்தையர் நாட்டைப் பாதுகாப்பது மக்களின் கடமை.'

இரு வகை போர்கள்

போர் ஆளும் வர்க்கத்தினரால் திட்டமிடப்பட்டு அரங்கேற்றப் படுகிறது. போர் என்பது அரசியலின் இன்னொரு வடிவம் அல்லது தொடர்ச்சி என்றார் லெனின். இரு வகையான போர் களை அவர் சுட்டிக்காட்டினார்.

1. அநீதியான, ஏகாதிபத்திய போர்

பிற நாடுகளை ஆக்கிரமிப்பதற்காகவும், மக்களை அடிமைப் படுத்துவதற்காகவும் நடத்தப்படும் போர். சோஷலிச, ஜன நாயக, தேசிய விடுதலை சிந்தனைகளை நசுக்குவதற்காகவும்,

சோஷலிச சமூகங்களையும் அழித்தொழிப்பதற்காகவும் நடத்தப் படும் போர். இப்படிப்பட்ட போர்களைச் சாத்தியமுள்ள அனைத்து வழிகளிலும் நாம் எதிர்க்கவேண்டும். போரை நிறுத் துவதற்காக, ஒருவர் தன்னுடைய ஏகாதிபத்திய அரசாங்கத்தைத் தூக்கியெறியவேண்டிய நிலை வந்தாலும் தயங்கக்கூடாது.

2. விடுதலைப் போர்

நிலப்பிரபுத்துவ, முதலாளித்துவ அடிமைத்தனத்தில் இருந்து தொழிலாளர்கள் விடுபடுவதற்காக நடத்தப்படும் போர். ஏகாதிபத்திய நாடுகளின் பிடியில் இருந்து விடுதலை பெறுவதற் காகக் காலனி நாடுகள் மேற்கொள்ளும் போர். ஏகாதிபத்திய ஆதிக்கத்தைத் தடுப்பதற்காக நடத்தப்படும் பாதுகாப்புப் போர். சோஷலிச சமூகத்தைக் காப்பதற்காக நடத்தப்படும் போர். உழைக்கும் மக்கள் இந்த வகை போருக்கு அனைத்து வழி களிலும் உதவி செய்ய முன்வரவேண்டும்.

ஏகாதிபத்தியம்

முதலாளித்துவம் குறித்தும் ஏகாதிபத்தியம் குறித்தும் லெனின் மேற்கொண்ட ஆய்வுகள் சில விஷயங்களைத் தெளிவுபடுத்தின.

★ போரின் ஊற்றுவாய் ஏகாதிபத்தியம். ஒன்று இருக்கும் இடத் தில் இன்னொன்றும் இருக்கும். தவிர்க்கமுடியாது.

★ ஏகாதிபத்தியம் நீடிக்கும் வரை, ஆக்கிரமிப்பு போருக்கான தேவை நீடிக்கவே செய்யும்.

★ போரா அமைதியா என்பதை ஏகாதிபத்தியவாதிகள் முடிவு செய்கிறார்கள். அமைதியை விரும்புபவர்கள் ஒரு அணியில் திரளாமல் இருப்பதால் அவர்களால் வலிமையான போர் இயந்திரத்தைத் தடுக்கவோ தவிர்க்கவோ முடியவில்லை.

★ சோஷலிச சமூகத்தில், போருக்கான அவசியம் இருக்காது. எனவே, ஆயுதங்களுக்கான அவசியமும் இருக்காது. ஆனால், இப்போதைய சூழலில், ஆயுதங்களைக் கீழே போடுங்கள் என்னும் அழைப்பு பயனளிக்காது. ஏகாதிபத்தியத்துக்கு எதிராக உழைக்கும் மக்கள் ஆயுதம் தாங்கவேண்டும் என்பதே சரியான அறைகூவலாக இருக்கும். ஏகாதிபத்தியப் போர், விடுதலைக்கான ஆயுதப் போராட்டமாக, சிவில் யுத்தமாக மாறவேண்டும்.

★ முதலாளித்துவத்தின் பொருளாதார வளர்ச்சியில், ஏகாதிபத்தியம் என்பது தனிச்சிறப்பான ஒரு நிலை.

★ ஏகாதிபத்தியத்தின் ஐந்து சிறப்பு அம்சங்கள் இவை:

1. மூலதனமும் உற்பத்தியும் அபரிமிதமாக வளர்ந்து, ஏகபோக நிலை ஏற்பட்டுள்ளது.
2. வங்கிகளின் மூலதனமும் தொழில் மூலதனமும் ஒன்று சேர்ந்துள்ளன. நிதி மூல்தனம் என்னும் புதிய வடிவம் பிறந்துள்ளது.
3. பண்டங்களை ஏற்றுமதி செய்வதற்குப் பதிலாக மூலதனம் ஏற்றுமதி செய்யப்படுகிறது. இதற்கு அதிக முக்கியத்துவம் அளிக்கப்படுகிறது.
4. சர்வதேச ஏகபோக முதலாளித்துவ அமைப்புகள் உருவாகியுள்ளன. இவை, உலகைத் தங்களுக்குள் பங்குபோட்டுக் கொள்கின்றன
5. மொத்த உலக நிலப்பரப்பையும் பெரு முதலாளித்துவ சக்திகள் கூறுபோட்டு, பிரித்துள்ளன. இந்தப் பணி முற்றுப்பெற்றுவிட்டது.

★ முதலாளித்துவம், வளர்ந்து முதிர்ச்சியடைந்த நிலையில், ஏகாதிபத்தியமாக மாறுகிறது.

★ சுதந்தர (சந்தைப்) போட்டிகளை ஏகபோகம் தடுக்கவில்லை. இந்தப் போட்டிகளுக்கு மேலாகத் தன்னை நிலைநிறுத்திக் கொள்கிறது. சுருக்கமாகச் சொல்வதானால், ஏகாதிபத்தியம் என்பது ஏகபோக முதலாளித்துவம்.

ஏகபோக மூலதனம் உலகளவில் ஒன்றிணைந்து செயல்படும் என்று லெனின் கணித்தார். நாடுகள் தங்களுக்குள் இதன் அடிப்படையில் ஒப்பந்தங்கள் போட்டுக்கொள்ளும் என்றார். 'அதாவது, (அமெரிக்க ஐக்கிய நாடுகளைப் போல்) ஐரோப்பிய ஐக்கிய நாடுகள் உருவாகும் நிலை வரலாம். ஐரோப்பாவில் சோஷலிஸத்தை ஒடுக்குவதற்கும், காலனிய சொத்துகளைத் தங்களுக்குள் பாதுகாத்துக்கொள்ளவும் இந்த அமைப்பு உதவிகரமாக இருக்கும்.' தன் ஆய்வின் முடிவில், முதலாளித்துவம் அதன் இறுதிக்கட்டத்தில் இருப்பதாக லெனின் அறிவித்தார்.

26 போரின் விலை

தொலைந்த தலைமுறை

ஒரு நாளைக்கு 5600 சிப்பாய்கள் கொல்லப்பட்டிருக்கிறார்கள். ஒவ்வொரு நாளும். 1914 தொடங்கி 1918 வரை கொல்லப்பட்டவர்களின் தோராய எண்ணிக்கை 86 லட்சம். இந்தக் கணக்கை அடிப்படையாக வைத்துக்கொண்டுதான் மனித இழப்பை ஆராயவேண்டும். 86 லட்சம் மரணங்கள். 86 லட்சம் குடும்பங்களின் துயரம். ஒரு குடும்பத்தில் மூன்று முதல் ஐந்து பேர் என்று வைத்துக்கொண்டால், போரால் பாதிக்கப்பட்டவர்களின் எண்ணிக்கை பல மடங்கு பெரிதாகும். மொத்தம் 50 லட்சம் பெண்கள் தங்கள் கணவனை இழந்திருக்கிறார்கள் என்கிறது ஒரு குறிப்பு. 90 லட்சம் குழந்தைகள், பெற்றோரை இழந்திருக்கிறார்கள். ஒரு கோடி பேர் தங்கள் வீடுகளை இழந்து அகதிகளாக மாறியிருக்கிறார்கள். பகுதியளவில் முடமானவர்கள், காயமடைந்தவர்கள், எதிரிகளால் கைது செய்யப்பட்டவர்கள் ஆகியோரின் எண்ணிக்கை திட்டவட்டமாகத் தெரியவில்லை.

அனுப்பப்பட்ட 4.2 கோடி வீரர்களில் 2.2 கோடி பேரை நேச நாடுகள் போரில் இழந்தன. மைய நாடுகள், 2.3 கோடி வீரர்களில் 1.5 கோடி வீரர்களை இழந்தன. எனில், நேச நாடுகள் 52 சதவீத

இழப்பையும் மைய நாடுகள் 65 சதவீத இழப்பையும் சந்தித்துள்ளன. ஆஸ்திரியா-ஹங்கேரியின் இழப்பு, 90 சதவீதம். ரஷ்யா, 76 சதவீதம். பிரான்ஸ், 73. Martin Gilbert எழுதிய முதல் உலகப் போர், போரில் கலந்துகொண்ட நாடுகளின் இழப்பைக் கீழ் கண்டவாறு பட்டியலிடுகிறது. இது தோராயமான எண்ணிக்கை மட்டுமே.

நாடு	இழப்பு
ஜெர்மனி	18,00,000
ரஷ்யா	17,00,000
பிரான்ஸ்	13,84,000
ஆஸ்திரியா-ஹங்கேரி	12,90,000
பிரிட்டன்	7,43,000
இத்தாலி	6,15,000
ருமேனியா	3,35,000
துருக்கி	3,25,000
பல்கேரியா	90,000
கனடா	60,000
ஆஸ்திரேலியா	59,000
இந்தியா	49,000
அமெரிக்கா	48,000
செர்பியா	45,000
பெல்ஜியம்	44,000
நியூ சிலாந்து	16,000
தென் ஆப்பிரிக்கா	8,000
போர்ச்சுகல்	7,000
கிரீஸ்	5,000
மாண்டிநீக்ரோ	3,000

ஆதாரம்: The First World War, Martin Gilbert

இயந்திரத் துப்பாக்கிகளும் பீரங்கிகளும் டாங்கிகளும் நச்சு வாயுக்களும் பெற்ற வெற்றி இது. தோற்றவர்கள், மனிதர்கள்.

பலர் தங்கள் கை, கால்களை இழந்து நிரந்தரமாக முடமானார்கள். போர் முடிந்த பிறகு அவர்களால் வேறு வேலைகளில் ஈடுபடமுடியவில்லை. காயத்தால் சிதைந்த முகங்களை முழுவதுமாகச் சரிசெய்ய முடியவில்லை.

போர் பலருக்கு மனச்சிதைவை ஏற்படுத்தியிருந்தது. கொடூரமான மரணங்களை நேரில் கண்டதால், உடன் பழகிய நண்பர்களை இழந்ததால் அவர்கள் மன ரீதியில் பாதிக்கப்பட்டனர். பலரால், போர் முடிந்து நீண்ட காலம் ஆனபிறகும், இந்த மன நிலையில் இருந்து மீளமுடியவில்லை. இவர்களில் பலருக்குக் குடும்பத்தினரின் ஆதரவும் அரவணைப்பும்கூடக் கிடைக்கவில்லை. மனோதத்துவம் குறித்தும், மனபாதிப்புகள் குறித்தும் அப்போது உலகம் அதிகம் அறிந்துகொண்டிருக்கவில்லை என்பது ஒரு காரணம். தொலைந்த தலைமுறை என்று இவர்களை வருணித்தார் அமெரிக்க எழுத்தாளர், ஜெர்ட்ரூட் ஸ்டெயின். இந்தப் பதம் பிரபலமடைந்தது.

கல்லூரியில் படித்துக்கொண்டிருந்த ஒரு தலைமுறை கண் முன்னால் துடைத்து அழிக்கப்பட்ட துயரத்தை பிரிட்டன் எதிர் கொண்டது. போரில் ஈடுபட்ட ஒவ்வொரு நாடும் சந்தித்த இழப்பு இது. இளைஞர்களே இல்லாது போய்விட்ட நிலை. அதிகாரிகள் மட்டத்தில் குறைவான இழப்புகளும் சிப்பாய்கள் மட்டத்தில் அதிக இழப்புகளும் ஏற்பட்டன. இறந்துபோன இருபது லட்சம் ஜெர்மானியர்களில், 3 சதவீதத்தினர் அதிகாரிகள். பதிவு செய்துகொண்ட 100 ஜெர்மானிய அதிகாரிகளில் 23 பேர் கொல்லப்பட்டனர். பல நாடுகளில் கிராமப்புறங்களில் இருந்து வந்திருந்த வீரர்கள் அதிக அளவில் கொல்லப்பட்டனர். பிறகு, நகர்ப்புற இளைஞர்கள். உயிரிழந்த பிரிட்டிஷ் வீரர்களில் பெரும்பாலானோர் இருபது வயது இளைஞர்கள். 17 முதல் 37 வயதுக்கு உட்பட்டவர்களின் மரண எண்ணிக்கை ஒப்பீட்டளவில் அதிகம். சீருடை அணிந்த பத்து பிரிட்டிஷ் வீரர்களில் ஒருவர் கொல்லப்பட்டார். பிரான்ஸில், ஆறு பேரில் ஒருவர் கொல்லப்பட்டார்.

இத்தனை மரணங்களை மொத்தமாகச் சமீபத்தில் ஐரோப்பா கண்டதில்லை. முந்தைய நூற்றாண்டின் மத்தியில் நாற்பது ஆண்டுகளாக இருந்த பிரிட்டிஷ் ஆணின் சராசரி ஆயுள்காலம் 1910ல் 52 ஆக உயர்ந்திருந்தது. பிரான்ஸிலும் கிட்டத்தட்ட இதே நிலைமை. ஆனால், முதல் உலகப் போர் மரணத்தை சகஜ

மாக்கியது. போர்க்களத்தில் இருந்து பலருடைய உடல்களைக் கொண்டுவரமுடியவில்லை. ஒரு குடும்பத்தைச் சேர்ந்த பலர் ஒரே சமயத்தில் உயிரிழந்தனர். ஒட்டுமொத்த குடும்பங்களும் துடைத்து அழிக்கப்பட்ட கதைகளும் உள்ளன. எதிர்கால பிரிட்டிஷ் பிரதம மந்திரி, ஆண்டனி ஈடன், போர் ஆரம்பித்த சில மாதங்களில் தன் மூத்த சகோதரரை இழந்தார். 1916ம் ஆண்டு அவரது இளைய சகோதரர், ஜட்லாண்ட் கடல் போரில் ஈடுபட்டு மூழ்கி இறந்துபோனார். அப்போது நிகோலஸின் வயது, 16. ஈடனின் சகோதரியின் கணவர் கடுமையான காயங்களுடன் மீட்கப்பட்டார். அவருடைய மாமா, சிறைபிடிக்கப்பட்டார்.

ஜெர்மன் சோஷலிச கட்சியைச் சேர்ந்த முக்கியத் தலைவரான பிரெட்ரிக் ஈபெர்ட் தன் இரு மகன்களையும் போரில் இழந்தார். நவம்பர் 1918ம் ஆண்டு இவர் பிரதம மந்திரியாகத் தேர்ந்தெடுக்கப் பட்டார். பிரெஞ்சு ஜெனரல் ஃபெர்டினாண்ட் ஃபோக் தன் ஒரே மகனை பெல்ஜியம் எல்லையில் இழந்தார். அவருடைய மருமகன் அதே நாள் அதே எல்லையில் உயிரிழந்தார். இந்தச் சம்பவங்கள் மூன்று வாரங்களுக்குப் பிறகே ஃபோகின் கவனத்துக்குச் சென்றது. எரிக் லூடன்டார்ஃபுக்கு குழந்தைகள் இல்லை. அவர் எடுத்து வளர்த்த மூன்று குழந்தைகளில் இரண்டை போர்க்களத்தில் இழந்தார். பிரபல எழுத்தாளர் ருட்யார்ட் கிப்ளிங், தன் பதினெட்டு வயது மகன் ஜான் கிப்ளிங்கை 1915ம் ஆண்டு லூஸ் போரில் இழந் தார். ஜெனரல் Eduard de Castelnau தன் முதல் மகனை 1914ம் ஆண்டு இழந்தார். மற்ற இரு மகன்களை போர் முடிவில் இழந்தார்.

1915ம் ஆண்டு முடிவில், தெற்கு பிரான்ஸில் உள்ள Ise`re பகுதியில் ஒவ்வொரு வீட்டிலும் ஒருவர் இறந்திருந்தார். 1916ம் ஆண்டு பிரான்ஸில் தாய்மார்கள் பெரும் திரளில் ரயில் நிலையங் களில் வந்து நின்று தங்கள் மகன்களைப் போர்க்களத்துக்கு அனுப்பினர். குடும்பத்தில் ஏற்பட்ட முந்தைய துயரத்தின் அடை யாளமாக அவர்களில் பெரும்பாலானோர் கருப்பு நிற ஆடைகள் அணிந்திருந்தனர். பிரான்ஸுக்கு வந்து சேர்ந்த துடிப்பான அமெரிக்க வீரர்கள், திரும்பும் திசையெங்கும் கருப்பு உடைகள் அணிந்த பெண்களை, கணவரை இழந்த பெண்களைக் கண்டனர். இங்கிலாந்தில் கோஸ்டர் அண்ட் ஷா குடும்பத்தில் மொத்தம் ஐந்து பேர். ஐந்து பேரும் நான்கு ஆண்டுகளில் ஒவ் வொருவராக இறந்துபோயினர்.

பிரிட்டனில் இறந்தவர்கள் மற்றும் காணாமல் போனவர்கள் பற்றிய செய்தி தந்தியில் அனுப்பப்படும். ஜனவரி 1, 1917ம் தேதி தந்தி ஒன்றை பெற்ற ஸ்காட்லாந்து இசை நட்சத்திரம் ஹாரி லாடரின் அனுபவம் இது. 'அந்தப் புத்தாண்டில் நான் அனுபவித்த துயரத்தை என்னால் மறக்கவே முடியாது. என்னால் அந்தத் தந்தியைப் பிரிக்கமுடியவில்லை. என் மகன் பற்றிய செய்தி அது என்பது பிரிக்காமலே தெரிந்துவிட்டது. கடவுள் எங்களுக்கு ஒரே ஒரு குழந்தையைத்தான் கொடுத்திருந்தார்.' தபால்காரர் கதவைத் தட்டும்போதே மக்கள் அஞ்சி நடுங்கினார்கள். ஒவ்வொரு முறை கதவு தட்டப்படும்போதும் தங்கள் சகோதரரை, கணவரை, குழந்தைகளை அவர்கள் பிணக் கோலத்தில் கண்டனர்.

வீட்டுக்கும் போர்க்களத்துக்குமான தொலைவு அதிகமாக இருக்கும் பட்சத்தில், கடிதங்களும் தந்திகளும் மிகத் தாமதமாக வந்து சேர்ந்தன. சில சமயம், இறந்துபோனவரைப் பற்றிய கடிதம் முன்னாலும், இறந்தவர் அனுப்பிய கடிதம் பிறகும் வந்து சேர்ந்தது. 'அம்மா, நான் நலமாக இருக்கிறேன். கவலைப்பட வேண்டாம்.' தியடோர் ரூஸ்வெல்டின் மகன் க்வெண்டின், விமானத் தாக்குதலில் உயிர் துறப்பதற்குச் சில மணி நேரங்களுக்கு முன்பு வரை தன் வீட்டுக்கு ஆசை ஆசையாகக் கடிதங்கள் எழுதிக் கொண்டிருந்தார். க்வெண்டினின் மரணச் செய்தி வந்து சேர்ந்த சில மணி நேரங்களில் அவர் கடிதங்கள் அடுத்தடுத்து வந்தன.

உயர் அதிகாரிகளும், உடன் பழகிய சிப்பாய்களும் கடிதம் எழுதுவதுண்டு. உயர் அதிகாரிகள் சில கதைகளையும் தத்துவங்களையும் எழுதி, குடும்பத்தினரை ஆறுதல் செய்ய முயற்சிப்பார்கள். 'நாட்டின் எதிர்காலத்துக்காக உங்கள் மகன் செய்த தியாகத்தைக் கண்டு இத்தேசம் பெருமை கொள்கிறது. நீங்கள் உங்கள் மகனை நினைத்து பெருமிதம் கொள்ளவேண்டும். தலை நிமிர்ந்து நடக்கவேண்டும்.' மரணம் குறித்துப் பீதியூட்டும் விஷயங்களைச் சொல்லமாட்டார்கள். 'எந்தவித வலியும் இன்றி சில விநாடிகளில் உங்கள் மகன் இறந்துவிட்டான்.'

இறந்தவர்களின் உடைமைகள், ஆடைகள் குடும்பத்தினருக்கு அனுப்பிவைக்கப்படும். குண்டு துளைத்த ரத்தக்கறை கொண்ட சட்டைகளும்கூட அனுப்பப்பட்டுவிடும். பலருக்கு, சடலங்கள் கிடைப்பதில்லை. உடன் இருந்த சிப்பாய்களின் வாக்குமூலம்

'இன்னொரு போர் வேண்டாம்!'

மட்டுமே ஆதாரமாக இருக்கும். சில பெண்கள், தங்கள் குழந்தைகள் இறக்கவில்லை என்றும் என்றாவது ஒருநாள் திரும்பி வருவார்கள் என்றும் வாழ்நாள் முழுவதும் காத்திருந் தனர். எட்வர்ட் தாமஸ் என்னும் எழுத்தாளர் 1917ம் ஆண்டு பிரான் ஸில் கொல்லப்பட்டார். அவர் மனைவி இதை ஏற்றுக்கொண்டு விட்டார். ஆனால், 1930ம் ஆண்டு அவர் தன் கணவரை மீண்டும் கூட்டத்தில் கண்டதாகவும் அவரைத் தேடிக்கொண்டிருப் பதாகவும் தெரிவித்தார். விசாரித்தபோது அழுகையுடன் கத்தி னார். 'என் கண் முன்னால் இதோ இங்கே தோன்றினார். அவரை நான் எப்படி மறக்கமுடியும்?'

போரில் இறந்தவர்கள் தகுந்த முறையில் அடக்கம் செய்யப் படுவார்கள் என்று எதிர்பார்க்கமுடியாது. துண்டுத் துண்டாகச் சிதறி விழுந்தவர்களைப் புதைக்கக்கூட முடியாமல் போய் விடும். பல்லாயிரக்கணக்கானவர்கள் பெரிய குழிகளில் தள்ளி மூடப்பட்டனர். இந்தப் பொதுக்கல்லறையில் அவர்கள் பெயர் இடம்பெற்றிருக்கும். குடும்பத்தினரிடம் சடலங்களை ஒப்படைப்பது எப்போதும் சாத்தியமாகவில்லை. ஒவ்வொரு சிப்பாயும் அடையாள அட்டையை அணிந்திருக்கவேண்டும் என்பது விதி. சிலர் அணியவில்லை. சிலருடையது தொலைந்து போனது. சல்லடையாகத் துளைக்கப்பட்டவர்களின் உடைமை கள்கூட எஞ்சியிருக்கவில்லை. குறிப்பிட்ட சிப்பாயைச் சடலங்

களுக்கு மத்தியில் தேடுவது கடினமாகயிருந்தது. பிரிட்டிஷ் ரெட் கிராஸ் அமைப்பு இந்தக் கண்டுபிடிக்கும் பணியை ஏற்றுக் கொண்டு செய்தது.

மார்ச் 1918ம் ஆண்டு, அமெரிக்கா தன் சிப்பாய்களை அவர்கள் கொல்லப்பட்ட அந்நிய நாடுகளில் புதைத்துவிடலாம் என்று முடிவு செய்தது. அவர்கள் குடும்பத்துக்கு அனுப்பப்பட்ட கடிதங்களில் இது பற்றி கேட்கப்பட்டிருந்தது. அந்நிய நாடுகளில் இப்போதைக்குப் புதைத்திருக்கிறோம். உங்களுக்குத் தேவை என்றால் சடலத்தை எடுத்து அனுப்புகிறோம். மூன்றில் இரண்டு பேர், திருப்பியனுப்பச் சொன்னார்கள். மொத்தம் 30,000 சடலங்கள். எட்டு பெரிய கல்லறைகள் அமைக்கப்பட்டன. பிரான்ஸில் ஆறு, பெல்ஜியத்திலும் இங்கிலாந்திலும் தலா ஒன்று. இருப்பதிலேயே பெரிய Meuse-Argonne கல்லறையில் 13,724 உடல்கள் அடக்கம் செய்யப்பட்டன. அவற்றில், 458 சடலங்கள் அடையாளம் காணப்படவில்லை.

பிரான்ஸில் இது பெரிய சிக்கலையும் குழப்பத்தையும் ஏற்படுத்தியது. இறந்துபோன லட்சக்கணக்கான வீரர்களையும் பிரான்ஸில் புதைப்பது சாத்தியமில்லை என்று முடிவு செய்த அரசாங்கம், இறந்தவர்களை இறந்த நாடுகளில் புதைத்தது. இதற்கு எதிர்ப்புத் தெரிவித்த பலர், தனியார் நிறுவனங்களின் துணை கொண்டு தங்களுக்கு வேண்டியவர்களின் சடலங்களைத் தேடிப் பிடித்துக் கொண்டு வந்து பிரான்ஸில் அடக்கம் செய்தனர். விரைவில், தேவாலயத்துக்கும் அரசாங்கத்துக்கும் இடையிலான பிரச்னையாக இது மாறியது. செப்டெம்பர் 1920ல் 3 லட்சம் சடலங்கள் வெவ்வேறு பகுதிகளில் இருந்து சேகரிக்கப்பட்டு பிரான்ஸுக்குக் கொண்டுவரப்பட்டன. மத ரீதியான சடங்குகள் நிகழ்த்தப்பட்டன.

பிரிட்டன் பெரும்பாலும் தங்கள் வீரர்களைச் சம்பவ இடத்திலேயே புதைத்துவிட்டது. ஜெர்மனி தன் வீரர்களை பிரான்ஸிலும் பெல்ஜியத்திலும் அடக்கம் செய்தது. இறந்தவர்களுக்கு மரியாதை செய்யும் பணி அடுத்து ஆரம்பமானது. பிரான்ஸிலும் பெல்ஜியத்திலும் பல வீரர்களுக்குத் தனி கல்லறைகள் கிடைத்தன. பெயர், தோன்றிய, மறைந்த தேதியுடன் கூடிய நினைவுப்பலகை அமைக்கப்பட்டது. 1920ம் ஆண்டு, பிரிட்டனும் பிரான்ஸும் தங்களுடைய 'அடையாளம் தெரியாத

வீரருக்கு' மரியாதையும் அங்கீகாரமும் தர முடிவுசெய்தன. பிரான்ஸ் Arc de Triomphe என்னும் இடத்தில் நினைவுச்சின்னம் எழுப்பியது. பிரிட்டன் வெஸ்ட்மினிஸ்டர் அபேயைத் தேர்ந் தெடுத்தது. அமெரிக்கா, வாஷிங்டனில் ஆர்லிங்டன் கல்லறை யில் நினைவுச்சின்னம் நிறுவியது. சொம்மா ஆற்றுக்கு அருகிலும் (Monument of the Missing of the Battle of the Somme), வெர்டூனிலும் நினைவுச்சின்னங்கள் எழுப்பப்பட்டன.

இறந்தவர்களை நேரில் காணத் துடித்தவர்களுக்குச் சேவை செய்ய இருபதுகளில் பிரிட்டனில் சில அமைப்புகள் செயல் பட்டன. இறந்தவர்கள் பற்றிய தகவல்களை இவர்களிடம் சொன்னால் அவர்கள் இறந்தவர்களின் ஆவியைத் தொடர்பு கொண்டு, உரையாட வைப்பார்கள். இப்படிப்பட்ட நம்பிக்கை கள் வேறு சில நாடுகளிலும் இருந்தது. இறந்தவர்களை, இறந்த வர்களாக நடத்த பலர் தயாராக இல்லை. ஜெனரல் ஆலென்பி யின் மகன் இறந்துவிட்டான். ஆனால், அது அவர் நினைவில் தங்கியிருக்கவில்லை. தன் மனைவிக்குச் செய்தி அனுப்பினார். 'இன்று நம் மகன் மைக்கேலுக்கு 21வது பிறந்த நாள்.'

பொருளாதார இழப்புகள்

முதல் உலகப் போர் ஏற்படுத்திய பொருளாதார இழப்புகளைக் கணக்கிடுவது மிகவும் சிரமமானது. பங்கேற்ற எந்தவொரு நாடும் சரியான புள்ளிவிவரங்கள் வைத்திருக்கவில்லை. அளிக்கவு மில்லை. இருந்தாலும், பொருளாதார நிபுணர்கள் பொருளாதார இழப்புகளைக் கணக்கிடும் பணியைத் தொடர்ந்து செய்து வந்தனர். Carnegie Endowment for International Peace என்னும் அமைப்பு அளித்துள்ள தொகை 337 பில்லியன் டாலர். The Pity of War நூலாசிரியர் Niall Ferguson, 208 பில்லியன் டாலர் என்று கணக்கிடுகிறார். மூழ்கிப்போன கப்பல்கள், இடிந்துபோன கட்ட டங்கள், இழந்த ஆயுதங்கள் போன்ற பல இழப்புகளின் விலை இதில் அடக்கம்.

போருக்குப் பிறகு ஜெர்மனின் பொருளாதாரம் முற்றிலுமாகச் சீரழிந்திருந்தது. அரசியல்வாதிகளால், பொருளாதார வல்லுனர் களால், தொழிலதிபர்களால் இந்தப் பின்னடைவைச் சரிசெய்ய முடியவில்லை. போருக்குச் சற்று முன்பு வரை பிரிட்டனுக்கே சவால்விடும் அளவுக்கு தொழில்நுட்பத்திலும் அறிவியலிலும் முன்னேறியிருந்த ஜெர்மனியை, போர் தலைகீழாக மாற்றி

யமைத்தது. ஜெர்மானியர்கள் பெருமிதத்துடன் உருவாக்கிய கப்பல்கள், கனரக இயந்திரத் தொழிற்சாலைகள், கட்டு மானங்கள் அனைத்தும் பாழாகியிருந்தன. தொழிலாளர் வர்க்கம் வேலையிழந்து, வாய்ப்புகள் இழந்து, வீடுகளை இழந்து, எதிர்காலம் இழந்து காணப்பட்டனர். ஜெர்மனி இது வரை சேர்த்து வந்த வளமும் செழுமையும் போரில் காணாமல் போயிருந்தது. எஞ்சியிருந்ததை நேச நாடுகள் இழப்பீடுகளாகப் பிடுங்கிக்கொண்டன.

ஐரோப்பா முழுவதும் பொருள்களின் விலை பலமடங்கு அதிகரித்தது. தொழிலாளர்களின் ஊதியம் பல மடங்கு குறைந்து போனது. வேலையில்லாத் திண்டாட்டம் அதிகரித்துக் கொண்டே போனது. மூடப்பட்டிருந்த பல தொழிற்சாலைகள் திறக்கப்படவில்லை. புதிய தொழில் முயற்சிகள் மேற்கொள்ளப் படவில்லை.

அமெரிக்காவிடம் இருந்து கடன் வாங்கியிருந்த நாடுகள் அவற்றைத் திரும்ப அளிக்க திணறிக்கொண்டிருந்தன. பொருளா தாரம் வீழ்ச்சியடைந்துகொண்டிருந்தது. முதல் உலகப் போர் தோற்றுவித்த அரசியல் பிரச்னைகளும் சிக்கல்களும் தீர்க்கப் படவில்லை. மாறாக, அவை மேலும் அதிகரித்தன. இந்த அரசியல் பிரச்னைகள் இரண்டாம் உலகப் போரைத் தோற்று வித்தன. முப்பதுகளில் ஏற்பட்ட பொருளாதார வீழ்ச்சிக்கும் மந்த நிலைக்கும் முதல் உலகப் போரின் பொருளாதாரப் பிரச்னை கள் காரணமாகியிருந்தன.

போர்க் கைதிகள்

சிப்பாய்கள் தொடங்கி ராணுவத் தலைவர்கள், அரசியல் தலைவர்கள் வரை பலரும் தங்கள் நினைவுகளைப் பதிவு செய்திருக்கிறார்கள். போரின் காரணங்கள் குறித்தும் விளைவு கள் குறித்தும் விரிவான ஆய்வுகள் பல வெளிவந்துள்ளன. கவிஞர்களும் கதாசிரியர்களும் முதல் உலகப் போரைப் பின்னணியாகக் கொண்டு பல புகழ்பெற்ற படைப்புகளை உருவாக்கியிருக்கிறார்கள். ஆனால், போர்க் கைதிகள் குறித்து அதிகம் செய்திகள் வெளிவரவில்லை என்பது சில வரலாற் றாசிரியர்கள் மத்தியில் உள்ள ஒரு வருத்தம். வெளிவந்த புத்தகங் களும்கூட மேற்கு முனையை மட்டுமே மையப்படுத்தியுள்ளன.

1931ம் ஆண்டு வியன்னாவில் In Feindeshand என்னும் ஜெர்மானிய நூல் வெளிவந்தது. 477 கைதிகள் தங்கள் அனுபவங் களை இதில் விவரிக்கிறார்கள். புள்ளிவிவரங்களும் புகைப் படங்களும் சேர்க்கப்பட்டுள்ளன. 'முதல் உலகப் போரின் போது பிடிப்பட்ட 20 மில்லியன் ஐரோப்பியர்களின் கதை முதல் முறையாகப் பொது மக்களுக்கு அறிமுகப்படுத்தப்படுகிறது.' இதில் 13 லட்சம் பேர் ஜெர்மானியர்கள். கிட்டத்தட்ட 30 லட்சம் ரஷ்யர்கள் சிறை பிடிக்கப்பட்டனர். கிட்டத்தட்ட அதே எண்ணிக்கையில் ஆஸ்திரிய-ஹங்கேரியர்கள் கைது செய்யப் பட்டனர்.

ஆகஸ்ட் 1914 முதல் தினத்தில் இருந்து 1922ம் ஆண்டு வரை எட்டு ஆண்டுகள் ஐரோப்பிய நாடுகள் கைது படலத்தில் ஈடுபட் டிருந்தன. உயிருடன் மீண்ட ஒவ்வொருவரும் சராசரியாக 3 முதல் 4 ஆண்டுகள் வரை சிறையில் கழித்திருந்தார்கள். கிட்டத் தட்ட 7,50,000 கைதிகள் சிறை வாழ்வின் போது இறந்து போனார்கள்.

Alon Rachamimov எழுதிய POWs and the Great War கிழக்கு முனை யில் பிடிபட்ட கைதிகள் குறித்த அறிமுகத்தை அளிக்கிறது. பிப்ரவரி 13, 1915 அன்று கார்பாத்தியன் மலைத் தொடரில், இரவு 11 மணிக்கு ரஷ்யர்கள் மைய நாடுகளின் வீரர்களைக் கண்டடைந்தனர். பலர் அப்போது உறக்கத்தில் இருந்தனர். ஒரு துப்பாக்கியைக்கூட வெடிக்காமல் கிட்டத்தட்ட 1200 பேர் அதே இடத்தில் கைது செய்யப்பட்டனர். Josef Holý என்பவர் சிறையில் இருந்தபடி தன் மனைவிக்கு ஒரு கடிதம் எழுதினார். 'நான் இங்கே ரஷ்யாவில் சிறைவைக்கப்பட்டிருக்கிறேன். நான் தனியாக இல்லை. ஆயிரக்கணக்கானவர்கள் உடன் இருக் கிறார்கள். கடும் குளிரில் நடுங்கியபடி காலம் தள்ளுகிறோம். பிடிபட்டபோது, எங்களால் எதிர்க்க முடியவில்லை. வேறு வழி தெரியவில்லை. நாங்களாகவே எங்களை ரஷ்யர்களிடம் ஒப் படைத்தோம்... அப்போது, பனியில் என் கால்கள் உறைந்து விட்டன. என்னால் நடக்கவும் முடியவில்லை. பூட்ஸ் அணிய முடியவில்லை. சாக்குத் துணியைச் சுற்றிக்கொண்டு ரஷ்யர் களைப் பின்தொடர்ந்தேன்... நீயும் குழந்தைகளும் என்னை நினைத்து வருத்தப்படவேண்டாம். நான் உயிருடன் இருப்பதே பெரிய விஷயம் அல்லவா?'

ரஷ்யர்கள் குறித்து ஜெர்மானியர்கள் கொண்டிருந்த பார்வையும், ஜெர்மானியர்கள் குறித்து ரஷ்யர்கள் கொண்டிருந்த பார்வையும் கைதிகளின் அனுபவங்கள் வாயிலாக நமக்குக் காணக் கிடைக் கிறது. 'எதிரிகள் எங்கள் நாக்கை அறுத்துவிடுவார்கள். கண்களைத் தோண்டி எடுத்துவிடுவார்கள் என்றெல்லாம் பயந்தோம். ஆனால், அப்படி எதுவும் நடக்கவில்லை.'

ரஷ்யர்களிடம் பிடிபட்ட ஆஸ்திரிய-ஹங்கேரியர்கள் பலர் தாங்கள் எதிர்பார்த்தபடி ரஷ்யர்கள் கொடூரமானவர்கள் அல்லர் என்று சாட்சியம் அளித்தார்கள். அதே சமயம், தங்கள் பொருள் கள் களவாடப்பட்டது குறித்துப் புகார் சொன்னார்கள். 'எதையும் அவர்கள் விட்டுவைக்கவில்லை. தனிப்பட்ட உடைமைகள் அனைத்தையும் களவாடிவிட்டார்கள். பூட்ஸ், ஆயுதங்கள், சில சமயம் ஆடைகள்கூட.' குதிரைகள், ஆயுதங்கள், ராணுவ ஆவணங்கள் ஆகியவற்றை மட்டுமே ஒரு சிப்பாயிடம் இருந்து பறிமுதல் செய்யவேண்டும் என்கிறது சர்வதேச சட்டம். (Hague Convention, Article 4). சில சமயம், புகையிலை, சிகரெட் போன்றவற்றை அளித்து, உடைமைகளைப் பெற்றுக்கொள்வ தும் உண்டு. தங்களிடம் இருக்கும்வரை எந்த முறைகேடும் நடக்கக்கூடாது என்பதில் உறுதியாக இருந்த ஜெனரல்களைப் பற்றிய குறிப்புகளும் உள்ளன.

சில அனுபவங்கள் பொதுவானவை. சரியான உணவு கிடைக் காதது குறித்தும், உறக்கமின்மை குறித்தும், இழிவான முறையில் நடத்தப்பட்டது குறித்தும், பதக்கங்கள் பறிக்கப்பட்டது குறித் தும், சாலையில் படுக்கவைக்கப்பட்டது பற்றியும், கொசுக்கள் பற்றியும் கைதிகள் புகார் கூறினார்கள். Istvan Mayer என்னும் ஹங்கேரியரின் அனுபவம் இது. 'பிடிபட்ட பிறகு தொடர்ந்து இரண்டு வாரங்கள் கால்நடையாக நடத்திச் செல்லப்பட்டேன். அதிகாலை ஒரு முறை மட்டும் உணவு அளிக்கப்படும்.'

மேற்கு நாடுகளில் கைதிகள் பொதுவாக ஐந்து முறைகளில் நடத்தப்படுகின்றனர்.

1. கொலை செய்யப்படுதல். பிடிபட்டவுடன் கைதிகள் கொல்லப் படுவார்கள். அல்லது, பட்டினி போடப்பட்டுச் சாகடிக்கப்படு வார்கள். சிலர் மட்டும் பாதுகாக்கப்படுவார்கள். அவர்கள் மீது வழக்குத் தொடரப்படும்.

2. பணியில் ஈடுபடுத்தப்படுதல். பிடிபட்ட கைதிகள் கடினமான உடலுழைப்பைக் கோரும் பல்வேறு பணிகளில் ஈடுபடுத்தப் படுவார்கள். ஆயுள் முழுவதும் பணியாற்றும் கைதிகள் வரை, குறைந்த ஊதியத்துக்கு வேலை செய்யும்படி நிர்ப்பந்திக்கப் படும் கைதிகள் வரை இதில் அடங்கும்.

3. சிறையில் அடைக்கப்படுதல். மூடப்பட்ட பெரும் சிறைகளில் குற்றவாளிகளைப் போல் அடைத்து வைக்கப்படுதல். குற்றவாளிகள் போல் நடத்தப்படுதல்.

4. பரோலில் அனுப்புதல். ஓரளவு சுதந்தரத்துடன் அதே சமயம் தப்பிச் செல்லாதவாறு பரோல் அளித்தல். இவர்கள் சிறையில் அடைந்து கிடக்கவேண்டிய அவசியம் இல்லை. சில சமயங் களில், இந்தக் கைதிகள் அவர்கள் வீடுகளுக்கும் அனுப்பி வைக்கப்படுவதுண்டு. மீண்டும் ராணுவத்தில் இணைந்தால் மரண தண்டனை விதிக்கப்படும் என்னும் மிரட்டலுடன்.

5. விடுவித்தல். போர் முடிவுக்கு வந்துவிட்டால் அல்லது கைதி களைப் பரிமாறிக்கொள்ளும் வாய்ப்பு கிடைத்தால், கைதிகள் உடனடியாக விடுவிக்கப்படுவார்கள். சிப்பாய், ஜெனரல் என்று தரம் பார்த்து ஒவ்வொரு நாடும் தன் கைதிக்குப் பணம் செலுத்தி மீட்டெடுப்பது வழக்கம்.

19ம் நூற்றாண்டின் மத்திய காலம் தொட்டுக் கடைபிடிக்கப்பட்ட பொதுவான நடைமுறைகள் இவை. கைதிகள் நடத்தப்படுவது குறித்துப் பொதுவான சர்வதேசச் சட்டங்கள் கொண்டுவரப் படவேண்டும் என்று ஐரோப்பாவும் அமெரிக்காவும் சிந்திக்க ஆரம்பித்தபோது, பல்வேறு பிரகடனங்களும் நடைமுறைகளும் செயல்திட்டங்களும் உருவாயின. 1899ம் ஆண்டு முதல் 1907ம் ஆண்டு வரை நடைபெற்ற பேச்சுவார்த்தைகளின் முடிவில் ஹேக் ஒப்பந்தங்கள் (Hague Conventions) உருவாயின. கைதிகள் நடத்தப்படும் விதம் தனிப் பிரிவுகளில் வரையறுக்கப்பட்டது. (Hague Convention (IV) Respecting the Laws and Customs of War on Land (Section 1, 'On Belligerents', Chapter II, Articles 4–20, Chapter III, article 21).

சிறைக்குள் வைத்திருப்பது, பணி செய்ய நிர்ப்பந்திப்பது, பரோல் அளிப்பது போன்றவை குறித்து சட்ட விதிகள் இயற்றப் பட்ட அதே சமயம், கைதிகள் கொல்லப்படுவதை ஹேக்

சுட்டுக் கொல்லப்படும் போர்க் கைதிகள்

ஒப்பந்தம் தடைசெய்யவில்லை. மனிதாபிமானத்துடன் நடந்து கொள்ளுங்கள் என்று கோரிக்கை மட்டுமே விடுத்தது.

உடைந்த அமைதி

உலகின் முதன்மை சக்தியாகத் தன்னை மாற்றிக்கொள்ள விரும்பியது ஜெர்மனி. ஏற்கெனவே அந்த இடத்தை வகித்து வந்த பிரிட்டன் இந்தச் சவாலை முறியடிக்க நினைத்தது. ஜெர்மனியைப் பழிவாங்க விரும்பியது பிரான்ஸ். பிரிட்டனுக்கும் பிரான்ஸுக்கும் ஜெர்மனியின் பிரதேசங்கள் வேண்டும். செர்பியர்களுக்குத் தனி நாடு வேண்டும். ஆஸ்திரியா-ஹங்கேரிக்கு பால்கன் பிரதேசத்தை ஆளவேண்டும். ரஷ்யாவுக்கும். கூடுதலாக, ஜெர்மனியின் அதிகாரத்தைக் கட்டுப்படுத்தவேண்டும். தனது இழந்து அதிகாரத்தைத் திரும்பப்பெற்றாகவேண்டிய அவசியத்தில் இருந்தது ஒட்டமான் சாம்ராஜ்ஜியம். ஆனால் போரின் முடிவில், எந்தவொரு நோக்கமும் நிறைவேறவில்லை.

தொடங்கும்போது, அமைதிக்காகவே இந்தப் போரில் ஈடுபட்டதாக ஒவ்வொரு நாடும் நியாயம் கற்பித்தன. ஆனால், அமைதியைக் கொண்டுவரவில்லை. அனைத்துப் போர்களையும் முடிவுக்குக் கொண்டுவருவதற்கான போர் என்று ஆடம்பரமாகச் சொல்லப்பட்டது. ஆனால் இந்தப் போர் இன்னொரு போருக்கு இட்டுச்சென்றது.

பிரிட்டனும் பிரான்ஸும் ஆப்பிரிக்காவிலும் மத்திய கிழக்கிலும் புதிய காலனிகளை இணைத்துக்கொண்டன. ஆனால், இந்த நாடுகளுக்கு ஐரோப்பாவின் ஆதிக்கம் பிடிக்கவில்லை. உள்நாட்டு புரட்சிகளும் கலகங்களும் இந்தப் பிரதேசங்களைத் தொடர்ந்து அலைக்கழித்துக்கொண்டிருந்தன. மேற்கத்திய நாகரிகத்துக்கும், கலாசார ஆக்கிரமிப்புக்கும் எதிராக இந்தப் பிரதேசங்கள் தொடர்ந்து போராட ஆரம்பித்தன. மொத்தத்தில், அமைதியைத் தவிர அனைத்தையும் ஐரோப்பா இந்தப் பிரதேசங்களுக்கு அளித்தது.

ஜெர்மனி மீது ஐரோப்பா திணித்த அமைதி நாஜி கட்சியாக உருவெடுத்தது. ஜெர்மனி கோரிய பிரதேசங்கள் சிலவற்றில் இருந்து செக்கோஸ்லாவாக்கியாவும் போலந்தும் உருவாக்கப் பட்டது புதிய பிரச்னைகளுக்கு வழிகோலியது. இரண்டாம் உலகப் போரின்போது, ஜெர்மனி, இந்தப் பகுதிகளைத்தான் முதலில் கைப்பற்றிக்கொண்டது. மத்தியக் கிழக்கிலும் ஆப்பிரிக்காவிலும் இன்றுவரை அமைதி கூடிவரவில்லை.

முதல் உலகப் போர் போதுமான பயன்களை அளிக்கவில்லை என்று வருந்திய இத்தாலி, முசோலினியின் தலைமையையும் அவரது பாசிஸத்தையும் ஏற்றுக்கொண்டது. முசோலினி எதிர்ப்பு களை அடக்குமுறை கொண்டு ஒடுக்கினார். முதல் உலகப் போரில் நேச நாடுகளுடன் இணைந்திருந்த இத்தாலி இரண்டாம் உலகப் போரின்போது, ஜெர்மனியுடன் கைகோர்த்துக் கொண்டது.

முதல் உலகப் போரின் விளைவாக, பிரிட்டனின் ஆதிக்கம் முறியடிக்கப்பட்டது. அமெரிக்கா, அந்த இடத்தைப் பிடித்துக் கொண்டது. மேற்கு ஆசியாவில் இன்றுவரை அமைதி திரும்ப வில்லை. 2003ம் ஆண்டு வளைகுடா யுத்தத்துக்கும் 1919ம் ஆண்டு ஒப்பந்தத்தின்போது இராக் மீதான அதிகாரத்தை பிரிட்டனுக்கு வழங்கியதற்கும் நேரடி தொடர்பு இருக்கிறது.

வெற்றி, தோல்வி

போரில் ஜெர்மனி ஏன் தோல்வியடைந்தது என்பதற்குப் பல காரணங்கள் பட்டியலிடப்படுகின்றன. அவற்றுள் பிரதான மானவை நான்கு. முதல் காரணம், ராணுவத்தின் மீது ஜெர்மனி வைத்திருந்த நம்பிக்கை. இருபதாம் நூற்றாண்டில், ராணுவத்தைக்

கொண்டு உலகை ஆள்வது சாத்தியமில்லாத விஷயம் என்பதை ஜெர்மனி உணர்ந்திருக்கவேண்டும். அவ்வாறு செய்யாதது முதல் பிழை. இரண்டாவது பிழை, பிரிட்டனிடம் மோதியது. கப்பல் படையில் முன்னணியில் இருக்கும் நாடு என்பது தெரிந்திருந்தும் பிரிட்டனுடன் ஜெர்மனி மோதியிருக்கக்கூடாது. பிரிட்டன் போரில் நுழையும் என்பதை ஜெர்மனி யூகிக்காமல் இருந்திருந்தால், அதுவும் பெரிய தவறுதான்.

ரஷ்யா தன் துருப்புகளைத் தாமதமாகத்தான் எல்லையில் குவிக்கும் என்று ஜெர்மனி கருதியது மூன்றாவது பெரிய தவறு. 1904ம் ஆண்டு ஜப்பானுடனான யுத்தத்தின்போது வீரர்கள் திரள்வதற்கு அதிக நேரம் பிடித்தது உண்மை. ரஷ்யாவின் போக்குவரத்து வசதிகள் பிற்போக்கானவை என்பதும் உண்மை. ஆனால், தடைகள் அனைத்தையும் கடந்து, இந்தப் போரில் ரஷ்யர்கள் மூன்று வாரங்களில் கிழக்கு பிரஷ்யாவில் திரண்டு விட்டனர். நான்காவது தவறு, இத்தாலியைப் பற்றிய கணிப்பு. பிரான்ஸுக்கு எதிரான போரில் இத்தாலி கைகொடுக்கும் என்று எதிர்பார்த்தது தவறு.

முதல் உலகப் போரில் மைய நாடுகள் அணி தோல்வியடைந்தது. எனில், நேச நாடுகள் அணி வென்றதா? இந்தக் கேள்விக்குப் பதிலளிப்பது கடினம். ஒரு வகையில், முதல் உலகப் போரில் வெற்றியாளர்களே இல்லை என்றும் சொல்லலாம். சில புதிய பிரதேசங்களும் காலனிகளும் நேச நாடுகளுக்குக் கிடைத்தன என்றாலும் அவற்றை அவர்களால் வெற்றிகரமாக ஆளமுடியவில்லை என்பதுதான் உண்மையே.

முதல் உலகப் போர் இரண்டாம் உலகப் போரைக் கொண்டு வந்தது. வேறு வார்த்தைகளில் சொல்வதனால், 1914 தொடங்கி 1945 வரை ஒரே ஒரு உலகப் போர்தான் நிகழ்த்தப்பட்டது. மத்தியில் சில ஆண்டு இடைவேளையுடன்.

பின்னிணைப்புகள்

1. நாடுகளும் போர்களும்

நாடு	போரில் கலந்துகொண்டது எப்போது?
ஆஸ்திரேலியா	ஆகஸ்ட் 4, 1914
ஆஸ்திரியா-ஹங்கேரி	ஜூலை 28, 1914
பெல்ஜியம்	ஆகஸ்ட் 4, 1914
பல்கேரியா	அக்டோபர் 12, 1915
கனடா	ஆகஸ்ட் 4, 1914
பிரான்ஸ்	ஆகஸ்ட் 3, 1914
ஜெர்மனி	ஆகஸ்ட் 1, 1914
கிரீஸ்	ஜூன் 29, 1917
இந்தியா	ஆகஸ்ட் 4, 1914
அயர்லாந்து	ஆகஸ்ட் 4, 1914
இத்தாலி	மே 23, 1915
ஜப்பான்	ஆகஸ்ட் 23, 1914
நியூ சிலாந்து	ஆகஸ்ட் 4, 1914
ஒட்டமான் சாம்ராஜ்ஜியம்	அக்டோபர் 31, 1914
ருமேனியா	ஆகஸ்ட் 27, 1917
ரஷ்யா	ஆகஸ்ட் 1, 1914
செர்பியா	ஜூலை 28, 1914
தென் ஆப்பிரிக்கா	ஆகஸ்ட் 4, 1914
பிரிட்டன்	ஆகஸ்ட் 4, 1914
அமெரிக்கா	ஏப்ரல் 6, 1917

2. காலவரிசை

1870–1871

பிராங்கோ ஜெர்மன் யுத்தத்தில், ஜெர்மனி பிரான்ஸை வெல் கிறது. ஒன்றுபட்ட ஜெர்மனி உருவாகிறது.

1872

ரஷ்யா, ஜெர்மனி, ஆஸ்திரியா-ஹங்கேரி மூன்றும் ஒப்பந்தம் (League of Three Emperors) போட்டுக் கொள்கின்றன.

1879

ஜெர்மனியும் ஆஸ்திரியா-ஹங்கேரியும் (Dual Alliance) ஒப்பந்தம் போட்டுக் கொள்கின்றன.

1904

பிரிட்டன் பிரான்ஸ் ஒப்பந்தம் (Entente Cordiale). காலனிகள் குறித்த சர்ச்சைகளை முடிவுக்குக் கொண்டு வரவும், எதிர்கால ராணுவ ஒத்துழைப்பு வேண்டியும் போட்டுக்கொண்ட ஒப்பந்தம்.

1908

போஸ்னியா, ஹெர்சகோவ்னியா பகுதிகளை ஆஸ்திரியா-ஹங்கேரி இணைத்துக்கொள்கிறது. பால்கன் பிரதேசம் மீது அதிகாரம் செலுத்த விரும்பிய செர்பியா கோபம் கொள்கிறது.

1914

ஜூன் 28

ஆஸ்திரிய இளவரசர் பிரான்ஸ் ஃபெர்டினாண்ட் படுகொலை செய்யப்படுகிறார்.

ஜூலை 23

ஆஸ்திரியா-ஹங்கேரி விதிக்கும் நிபந்தனைகளை ஏற்க செர்பியா மறுக்கிறது.

ஜூலை 28

ஆஸ்திரியா-ஹங்கேரி, செர்பியா மீது போர்ப் பிரகடனம் செய்கிறது.

ஆகஸ்ட் 1

ஜெர்மனி, ரஷ்யா மீது போர்ப் பிரகடனம் செய்கிறது.

ஆகஸ்ட் 3

ஜெர்மனி, பிரான்ஸ் மீது போர்ப் பிரகடனம் செய்கிறது. பெல்ஜியமுக்குள் நுழைகிறது.

ஆகஸ்ட் 4

பிரிட்டன், ஜெர்மனி மீது போர்ப் பிரகடனம் செய்கிறது. ஜெர்மனி, பெல்ஜியம் மீது போர்ப் பிரகடனம் செய்கிறது. நடுநிலை வகிப்பதாக அமெரிக்கா அறிவிப்பு.

ஆகஸ்ட் 6

ஆஸ்திரியா-ஹங்கேரி, ரஷ்யா மீது போர்ப் பிரகடனம் செய்கிறது. செர்பியா, ஜெர்மனி மீது போர்ப் பிரகடனம் செய்கிறது.

ஆகஸ்ட் 10

பிரான்ஸ், ஆஸ்திரியா-ஹங்கேரி மீது போர்ப் பிரகடனம் செய்கிறது.

ஆகஸ்ட் மத்தியில்

கிழக்கு பிரஷ்யாவில் ஏற்பட்ட மோதலில், ரஷ்யப் படைகள் ஜெர்மனியை வீழ்த்துகின்றன.

ஆகஸ்ட் 14

பிரான்ஸும் ஜெர்மனியும் ஆல்சேஸ்-லோரெயின் பகுதியில் போரிடுகின்றன.

ஆகஸ்ட் 16

லீக் பகுதியில் உள்ள கோட்டைகளை பெல்ஜியம் ஜெர்மனியிடம் இழக்கிறது.

ஆகஸ்ட் 23

மோன்ஸ் போரில், பிரான்ஸ் மற்றும் பிரிட்டனுக்கு எதிராக ஜெர்மனி போரிடுகிறது.

ஆகஸ்ட் 25-31

டானென்பெர்க் போரில் ஜெர்மனி ரஷ்யாவை முறியடிக்கிறது.

ஆகஸ்ட் 26

பிரான்ஸ் மற்றும் பிரிட்டிஷ் படைகள், ஜெர்மானிய காலனியான டோகோவை (Togo) கைப்பற்றுகின்றன.

செப்டெம்பர் 5

பிரிட்டிஷ் க்ரூஸர் கப்பல், Pathfinder, ஜெர்மன் நீர்மூழ்கியால் முதல் முறையாக வீழ்த்தப்படுகிறது.

செப்டெம்பர் 6-10

மார்னே போரில், பிரான்ஸில் ஊடுருவும் ஜெர்மன் வீரர்கள் தடுக்கப்படுகிறார்கள். ஜெர்மனியும் நேச நாடுகளும் பதுங்கு குழிகள் அமைத்து போரிடத் தொடங்குகிறார்கள்.

அக்டோபர் 29

ஒட்டமான் சாம்ராஜ்ஜியம் மைய நாடுகளுடன் இணைகிறது.

அக்டோபர் 29-நவம்பர் 22

முதல் வெய்பிரஸ் யுத்தம்.

நவம்பர் 1

மத்திய சிலி அருகில் உள்ள கொரோனல் (Coronel) என்னும் நகரில் கப்பல் போர் தொடங்குகிறது.

நவம்பர் 3

போர்ப் பகுதி என்று வடக்குக் கடலை பிரகடனம் செய்கிறது பிரிட்டன்.

நவம்பர் 6

பிரான்ஸும் பிரிட்டனும் துருக்கி மீது போர்ப் பிரகடனம் செய்கின்றன.

நவம்பர் 7

சீனாவின் சிங்டோ துறைமுகத்தை ஜெர்மனி திருப்பியளிக்கிறது.

டிசம்பர் 20-மார்ச் 10, 1915

முதல் சாம்பேன் போர் நடைபெறுகிறது.

1915

ஜனவரி-பிப்ரவரி

ரஷ்யா, ஜெர்மனி, ஆஸ்திரியா-ஹங்கேரி நாடுகளுக்கு இடையில் மாசூரியன் ஆற்றுப் பகுதியில் போர் நடைபெறுகிறது.

ஜனவரி 24

வடக்குக் கடல் பகுதியில் உள்ள Dogger Bank என்னும் பகுதியில் போர் நடைபெறுகிறது.

பிப்ரவரி 4

பிரிட்டனையும் சுற்றியுள்ள பகுதிகளையும் போர்ப் பிரதேசமாக அறிவிக்கிறது ஜெர்மனி.

பிப்ரவரி 9

துருக்கியில் உள்ள கலிபோலியை பிரிட்டனும் பிரான்ஸும் தாக்குகின்றன.

மார்ச் 11

ஜெர்மனியின் உணவு, ஆயுத போக்குவரத்தைத் தடை செய்யும் நோக்கில் அந்நாட்டின் மீது பொருளாதாரத் தடை விதிக்கிறது பிரிட்டன்.

ஏப்ரல் 22

இரண்டாவது வெய்பிரஸ் யுத்தத்தில் முதல் முறையாக நச்சு வாயு பயன்படுத்தப்படுகிறது.

ஏப்ரல் 24

ஆர்மீனியப் படுகொலைகள் ஆரம்பம்.

ஏப்ரல் 26

பிரான்ஸ், ரஷ்யா, இத்தாலி, பிரிட்டன் நான்கும் லண்டனில் ஒப்பந்தம் போட்டுக்கொள்கின்றன.

மே 2

ஜெர்மனியின் தாக்குதலையடுத்து ரஷ்யா போலந்தில் இருந்து வெளியேறுகிறது.

மே 7

Lusitania என்னும் பிரிட்டன் கப்பலை ஜெர்மானிய நீர்மூழ்கி வீழ்த்துகிறது. இதில் 128 அமெரிக்கர்கள் உயிரிழக்கிறார்கள். அமெரிக்கா நடுநிலை வகிக்கும் என்கிறார் அதிபர் உட்ரோ வில்சன்.

மே 23

ஆஸ்திரியா-ஹங்கேரி மீது இத்தாலி போர் தொடுக்கிறது.

ஜூன் 6

பயணிகள் கப்பலைத் தாக்கவேண்டாம் என்று ஜெர்மானிய அதிகாரிகள் கப்பல் படைக்கு உத்தரவு பிறப்பிக்கிறார்கள்.

ஜூன் 9

ஜெர்மனியின் நீர்மூழ்கிக் கப்பல் தாக்குதலை அமெரிக்கா வன்மையாகக் கண்டிக்கிறது.

ஜூன் 23

இசோன்ஸோ ஆற்றுக்கு அருகில் போர் தொடங்குகிறது.

ஜூலை 9

தென்மேற்கு ஆப்பிரிக்காவில் உள்ள தன் காலனியை ஜெர்மனி விடுவிக்கிறது.

செப்டெம்பர் 1

அமெரிக்காவை நேச நாடுகள் அணியில் இருந்து விலக்கி வைப்பதற்காக ஜெர்மனி தொடர் நீர்மூழ்கிக் கப்பல் தாக்குதலை மேற்கொள்கிறது.

செப்டெம்பர் 6

பல்கேரியா, மைய நாடுகள் அணியில் இணைகிறது. செர்பியா மீது தாக்குதல் தொடுக்கிறது.

செப்டெம்பர் 25

லூஸ் யுத்தம் தொடங்குகிறது.

அக்டோபர் 6

மைய நாடுகள் செர்பியாவை ஆக்கிரமிக்கின்றன.

அக்டோபர் 15

பிரிட்டன், பல்கேரியா மீது போர்ப் பிரகடனம் செய்கிறது.

அக்டோபர் 23

துருக்கிப் படைகளால் முறியடிக்கப்பட்ட நேச நாடுகள் கலிபோலியில் இருந்து வெளியேறுகின்றன.

டிசம்பர் 3

ஜோசப் ஜோஃப்ரீ பிரெஞ்சுப் படையின் கமாண்டர் இன் சீஃப் ஆகிறார்.

டிசம்பர் 8

ஃபால்க்லேண்ட் தீவில் கடல் யுத்தம் நடக்கிறது.

டிசம்பர் 17

டக்ளஸ் ஹேக் பிரிட்டன் படையின் கமாண்டர் இன் சீஃப் ஆகிறார்.

1916

ஜனவரி 11

காகஸஸ் பகுதியில் உள்ள துருக்கியப் படைகள் மீது ரஷ்யா தாக்குதல் தொடுக்கிறது.

பிப்ரவரி 21-டிசம்பர் 18

வெர்டுன் யுத்தம். ஜெர்மன் படைகள், பிரான்ஸில் உள்ள வெர்டுன் என்னும் பகுதியில் தாக்குதல் தொடுக்கின்றன.

பிப்ரவரி 28

காமரூனில் உள்ள ஜெர்மானியப் படைகள் சரணடைகின்றன.

மே 31

ஜுட்லாண்ட் கப்பல் போர்.

ஏப்ரல் 24

ஐரிஷ் சுதந்தரப் போராட்டம் பிரிட்டனால் நசுக்கப்படுகிறது.

ஜூன் 4-செப்டெம்பர் 30

புருசிலோவ் தாக்குதல். ரஷ்யர்கள் ஆஸ்திரியா-ஹங்கேரியப் படைகளையும் ஜெர்மானியப் படைகளையும் தாக்குகிறார்கள்.

ஜூன் 1-நவம்பர் 13

சொம்மா போர். செப்டெம்பர் 15ம் தேதி, முதல் முறையாக பிரிட்டன் டாங்கியைப் பயன்படுத்துகிறது.

ஆகஸ்ட் 27

நேச நாடுகள் அணியில் ருமேனியா இணைகிறது. இத்தாலி, ஜெர்மனி மீது போர்ப் பிரகடனம் செய்கிறது.

ஆகஸ்ட் 29

ஜெனரல் பால் ஹிண்டன்பர்க், எரிக் லுடன்டார்ஃப் இருவரும் ஜெர்மானிய ராணுவத்தின் தலைமைப் பதவிகளில் அமர்கிறார்கள்.

செப்டெம்பர்-நவம்பர்

பாக்தாத்தைக் கைப்பற்றும் நோக்கில் பிரிட்டிஷ் படைகள் முன்னேறுகின்றன. ஏப்ரல் 29, 1917 அன்று பிரிட்டனின் முயற்சி முறியடிக்கப்படுகிறது.

நவம்பர் 7

உட்ரோ வில்சன் இரண்டாவது முறையாக அதிபராகத் தேர்ந் தெடுக்கப்படுகிறார். அமெரிக்காவை போரில் ஈடுபடுத்த மாட்டேன் என்று வாக்குறுதியும் அளிக்கிறார்.

டிசம்பர் 7

பிரிட்டனின் பிரதம மந்திரியாக டேவிட் லாயிட் ஜார்ஜ் தேர்ந் தெடுக்கப்படுகிறார்.

1917

பிப்ரவரி 1

ஜெர்மனி நீர்மூழ்கிக் கப்பல் தாக்குதலை மீண்டும் தொடர்கிறது.

பிப்ரவரி 3

அமெரிக்கா, ஜெர்மனியுடனான அரசாங்க உறவை முறித்துக் கொள்கிறது.

பிப்ரவரி 23

ஜெர்மனி, ஹிண்டர்பர்க் கோட்டுக்குத் தன் படைகளை திருப்பு கிறது. தயார் நிலையில் வைக்கப்படுகிறது.

மார்ச் 12

ரஷ்யாவில் முதல் புரட்சி. இரண்டாம் ஜார் நிக்கோலஸ் மார்ச் 15ம் தேதி பதவி துறக்கிறார்.

ஏப்ரல் 6

அமெரிக்கா, ஜெர்மனி மீது போர்ப் பிரகடனம் செய்கிறது.

ஏப்ரல் 16

புதிய செயல்திட்டத்துடன் பிரான்ஸ், ஆஸ்னே போரைத் தொடங்குகிறது. இரு வாரங்களில் தோல்வியடைகிறது. ஜெர் மனியில், இரண்டு லட்சத்துக்கும் அதிகமானவர்கள் போருக்கு எதிராக அணி திரள்கிறார்கள்.

ஜூன் 25

முதல் அமெரிக்கத் துருப்புகள் பிரான்ஸ் வந்தடைகின்றன.

ஜூலை 1-நவம்பர் 10

மூன்றாவது வெய்பிரஸ் யுத்தம்.

அக்டோபர் 24

Caporetto என்னும் பகுதியில் ஜெர்மனி, ஆஸ்திரியா இரண்டும் இணைந்து இத்தாலியை வீழ்த்துகின்றன.

நவம்பர் 4

பிரிட்டிஷ் படைகள் இத்தாலிக்கு வருகின்றன.

நவம்பர் 7

ரஷ்யாவில் போல்ஷ்விக் கட்சி அதிகாரத்தைக் கைப்பற்றிக் கொள்கிறது.

டிசம்பர் 2

கிழக்கு முனையில் மோதல்கள் முடிவுக்கு வருகின்றன.

டிசம்பர் 7

அமெரிக்கா, ஆஸ்திரியா-ஹங்கேரி மீது போர்ப் பிரகடனம் செய்கிறது.

டிசம்பர் 15

ஜெர்மனியும் ரஷ்யாவும் இடையிலான போர் நிறுத்தப்படுகிறது.

1918

ஜனவரி 8

அமெரிக்க அதிபர் உட்ரோ வில்சன் பதினான்கு அம்ச திட்டத்தை முன்வைக்கிறார்.

ஏப்ரல் 28

ஆஸ்திரியாவில் காவ்ரிலோ பிரின்ஸ் மரணம்.

மார்ச் 3

ஜெர்மனிக்கும் ரஷ்யாவுக்கும் இடையில் பிரெஸ்ட்-லிடோவ்ஸ்க் ஒப்பந்தம் கையெழுத்தாகிறது.

மார்ச் 21

சொம்மாவில் ஜெர்மனி வசந்த காலத் தாக்குதலைத் தொடங்குகிறது.

மார்ச் 23-ஏப்ரல் 9

ஜெர்மனி, பாரீஸ் மீது தாக்குதல் தொடுக்கிறது.

மே 7

ருமேனியாவுக்கும் மைய நாடுகளுக்கும் இடையில் போர் நிறுத்த ஒப்பந்தம்.

ஜூலை 15-18

இரண்டாவது மார்னே யுத்தம். ஜெர்மனி பின்வாங்குகிறது.

ஜூலை 18-ஆகஸ்ட் 15

ஆஸ்னே மார்னே போர்.

ஆகஸ்ட் 8

ஜெர்மனிக்குக் கறுப்பு தினம். பல்வேறு முனைகளில் ஒரே சமயத்தில் தோல்வி.

செப்டெம்பர் 12-16

பிரான்ஸில் உள்ள Saint-Mihiel பகுதியில் அமெரிக்கா தாக்குதல் போர்.

செப்டெம்பர் 14

கிரீஸில் உள்ள சலோனிகா முனையில் ஜெர்மனிக்கும் ஆஸ்திரியா ஹங்கேரிக்கும் எதிராக நேச நாடுகள் அணி தாக்குதல் போர்.

செப்டெம்பர் 25-27

இறுதி மியூசி-ஆர்கோன் போர்.

செப்டெம்பர் 29

பல்கேரியா சரணடைகிறது.

அக்டோபர் 20

நீர்மூழ்கித் தாக்குதலை ஜெர்மனி கைவிடுகிறது. துருக்கி, நேச நாடுகள் படையோடு சமரசம் செய்துகொள்கிறது.

அக்டோபர் 29

ஜெர்மானியக் கடல் படை வீரர்கள் கலகம்.

நவம்பர் 3

ஆஸ்திரியா-ஹங்கேரி சரணடைகிறது.

நவம்பர் 9

இரண்டாம் கெய்ஸர் வில்லியம் பதவி விலகுகிறார். ஜெர்மானியக் குடியரசு பிரகடனம்.

நவம்பர் 11

ஜெர்மனி சரணடைந்து நேச நாடுகளுடன் ஒப்பந்தம் போட்டுக் கொள்கிறது.

நவம்பர் 21

ஜெர்மானியக் கப்பல் படை பிரிட்டனிடம் சரண்.

1919

ஜனவரி 4

பாரீஸில் அமைதி மாநாடு தொடக்கம்.

ஜூன் 28

வெர்சைல்ஸ் ஒப்பந்தம் கையெழுத்தாகிறது.

3. ஆதாரம்

1. The Origins of the World War, Sidney Bradshaw Fay, Eurasia Publishing House (Pvt) Ltd
2. The Guns of August, Barbara W. Tuchman, Ballantine Books
3. The First World War, A New Illustrated History, Hew Strachan, Simon & Schuster
4. The First World War, Robin Prior - Trevor Wilson, Cassell
5. Germany 1871-1945 A Concise History, Raffael Scheck, Berg
6. A Military Atlas of the First World War, Arthur Banks, Leo Cooper
7. World War I Almanac, Tom Pendergast and Sara Pendergast, UXL, Gale Group
8. The First World War, John Keegan, Vintage Canada
9. Essential Histories The First World War (1) , Geoffrey Jukes, Routledge
10. Russia and the Origins of the First World War, D.C.B. Lieven, St. Martin's Press
11. The World War I Reader, Edited by Michael S. Neiberg, New York University Press
12. The First World War, A Very Short Introduction, Michael Howard, Oxford University Press
13. The First Industrial Nation, An Economic History of Britain 1700-1914, Peter Mathias, Methuen & Co
14. The Balkans, Mark Mazower, Phoenix

15. British Imperialism 1688-2000, P.J. Cain and A.G. Hopkins, Longman

16. A History of the Modern Times From 1789, C.D.M. Ketelbey, Oxford University Press

17. An Outline History of the World, H.A. Davies, Oxford University Press

18. A People's History of the United States, Howard Zinn, HarperPerennial

19. Russia A History of the Soviet Period, Woodford McClellan, Prentice-Hall

20. War and Society in Revolutionary Europe, 1770-1870, Geoffrey Best, Fontana Paperbacks

21. The Mammoth Book of How it Happened : World War I, Edited by Jon E. Lewis, Robinson

22. The Twentieth Century And The Contemporary World, C.F. Strong, University of London Press Ltd

23. An Unfinished History of the World, Hugh Thomas, Hamish Hamilton

24. Lenin and the Bolsheviks, Adam B Ulam, The Fontana Library

25. The USSR A Short History, K. Gusev, V. Naumov, Progress Publishers

26. The Russian Revolution, Robert Goldston, Fawcett Premier

27. Essays in Contemporary History, 1917-1945, Vladimir Alexandrov, Progress Publishers

28. Realities of War, Philip Gibbs, Hutchinson & Co

29. Glimpses of World History, Jawaharlal Nehru, Oxford University Press

30. Lenin: A Biography, Progress Publishers, Moscow

31. ஹிட்லர், முசோலினி, வெ. சாமிநாத சர்மா, நூல் திரட்டு 7, வளவன் பதிப்பகம்

32. World War I Document Archive / http://wwi.lib.byu.edu/index.php/Main_Page

33. Documents of World War I / http://www.mtholyoke.edu/acad/intrel/ww1.htm

34. http://www.firstworldwar.com/

35. An Internet History of the Great War / http://www.worldwar1.com/

36. http://www.worldwar1.nl/

37. http://www.ww1cemeteries.com/

38. http://www.worldwaronecolorphotos.com/

39. http://www.casahistoria.net/ww1.htm

40. http://www.bbc.co.uk/history/worldwars/wwone/

41. http://www.gwpda.org/

www.ingramcontent.com/pod-product-compliance
Lightning Source LLC
LaVergne TN
LVHW040341051026
849518LV00001B/261

* 9 7 8 8 1 8 4 9 3 5 8 7 5 *